'पटणा ब्लूज' वाचणं म्हणजे भारतातल्या अज्ञात प्रदेशातून फेरफटका मारण्यासारखं आहे. ही एक उत्स्फूर्त आणि खिळवून ठेवणारी गोष्ट आहे. अब्दुल्ला खान यांची ही पहिलीच कादंबरी एका महत्त्वाच्या विषयाला वाचा फोडते.

– अनीस सलिम

मी या कादंबरीतली अनेक स्थानं, यातल्या व्यक्तिरेखा, त्यांची सुख-दुःखं याच्याशी परिचित आहे. साहित्यविश्वात अभावाने येणारं भारतातलं एक विश्व वाचकांसमोर आलं आहे.

– अमिताव कुमार

आपल्या स्नेहीजनांना पुस्तके भेट द्या

पटणा ब्लूज

अब्दुल्ला खान

अनुवाद

रोहन टिल्लू

मेहता पब्लिशिंग हाऊस

Please contact us at **Mehta Publishing House,** Pune 411030.
✆ +91 020-24476924 / 24460313 / Mob. No. 9545000513
Email : production@mehtapublishinghouse.com
Website : www.mehtapublishinghouse.com

- *या पुस्तकातील लेखकाची मते, घटना, वर्णने ही त्या लेखकाची असून त्याच्याशी प्रकाशक सहमत असतीलच असे नाही.*

PATNA BLUES by ABDULLAH KHAN

Translated into Marathi Language by Rohan Tillu

पटणा ब्लूज / अनुवादित कादंबरी

अनुवाद : रोहन टिल्लू
Email : author@mehtapublishinghouse.com

प्रकाशक : सुनील अनिल मेहता, मेहता पब्लिशिंग हाऊस,
१९४१, सदाशिव पेठ, माडीवाले कॉलनी, पुणे - ४११०३०.

मुद्रक : पार्कसन्स ग्राफिक्स

मुखपृष्ठ : चंद्रमोहन कुलकर्णी

प्रथमावृत्ती : फेब्रुवारी, २०२०

किंमत : ₹ ३६०

P Book ISBN 9789353174279
E Book ISBN 9789353174286
E Books available on : amazonkindle Apple Books Google Play Books

---

ज्यांच्याकडून मी गोष्टी सांगण्याची कला शिकलो अशा
माझ्या पैगंबरवासी दादी, अमिरुन्निसा आणि
अम्मी, शाहिदा खातून यांच्या स्मृतीला अर्पण...

और भी दुख हैं ज़माने में मोहब्बत के सिवा ।
राहतें और भी हैं वस्ल की राहत के सिवा ।।

- फैज अहमद फैज

स्वप्न

एक

वाऱ्याचा झोत आला तशी आरिफला हुडहुडी भरली. एका पिवळ्या दुमजली इमारतीसमोर आपली सायकल थांबवता थांबवता, *आपण आज जॅकेट घालायला हवं होतं,* असा विचार त्याच्या मनात तरळून गेला. कॉलेजमधून तो नुकताच घरी आला होता. जिन्यात आपली सायकल लावून, सायकलच्या कॅरिअरला अडकवलेली वही हातात घेऊन तो झपाझप जिने चढला. जिन्याचा कठडा मोडला होता आणि वर कोळ्याची जाळी लटकत होती.

पहिल्या मजल्यावरचा दरवाजा लोटून आरिफ त्याच्या घराच्या बाल्कनीत गेला. हातातली वही त्यानं तिथल्या लाकडी खुर्चीवर ठेवली. खुर्चीच्या बाजूलाच तिघांना बसण्याजोगा करड्या रंगाचा अगदीच स्वस्तातला एक सोफा होता. आपले चामड्याचे बूट काढण्यासाठी आरिफ खाली वाकला. बूट काढून त्यानं हातात घेतले आणि त्यांना लागलेला चिखल झटकण्यासाठी त्यानं ते एकमेकांवर आपटले. दरवाजाजवळच एका कोपऱ्यात बूट ठेवून, आपले हात झटकत त्यानं वही उचलली आणि तो आपल्या झोपायच्या खोलीच्या दिशेनं चालू लागला.

आरिफ दमला होता आणि त्याला थोडा वेळ तरी आराम करायचा होता; पण आपल्या खोलीत दोन अनोळखी लोकांना बघून तो दरवाजातूनच मागे वळला. त्यांपैकी एक मुलगा ठेंगणा; पण धडधाकट होता. त्याचे केस अगदी बारीक होते. साधारण २०-२२ वर्षांचा तो तरुण आरिफच्या पलंगावर झोपला होता. दुसरा दाढी असलेला, ढेरपोट्या मध्यमवयीन माणूस खुर्चीवर बसून 'इंडिया टुडे'चा ताजा अंक चाळत होता.

आरिफ थेट त्याच्या आईकडे गेला. ती स्वयंपाकघरात भाजी चिरत होती.

"अम्मा, हे लोक कोण आहेत?"

"ते काका तुझ्या वडिलांचे लांबचे भाऊ आहेत. त्यांच्या मुलावर इंदिरा गांधी

इन्स्टिट्यूट ऑफ मेडिकल सायन्सेसमध्ये उपचार करून घेण्यासाठी ते पटण्याला आलेत. चार-पाच दिवस ते आपल्याकडेच राहणार आहेत,'' चिरलेल्या भाज्या एका वाडग्यात काढत त्याच्या अम्माने त्याला सांगितलं.

''पुन्हा पाहुणे? हे घर आहे की धर्मशाळा? दर दोन दिवसांनी आपल्याकडे पाहुणे येतात,'' आरिफ आपल्याच केसांशी चाळा करत म्हणाला, ''आपलं घर फक्त तीन खोल्यांचं आहे आणि आपल्या आठजणांसाठीही ते पुरेसं नाही.''

''बेटा, जरा हळू बोल. ते ऐकतील,'' चिरलेली वांगी, मुळा आणि बटाटे पाण्याखाली धूत अम्मा दबक्या आवाजात म्हणाली.

''मग काय झालं?'' असं म्हणत आरिफ दणादण पाय आपटत स्वयंपाकघरातून बाहेर आला आणि दुसऱ्या टोकाला असलेल्या एका छोट्या खोलीत गेला.

गव्हाची आणि तांदळाची तीन पोती ठेवलेल्या त्या साठवणीच्या खोलीत एक पुस्तकांचं कपाट, मेज आणि खुर्ची होती. निकडीच्या वेळी आरिफ त्या खोलीचा वापर अभ्यासाची खोली म्हणून करायचा. गोणींमधल्या कीटकनाशकांच्या वासानं आरिफला शिंक आली. त्या खोलीला एकही खिडकी नव्हती; त्यामुळे आरिफला खोलीचा दरवाजा सताड उघडा ठेवावा लागत होता. कीटकनाशकांच्या तीव्र वासामुळे तो त्या खोलीत फार काळ थांबू शकला नाही.

पाहुणे ही त्यांच्या घरातली बारमाही समस्या होती. पटण्याला येणारे नातेवाईक त्यांच्याकडेच मुक्कामाला उतरत. राहण्याची सोय फुकटात होत असेल, तर हॉटेलवर हजारो रुपये कोण कशाला खर्च करेल? त्यांच्यापैकी बरेचजण औषधोपचारांसाठी येत, काहीजण पोलीस भरतीसाठी तर काहीजण पटणा उच्च न्यायालयात चाललेल्या खटल्याच्या सुनावणीसाठी येत. त्यांपैकी काही पाहुण्यांशी तर एवढं लांबचं नातं होतं की, अब्बा आणि अम्माही त्यांना त्या आधी कधी भेटलेले नसत. ते कोणा ना कोणाच्या तरी ओळखीनं यायचे. एकतर आरिफच्या काकांची पत्रं यायची किंवा त्याच्या अब्बांच्या ऑफिसमध्ये फोन यायचा.

आरिफच्या अब्बांनाही या सततच्या पाहुण्यांची चीड यायची. 'या लोकांना माझं घर म्हणजे धर्मशाळा वाटतं,' दर वेळी पाहुणे घरातून बाहेर पडल्यानंतर अब्बा चिडून म्हणायचे; पण ते घरात असेपर्यंत अब्बा त्यांचं उत्तम आतिथ्य करायचे; त्यामुळेच कदाचित पाहुण्यांना पुन्हा त्यांच्याकडे यावंसं वाटायचं.

अम्मा मात्र नेहमीच कामाच्या रगाड्यात असायची. कधीकधी तिला कोळशाच्या चुलीवर २०-२० लोकांचं जेवण करावं लागायचं. गेली तीन वर्षं अब्बा गॅस जोडणी मिळवण्यासाठी प्रयत्न करत होते. त्यांनी गॅस जोडणीसाठी गेल्या वर्षीच अर्ज केला होता; पण अजूनही त्यांची पाळी आली नव्हती. काळ्या बाजारात एक सिलिंडर विकत घेणंही खूप महाग होतं. कोळशाची चूल पेटवण्यासाठी अम्मा दर दिवशी

भल्या पहाटे उठायची. घर धुरानं भरून जाऊ नये म्हणून कोळशानं भरलेली चूल घेऊन ती गच्चीवर जायची. कोळसे पूर्ण पेटल्यानंतर ती चूल पुन्हा खाली घेऊन यायची. तिने मदतीसाठी कधीच तिच्या मुलांना उठवलं नव्हतं. तिची मुलं जागी असली, तरी तिनं कधीच ती जड चूल तिच्या मुलींना उचलायला लावली नव्हती. 'वजन उचलल्यानं लहान मुलींच्या पाळीच्या चक्रावर परिणाम होऊ शकतो,' असा तिचा युक्तिवाद होता; पण हा युक्तिवाद आरिफ आणि झाकीर या मुलांच्या बाबतीत तिला मांडता येत नव्हता; त्यामुळे ते दोघं जेव्हा वेळेत उठायचे, तेव्हा अम्माला या कामात मदत करायचे. 'उद्यापासून अम्माला मदत करायला मी लवकर उठेन. निदान चूल पेटवण्याचं काम करून तरी मी तिचा भार हलका करू शकतो,' आरिफने मागच्या वर्षी संकल्प केला होता; पण बहुतेक वेळा सकाळी तो उठेपर्यंत अम्माची चूल पेटवून झालेली असायची.

आरिफ आणि झाकीर एका खोलीत एकत्र राहायचे. दुसऱ्या खोलीत एकमेकांपासून थोड्या अंतरावर असलेले दोन छोटे पलंग होते. त्या पलंगांवर अब्बा आणि अम्मा झोपायचे. याच खोलीत प्लॅस्टिकचं एक टेबल आणि चार खुर्च्या होत्या. दिवसभर ही खोली दिवाणखाना म्हणूनही वापरली जायची. तिसरी खोली सर्वांत मोठी होती आणि त्या खोलीला बाल्कनी होती. त्या खोलीत एक मोठा लाकडी पलंग होता. त्या खोलीत दादी असायची. तसंच खोलीतील मोठ्या पलंगावर त्याच्या तिन्ही बहिणी, रबिया, नाझनीन आणि हुमा अगदी सहज मावायच्या. घरात एखादा पुरुष पाहुणा आला की, अम्मा एक चटई टाकून घरातल्या चिंचोळ्या पॅसेजमध्ये झोपायची आणि तो पाहुणा अब्बांबरोबर त्या खोलीत झोपायचा.

'अम्मा, मी पॅसेजमध्ये झोपतो. तू माझ्या खोलीत झोप,' आरिफ आणि झाकीर दोघंही तिला सांगायचे; पण ती कधीच ऐकायची नाही. पाहुण्यांची संख्या वाढली, तर आरिफ आणि झाकीर यांनाही आपली खोली सोडावी लागायची. जुने कपडे उशाला घेऊन अम्माला चटईवर झोपायला लागणार नसेल, तर आपली खोली सोडायलाही आरिफची हरकत नसायची; पण या सगळ्याचा विपरीत परिणाम आपल्या अभ्यासावर होतो, याची रुखरुख त्याला लागायची.

आरिफ त्याच्या खोलीत परतला. तो दाढीवाला माणूस अर्धवट विचारांमध्ये स्वतःची काळी-पांढरी दाढी खाजवत एक उर्दू पुस्तक वाचण्यात गर्क होता. तो तरुण मुलगा मात्र अजूनही झोपला होता.

"अस्सलाम आलेकुम," आरिफने त्यांना अभिवादन केलं.

"वालेकुम अस्सलाम रहिमतुल्लाह बराकातहू," आपले दोन्ही हात आरिफच्या दिशेने पुढे करत तो दाढीवाला माणूस म्हणाला. आरिफनं अगदी अनुत्सुकपणे त्याच्याशी हात मिळवले.

"तू अब्दुल रशिद साहेबांचा धाकटा मुलगा का?" त्या माणसानं आपुलकीनं विचारलं.

"नाही नाही, मी थोरला." आरिफनं उत्तर दिलं.

"अच्छा! पण तुझा भाऊ झाकीर तुझ्यापेक्षा मोठा दिसतो. माशाल्ला! त्याची अंगकाठी एका सच्च्या पठाणासारखी आहे. तो उंच आणि गोराही आहे. वय काय आहे त्याचं?" त्या माणसाने आपली दाढी खाजवतच विचारलं.

"वीस." आरिफ उत्तरला. भारतीय प्रमाणानुसार पाच फूट दहा इंचांच्या आरिफची गणनाही उंच मुलांमध्येच होत होती; पण झाकीर आरिफपेक्षा उंच होता.

"आणि तू?"

"मी त्याच्यापेक्षा एका वर्षानं मोठा आहे."

तो माणूस क्षणभर थांबला आणि त्यानं विचारलं, "इस्मे शरीफ, और आप का पाक नाम... (भल्या गृहस्था, आणि तुझं पवित्र नाव काय?)" या वेळी तो थेट जुन्या लखनवी अंदाजात अगदी अस्खलित उर्दूत बोलला.

"आरिफ खान." आरिफला आता या कधीही न संपणाऱ्या प्रश्नोत्तरांचा कंटाळा आला होता. आपलं दैनंदिन आयुष्य वगळलं, तर त्याला बाकी कशातच रस नव्हता.

"छान नाव आहे. अभ्यास कसा चालला आहे? तू बी.ए. करतो आहेस?"

"बी.एस्सी. रसायनशास्त्र, तिसरं वर्ष" आपल्या मेजाकडे नजर टाकत आरिफनं उत्तर दिलं.

"कोणतं कॉलेज?"

"ए. एन. कॉलेज."

"झाकीर आणि तुझ्या बहिणी?"

"झाकीर ए. एन. कॉलेजमध्येच बीएच्या दुसऱ्या वर्षाला आहे. रबिया जे. डी. वुमन्स कॉलेजमध्ये. माझ्या इतर दोन बहिणी बिहार मिलिटरी पोलीस हायस्कूलमध्ये शिकत आहेत."

"आरिफ बाबू"- आता अचानक त्या माणसाचा आवाज बदलला – "तुम्ही व्यग्र नसाल, तर तुम्हाला आमच्याबरोबर यायला आवडेल का? हे शहर माझ्यासाठी अगदीच नवखं आहे. हेच जर मोतिहारी असतं, तर मला काहीच अडचण नव्हती."

"अं, मला नाही वाटत मला शक्य होईल," आरिफ म्हणाला. "माझी वार्षिक परीक्षा दोन आठवड्यांवर आली आहे." आरिफ त्याच्या पलंगाकडे चालत गेला आणि तिथेच भिंतीला टांगलेलं जॅकेट त्यानं हातात घेतलं.

"आम्ही काही दररोज नाही येत," तो माणूस दुखावलेल्या स्वरात म्हणाला.

"माफ करा," मेजावरून एक पुस्तक, आपली निळी वही आणि पेन उचलत आरिफ म्हणाला आणि खोलीबाहेर पडला.

दहा मिनिटांनंतर आरिफ नेहरू पार्कमधल्या हिरवळीवर बसला होता. त्याच्या बाजूला निळी वही आणि 'दिवान-ए-मोमिन' होतं.

'परीक्षेचा अभ्यास करायचं सोडून मी इथे कवितेचं पुस्तक घेऊन बसलो आहे.' आरिफ स्वतःशीच पुटपुटला. एका कोपऱ्यातल्या झोपाळ्यावर खेळणारी मुलं वगळता संपूर्ण पार्कमध्ये/उद्यानात कोणीच नव्हतं. त्या उद्यानाच्या मध्यभागी जवाहरलाल नेहरूंचा संगमरवरी अर्धपुतळा होता. तसेच उद्यानात आखलेल्या दगडी वाटांच्या बाजूला गुलाबाचे आणि झेंडूचे ताटवे फुलले होते. अचानक एक वाऱ्याची झुळूक झाडांशी सलगी करून गेली आणि आरिफलाही तिचा थंडावा जाणवला. आपल्या जॅकेटची चेन लावत आरिफने पुस्तक उचललं. तो त्या पुस्तकाची पानं चाळत होता, तेवढ्यात पावलांच्या आवाजाने त्याचं लक्ष विचलित झालं.

पांढरी शाल गुंडाळलेला एक कृश म्हातारा आणि काळ्या साडीतली एक उंच शिडशिडीत बाई त्याच्या दिशेनं हळूहळू चालत येत होते. तिचे लांबसडक केस विस्कटलेले होते आणि काजळानं भरलेले तिचे डोळे सुजल्यासारखे वाटत होते. ती रडत होती. तिच्याकडे बघण्यापासून आरिफ स्वतःला रोखू शकला नाही.

"सुभानल्लाह!" तो पुटपुटला. ती स्त्री आता त्या म्हाताऱ्या माणसाला जवळच्याच एका बाकावर बसायला मदत करत होती. हे बघत बघत आरिफने पुन्हा त्याच्या पुस्तकात डोकं घातलं. त्याने त्याची वही उघडली आणि त्या स्त्रीबद्दल दोन ओळी उर्दूत खरडल्यावाचून त्याला राहवलं नाही.

स्याह जुल्फ उसका स्याह परहन उसका ।
मानिंदे संग-ए-मरमर है बदन उसका ।।
मिसाल क्या दूँ इस हुस्न-ए-बेमिसाल की ।
चाँद से भी हसीन रुख-ए-रोशन उसका ।।

"बाबूजी, आता कसं वाटतंय तुम्हाला?" आरिफने त्या स्त्रीचा आवाज ऐकला आणि पुन्हा नजर उंचावली. त्या म्हाताऱ्या माणसाने काहीच प्रतिक्रिया दिली नाही. तिने त्याचे खांदे पकडले आणि गोंधळून, घाबरून आजूबाजूला पाहिले.

"बाबूजी! बाबूजी!" तिच्या आवाजात आता कंप होता. एका हातानं तिनं त्या म्हाताऱ्याच्या कपाळावर आणि गालावर हात ठेवला. त्यानंतर खाली वाकून त्याच्या छातीला आपला कान लावून कानोसा घेतला. नंतर ती त्या म्हाताऱ्या माणसाला वेड्यासारखं हलवायला लागली.

आपली वही आणि पुस्तक उचलून आरिफ उठला आणि त्यांच्या दिशेनं धावला.

"प्लीज मदत करा!" रडणं थांबवण्याचा प्रयत्न करून ती ओरडली. आरिफनं आपलं सामान त्याच बाकावर टाकलं आणि त्या म्हाताऱ्याचा हात हातात घेऊन नाडी तपासायला सुरुवात केली.

"प्लीज रुग्णवाहिका बोलवा," पालथ्या पंजाने नाक पुसत ती स्त्री म्हणाली.

"पाटण्यात रुग्णवाहिका यायला युगं लोटतात. त्यापेक्षा मी टॅक्सी घेऊन येतो," आरिफ म्हणाला आणि जवळच्याच एका पानाच्या टपरीवर असलेल्या टेलिफोनच्या दिशेनं त्यानं धाव घेतली. अक्कडबाज मिशांचा तो काळाकुट्ट पानवाला पानाची देठं खुडत एकटाच बसला होता आणि टेपरेकॉर्डरवर शारदा सिंह 'ले ले अहिआ हो, पिया चोलिया बंगाल की...' गात होती.

"लोकल कॉल," पानवाल्याला दोन रुपयांचं नाणं देऊन आरिफ टेलिफोन बूथमध्ये शिरला आणि त्याने टॅक्सी बोलावण्यासाठी नंबर फिरवला.

टॅक्सी यायला जवळपास वीस मिनिटं लागली. टॅक्सीचा चालक हबीब आरिफला ओळखत होता. त्यानं आरिफच्या कुटुंबाला अनेकदा नेण्या-आणण्याचं काम केलं होतं. आरिफनं हबीबला त्या म्हाताऱ्या माणसाला टॅक्सीत बसवण्यासाठी मदत करण्याची विनंती केली. आपल्या करंगळीने कान कोरत त्याने चिंतातुर नजरेनं एकदा त्या म्हाताऱ्याकडे आणि एकदा त्या काळ्या साडीतल्या स्त्रीकडे पाहिलं आणि म्हणाला, "ठीक आहे, आरिफ भाई!"

ती स्त्री त्यांच्या मागे मागे गेली आणि गाडीच्या मागच्या सीटवर आपल्या वडिलांना झोपवण्यासाठी त्यांची मान पकडून तिनं मदतही केली. त्या दरम्यान चुकून तिचे हात आरिफच्या छातीला घासले गेले. आरिफच्या शरीरातून एक अनामिक लहर सळसळली. ती स्त्री गाडीत बसली आणि तिनं तिच्या वडिलांचं डोकं आपल्या मांडीवर घेतलं. हे सगळं होत असताना आरिफ एकटक तिच्याकडेच बघत होता.

"चला," ती स्त्री एकदम घाईघाईने म्हणाली.

आरिफ अचानक आपल्या तंद्रीतून बाहेर आला. आपण त्या महिलेकडे कसे बघत होतो, या विचाराने तो आणखी खजील झाला. तो पुढच्या बाजूला चालकाच्या शेजारी बसला.

हबीबकडे बघून तो म्हणाला, "पटणा मेडिकल कॉलेज आणि हॉस्पिटल, इमर्जन्सी वॉर्ड."

हॉस्पिटलच्या वाटेवर असताना आरिफने चालकासमोरच्या आरशातून मागे बघितलं. तो म्हातारा माणूस अजूनही बेशुद्ध होता आणि ती स्त्री त्याच्या हाताचे तळवे आणि छाती चोळत होती. तिच्या गुलाबी गालांवरून अश्रू ओघळत होते. *'या अल्लाह, या म्हाताऱ्या माणसाची मदत कर,'* आरिफने मूकपणे प्रार्थना केली.

त्यांची गाडी डाक बंगला चौकापर्यंत पोहोचली आणि अचानक थांबली.

पुढचा रस्ता बंद होता. रस्त्याच्या मध्यभागी प्लॅस्टिकच्या खुर्च्या, सायकली आणि स्कूटर उभ्या करून रस्ता अडवण्यात आला होता. समोरच्या गर्दीतल्या तरुणांपैकी काहीजण रस्त्यावर ठिय्या देऊन बसले होते आणि काही उभ्यानेच घोषणा देत होते :

व्ही. पी. सिंह मुर्दाबाद

मंडल आयोग वापस लो

जवळच्या विजेच्या आणि टेलिफोनच्या खांबांवर पेपरचे आणि कापडाचे बॅनर टांगले होते. त्यावर लिहिलं होतं,

'मंडल आयोग नही चलेंगा

आरक्षण को ना कहो! मेरिट को हां कहो!

वोट बँक पॉलिटिक्स बंद करो

जाती के नाम पर तुष्टीकरण बंद करो'

एव्हाना त्यांच्या टॅक्सीच्या मागे मोटरसायकल, गाड्या, रिक्षा यांची रांगच रांग लागली होती; त्यामुळे आता त्यांना मागं वळणंही शक्य नव्हतं. एक धक्का देऊन आरिफने टॅक्सीचा दरवाजा उघडला आणि तो बाहेर पडला. परिस्थितीचा अंदाज घेण्यासाठी तो आजूबाजूला बघू लागला. बाजूला उभ्या असलेल्या सायकलरिक्षामधला मध्यम वयाचा माणूस त्याच्या बाजूच्या मोटारसायकलवर बसलेल्या एका तरण्याबांड मुलाशी आरक्षणाच्या राजकारणाबद्दलच बोलत होता.

"या मागासवर्गीयांना २७ टक्के आरक्षण मिळालं, तर आपल्यासारख्या उच्चवर्णीयांसमोर हातात कटोरा घेऊन गल्लोगल्ली भटकत भीक मागण्याशिवाय काहीच पर्याय उरणार नाही," तो अत्यंत संतापलेल्या आवाजात बोलत होता.

आरिफने मागे वळून गाडीकडे बघितलं. गाडीत बसलेल्या त्या स्त्रीने आता खिडकीची काच खाली केली होती. ती असहाय्यपणे बाहेर बघत होती. तिच्या कापऱ्या ओठांमधून शब्द फुटत नसले, तरी डबडबलेले डोळे मात्र आरिफला विनवत होते की, लवकरात लवकर माझ्या वडिलांना हॉस्पिटलमध्ये पोहोचव.

तिच्या डोळ्यांत पाणी बघून आरिफ बेचैन होत होता. तिथून बाहेर पडण्याचा मार्ग शोधण्यासाठी आता तो उतावीळ झाला होता. "हबीबभाई, आपण त्या विद्यार्थ्यांशी बोलायला हवं. चला..." तो ड्रायव्हरला म्हणाला.

"काही फायदा नाही होणार," आपला कान कोरत हबीबभाई म्हणाला. घसा खाकरून त्यानं गाडीची काच खाली केली आणि रस्त्यावर थुंकत म्हणाला, "ते आपल्याला पुढे जाऊच देणार नाहीत."

आता मला एकट्यालाच यांचा सामना करावा लागणार, त्या स्त्रीकडे कटाक्ष टाकत आरिफने मनातल्या मनात विचार केला.

“मी येऊ का तुमच्याबरोबर?” त्या स्त्रीने विचारलं.

“तुम्ही तुमच्या वडिलांकडे लक्ष द्या. मी त्यांच्याशी बोलतो,” आरिफचा आवाज थोडासा खोल गेला होता. आपली हनुवटी खाजवत तो विचार करत होता. खरंतर त्या आंदोलक विद्यार्थ्यांशी एकट्यानं जाऊन बोलायला त्याला भीती वाटत होती. या अशा पेटलेल्या वातावरणात हे आंदोलक विद्यार्थी कोणत्या थराला जाऊ शकतात, याची त्याला पूर्ण कल्पना होती. जणू काही अंगातलं सगळं धैर्य एकवटण्यासाठी त्याने एक दीर्घ श्वास घेतला आणि तो गर्दीतून वाट काढत पुढे जाऊ लागला.

“ओ साहेब, काय झालं? दिसत नाही का, पुढे रस्ता अडवलाय ते?” रस्त्यात ठिय्या मांडून बसलेला एक आंदोलक उठला आणि आरिफकडे रागारागाने बघायला लागला. तो धडधाकट तरुण होता, त्याची दाढी वाढली होती आणि कपाळावर लाल टिळा होता.

आरिफ त्याची विनवणी करू लागला, “साहेब, गाडीत एक म्हातारा माणूस आहे. त्याची तब्येत खूप खराब आहे. प्लीज, आम्हाला जाऊ द्या. तातडीने त्याच्यावर उपचार झाले नाहीत, तर तो मरेल.”

“ते शक्य नाही. रस्ता बंद म्हणजे बंद. चल, पळ इथून.”

“हा त्यांच्या जीवन-मरणाचा प्रश्न आहे. प्लीज, आम्हाला जाऊ द्या,” आरिफ आता त्याच्या हातापाया पडू लागला.

“लाखो तरुणांच्या भविष्याचा प्रश्न ऐरणीवर असताना एका म्हाताऱ्याच्या जिवाची किंमत काय करायची,” गर्दीतून वाट काढत एक ३५-३६ वर्षांचा माणूस पुढे आला. त्याने करड्या रंगाचा सफारी सूट घातला होता.

“चल, पळ इथून,” त्या दाढीवाल्या माणसाने धमकावणीच्या सुरात दटावलं.

“नाही, मी नाही जाणार. तुम्ही जे करताय, ते बेकायदेशीर आहे,” आता आरिफलाही राग यायला लागला.

अचानक गर्दीतून २०-२२ वर्षांचा एक तगडा मुलगा पुढे आला. त्यानं आरिफला एवढ्या जोरात ढकललं की, आरिफ रस्त्यावर आडवा झाला.

“साल्या, आता तू आम्हाला कायदा शिकवणार का? भोसडीच्या, चल, चालता हो इथून. नाही तर, मारून मारून हाडं खिळखिळी करू तुझी.”

आरिफ प्रचंड संतापला होता. अपमानाच्या भावनेनं तो धुमसत होता; पण त्याला हे कळत होतं की, एवढ्या जमावासमोर तो एकटा काहीच करू शकत नाही. एकट्यानं यांच्याशी लढणं शक्य नाही.

आता इतर निदर्शकांनीही आरिफला घेरलं होतं. त्यांपैकी एकाच्या हातात हॉकी स्टिक होती. कोणी एकही शब्द बोलत नव्हतं. सगळे आरिफकडे रागारागाने बघत

होते. एक विचित्र शांतता पसरली होती.

आरिफ मनातून प्रचंड भेदरला होता. गोंधळला होता. आता काय करायचं, हे त्याला कळत नव्हतं. एवढ्यात त्याला त्याच्या दिशेने धावत येणाऱ्या पावलांचा आवाज आला.

"प्लीज, त्यांना मारू नका," एका स्त्रीचा आवाज आला. हा आवाज आरिफला परिचित होता. त्याने आश्चर्याने मागे वळून पाहिलं, तर काळ्या साडीतली ती स्त्री त्याच्या मागेच उभी होती. डोक्यावरून पदर घेऊन, हात जोडत ती विनवणी करत होती. तिचे डोळे पाण्याने डबडबले होते.

त्या दाढीवाल्याने एकवार आरिफकडे आणि एकदा त्या स्त्रीकडे बघून आपली मान हलवली आणि त्याच्या साथीदारांकडे बघून तो म्हणाला, "जाऊ द्या रे यांना."

आतापर्यंत आरिफला घेरून असलेली गर्दी हळूहळू मागे हटू लागली; पण त्या गर्दीतला प्रत्येकजण आरिफकडे मारक्या म्हशीसारखा बघत होता. आरिफचं लक्ष मात्र त्यांच्याकडे नव्हतं. त्यानं कृतज्ञतेनं त्या स्त्रीकडे बघितलं. आपले तळहात एकमेकांवर घासत, हातावरची धूळ साफ केली. तो गाडीच्या दिशेनं चालायला सुरुवात करणार, तोच त्याला दिसलं की, हबीब त्यांच्याकडे बघून हातवारे करत त्या दोघांनाही बोलावतोय. तो बहुधा ओरडत असावा; पण त्याचा आवाज त्यांच्यापर्यंत पोहोचत नव्हता. त्या म्हाताऱ्या माणसाचं काही बरंवाईट झालं की काय, या कल्पनेनं आरिफच्या काळजाचा ठोका चुकला. काळ्या साडीतली ती स्त्री गाडीच्या दिशेने धावत सुटली. आरिफही तिच्या मागे मागे धावत गेला.

गाडीतला म्हातारा माणूस अजूनही झोपूनच होता. अस्पष्ट आवाजात तो काहीतरी पुटपुटत होता. एका जुन्या वर्तमानपत्राची घडी करून हबीब त्याला वारा घालत होता. म्हाताऱ्याचा श्वास चालू आहे, हे बघून आरिफनं सुटकेचा निःश्वास सोडला. तोपर्यंत ती स्त्री गाडीच्या मागच्या सीटवर बसली होती. तिने आपल्या वडिलांचं डोकं मांडीवर घेत, डावी छाती चोळायला सुरुवात केली. हे करता करता तिने हनुमान चालिसा म्हणायला सुरुवात केली :

'पवन तनय संकट हरण, मंगल मूर्ती रूप ।
राम, लखन, सीता सहित, हृदय बसहु सुर भूप ॥'

दोन-तीन मिनिटांनी त्या म्हाताऱ्या माणसाचं पुटपुटणं बंद झालं आणि तो पहिल्यासारखाच शांतपणे पहुडला. ती स्त्री मात्र अजूनही हनुमान चालिसा पठण करत होती. अजूनही गाडीबाहेर उभा असलेला आरिफ तिथून बाहेर कसं पडता येईल, हे शोधण्यासाठी आजूबाजूला बघत होता. खूप विचार करूनही त्याला

काहीच सुचत नव्हतं. आता वाट बघण्याखेरीज त्यांच्या हाती काहीच नव्हतं.

या सगळ्यात दहा मिनिटं कशी गेली, ते आरिफला कळलंच नाही; पण थोड्याच वेळात डाक बंगल्याच्या चौकात मोठमोठ्या गाड्यांचा आवाज ऐकू आला. एक पांढरी ॲम्बेसिडर गाडी थांबली आणि त्या गाडीमागे दंगल नियंत्रण पथकाच्या दोन बसगाड्या रोरांवत येऊन थांबल्या. त्या बसमधून तीस-चाळीस पोलिसांची एक तुकडी उतरली. त्यांच्या हातात लाठ्या होत्या, डोक्यावर लोखंडी हेल्मेट्स घातलेली होती. ते निदर्शकांच्या दिशेनं सरकू लागले. ॲम्बेसिडर गाडीतून एक वरिष्ठ पोलीस अधिकारी उतरला आणि त्याने हातात असलेल्या कर्ण्यातून आंदोलक विद्यार्थ्यांना रस्ता मोकळा करण्याचं आवाहन केलं.

प्रत्युत्तरादाखल विद्यार्थ्यांनी पोलिसांच्या त्या तुकडीच्या दिशेनं दगडफेक सुरू केली. आरिफला पुढच्या दंग्याचा अंदाज आला आणि तो चट्कन टॅक्सीत जाऊन बसला. विद्यार्थ्यांनी भिरकावलेले काही दगड वाहतूक कोंडीत अडकलेल्या काही लोकांनाही लागले. लोक घाबरून आपल्या गाड्या-मोटरसायकली तिथेच सोडून सैरावैरा पळू लागले. जे गाड्यांमध्ये होते, ते अगदीच अंग चोरून बसले.

आता पोलिसांनीही आक्रमक पवित्रा घेतला आणि ते या आंदोलक विद्यार्थ्यांवर चाल करून आले. आरिफने गाडीच्या खिडकीतून बघितलं, तेव्हा आंदोलक विद्यार्थ्यांपैकी काहीजण रस्त्यात पडले होते आणि पोलीस त्यांना लाठीने बेदम मारत पोलिसांच्या गाडीत कोंबत होते.

अगदी थोड्याच वेळात तो चौक पूर्णपणे रिकामा झाला आणि हबीबने गाडी जोरात हॉस्पिटलच्या दिशेनं नेली.

पटणा मेडिकल कॉलेज हॉस्पिटलच्या दरवाजाशी एक वॉर्डबॉय स्ट्रेचर घेऊन आला. त्या म्हाताऱ्याला स्ट्रेचरवर टाकून त्यांनी आत नेलं. ती स्त्रीदेखील त्यांच्या मागेच गेली. टॅक्सीवाल्याचं भाडं चुकतं करायला म्हणून आरिफ मागेच थांबला. सुदैवाने त्याच्या अब्बांनी त्याला आज सकाळीच वरखर्चाला पैसे दिले होते.

आरिफ त्या हॉस्पिटलच्या इमर्जन्सी रूमध्ये पोहोचला, तेव्हा ती स्त्री एका खुर्चीवर मान खाली घालून बसलेली त्याला दिसली. तिने साडीच्या पदराने आपलं तोंड दाबलं होतं. कदाचित ती हुंदका आवरण्याचा प्रयत्न करत होती.

"तुमचे वडील कुठे आहेत?" तिच्या बाजूच्या खुर्चीमध्ये बसता बसता आरिफने तिला विचारलं. त्या पूर्ण कक्षात डेटॉल आणि फिनेलचा उग्र दर्प भरून राहिला होता. ४०-४५ वर्षांचा एक अत्यंत फाटका माणूस मळकट कपड्याने लादी पुसत होता.

"ते त्यांना काही चाचण्या करायला घेऊन गेलेत," ती स्त्री अगदी हळू आवाजात म्हणाली, "त्यांनी मला इथेच थांबायला सांगितलंय."

तिचं वाक्य पूर्ण होतं न होतं, तोच हॉस्पिटलच्या पांढऱ्या गणवेशातला धडधाकट व भरगच्च मिश्या असलेला एक वॉर्डबॉय त्यांच्या दिशेनं आला. त्यानं त्या स्त्रीला त्याच्याबरोबर आयसीयूमध्ये यायला सांगितलं. आरिफही तिच्याबरोबर आत जायला उठला.

"फक्त एकच माणूस," तो माणूस ठामपणे म्हणाला आणि उत्तराच्या अपेक्षेने आरिफ आणि त्या स्त्रीकडे बघू लागला.

"मी परत येईपर्यंत प्लीज, तुम्ही इथेच थांबा," ती स्त्री आरिफकडे पाहत म्हणाली.

"बरंय."आयसीयूमध्ये जाणाऱ्या त्या स्त्रीच्या पाठमोऱ्या आकृतीकडे बघत आरिफ पुन्हा आपल्या खुर्चीत येऊन बसला.

साधारण तासाभराने ती स्त्री बाहेर आली. तिचा चेहरा काहीसा उजळला होता.

"तुम्ही एवढी मदत केलीत, खरंच तुमचे आभार कसे मानू मला काहीच कळत नाही. तुमच्यामुळे माझ्या वडिलांचा जीव वाचला. त्यांना हृदयविकाराचा झटका आला होता; पण आता ते बरे आहेत," आता त्या स्त्रीच्या आवाजात एक आपलेपणा होता.

"माझी काहीतरी मदत झाली, याचाच मला आनंद आहे," हे बोलताना आरिफ काहीसा लाजला. तो तिच्यापासून आपली नजर चोरायचा प्रयत्न करत होता.

"तुमचं नाव काय? तुम्ही कुठे शिकता?" त्या स्त्रीने अगदी मृदू आवाजात विचारलं. विचारतानाही तिने तूऐवजी तुम्ही हे संबोधन वापरल्याचं आरिफच्या लक्षात आलं.

"मी आरिफ खान. मी ए. एन. कॉलेजमधून बीएस्सी करतोय." त्याने उत्तर दिलं. तिचंही नाव विचारावं, असं त्याच्या मनात आलं खरं; पण नंतर त्यानं तो विचार सोडून दिला. आपल्यापेक्षा वयाने मोठ्या असलेल्या स्त्रीचं नाव विचारणं सभ्यपणाच्या व्याख्येत बसणारं नाही, हे त्याला जाणवलं. "तुम्ही नेहरू पार्कजवळ राहता का?" आरिफने काहीतरी विचारायचं म्हणून विचारलं.

"हो, स्वागतनगरमध्ये; पण आम्ही लवकरच दुसऱ्या भागात भाड्याचं घर बघतोय. माझा नवरा स्टेट बँकेत मॅनेजर आहे," तिनं उत्तर दिलं. "अं... खरंतर..." तिला आणखी काहीतरी बोलायचं होतं; पण तिनं ते वाक्य अर्धवट सोडलं आणि अचानक ती बोलायची थांबली.

"बोला ना," आरिफ म्हणाला.

"अं, तुम्हाला पुन्हा त्रास देतेय," ती स्त्री अडखळत म्हणाली, "पण तुम्ही माझ्यासाठी प्लीज, हे एक शेवटचं काम करू शकाल का? तुम्ही दानापूरला जाऊन माझ्या मामेभावाला एक निरोप द्याल का? त्यांना सांगायचंय की, माझे वडील

आजारी आहेत. मी फोन लावण्याचा प्रयत्न केला; पण फोन लागत नाहीये. त्याला सांगा की, सुमित्राने तुम्हाला पाठवलंय.'' एका कागदाच्या तुकड्यावर तिनं काहीतरी खरडलं आणि तो तुकडा आरिफकडे देत ती म्हणाली, ''हा त्यांचा पत्ता आहे.''

सुमित्रा! वा, काय छान नाव आहे. आरिफ मनातल्या मनात म्हणाला. त्याने ते नाव एखाद्या मंत्रासारखं हजारदा मनात उच्चारलं.

''मी ताबडतोब जायला निघतो.'' आरिफ तिरप्या नजरेनं सुमित्राच्या चेहऱ्याकडे बघत होता. वडील आता बरे असल्याचा दिलासा तिच्या चेहऱ्यावरही झळकत होता. त्याचे आभार मानताना ती त्याच्याकडे बघून हसली आणि तिच्या गालावरच्या सुंदर खळ्या आरिफला पुन्हा दिसल्या.

''आरिफ, हे टॅक्सीचं भाडं,' सुमित्राने पर्समधून काही पैसे काढले.

''छे, छे! टॅक्सीचं भाडं मी दिलंय,' आरिफ म्हणाला.

''हे ठेवा आरिफ... तुम्ही काही कमवत नाही,'' असं म्हणत ती आरिफच्या जवळ आली. तिनं त्याचे हात अलगदपणे पकडले आणि त्याच्या शर्टाच्या खिशामध्ये पैसे कोंबले. तिच्या हातांचा स्पर्श झाला आणि आरिफ जागच्या जागी थिजला. त्या काही क्षणांसाठी त्याच्या हृदयाची धडधड वाढली. तो अक्षरशः श्वास रोखून उभा होता.

हॉस्पिटलच्या बाहेर पडता पडता मघाशी घडलेला प्रकार आठवून आरिफनं एक दीर्घ श्वास सोडला. सुमित्रानं त्याचे हात पकडले, तेव्हा आपल्या अंगावर कसा सर्रकन काटा आला, तो क्षण आरिफ वारंवार आठवत होता.

अशोक राजपथ रस्त्यावर दर दिवशीप्रमाणेच खूप गर्दी होती आणि वाहतूक हळूहळू पुढे सरकत होती. जवळून जाणाऱ्या रिक्षाला हात दाखवत आरिफने ती रिक्षा थांबवली. त्या रिक्षातून तो गांधी मैदानापर्यंत गेला. तिथून त्याने दानापूरला जाणारी दुसरी रिक्षा पकडली.

तब्बल दोन तासांनी आरिफ सुमित्राच्या मामेभावाच्या घरी पोहोचला; पण दरवाजाला कुलूप होतं. त्यानं शेजाऱ्यापाजाऱ्यांकडे चौकशी केली; पण सुमित्राचा मामेभाऊ कुठे गेला आहे, हे कोणालाच माहीत नव्हतं. शेवटी आरिफ परत हॉस्पिटलमध्ये आला. या सगळ्या गडबडीत संध्याकाळचे पाच वाजून गेले होते. तो पुन्हा त्याच वॉर्डात आला; पण सुमित्रा तिथं नव्हती.

त्याने स्वागत कक्षात चौकशी केली, तर तिथं असलेल्या महिलेने त्याला सांगितलं की, सुमित्रा तिच्या वडिलांना घेऊन, कोणत्या तरी खासगी हॉस्पिटलमध्ये गेली आहे. सुमित्राचे काही नातेवाईक आले आणि त्यांनी त्या म्हाताऱ्या माणसाला दुसऱ्या हॉस्पिटलमध्ये नेलं. सुमित्रानं काही निरोप दिला आहे का, असंही आरिफनं त्या महिलेला विचारलं. त्यावर नकारार्थी मान हलवून ती आपल्या कामात गुंतली.

दुपारपासून आरिफ उपाशी होता. आता त्याला पोटात भूक जाणवू लागली होती. तसेच आपण थकलो आहोत, याची जाणीवही त्याला होत होती. त्याने पुन्हा घरी जाण्याचा निर्णय घेतला. परतीच्या वाटेवर तो सुमित्राबद्दलच विचार करत होता. ती आपल्याला काहीच न सांगता कशी काय निघून गेली, हे कोडं त्याला उलगडत नव्हतं. आता आपण कदाचित तिला पुन्हा कधीच भेटू शकणार नाही, या विचाराने त्याला खूप भरून येत होतं. त्याला खिन्न वाटत होतं.

रात्री बिछान्यावर आडवं होण्याआधी आरिफने आपल्या डायरीत एक कविता लिहिली. कवितेचं शीर्षक होतं - *'सियाह लिबास में लिपटी एक हसीन औरत'* ('रात्र पांघरून आलेली एक सुंदरी')

दोन

वर्ष होतं १९९२.

सुमित्राशी झालेल्या त्या पहिल्या भेटीला जवळपास दोन वर्षं उलटून गेली होती. शनिवारी सकाळी सकाळी आरिफ आपल्या घराच्या गच्चीत फेऱ्या मारत होता. सकाळच्या ताज्या हवेत फिरून आरिफला जरा प्रसन्न वाटत होतं. अनेक आठवड्यांनंतर त्याची सर्दी सुटली होती आणि म्हणून तो ती ताजी हवा मुक्तपणे आत घेऊ शकत होता. एकदा आरिफने नाक शिंकरायचाही प्रयत्न केला; पण हवेशिवाय काहीच बाहेर पडलं नाही. सहज चाळा म्हणून त्याने आपली करंगळी नाकात घातली; पण नाकपुड्या पूर्ण साफ होत्या. त्याने घसा खाकरला आणि तो समोरच्या लादीवर थुंकला. कफ वगैरे काहीच नव्हता. डॉ. गांगुली यांनी दिलेलं औषध चांगलं कामी येत आहे, या विचाराने तो खूश झाला.

पण आजच्या आनंदामागे आणखी एक कारण होतं. आजच यूपीएससीच्या प्रिलिम्सचा रिझल्ट लागला होता. उत्तीर्ण झालेल्या मुलांमध्ये त्याचंही नाव होतं. मुख्य परीक्षा आणि मुलाखतीची फेरी आपण नक्की पार करू, याबद्दल त्याला विश्वास होता.

आपल्याला आयएएस बनवण्याचं अब्बांचं स्वप्न लवकरच पूर्ण होईल, याची त्याला खात्री होती. आरिफही नेहमी एक दिवास्वप्न बघायचा. *'कॉम्पिटिशन सक्सेस रिव्ह्यू'च्या* ताज्या अंकाच्या मुखपृष्ठावर त्याचा फोटो छापून आला आहे आणि त्या फोटोखाली लिहिलं आहे, 'यूपीएससी स्पर्धा परीक्षेत पहिल्या आलेल्या विद्यार्थ्याशी गप्पा!' अम्मी-अब्बा दोघांचीही छाती अभिमानाने फुलून आली असती.

एकदा सनदी अधिकारी झालो की, काय काय करायचं हे त्याच्या डोक्यात पक्कं होतं. सगळ्यात आधी म्हणजे तो त्याच्या अम्मीला मदत करण्यासाठी एक घरकाम करणारी बाई ठेवणार होता. संपूर्ण आयुष्य तिनं चुलीसमोर आणि

घरातल्या खस्ता खातच काढलं होतं. आता तिला आरामाची गरज आहे. दुसरी गोष्ट म्हणजे, तो त्याच्या दादीला हज यात्रेला पाठवणार होता. दादीला कळालं की, ती मक्का-मदिनेच्या यात्रेला जातेय, तेव्हा तिच्या चेहऱ्यावरचा आनंद खरंच बघण्यासारखा असेल. आणखी एक गोष्ट त्यानं मनाशी निश्चित केली होती. आपल्या तीनही बहिणींसाठी तो सर्वांत चांगली स्थळं शोधणार होता. तसंही एका सरकारी सनदी अधिकाऱ्याच्या घराशी नातं जोडायला कोणाला आवडणार नाही! त्यात त्याच्या तीनही बहिणी एकापेक्षा एक सुंदर होत्या. कोणीही बघता क्षणीच त्यांना पसंत केलं असतं; पण या तिघींमध्येही नाझनीन खूप सुंदर आणि अत्यंत शालीन होती. आता अब्बाही थकले होते. तो त्यांनाही निवृत्त व्हायला सांगणार होता. शेवटी किती वर्षं ते १४-१४ तास काम करणार! आता त्यांनी आराम करायला हवा.

त्याच्या भावाला, झाकीरला चित्रपटांमध्ये काम करायचं होतं. त्यासाठी त्याला मुंबईला जायचं होतं. अब्बांनी झाकीरला परवानगी द्यावी, यासाठी आरिफ अब्बांना मनवणार होता. पैशांची बाजू आरिफ सांभाळणार होता; पण हे सगळं पूर्ण करण्यासाठी आरिफला आयएएस होणं गरजेचं होतं. त्यासाठी त्याला मुख्य परीक्षा उत्तीर्ण करायची होती आणि त्यासाठी खूप मेहनत करायला हवी होती. शेवटी ती आयएएसची मुख्य परीक्षा होती, काही गंमत नव्हती. दररोज किमान दहा-बारा तास अभ्यास करावा लागणार होता.

विचारांच्या गुंगीत असताना आरिफचं लक्ष त्यांच्या इमारतीमागे असलेल्या पिंपळाच्या झाडाकडे गेलं. तिथे दोन म्हाताऱ्या बायका पिंपळाच्या झाडाची पूजा करत होत्या. सर्वांत आधी त्यांनी पिंपळाला शेंदूर लावला. त्यानंतर हातातल्या तांब्यातलं पाणी पिंपळाच्या बुंध्याशी टाकलं आणि डोळे मिटून, हात जोडून त्या उभ्या राहिल्या. बहुतेक त्या काहीतरी मंत्र म्हणत होत्या. हे दृश्य बघताना आरिफला खूप छान वाटत होतं. थंडीच्या दिवसांमध्ये उन्हात बसल्यावर वाटतं, तसं उबदार वाटत होतं. थोड्या वेळातच त्या बायकांची पूजा संपली. पूजेचं साहित्य त्यांनी बरोबर आणलेल्या परड्यांमध्ये ठेवलं आणि त्या निघून गेल्या. आरिफही तिथून खाली घरी जायला निघणारच होता, एवढ्यात त्याला दिसलं की, एक बाई पूजेचं साहित्य घेऊन लगबगीने पिंपळाकडे येत आहे. ती एक उंच आणि गोरीपान बाई होती. काळ्या रंगाच्या साडीत आणि त्याच रंगाच्या ब्लाउझमध्ये ती जणू काही अप्सराच दिसत होती. बहुधा ती नुकतीच न्हाली होती, कारण तिचे काळेभोर केस ओले होते आणि खांद्यांवर रुळत होते. आरिफ भान हरपून तिच्याकडे एकटक बघत होता. त्याला तिचा चेहरा ओळखीचा वाटला. त्या बाईने पूजा करण्यासाठी आरिफच्या दिशेने तोंड केलं आणि तिचा गोल चेहरा आरिफला अगदी नीटच दिसला. तिचे

डोळे टपोरे होते आणि तिच्या ओठांच्या कडेला वरच्या दिशेला एक तीळ होता. अगदी रती अग्निहोत्रीसारखाच!

'या अल्लाह, ही तर सुमित्रा आहे,' आरिफ आश्चर्याने पुटपुटला. दोन वर्षांपूर्वी आरिफला नेहरू पार्कमध्ये भेटलेली बाईच आरिफसमोर उभी होती. त्या वेळी आरिफनेच तिच्या आजारी वडिलांना तातडीने हॉस्पिटलमध्ये पोहोचवलं होतं.

तिची पूजा संपून ती स्वागतनगरच्या दिशेने चालायला निघाली. ती दिसेनाशी होईपर्यंत आरिफ एकटक तिच्या पाठमोऱ्या मूर्तीकडे बघत होता.

"बेटा, नाश्ता तयार आहे," अम्मीच्या आवाजाने आरिफ भानावर आला. घराच्या बाल्कनीतून ती त्याला बोलावत होती.

आरिफ जणू काही हवेवर तरंगतच जिना उतरून खाली आला. एखादी जादूची कांडी फिरावी आणि आसपासच्या सगळ्या गोष्टी बदलून जाव्यात, तसं झाल्यासारखं त्याला वाटत होतं. आतापर्यंत अगदी साधा वाटणारा दिवस त्याला अचानक खास वाटायला लागला. फुललेल्या चाफ्याचा गंध हवेत भरून राहिला आहे, असंच त्याला वाटत होतं.

त्याच्या अम्मीने त्याला बटाट्याची भाजी आणि रोटी आणून दिली. आपल्या खोलीत बसून तो नाश्ता करताना आपण स्वर्गातली मधुर फळं खातोय, असंच त्याला वाटायला लागलं. त्याचा नाश्ता संपतच होता, तेवढ्यात त्याची दादी एका ताटलीत आंब्याच्या फोडी घेऊन आली. त्या आंब्याचा गोड वास आणि केशरी रंग यावरून न चाखताच त्याने ओळखलं की, हा जर्दालू आहे. आपला आवडता आंबा बघून त्याची कळी आणखी खुलली.

"हा आपल्या बागेतला आंबा आहे. तुझ्या बडके बाबांनी जमालपुरावरून पाठवलाय," दादीने हसत हसत ताटली त्याच्या समोर ठेवली आणि एक हात गुडघ्यावर ठेवत ती त्याच्या बाजूला बसली. आपल्या नातवाला आंबे खाताना बघून तिच्या चेहऱ्यावर समाधान झळकत होतं.

"वाह! जगात जर्दालू आंब्याएवढा गोड आंबाच नाही," त्या आंब्याचा रस जणू आरिफच्या पंचप्राणांमध्ये झिरपत होता. ओठांवर अजूनही आंब्याची चव रेंगाळत होती. आरिफने डोळे मिटून जिभेने ओठांवरचे आंब्याच्या रसाचे काही थेंब चाखले. त्याच्या डोळ्यांसमोर सुमित्राचा चेहरा होता आणि कल्पनेतल्या कल्पनेत त्याने तिच्या ओठांचं चुंबन घेतलं. *'तिचे ओठ नक्कीच मस्त पिकलेल्या जर्दालू आंब्यासारखेच रसाळ असतील,'* नुसत्या कल्पनेनेच आरिफ शहारला.

'किती छान दिवस आहे हा, आधी यूपीएससीचा रिझल्ट आणि नंतर सुमित्राचं दर्शन,' स्वतःशीच बोलत आरिफ आपल्या अभ्यासाच्या खोलीत शिरला.

त्याच्या समोर मुख्य परीक्षेची पुस्तकं आ वासून उघडी पडली होती; पण

त्याच्या मनात मात्र सुमित्राचेच विचार चालू होते.

रात्री स्वप्नातही सुमित्रानेच त्याचं कल्पनाविश्व व्यापलं होतं.

दुसऱ्या दिवशी आरिफला खूप लवकर जाग आली. अजून मशिदीतून मुअझ्झीने पहिली अजानही दिली नव्हती. पोलीस कॉलनीतल्या शिवमंदिरातली भजनंही अजून सुरू व्हायची होती. पलंगाच्या दुसऱ्या टोकाला झाकीर निपचित झोपला होता. घरामध्ये दादी आणि अम्मी सोडून इतर कोणीच जागं नव्हतं. अम्मी स्वयंपाकघरात भांडी घासत होती. भांड्यांचा आवाज अगदी स्वच्छ ऐकू येत होता. दादी तिच्या खोलीत कुराणाचं पठण करत होती. तिच्या मखमली आवाजामुळे संपूर्ण घरात अगदी पवित्र वाटत होतं.

आरिफने दाढी केली. मग स्वच्छ अंघोळ केली आणि तो गच्चीत गेला. गच्चीच्या कठड्याला टेकून तो समोरच्या पिंपळाच्या झाडाकडे बघत होता. सुमित्राची वाट बघत होता. हळूहळू चार तास उलटून गेले; पण पिंपळाजवळ पूजा करायला कोणीच आलं नाही. सुमित्राही नाही आणि इतर बायकाही नाहीत. आता सूर्य चांगलाच वर आला होता. घड्याळात नऊ वाजले होते. त्याने अगदी उदास नजरेने एकदा पिंपळाकडे बघितलं आणि तो खाली आपल्या खोलीत परतला.

पुढचे चार दिवस आरिफच्या जिवाची तगमग चालूच होती; पण सुमित्रा पिंपळाच्या झाडाची पूजा करायला तिथे आलीच नाही. *'पण मी तिची एवढी वाट का बघतोय? तिचं लग्न झालंय,'* आरिफ वारंवार स्वतःला बजावत होता.

'फक्त शनिवारीच पिंपळाच्या झाडाची पूजा करतात,' आरिफच्या मित्राने, मृत्युंजय पांडेने त्याला सांगितलं. मृत्युंजय कान्यकुब्ज ब्राह्मण होता. आरिफने सहज बोलता बोलता त्याला पिंपळाच्या पूजेबद्दल विचारलं होतं. उत्तरादाखल मृत्युंजयने त्याला एक कथाही ऐकवली होती. 'संस्कृतमध्ये पिंपळाच्या झाडाला अश्वत्थ म्हणतात. पिंपळाच्या झाडाबद्दल ब्रह्मपुराणामध्ये एक कथा आहे. कित्येक वर्षांपूर्वी अश्वत्थ आणि पिंपळ नावाचे दोन राक्षस होते. ते गरीब-निष्पाप लोकांचा छळ करायचे. अश्वत्थ पिंपळाच्या झाडाचं रूप घ्यायचा आणि पिंपळ ब्राह्मण बनायचा. ब्राह्मण झालेला पिंपळ लोकांना फसवून त्या पिंपळाच्या झाडाकडे म्हणजेच अश्वत्थाकडे आणायचा. ते लोक जसा त्या पिंपळाच्या झाडाला स्पर्श करायचे, तसा अश्वत्थ आपल्या मूळ रूपात येऊन त्या लोकांना ठार मारायचा. या दोन्ही राक्षसांचा हा पराक्रम शनिदेवांच्या कानावर गेला. त्यांनी तिथे येऊन या दोघांचाही वध केला; त्यामुळे शनिवारच्या दिवशी पिंपळाच्या झाडाला हात लावला, तरी काही होत नाही, असं मानतात. तसंच शनिवारी पिंपळाच्या झाडापाशी लक्ष्मीचा वास असतो, असंही म्हणतात.'

'अच्छा! म्हणजे मला सुमित्राला बघण्यासाठी शनिवारची वाट बघावी लागेल,'

आरिफ स्वतःशीच म्हणाला.

~

प्रिलिम परीक्षेत मृत्युंजयही पास झाला होता; त्यामुळे आरिफ अनेकदा त्याच्यासह अभ्यासाला बसायचा. शुक्रवारी आरिफ तसाच मृत्युंजयकडे अभ्यासाला गेला होता. दोघंही मुख्य परीक्षेबद्दल चर्चा करत होते. मृत्युंजय बुटका होता. तो काही आरिफसारखा धष्टपुष्ट नव्हता. तो थोडासा स्थूल होता. त्याच्या मिश्या जॅकी श्रॉफच्या मिश्यांसारख्या दाट होत्या.

मृत्युंजयची खोली प्रशस्त होती. पंधरा फूट लांब आणि दहा फूट रुंद अशा त्या खोलीत गोदरेजचं एक कपाट होतं. त्याशिवाय मृत्युंजयचं अभ्यासाचं टेबल, दोन खुर्च्या आणि किरमिजी रंगाचं पुस्तकांचं भिंतीवर टांगलेलं कपाट होतं. ते दोघं खुर्चीवर बसून मुख्य परीक्षेच्या पेपर्सची चर्चा करत होते.

"अरे यार आरिफ, मला जरा ही डिसिजन मेकिंग थिअरी समजावून सांग ना! हा हर्बर्ट सायमन आणि चेस्टर बर्नार्ड यांच्यात माझा नेहमी गोंधळ होतो," एका पुस्तकाची पानं उलटत मृत्युंजय म्हणाला.

"त्यात काय," आरिफ म्हणाला, "जरा ते पुस्तक दे माझ्याकडे."

मृत्युंजय आरिफकडे पुस्तक देणार, तेवढ्यात स्वयंपाकघरातून त्याच्या आईने त्याला बोलावलं.

"आलोच रे," मृत्युंजय आरिफला सांगून त्याच्या खोलीबाहेर पडला.

आरिफ आता खोलीत एकटाच होता. तो खुर्चीतून उठला आणि पुस्तकांच्या कपाटाकडे गेला. थोडा वेळ पुस्तकं निरखून तो खिडकीजवळ आला. तो असंच खिडकीबाहेर बघत होता. तेवढ्यात त्याची नजर समोरच्या बाल्कनीत उभ्या असलेल्या बाईवर गेली. त्याचा त्याच्या डोळ्यांवर विश्वासच बसेना. ती बाई बाल्कनीतल्या दोरीवर कपडे वाळत घालत होती. ती एवढ्या लांब असली, तरी आरिफला तिचं बाकदार नाक लगेचच ओळखू आलं. तिने आपल्या केसांचा बुचडा बांधला होता. ती सुमित्रा होती. तिला बघून आरिफ खूश झाला. त्याहीपेक्षा जास्त आनंद त्याला या गोष्टीचा होता की, ती मृत्युंजयच्या शेजारी राहायची.

सुमित्राचंही आरिफकडे लक्ष गेलं. ती त्याच्याकडे बघून गालातल्या गालात हसली. तिच्या गालावर ती जीवघेणी खळी पडली आणि आरिफ वेडावला. प्रत्युत्तरादाखल हसण्याचं भानही त्याला नव्हतं. सुमित्रा काही वेळाने तिच्या घरात निघून गेली.

एवढ्यात मृत्युंजय खोलीत परतला. त्याच्या हातात एक ताटली होती. त्या ताटलीत गरमागरम भजी होती आणि त्यावर हलकेच पखरण केलेल्या चाट मसाल्याचा वास आरिफच्या रंध्रांमध्ये भरला. आरिफच्या तोंडाला चांगलंच पाणी

सुटलं. त्याने एक भजी तोंडात टाकली. *या भजीचा स्वाद अमृततुल्य आहे,* असं आरिफला वाटलं.

आरिफच्या मनात द्वंद्व सुरू होतं. *'मी सुमित्राला भेटायला जावं का? नाही, हे बरोबर नाही. या वेडेपणाला मी काय नाव देऊ? सुमित्राबद्दल मला वाटणाऱ्या आकर्षणाची परिणती कशात होणार?'* असे अनेक प्रश्न आरिफ स्वतःलाच विचारत होता. एवढ्यात शेजाऱ्यांच्या रेडिओ किंवा टीव्हीवर लागलेल्या गुलजारच्या एका गाण्यानं त्याला त्याचं उत्तर दिलं :

हमने देखी है उन आंखों की महकती ख़ूशबू ।
हाथ से छू के इसे रिश्तों का इल्ज़ाम न दो ॥
सिर्फ़ एहसास है ये रूह से महसूस करो ।
प्यार को प्यार ही रहने दो कोई नाम न दो ॥

तीन

तो सोमवारचा दिवस होता. आरिफ आपल्या खोलीत बसून बिपिन चंद्र यांचं 'India's Struggle For Independence' हे पुस्तक वाचत होता. तेवढ्यात पावलांचा आवाज आला आणि अब्बा त्याच्या खोलीत आले. त्यांनी त्यांचा इन्स्पेक्टरचा कडक इस्त्रीचा गणवेश घातला होता. डोक्यावरची हिरवी टोपी थोडीशी तिरपी होती. ते आले आणि आरिफच्या बिछान्यावर बसत त्यांनी कौतुकाने आरिफची पाठ थोपटली. आरिफ अब्बांकडे बघून हसला.

"अरे वा पठ्ठ्या! मला खरंच खूप बरं वाटतंय की, तू मुख्य परीक्षेसाठी अगदी मनापासून तयारी करतो आहेस," अब्बांच्या मनातली आकांक्षा त्यांच्या चेहऱ्यावर प्रतिबिंबित होत होती. "इन्शाल्लाह, तू पहिल्या फटक्यात आयएएस होशील!"

"इन्शाल्लाह," आरिफ म्हणाला.

"बरं ऐक, हा चेक घे आणि जजेस कोर्टच्या स्टेट बँकेच्या शाखेत जमा करून पैसे काढ. एहसान काकांच्या मुलानं त्यांच्या इलाजासाठी हे पैसे पाठवलेत," अब्बांनी आरिफच्या हातात दहा हजार रुपयांचा चेक ठेवला.

"ठीक आहे," चेक आपल्या शर्टाच्या खिशात ठेवता ठेवता आरिफ म्हणाला.

"ती शाखा कुठे आहे, माहितीये ना तुला?"

"हो अब्बा... गांधी मैदान बस स्टॅन्डच्या मागे."

"बरोबर," अब्बा त्याच्याकडे बघून हसले आणि चष्मा काढून डोळे चोळायला लागले. मग ते खोलीबाहेर निघून गेले.

आरिफने भिंतीवरच्या घड्याळाकडे बघितलं. बँक उघडायला अजून दोन तास तरी होते. तोपर्यंत तो बिपिन चंद्रच्या पुस्तकातल्या एका प्रकरणाचा फडशा पाडू शकणार होता; पण तेवढ्यात त्याची दादी खोलीत आली. तिच्या हातामध्ये एक वाटी होती.

“माझा लाडका बाबूजी काय करतोय?” दादीने हसत हसत विचारलं.

“अभ्यास करतोय दादी,” आरिफ.

“हे घे चटपट चणे... तुला आवडतात ना, म्हणून मी स्वतःच केलेत,” आरिफच्या हातात दादीने चण्यांची वाटी ठेवली.

आरिफच्या तोंडाला पाणी सुटलं. त्याने वाटीतल्या चण्यांचा बकाणा भरला आणि मिटक्या मारत म्हणाला, “व्वा!” तो जागेवरून उठला आणि दादीला मिठी मारत म्हणाला, “शुक्रिया, दादीजान!” दादी गालातल्या गालात हसली आणि तिने आरिफच्या कपाळाचं चुंबन घेत त्याच्या डोक्यावरून हात फिरवला.

~

सव्वाअकरा वाजता आरिफ सायकलवरून गांधी मैदानाजवळ पोहोचला. मैदानात मंडप घातला होता. सगळीकडे भगव्या रंगाच्या पताका लावल्या होत्या. मैदानात हजारो स्त्री-पुरुष बसले होते. ते वारंवार ‘जय श्रीराम’ आणि ‘विद्यादेवी झिंदाबाद’ अशा घोषणा देत होते. मैदानाच्या चारही बाजूंना भगवे झेंडे फडकत होते आणि विद्यादेवींच्या स्वागतासाठीचे फलक लागले होते. मैदानाच्या भिंतींवर चुन्याच्या पांढऱ्या अक्षरामध्ये ‘गर्व से कहो, हम हिंदू हैं’ आणि ‘मंदिर वहीं बनाएंगे,’ या घोषणा लिहिल्या होत्या.

भारतीय जनता पक्षाच्या सभेसाठी आलेल्या कार्यकर्त्यांच्या गर्दीमुळे आरिफच्या सायकलचा वेग मंदावला. विद्यादेवींचं अजूनही आगमन झालं नव्हतं; पण सगळीकडे चोख पोलीस बंदोबस्त होता. पोलीस उपअधीक्षक वायरलेस सेटवर बोलत होते. ‘जय श्रीराम’च्या घोषणा आता अधिकच आक्रमक होऊ लागल्या होत्या. आरिफला भीती वाटायला लागली. ‘या भाजप समर्थकांचा काही भरवसा नाही. चुकून ओळखलं, तर मियाँ-मियाँ म्हणत झोडपतील,’ आरिफच्या डोक्यात विचारचक्र सुरू होतं. इथून लवकरात लवकर बाहेर पडण्यातच शहाणपण आहे, हे त्याला समजत होतं; पण प्रचंड गर्दीमुळे त्याला सायकल भराभरा चालवताही येत नव्हती.

अर्ध्या तासाने तो तिथे परतला, तेव्हा रस्ता जवळपास रिकामा होता, कारण विद्यादेवींचं भाषण सुरू झालं होतं आणि लोकांनी मैदानात गर्दी केली होती.

लाउडस्पीकरवरून त्याला विद्यादेवींचं भाषण ऐकू येत होतं. ‘ते गोहत्या करतात, कारण आपण हिंदू लोक गायीला माता मानतो. ते आपल्याला चिथवायला असं करतात, पाकिस्तान विरुद्ध भारत क्रिकेट मॅचमध्ये हरतो, तेव्हा हे लोक काय करतात, हे आपल्या सगळ्यांनाच माहीत आहे. ते फटाके फोडतात आणि आनंद साजरा करतात. राहतात हिंदुस्तानात, खातात हिंदुस्तानचंच आणि गुणगान गातात पाकिस्तानचं! आमचा पक्ष या अशा गद्दार आणि दगलबाज लोकांचा विरोध करतो,

तर हे काँग्रेसवाले आम्हाला जातीयवादी म्हणतात. काँग्रेसने इतकी वर्षं या लोकांचं लांगूलचालन केलं म्हणून हे असं होतं. मला सांगा, भारत खरंच धर्मनिरपेक्ष देश आहे, तर मग हजला जाणाऱ्यांना अनुदान का मिळतं? समान नागरी कायदा लागू का नाही झाला अजून? जोपर्यंत या देशातला हिंदू जागा होत नाही, तोपर्यंत हे सगळं असंच चालू राहणार. हजारो वर्षांच्या गुलामीची सवय झाली आहे आपल्याला; त्यामुळे हिंदुस्थानमधला हिंदू भ्याड झाला आहे. आपला गौरवशाली इतिहास, आपली वैभवशाली परंपरा हिंदू विसरला आहे; पण ज्या दिवशी हा निद्रिस्त हिंदू समाज जागा होईल, ज्या दिवशी त्याला त्याची किंमत कळेल...'

विद्यादेवींचं भाषण सुरूच होतं. त्यांचं भाषण ऐकणाऱ्या मैदानातल्या गर्दीकडे आरिफचं लक्ष गेलं आणि त्याच्या सर्वांगातून भीतीची एक लहर सळसळली. सायकलच्या पॅडलवर त्याची पावलं जोरात पडू लागली. सायकलचा वेग वाढला. 'रांड साली,' संतापाने दात आवळत आरिफ पुटपुटला. आपल्या द्वेषाने भरलेल्या भाषणांनी विद्यादेवीने अनेक शहरांमध्ये दंगली घडवून आणल्या आहेत, हे आरिफला माहीत होतं. *'अरे देवा, आता त्या शहरांपाठोपाठ पटण्यात दंगे भडकायला नकोत,'* आकाशाकडे बघत आरिफने मनातल्या मनात प्रार्थना केली आणि सायकलीचा वेग आणखी वाढवला.

तिथून निघाल्यावर आरिफला आपल्या घरी जावंसं वाटेना. त्याने सायकल मृत्युंजयच्या घराकडे वळवली. तसंही त्याला मृत्युंजयकडून बाजी रामराव यांच्या लोक प्रशासनाबद्दलच्या नोट्स घ्यायच्या होत्या. त्या नोट्स खरंतर खूप महाग होत्या. मृत्युंजयला काहीशी सूट मिळून ६२०० रुपयांमध्ये त्या नोट्स मिळाल्या होत्या; पण आरिफला फक्त झेरॉक्सचे ४५० रुपये देऊन त्या नोट्स मिळाल्या. तो मृत्युंजयच्या घरासमोर सायकल वळवतच होता, तेवढ्यात निळ्या रंगाची एक पद्मिनी प्रीमियर त्याच्या समोर थांबली. त्या गाडीतून एक उंचापुरा आणि आकर्षक व्यक्तिमत्त्वाचा पुरुष उतरला. त्याने गॉगल घातला होता आणि त्याच्या मिश्या पातळ होत्या. तो जुन्या काळातल्या राजकुमार या हिरोसारखा राजबिंडा दिसत होता.

"नमस्कार काका," मृत्युंजयने त्यांना नमस्कार केला, "हा माझा मित्र आरिफ. हासुद्धा आत्ता माझ्यासारखाच यूपीएससीची प्रिलिम परीक्षा पास झाला आहे." आता आरिफकडे वळून मृत्युंजय त्याला म्हणाला, "हे रमेश काका आहेत. आमच्या शेजारी राहतात. राजा बाजारमधल्या स्टेट बँकेचे मॅनेजर आहेत."

आरिफने त्यांना हात जोडून नमस्कार केला; पण मनातल्या मनात म्हणाला, *'अच्छा, हा सुमित्राचा नवरा आहे तर!'*

"बाबा भोलेनाथ तुमच्यावर प्रसन्न होवोत," हसत हसत रमेशकुमारने उत्तर दिलं. त्यांच्या बोलण्याची पद्धत आरिफला खूपच आवडली.

“तुझे वडील घरी आहेत का?” मृत्युंजयकडे पाहत रमेशकुमारनी विचारलं.

“नाहीत,” मृत्युंजय त्यांना म्हणाला.

“बरं”, असं म्हणत रमेशकुमार निघून गेला. आरिफही पोलीस कॉलनीतल्या आपल्या घरी जायला निघाला.

घरी आल्यानंतर दोन-तीन तासांनी त्याच्या लक्षात आलं की, खिशातून दहा हजार रुपये गायब झाले आहेत. एवढी मोठी रक्कम आपल्याकडून गहाळ झाली, यावर त्याचा विश्वासच बसत नव्हता. त्याला जेवढं आठवत होतं, तेवढं त्याने बँकेच्या कॅशिअरकडून पैसे घेऊन नोटांचं ते पुडकं आपल्या पॅन्टच्या डाव्या खिशात ठेवलं होतं. ते पैसे त्यांच्या जमालपुरा गावातल्या एहसान अली खान यांच्या इलाजासाठी हवे होते. पटण्यातल्या ठाकूर नर्सिंग होममध्ये त्यांच्यावर उपचार सुरू होते. त्यांना पोटातला अल्सर झाला होता. शस्त्रक्रियेशिवाय पर्याय नाही, असं डॉक्टरांनी सांगितलं होतं. दोन दिवसांनी त्यांची शस्त्रक्रिया होणार होती. त्यासाठीच ते पैसे हवे होते.

आरिफने आपले दोन्ही खिसे चाचपून बघितले; पण नोटांचं ते पुडकं कुठेही सापडलं नाही. त्याने आपली झोपायची खोली आणि अभ्यासाची खोली, अशा दोन्हीकडे व्यवस्थित शोधाशोध केली; पण व्यर्थ! दहा हजार रुपये ही किती मोठी रक्कम आहे, हे आरिफला पक्कं ठाऊक होतं. त्याच्या वडिलांचा महिन्याभराचा पगारही त्यापेक्षा कमीच होता. तसंही एखाद्या इमानदार पोलीस अधिकाऱ्याची कमाई असून असून किती असणार! अब्बा ‘वरची कमाई’ घेत नव्हते. ते लाच घेत असते, तर परिस्थिती जरा वेगळीच असती. वर्माजींचंच बघा की! तेसुद्धा इन्स्पेक्टर होते; पण किती झोकात राहायचे. आता अब्बा एवढ्या कमी वेळात एवढी मोठी रक्कम कशी काय जुळवतील? उद्या सकाळीच हॉस्पिटलमध्ये पैसे भरायला हवेत. कदाचित मृत्युंजयच्या घराजवळ मी पैसे पाडले असतील. *‘या अल्लाह, मदत कर रे,’* आरिफ मनातल्या मनात प्रार्थना करू लागला.

आरिफ परत सायकलवरून मृत्युंजयच्या घरी आला. परत आलेल्या आरिफला बघून मृत्युंजयला आश्चर्य वाटलं. “काय रे आरिफ, काही विसरलास की काय?” मृत्युंजयने विचारलं.

“नाही रे, माझ्याकडून १० हजार रुपये हरवले आहेत. म्हटलं चुकून इथे नाही ना पडले, बघू या,” आरिफच्या आवाजातला कंप मृत्युंजयला जाणवत होता. आरिफने त्याला जे-जे घडलं ते सगळं सांगितलं.

आता अब्बा आपल्याला ओरडतील किंवा मारतील, ही भीती आरिफला वाटत नव्हती. त्याला माहीत होतं की, आपल्या मुलांवर हात उचलणं हे अब्बांच्या दृष्टीने अयोग्य होतं; पण अब्बा एवढी मोठी रक्कम कशी आणि कुठून गोळा करतील,

त्यासाठी त्यांना किती त्रास घ्यावा लागेल, या विचाराने त्याला प्रचंड त्रास होत होता.

"मला वाटतं, तू तुझ्या अब्बांना सगळं सांगून टाकावंस. जे झालं ते झालं," आरिफच्या खांद्यावर हात ठेवून मृत्युंजय म्हणाला. आरिफ कसंनुसं हसला. मृत्युंजयच्या घरातून तो बाहेर पडत होता, तेवढ्यात त्याला जवळच्याच खोलीतून सुमित्राच्या हसण्याचा आवाज ऐकू आला. ती मृत्युंजयच्या आईशी गप्पा मारत होती.

आपल्याकडून दहा हजार रुपये हरवले, ही गोष्ट अब्बांना सांगून टाकण्याचा निश्चय त्याने घरी येता येता मनाशी केला; पण तो घरी पोहोचला, तेव्हा त्याचे अब्बा बाहेरच्या खोलीत खुर्चीवर बसलेले त्याला दिसले. 'आज दिवसाढवळ्याच अब्बा घरी परत आले? काय झालं? नक्कीच काहीतरी गडबड आहे. त्यांची तब्येत तर ठीक आहे ना? कारण एरवी अब्बा रात्री नऊच्या आधी कधीच घरी येत नाहीत.' आरिफच्या मनात विचारांची गर्दी झाली. आता मघाच्या अपराधीपणाची जागा भीतीने घेतली; पण त्याने नीट बघितलं. अब्बांची तब्येत तर नीट दिसत होती; पण त्यांच्या चेहऱ्यावरून ते रागावल्याचं स्पष्ट दिसत होतं. एका कोपऱ्यात अम्मा काचेच्या ग्लासात पाणी घेऊन गुपचूप उभी होती. अम्मीच्या चेहऱ्यावरही वैतागल्याचा भाव होता.

"हा नॅशनल इन्टेलिजन्स डिपार्टमेंटचा अधिकारी स्वतःला काय समजतो? साला म्हणतो की, त्या गोपनीय फाइल्स माझ्या ताब्यात देऊ शकत नाही, कारण काय, तर त्यात आयएसआयबद्दल काही गोपनीय माहिती आहे आणि मी मुसलमान आहे. इतकी वर्षं इमानदारीने नोकरी केल्याचं हेच इनाम मिळालं मला? तो तिवारी... थोड्या पैशांसाठी आपल्या आईला विकायलाही कमी करणार नाही; पण त्याच्यावर यांचा जास्त विश्वास! का, तर तो हिंदू आहे आणि त्यातूनही ब्राह्मण!" अब्बा संतापाने धुमसत होते.

"थोडं पाणी प्या," अम्मीने अब्बांच्या हातात ग्लास दिला.

एक घोट घेतल्यावर अब्बांनी संतापाने तो ग्लास भिरकावून दिला. फरशीवर आपटून त्या ग्लासचे अनेक तुकडे झाले. "तुला अजून ग्लासही नीट साफ करता येत नाही?" अब्बांच्या रागाचा पारा आणखी चढला.

अब्बा चांगलेच गोरे, उंचेपुरे आणि धिप्पाड होते. त्यांचे डोळे बारीक होते; पण नाक लांब होतं. राग आल्यावर ते आपलं शरीर आणखी ताठ करायचे; त्यामुळे त्यांची उंची आणखी वाढायची. रागामुळे त्यांच्या नाकपुड्या थरथरायच्या आणि कपाळावर आठ्या यायच्या. अम्मीप्रमाणेच झाकीरही एका कोपऱ्यात गुपचूप उभा होता.

थोड्या वेळाने दादी खोलीत आली. तिने आपली ओढणी डोक्यावरून घेतली होती. हळूहळू चालत ती अब्बांच्या जवळ गेली. तिच्या घाऱ्या डोळ्यांमध्ये आपल्या

मुलासाठीची काळजी लखख दिसत होती. तिने अब्बांच्या डोक्यावर हात ठेवला आणि अगदी हळुवार आवाजात ती म्हणाली, 'बाळा, ऑफिसमध्ये झालेल्या गोष्टींचा राग असा आपल्या बायकोवर काढायचा नसतो. आपले पैगंबर, सलल्लाहो अलैहे व सल्लम म्हणतात, माझ्या पाठीराख्यांनो, आपल्या बायकोबरोबर चांगलं वागा. हमीदा तर दिवस-रात्र आपल्या कुटुंबासाठी केवढं काय काय करत असते.''

अब्बा काहीच बोलले नाहीत. त्यांनी आपले डोळे मिटून घेतले. दादी अजूनही अब्बांच्या डोक्यावरून हात फिरवत होती. तेवढ्यात दारावरची बेल वाजली. दार उघडल्यावर दोन लोक खोलीत आले. त्यांच्यातले एक ५५-५६ वर्षांचे होते. त्यांनी पांढरं धोतर आणि पांढरा कुडता घातला होता. त्यांच्या मिश्या भरघोस होत्या. दिसायला ते अगदी साधे आणि सज्जन होते. त्यांना बघून अब्बा खुर्चीवरून उठून उभे राहिले.

''रशिद चल, ऑफिसमध्ये जाऊ या. मोठ्या साहेबांनी मला तुला बोलवायला पाठवलंय,'' त्यांच्या आवाजात एक प्रकारचा अधिकार होता आणि तेवढंच प्रेमही होतं. ''तू तिथून निघून आल्यानंतर मोठ्या साहेबांनी त्या इन्टेलिजन्स ऑफिसरला चांगलंच झापलं.'' मोठे साहेब म्हणजे बिहारचे पोलीस महासंचालक होते.

दादीला बघून त्या वयस्कर माणसाने हात जोडून, दादीला नमस्कार केला. दादीनेही मान हलवून त्याचा स्वीकार केला.

त्या व्यक्तीचं नाव होतं रामचंद्र उपाध्याय! ते अब्बांच्या ऑफिसमध्ये वरिष्ठ लेखापाल होते. अब्बा त्यांना खूप मान द्यायचे. ते त्यांना आपला गुरू आणि हितचिंतक मानायचे. आरिफला माहीत होतं की, अब्बा त्यांनी सांगितलेली गोष्ट टाळू शकणार नाहीत आणि तसंच झालं. पाच मिनिटांमध्येच रामचंद्र उपाध्यायांनी अब्बांची समजूत काढली आणि अब्बा त्यांच्याबरोबर जायला तयार झाले.

अब्बा गेले, तसा आरिफ आपल्या खोलीत आला. आता पुन्हा त्याला दहा हजार रुपये हरवल्याची गोष्ट सतावू लागली. अब्बांना हे सांगायचं कसं, ते त्याला कळत नव्हतं. त्याला माहीत होतं की, अब्बा पैशांची सोय कुठूनही करतील. त्यासाठी ते आपल्या मित्रांकडूनही उधार घेतील. मग काही महिने या कर्जाच्या ओझ्यामुळे घराचं आर्थिक गणित बिघडून जाईल. टाइम्स ऑफ इंडिया आणि इंडिया टुडे घरात येणं बंद होईल. दूध एक लिटरऐवजी फक्त अर्धा लिटर येईल. आठवड्यातून चार वेळा पानात बटाट्याची भाजी येईल. मटण आणि मच्छी तर काही महिन्यांसाठी स्वयंपाकघरात दिसणारही नाही. कर्ज चुकतं होत नाही, तोपर्यंत ही अशीच परिस्थिती राहील.

या सगळ्या विचाराने आरिफला स्वतःचा राग यायला लागला. आपण बेजबाबदार आणि एक नंबरचे नालायक आहोत, असं त्याला मोठ्याने ओरडावंसं वाटत होतं.

तेवढ्यात झाकीर खोलीत आला. त्याने आरिफचा चिंताग्रस्त चेहरा बघितला आणि त्याला विचारलं, "भैया, काय झालं?"

न राहवून आरिफने झाकीरला घडला प्रकार सांगितला.

"काय?" झाकीर जोरात ओरडलाच, "आणि हे तू अब्बांना सांगितलंस का?" हे विचारताना त्याच्या आवाजातली काळजी आरिफला जाणवली.

"नाही, उद्या सांगेन आता."

"तू एवढा घाबरू नकोस. आपण शोधू या. इथेच कुठेतरी ठेवले असशील तू ते पैसे. मी पीसीओवर जाऊन बँकेत फोन करतो. माझे मित्र मुकेशभाई तिथे क्लार्क आहेत." एवढं बोलून झाकीर तातडीने बाहेर पडला. आरिफने आपल्या अंगातला शर्ट काढला आणि तो पलंगावर आडवा झाला. पडल्या पडल्या त्याला एका स्त्रीचा आवाज आला. ती बाहेरच्या खोलीत कोणाला तरी 'नमस्कार' असं म्हणत होती. काही मिनिटांतच त्याच्या अम्मीने त्याला हाक मारून बाहेर बोलावून घेतलं.

आरिफला साधारण अंदाज आला की, कोणीतरी बाई घरी आली आहे आणि सवयीप्रमाणे तिची ओळख करून देण्यासाठी अम्मीने त्याला बाहेर बोलावलं आहे. ही त्याच्या अम्मीची सवय होती. कोणीही पाहुणे घरी आले की, ती आपल्या मुलांची ओळख त्यांच्याशी करून द्यायची. आरिफची ओळख करून देताना तर तिचा ऊर अभिमानाने भरून यायचा. तो आयएएसची तयारी करत आहे, हे ती प्रत्येक वेळी पाहुण्यांना सांगायची. हे सांगताना तिचा चेहरा अभिमानाने फुलून यायचा. कोणत्याही आईला वाटणारा अभिमान!

खरंतर आरिफ आत्ता कोणालाही भेटायच्या मनःस्थितीत नव्हता; त्यामुळे तो झोपायचं नाटक करत होता; पण तेवढ्यात त्याच्या खोलीच्या दिशेने येणाऱ्या पावलांचा आवाज त्याने ऐकला आणि तो त्याच्या पलंगावरून अक्षरशः उडी मारून उठून उभा राहिला. तो अंगात शर्ट चढवतच होता आणि तेवढ्यात त्याची अम्मी एका बाईबरोबर आत आली. ती सुमित्रा होती. तिला आपल्या घरात नाही, तर आपल्या खोलीत बघून आरिफला आश्चर्याचा धक्का बसला. ही इथे काय करत आहे, हा विचारही त्याच्या मनात चमकून गेला. दहा हजार रुपये हरवल्याच्या दुःखात नसता, तर सुमित्राला तिथे बघून आरिफने कदाचित उडीच मारली असती.

"अरे, या सुमित्राकाकू आहेत. तुझा मित्र आहे ना, मृत्युंजय... त्याच्या शेजारी राहतात," अम्मीने ज्या पद्धतीने तिची ओळख करून दिली, त्यावरून आरिफला लक्षात आलं की, सुमित्रा आणि आरिफ याआधीही भेटले आहेत, याची अम्मीला काहीच कल्पना नाही. "सुमित्रा, तुम्ही बसा. आरिफशी बोला. तोपर्यंत मी आलेच," असं म्हणत अम्मी बाहेर गेली.

अम्मी बाहेर गेल्या गेल्या सुमित्राने आपल्या बॅगेतून एक डायरी आणि एक

पुस्तक काढलं आणि आरिफसमोर ठेवलं. ''ही डायरी आणि हे पुस्तक... त्या दिवशी तुम्ही माझ्याकडे ठेवायला दिलं होतं. वडिलांच्या आजारपणाच्या नादात मी ते तुम्हाला परत द्यायला साफ विसरून गेले,'' सुमित्रा आरिफकडे बघून हसत हसत म्हणाली, ''त्या पुस्तकात तुमच्यासाठी काहीतरी आहे.''

'लव्हलेटर तर नसेल,' आरिफच्या मनात एक वेडा विचार तरळून गेला. त्या विचारानेच त्याच्या अंगावर काटा आला. पुस्तकात ठेवलेला एक खाकी रंगाचा लिफाफा त्याला दिसत होता. एक डोळा दरवाजाकडे ठेवून आरिफने तो लिफाफा हातात घेतला. तो उघडताना त्याच्या हृदयाचे ठोके चांगलेच वाढले होते. ते सुमित्राला ऐकायला जातात की काय, असं त्याला वाटू लागलं. त्याने लिफाफा उघडला, तर त्यात शंभर शंभर रुपयांच्या बऱ्याच नोटा होत्या. आरिफने आश्चर्याने त्या नोटांकडे आणि सुमित्राकडे बघितलं.

''तुम्ही मृत्युंजयशी बोलत होतात, तेव्हा मी तुमचं बोलणं ऐकलं. तुमचे पैसे गहाळ झाले आहेत ना...'' सुमित्रा काहीशी अडखळत बोलली, ''तुम्ही हे कर्ज म्हणून ठेवा. आयएएस झाल्यानंतर व्याजासह परत करा हवं तर.''

''खूप खूप आभार!'' लिफाफा सुमित्राच्या हातात देत आरिफ म्हणाला, ''पण सॉरी, मी हे पैसे घेऊ शकत नाही.''

त्याने सुमित्राकडे बघितलं तर तिच्या चेहऱ्यावर आतापर्यंत असलेलं हास्य विरलं होतं. त्याला एकदम कसंनुसं झालं.

''नाही, तुम्हाला दुखवायचा माझा हेतू नाही; पण प्लीज तुम्ही वाईट वाटून घेऊ नका,'' तो बोलता बोलता थांबला.

''मला समजू शकतं आणि मला अजिबात वाईट वाटलं नाही,'' तिच्या चेहऱ्यावर तिचं ते हास्य पुन्हा उमललं. तिच्या गालावर पुन्हा तशीच खळी पडली. या खळीनेच आरिफला वेड लावलं होतं. एक पाऊल पुढे टाकून तिच्या गालांचं चुंबन घ्यावं, अशी तीव्र इच्छा आरिफला झाली.

या विचारानेच आरिफला पुन्हा एकदा झटका बसला. त्याला आपल्या विचारांचा पश्चात्ताप वाटू लागला. *'आरिफ, विसरू नकोस, तिचं लग्न झालं आहे. तुझ्या कुटुंबाच्या सन्मानाचा आणि इज्जतीचा तरी विचार कर,'* तो स्वतःलाच बजावू लागला.

''तुम्ही काही म्हणालात?'' सुमित्राच्या या प्रश्नाने आरिफ भानावर आला. त्याने तिच्याकडे बघितलं. आरिफच्या टेबलावरचं एक गाइड उचलून त्याची पानं चाळत त्याच्याकडे बघतच ती बोलत होती.

''अं... नाही,'' हे म्हणता म्हणता आरिफची तिच्याशी नजरानजर झाली. काही क्षणांपुरतीच! पण तेवढ्यात त्याच्या अंगावरून पीस फिरवल्यासारखं त्याला वाटलं.

जवळून सुमित्रा आणखीच सुंदर दिसत होती. आरिफने एक दीर्घ श्वास घेतला आणि सुमित्राने लावलेल्या पावडरचा गंध त्याच्या नाकात भिनला. त्याची नजर आता सुमित्राच्या सुडौल वक्षांवर स्थिरावली. *'तोबा तोबा, अल्लाह माझ्या डोळ्यांनी केलेल्या या पापासाठी मला क्षमा कर,'* आरिफने मोठ्या कष्टाने आपली नजर वळवत सुमित्राच्या चेहऱ्याकडे नेली.

सुमित्रा टेबलावर पडलेल्या कुंदनलाल सैगलच्या कॅसेट्स बघत होती. प्रत्येक कॅसेट ती बारकाईने बघत होती, हे आरिफच्या लक्षात आलं. "माझे वडील सैगल साहेबांचे मोठे चाहते आहेत. मी लहान होते, तेव्हा आमच्याकडे एक मोठा ग्रामोफोन होता. माझे बाबा नेहमी त्या ग्रामोफोनवर सैगल साहेबांच्या रेकॉर्ड्स लावायचे. 'दिल ही टूट गया', 'मधुकर श्याम' आणि 'गम दिए मुस्तकिल' ही त्यांची आवडती गाणी आहेत; पण आजच्या जमान्यात सैगल कोण ऐकतं? माझा नवरा तर म्हणतो की, हे असं नाकातून गाणारा गायक कोणाला कसा काय आवडू शकतो?" सुमित्रा हे बोलताना आरिफ एकीकडे हसत होता; पण दुसऱ्या बाजूला त्याचं मन चिंतेने पोखरत होतं. त्याला ते हरवलेले दहा हजार रुपये दिसत होते.

"अरे हो, आता तुमच्या वडिलांची तब्येत कशी आहे?" आरिफने सुमित्राला विचारलं.

"आता अगदी ठीक आहे. सध्या कटिहारमध्ये आहेत ते," सुमित्रा उत्तरली.

अचानक सुमित्राचं लक्ष भिंतीवर टांगलेल्या दोन टेनिस रॅकेट्सकडे गेलं आणि ती अगदी प्रभावित झाल्यासारखी म्हणाली, "अच्छा! तर तू टेनिसही खेळतोस?"

"खेळायचो, आता नाही."

"माझ्या नवऱ्यालाही लॉन टेनिस खेळायची आवड आहे. न्यू पटणा क्लबमध्ये नेहमी जातो तो."

त्यानंतर सुमित्रा आरिफला त्याच्या कॉलेजबद्दल, आवडीनिवडींबद्दल, भविष्यातल्या त्याच्या प्लॅन्सबद्दल विचारत होती. आरिफ बोलत होता, तेव्हा अगदी लक्षपूर्वक ऐकत होती. आरिफच्या लक्षात आलं की, सुमित्राचे उच्चार खूपच छान आणि स्पष्ट आहेत. विशेष म्हणजे ती उर्दू शब्द तर अगदी अस्खलित उच्चारते.

बोलता बोलता सुमित्राने टेबलावर ठेवलेला एक फोटो अल्बम उचलला आणि तो बघत तिने विचारलं, "हा तरणाबांड कोण आहे?"

"माझा भाऊ, झाकीर," आरिफने अभिमानाने सांगितलं, "पिक्चरमध्ये काम करायची इच्छा आहे त्याची."

"माशाअल्लाह!"

ज्या पद्धतीने ती माशाअल्लाह म्हणाली, ते ऐकून आरिफला आश्चर्य वाटलं.

अल्बमची पानं उलटत उलटत ती एका फॅमिली फोटोवर येऊन थांबली. त्या

फोटोत अम्मी, अब्बा आणि दादी खुर्च्यांवर बसले होते आणि आरिफ, झाकीर आणि त्यांच्या तीनही बहिणी खुर्चीमागे उभ्या होत्या.

"ही आमची फॅमिली," आरिफ म्हणाला.

"तुम्हाला तीन बहिणी आहेत?" सुमित्राने विचारलं.

"हो."

"तिघीही सुंदर आहेत," सुमित्रा फोटोकडे बघत म्हणाली.

उत्तरादाखल आरिफ फक्त मंदसा हसला.

तेवढ्यात अम्मी आली, मग आरिफ आणि सुमित्राने आपलं बोलणं थांबवलं. अम्मीच्या मागोमाग आरिफची बहिण रबियाही होती. ती नुकतीच कॉलेजमधून परतली होती. रबियाच्या हातात एका ट्रेमध्ये चहाचे तीन कप, मुगाचा हलवा आणि बटाट्याचे वेफर्स होते.

"तू कदाचित बिझी असशील. मी उगाच तुझ्या अभ्यासात व्यत्यय आणायला नको" असं म्हणत सुमित्रा अम्मीसोबत निघून गेली.

सुमित्राच्या सहवासात आरिफ दहा हजार रुपये हरवल्याचं विसरला होता; पण जशी सुमित्रा गेली, तसा त्या विचारांनी त्याला ग्रासलं. काय करायचं, हेच त्याला कळत नव्हतं. एकदा त्याला वाटलं की, सुमित्राने दिलेले पैसे त्याने घ्यायला हवे होते; पण नंतर त्याने विचार केला की, काहीही झालं तरी तो सुमित्राकडून पैसे कसे घेऊ शकत होता?

त्याने ठरवलं की, ही वाईट बातमी सर्वांत आधी अम्मीला सांगावी. अम्मीच आपल्या पद्धतीने अब्बांना सांगेल. दुसरा काहीच उपाय त्याला दिसत नव्हता. आरिफ बिछान्यावरून उठला आणि खाली वाकून त्याने आपल्या चपला शोधायला सुरुवात केली. तेवढ्यात त्याला खाली पडलेला त्याचा रुमाल दिसला. त्याने पुढे वाकून तो रुमाल हातात घेतला आणि आश्चर्याने व आनंदाने तो किंचाळला. जणू रुमालात गुंडाळलेल्या नोटा त्याच्याकडे बघून हसत होत्या.

पीसीओवरून फोन करून झाकीर परत आला होता. तो बाल्कनीत उभा होता. आरिफचा आवाज ऐकून झाकीर खोलीत आला आणि त्याने काळजीच्या स्वरात आरिफला विचारलं, "भैया, काय झालं?"

उत्तरादाखल आरिफने हातातल्या पाचशेच्या नोटांचं बंडल त्याच्यासमोर फडकावलं. त्या नोटा बघून झाकीरचा चेहराही उजळला. त्याने पुढे होत आरिफला मिठी मारली.

"अल्लाहचे आभार मानावे तेवढे थोडेच आहेत," झाकीर म्हणाला.

संध्याकाळी आरिफने *दिवान ए मोमिन* आपल्या हाती घेतलं, तेव्हा त्याला सुमित्राच्या हातांना स्पर्श केल्यासारखंच वाटलं. ते पुस्तक तिने हाताळलं होतं. त्या पुस्तकात तिचे काही निसटते स्पर्श मागे राहिले आहेत, असं आरिफला वाटलं.

त्याने पुस्तकाचं पहिलं पान उघडलं आणि त्या पानावर त्याचं स्वतःचं नाव उर्दूमध्ये लिहिलेलं बघून तो आश्चर्यचकित झाला. ते त्याचं अक्षर नव्हतं आणि त्याने ते नाव लिहिलंही नव्हतं. एखाद्या सुलेखनकाराने काढावं एवढ्या रेखीव अक्षरात ते नाव लिहिलं होतं.

'सुमित्राला उर्दू येतं? पण कसं काय? एक मैथिली ब्राह्मण घरातली स्त्री उर्दू कुठे शिकली? उर्दू ही आता फक्त मुस्लिमांचीच भाषा मानली जाते.' त्याच्या मनात अनेक विचार आले.

हा विचार करताकरता त्याने पुस्तकाची पानं उलटायला सुरुवात केली. आणखी कुठे काही लिहिलं आहे का, या उत्सुकतेने तो एक एक पान बघत होता. काही पानं उलटल्यावर त्याला एक कागद सापडला. तो कागद बघून मघाशी आलेला 'प्रेमपत्रा'चा विचार पुन्हा उसळी मारून वर आला. त्याच्या हृदयाचे ठोके पुन्हा जोरात पडू लागले. हे नक्कीच प्रेमपत्र असणार, या विचाराने त्याची उत्सुकता शिगेला पोहोचली. त्याने संपूर्ण श्वास एकवटून हलकेच तो कागद उघडला आणि तो त्यात लिहिलेल्या ओळी वाचू लागला. ते पत्र नव्हतं. त्या कागदावर एक गजल लिहिली होती :

अपने बेताब अरमानों को उसके रूबरू किया मैंने ।
आज कुछ इस तरह से उस से गुफ्तगू किया मैंने ।।
लफजों के खंज़र से जिगर चाक किया फिर उसने ।
सब्र के धागों से फिर से दिल का रफू किया मैंने ।।
खताएं बहुत हुईं नमाज़ ए इश्क अदा करने में ।
इस लिए बार बार सजदा ए सहु किया मैंने ।।
उसने कहा कि जाओ और डूब मरो दरिया में ।
उसकी जो ख्वाहिश थी वही हूबहू किया मैंने ।।
मयखाने के आदाब निभाए मैंने इस तरह से हरदम ।
के मयकदे जब भी गया तो पहले वजू किया मैंने ।।

ही गजल आपण याआधीही कुठेतरी वाचली आहे, असं आरिफला राहूनराहून वाटत होतं. मग त्याला आठवलं की, काही वर्षांपूर्वी आजकल या उर्दू मासिकात त्याने ही गजल वाचली होती. त्याने अगदी जपून ठेवलेले सगळे जुने अंक बाहेर काढले. जवळपास तासभर किमान १५-२० अंक चाळल्यावर त्याला हवा तो अंक आणि हवी ती गजल मिळाली. हीच ती गजल होती. खाली शायरचं नावंही लिहिलं होतं : सुमित्रा

सुभानअल्लाह! म्हणजे सुमित्रा शायरीही करते. सौंदर्य आणि कला यांचा हा अनोखा संगम आहे. या विचाराने आरिफच्या हृदयात वेगळीच तार झंकारली. तिची

शब्दांची निवड, तिने वापरलेल्या उपमा, गजलचे नियम सांभाळताना वापरलेले रदिफ आणि काफिया, तिच्या या गजलेच्या अंदाजाने आरिफला पुरतं जखडून टाकलं. आत्ताच्या आत्ता जाऊन सुमित्राला भेटावं, अशी ऊर्मी त्याच्या मनात दाटून आली; पण त्याने स्वतःला आवर घातला. पुढे बराच वेळ तो सुमित्राची ती गजल पुन्हा पुन्हा वाचत होता. अगदी अम्मीने जेवणासाठी आवाज देईपर्यंत तो सुमित्राच्या त्या गजलेबरोबरच गुफ्तगू करत होता.

चार

आरिफ रवींद्र भवन सभागृहात अगदी पुढे म्हणजे तिसऱ्या रांगेत बसला होता. त्याची नजर सभागृहातल्या गर्दीतही कोणाला तरी शोधत होती. काही वेळापूर्वीच त्याला त्या गर्दीत सुमित्रा दिसली होती; पण नंतर अचानक ती दिसेनाशी झाली. निळ्या रंगाची साडी नेसलेली सुमित्रा दरवाजातून आत येताना आरिफला दिसली, तेव्हा क्षणभर त्याचा त्याच्या डोळ्यांवर विश्वासच बसत नव्हता. ती खरंच सुमित्रा होती की, आपल्याला भास होत आहे, हेच त्याला कळत नव्हतं. त्यानं उभं राहून हॉलभर नजर फिरवली; पण तेवढ्यात त्याच्यावर मागून कोणीतरी खेकसलं.

"ए भाऊ, खाली बस. उगाच मध्येच उभा नको राहू." तसा आरिफ पटकन खाली बसला.

सभागृह अगदी गच्चं भरलं होतं. शेक्सपिअरच्या प्रसिद्ध *हॅम्लेट* या नाटकाचा प्रयोग तिथे होणार होता. हा प्रयोग हिंदीत होणार होता. आरिफचा भाऊ झाकीर त्यात डेन्मार्कच्या राजपुत्राची म्हणजेच हॅम्लेटची भूमिका साकारणार होता. हे नाटक करणाऱ्या गटाचं खूप कौतुक होत होतं. समीक्षकांनीही वर्तमानपत्रांत रकानेच्या रकाने भरून या नाटकाची प्रशंसा केली होती. गेल्या आठ दिवसांपासून या नाटकाचे सगळे प्रयोग हाउसफुल्ल जात होते. पटणासारख्या शहरात एखाद्या नाटकाला असा प्रतिसाद मिळणं, ही खरंच आश्चर्याची गोष्ट होती.

पडदा उघडला आणि एवढा वेळ प्रेक्षकांच्या गर्दीकडे लागलेले आरिफचे डोळे स्टेजकडे गेले. पहिल्याच दृश्यात राजाचं भूत रंगमंचावर आलं. वातावरणनिर्मितीसाठी चारही बाजूंनी पांढरा धूर सोडणारी यंत्रं लावली होती. प्रकाशयोजनाही त्या प्रसंगाला साजेशी म्हणजेच अगदी मंद होती; त्यामुळे रंगमंचावरच नाही, तर प्रेक्षागारातही भीती वाटेल, असं वातावरण तयार झालं. राजकुमाराच्या वेशात झाकीर रंगमंचावर आला, तेव्हा तर आरिफ अक्षरशः भान हरपून टाळ्या वाजवायला लागला. आजूबाजूच्या

प्रेक्षकांच्या नजरा त्याच्याकडे वळल्या आणि तो ओशाळला. लोक त्याच्याकडे विचित्र नजरेने बघत होते.

नाटक संपल्यावर आरिफ झाकीरला भेटायला ग्रीनरूमच्या दिशेने धावला. त्याला तिथल्या सुरक्षारक्षकाने अडवलं; पण त्याने मोठ्या अभिमानाने सांगितलं की, या नाटकात हॅम्लेटची भूमिका करणारा झाकीर त्याचा छोटा भाऊ आहे.

आरिफ आत शिरला. मेकअप रूमध्ये खूप गर्दी होती. नाटकाचे लेखक संजय उपाध्याय झाकीरशी बोलत होते. उपाध्याय ३०-३२ वर्षांचे होते. ''अरे झाकीर, आज तर तू कमालच केलीस. दर प्रयोगागणीक तुझा परफॉर्मन्स जास्तच चांगला होत चालला आहे. या वर्षी नॅशनल स्कूल ऑफ ड्रामाच्या प्रवेश परीक्षेचा विचार नक्की कर. मला खात्री आहे, तुला तिथे नक्की प्रवेश मिळेल,'' उपाध्याय झाकीरला सांगत होते. ते ऐकून आरिफला आपल्या धाकट्या भावाचा अभिमान वाटला. तसंही उपाध्याय जे काही म्हणाले, त्यात अतिशयोक्तीचा लवलेशही नव्हता. झाकीरने खरंच हॅम्लेटचं काम खूप तन्मयतेनं आणि प्रभावीपणे केलं होतं. झाकीरच्या भविष्याबद्दल आरिफ उभ्या उभ्या स्वप्नं रंगवू लागला. झाकीर नक्कीच भविष्यातला दिलीप कुमार किंवा अमिताभ बच्चन बनेल, यात आरिफला काहीच शंका नव्हती. या धुंदीत त्याला दिसलं की, झाकीरच *'जंजीर'*मधला 'विजय' आहे, *'मुगल-ए-आझम'*मधला 'राजकुमार सलीम' आहे आणि *'कयामत से कयामत तक'*मधला 'राज' आहे.

तेवढ्यात झाकीरने आरिफच्या पाठीवर थाप मारली आणि आरिफच्या विचारांची साखळी तुटली. आपल्या छोट्या भावाला मिठी मारत आरिफ अभिमानाने म्हणाला, ''यार, आज तर तू कमालच केलीस.''

''थँक यू भैया,'' झाकीरचा आवाज खूप थकल्यासारखा वाटत होता.

''काय रे, काय झालं? तब्येत ठीक आहे ना?'' आरिफने काळजीच्या स्वरात विचारलं.

''अरे काही नाही. दमायला झालंय. तीन-चार दिवस झोपच झाली नाही,'' झाकीर म्हणाला.

''हं... मग आत्ता माझ्याबरोबर घरीच येतो आहेस ना तू?'' आरिफने त्याला विचारलं.

''नाही रे, मला अजून वेळ लागेल. संजय सरांबरोबर थोडं बोलायचं आहे आणि आजच्या प्रयोगाबद्दलही थोडं बोलणं होईल. तसंही निर्मात्यांची गाडी सोडेल मला घरापर्यंत,'' झाकीर म्हणाला.

''ठीक आहे; पण मग मी निघू? आत्ताच पावणेदहा झाले आहेत.'' झाकीरला पुन्हा एकदा मिठी मारून आरिफ रवींद्र भवनाच्या बाहेर पडला. बाहेर वीरचंद पटेल

मार्गावर फुटपाथवर उभा राहून तो ऑटोरिक्षाची वाट बघत होता. तेवढ्यात त्याला सुमित्रा दिसली. बहुतेक तीसुद्धा रिक्षाचीच वाट बघत होती.

"नमस्कार," खरंतर तिच्याशी बोलावं की नाही, या द्विधा मनःस्थितीत तो होता.

"नमस्कार, नमस्कार," सुमित्राने हसत हसत उत्तर दिलं. आरिफला तिथे बघून तिला आश्चर्य वाटलं नाही, हे तिच्या चेहऱ्यावरून साफ कळत होतं. कदाचित तिने त्याला प्रेक्षकांच्या गर्दीत बघितलं असावं.

"तुम्ही एकट्याच आला आहात?"

"हो, आज ती क्रिकेट मॅच आहे ना. म्हणून माझे पती..." तिचं उत्तर पूर्ण होण्याआधीच एक रिक्षा त्यांच्या समोर येऊन थांबली. त्या रिक्षेचा सायलेन्सर फट्कऽऽ फट्क असा आवाज काढत धूर ओकत होता. रिक्षेच्या मागच्या सीटवर दोन पुरुष प्रवासी बसले होते. त्यातला एक मध्यमवयीन होता. त्याने कुडता घातला होता आणि तो तंबाखू चोळत बसला होता. दुसरा प्रवासी तरुण होता. त्याने कॉलरचा टी-शर्ट घातला होता.

"तुमच्यापैकी एकाने पुढे येऊन माझ्या बाजूला बसा. बाई आहेत बरोबर," मागच्या सीटवर बसलेल्या दोघांकडे बघून रिक्षावाला म्हणाला.

त्या मध्यमवयीन माणसाने ऐकून न ऐकल्यासारखं केलं आणि तंबाखूची चिमूट तोंडात सारून तळहात झटकले. तरुण मुलगा काही न बोलता थोड्याशा त्रासिक चेहऱ्याने रिक्षातून उतरला. एकवार आरिफ आणि सुमित्रा दोघांना न्याहाळून तो रिक्षाचालकाच्या बाजूला अंग चोरून बसला. आरिफ रिक्षात शिरला आणि त्यानंतर सुमित्रा त्याच्या बाजूला बसली.

रिक्षा सुरू झाली. २५ मिनिटांच्या प्रवासात सुमित्रा काहीच बोलली नाही. बहुतेक ती काहीतरी विचार करत होती. विचार करता करता ती हाताची बोटं मोडत होती. रिक्षा चांगलीच वेगाने जात होती; त्यामुळे वाराही चांगलाच येत होता. सुमित्राच्या अंगावरून येणारा वारा झेलत आरिफ अक्षरशः स्तब्ध बसला होता. तिच्या सहवासाने तो निःशब्द झाला होता.

ते नया मोडला उतरले. या वेळी आरिफने रिक्षाचे पैसे देण्याचा हट्ट केला. सुमित्रानेही फारशी खळखळ न करता त्याला पैसे देऊ दिले. रिक्षा गेल्यावर आरिफ सुमित्राकडे बघून हसला; पण सुमित्राने काहीच उत्तर दिलं नाही. तिच्या चेहऱ्यावर काहीच भाव नव्हते.

नया मोड परिसरातली सगळी दुकानं बंद झाली होती आणि संपूर्ण रस्त्यावर सामसूम होती. जवळच्याच विजेच्या दिव्याच्या खांबावरचा दिवा मिणमिणत होता. नया मोडपासून फुलवारी शरीफच्या दिशेने जाणाऱ्या रस्त्याकडे आरिफने एक नजर

टाकली. पूर्ण रस्त्यावर चिटपाखरूही नव्हतं. सायकलरिक्षा किंवा रिक्षा यांचा तर मागमूसही नव्हता.

''या वेळी रिक्षा मिळणं कठीण आहे. मला नाही वाटत आपल्याला रिक्षा मिळेल असं,'' आरिफ सुमित्राकडे बघून म्हणाला.

''हं...'' असं म्हणत तिने चालायला सुरुवात केली. आरिफही तिच्या बरोबर चालायला लागला.

''तुम्हाला नाटक आवडलं का?'' दोघांमधील शांतता भंग करायला म्हणून आरिफने विचारलं. सुमित्राच्या बाजूने हे असं शांतपणे चालणं त्याला विचित्र वाटत होतं. रस्त्याच्या दोन्ही बाजूंना असलेल्या झाडीतून रातकिड्यांची कि..र्ऽऽ कि..र्र ऐकू येत होती. त्या शांततेत तो आवाज विचित्र वाटत होता. तसंही पाटण्यात एवढ्या रात्री एकट्यादुकट्याने फिरणं धोकादायकच होतं. एखाद्या बाईसाठी तर जास्तच!

''चांगलं होतं. झाकीरचं काम तर खूपच छान झालं,'' सुमित्रा म्हणाली.

''तुम्ही एकट्याने यायला नको होतं,'' आरिफच्या बोलण्यात एक आपलेपणा आणि काळजी होती.

''ऑलिफियाची भूमिका करणारी मुलगी माझी लांबची चुलतबहीण आहे. ती मागे लागली होती की, मी तिचं नाटक बघायला यायलाच हवं. खरंतर माझा नवराही येणार होता; पण त्या क्रिकेट मॅचमुळे त्याचं येणं रद्द झालं,'' तिच्या नवऱ्याबद्दल बोलताना सुमित्राचा आवाज कडवट झाल्याचं आरिफला जाणवलं. खरंतर तो मागच्या वेळी रमेशकुमारला भेटला होता, त्या वेळी तो माणूस आरिफला हसतमुख आणि चांगला वाटला होता. आरिफला जाणवलं की, विषय बदलला पाहिजे.

''तुमची मुलं कुठे शिकतात?''

''माझा मुलगा राहुल सेंट कॅरेन्समध्ये तिसरीत आहे आणि मुलगी हजारीबागमधल्या इंदिरा गांधी बालिका विद्यालयात दहावीत शिकत आहे.''

''ओह छान!'' एवढ्यात आरिफला सुमित्राने लिहिलेली गजल आठवली.

''मी 'आजकल'मध्ये तुम्ही लिहिलेली गजल वाचली होती. तुम्ही खूप छान लिहिता. तुमची उर्दू भाषाही खूप छान आहे. एवढं छान उर्दू कुठे शिकलात?'' आरिफने सुमित्राची प्रशंसा करत तिला विचारलं.

''सांगेन कधीतरी,'' सुमित्रा म्हणाली.

बोलत बोलत ते दोघं एका मजारीजवळ आले. तेवढ्यात हलका हलका पाऊस पडायला लागला आणि थंडगार वाराही वाहू लागला. बहुधा सुमित्राला थंडी वाजायला लागली, कारण तिने आपल्या साडीचा पदर खांद्यावरून पूर्ण लपेटून घेतला. अचानक वीज गेली आणि संपूर्ण रस्ता अंधारात गुडूप झाला. मजारीच्या

व्हरांड्यात एक म्हातारा माणूस हुक्का ओढत बसला होता. त्याची पांढरी दाढी छातीपर्यंत रुळत होती आणि त्याने हिरवा कुडता घातला होता. त्याच्यासमोर एक कंदील जळत होता आणि त्या कंदिलाच्या प्रकाशात त्या माणसाचा गोरा चेहरा लालसर उजळला होता.

सुमित्रा थोडा वेळ त्या मजारीसमोर थांबली, हात जोडून तिने प्रार्थना केली आणि ती पुढे चालायला लागली. ते दोघं जेमतेम शंभर मीटर पुढे गेले असतील, तोच पावसाचा जोर वाढला. या अवकाळी पावसात भिजलो, तर नक्की सर्दी-पडसं होईल, या विचाराने आरिफने आसरा शोधायला इकडेतिकडे बघितलं. तेवढ्यात त्यांच्या बाजूने एक मोटारसायकल जोरात गेली. त्या मोटारसायकलच्या हेडलाइटच्या प्रकाशात आरिफला समोरचं एक बंद दुकान दिसलं. त्या दुकानाच्या बाहेर मोकळी जागा होती आणि दुकानाच्या छतामुळे तिथे आडोसा होता. थोडा वेळ थांबण्यासाठी ती जागा खूपच छान होती. त्याने सुमित्राला त्या दिशेने चलण्याची खूण केली.

आता पावसाचा जोर आणखी वाढला. पावसाच्या धारा जोरजोरात वरच्या पत्र्याच्या छतावर पडत होत्या; त्यामुळे अगदी ताशा वाजवल्यासारखा तड्तड् असा आवाज होत होता. रस्त्यावर दूरपर्यंत कोणीच नव्हतं. आरिफने आपल्या मनगटावरच्या घड्याळाकडे बघितलं. अंधारातही चमचमणारे रेडिअमचे काटे अकरा वाजल्याचं दाखवत होते. पावसाने आणि वाऱ्याने असा काही ताल धरला होता की, त्या जागेवरून बाहेर निघणंही कठीण दिसत होतं. अंधार एवढा होता की, सुमित्राच्या चेहऱ्यावरचे भाव आरिफला दिसत नव्हते; पण त्याला जाणीव होती की, सुमित्रा अत्यंत बेचैन आहे. या वेळी त्या दोघांना कोणी एकत्र बघितलं, तर काय होईल? खरंतर त्यांच्या विरोधात राळ उठली असती. दोघांचंही नाव खराब झालं असतं; पण आरिफला या सगळ्यापेक्षाही सुमित्राची संगत जास्त मोहवत होती. त्याला अचानक भारत भूषण आणि मधुबाला यांच्या *बरसात की रात* या चित्रपटाची आठवण आली. तो मनातल्या मनात त्या चित्रपटातलं गाणं गुणगुणायला लागला :

जिंदगी भर नही भूलेगी वो बरसात की रात

त्याला सुमित्राला काहीतरी सांगायचं होतं; पण त्याला जे सांगायचं होतं, ते सांगण्याचा हक्क आपल्याला आहे की नाही, हे त्याला कळत नव्हतं. काहीही झालं, तरी सुमित्रा विवाहित होती. त्याच्या मनात जे काही भाव होते, ते योग्य नव्हते; त्यामुळे बराच वेळ दोघंही गप्प होते; पण आरिफला त्यांच्या दोघांमधली ही शांतता डाचत होती. शेवटी त्याने बोलायला सुरुवात केली.

"त्या दिवशी हॉस्पिटलमधून तुम्ही अचानक कुठे गेलात?" त्याने विचारलं.

"तुम्हाला माझी चिठ्ठी मिळाली नाही?" सुमित्राने आश्चर्याने विचारलं.

"नाही."

"तुम्ही दानापूरला जायला निघालात आणि थोड्या वेळाने माझे काही नातेवाईक हॉस्पिटलमध्ये आले. त्यांनी वडिलांना खासगी हॉस्पिटलमध्ये घेऊन जाण्याचा आग्रह धरला. मी तुमच्यासाठी एक चिठ्ठी लिहून स्वागतकक्षात निरोप ठेवला होता; पण बहुतेक तुम्हाला तो मिळाला नाही."

"ओह..." आरिफ थोडा वेळ थांबला आणि त्याने जरा बिचकतच सुमित्राला दुसरा प्रश्न विचारला, "तुम्हाला एक विचारू का?"

"हो विचारा की," आपल्या पदराने डोकं पुसत सुमित्रा म्हणाली.

तेवढ्यात लाइट आले आणि त्यांच्या डोक्यावरच असलेला ४० वॉटचा बल्ब सुरू झाला. त्या प्रकाशात सुमित्राचा ओला चेहरा निरखत आरिफ म्हणाला, "मी तुम्हाला काय हाक मारू? तुम्हाला काकू म्हणू?"

"मी काही तेवढीही मोठी नाही. तुम्ही मला सुमित्रा म्हणू शकता," आवाजावरून आता सुमित्रा वैतागलेली वाटत होती.

"ठीक आहे सुमित्राजी," आरिफने सुमित्राचं नाव घेतलं आणि जणू आपण तिचं चुंबनच घेतलं आहे, असं आरिफला वाटलं. त्या विचारानेही आरिफ थरारला.

"चला, निघू या. मला नाही वाटत की, हा पाऊस एवढ्या लवकर थांबेल," त्या दुकानापुढच्या सज्जातून बाहेर पडत सुमित्रा म्हणाली. आता पावसाचा जोर थोडा कमी झाला होता. दोघं रस्त्यावर आले. एवढ्यात आरिफचं लक्ष पावसामुळे रस्त्यावर आलेल्या एका सापाकडे गेलं. तो साप त्यांच्या खूपच जवळून सरपटत जात होता. घाबरून आरिफ एक पाऊल मागे सरकला आणि तो सुमित्राला सापाबद्दल सांगणार, एवढ्यात सुमित्राचंही लक्ष त्या सापाकडे गेलं. ती जोरात ओरडली आणि आरिफला बिलगली.

असे किती क्षण त्या अवस्थेत गेले, ते आरिफला कळलं नाही. आता साप सरपटत रस्त्याच्या कडेला असलेल्या झाडांमध्ये दिसेनासा झाला होता; पण सुमित्रा मात्र आरिफला घट्ट बिलगूनच उभी होती. तिचं सर्वांग थरथरत होतं. आरिफला थोडा वेळ काहीच सुचत नव्हतं; पण सुमित्रा आपल्याला बिलगून उभी आहे, हे लक्षात आल्यावर त्याच्या शरीरात खळबळ उडाली. तिचा गरम स्पर्श त्याला वेड लावत होता. नकळतच आरिफने आपले हात तिच्या केसांवर ठेवले आणि दीर्घ श्वास घेतला. आरिफचं सर्वांग तिच्या तनुगंधाने भरून गेलं. त्याच्या श्वासाची गती वाढली होती आणि हृदयाचे ठोकेही जोरात पडत होते. हा काळ असाच थांबावा आणि सुमित्रा अशीच आपल्या मिठीत असावी, असं त्याला वाटत होतं.

काही वेळाने सुमित्रा आरिफपासून विलग झाली. सलज्ज नजरेने तिने आरिफकडे बघितलं. 'सॉरी' म्हणतानाही ती लाजली होती. आरिफकडे न बघताच ती दुकानाच्या व्हरांड्यातून बाहेर रस्त्यावर आली. आरिफही तिच्या मागे पळत पळत आला.

पाच-सात मिनिटांतच ते दोघं पिंपळाच्या झाडाजवळ पोहोचले. हे तेच पिंपळाचं झाड होतं, जिथे दर शनिवारी सुमित्रा पूजा करायची. पिंपळाच्या झाडापासून एक रस्ता थेट बँक कॉलनीत जाणाऱ्या रस्त्याला मिळत होता. रस्त्याच्या दुसऱ्या बाजूला एक मोठं दार होतं. त्या दारावरच मोठ्या अक्षरांत लिहिलेलं होतं, 'बिहार मिलिटरी पोलीस, पाचवी बटालियन, पटणा, ८०००१४'. या दरवाजाजवळ एक पोलीस अगदी ताठ उभा होता. त्याने खाकी गणवेश घातला होता आणि डोक्यावर हिरव्या रंगाची टोपी होती. त्या टोपीतच कोणत्या तरी पक्ष्याच्या रंगीबेरंगी पिसांचा तुरा खोवला होता. गेटमधून आत शिरलं की, दुमजली इमारतींच्या रांगा होत्या. गेटमधून शिरल्यानंतरच्या पहिल्याच इमारतीत पहिल्याच मजल्यावर आरिफचं घर होतं.

"आरिफ, तुमचं घर आलं. तुम्ही जा. मी जाईन इथून एकटी," सुमित्रा आरिफकडे बघून म्हणाली.

"छे, छे! काहीही काय? एवढ्या रात्री मी तुम्हाला एकटीला सोडेन, असं तुम्हाला वाटलंच कसं?" आरिफने स्पष्ट नकार दिला.

"ओके बाबा, सॉरी!" सुमित्राच्या स्वरात आता प्रेमाची भावना होती. थोडं चालल्यावर सुमित्रा म्हणाली, "कधीतरी आमच्या घरी वेळ काढून या. तुमच्या कविता ऐकवा, काही आमच्या ऐका."

"अरे नक्कीच! मला आवडेलच."

त्यानंतर दोघंही शांतपणे चालत राहिले. दहा मिनिटांनी ते सुमित्राच्या घराजवळ पोहोचले. त्यांच्या घराच्या बाल्कनीचा लाइट सुरू होता आणि रमेशकुमार बाल्कनीत उभे होते. बहुतेक ते सुमित्राचीच वाट बघत होते.

आरिफ सुमित्राच्या घरापासून काही फुटांवर असलेल्या एका कडुनिंबाच्या झाडाखाली थांबला. तिथूनच त्याने सुमित्राला अच्छा केलं. सुमित्रा लगबगीने तिच्या घराच्या दिशेने चालत गेली. ती घरी पोहोचली आणि बाल्कनीत आली. ती रमेशकुमारबरोबरच उभी होती. दोन-तीन मिनिटांनी दिवा बंद झाला आणि तेव्हाच आरिफ आपल्या घरी जायला वळला.

परतताना आरिफ सुमित्राबरोबर घालवलेल्या तीन-चार तासांचाच विचार करत होता. तो सुमित्राकडे आकर्षित होत होता. एका लग्न झालेल्या बाईकडून त्याला नेमकं काय हवं होतं? त्याच्या या आकर्षणामुळे सुमित्राचा संसार तर मोडणार नाही ना? त्याला स्वतःचाच राग येत होता. त्याची सद्सद्विवेकबुद्धी त्याचा धिक्कार करत होती; पण आरिफ मात्र या भावनेला पवित्र प्रेमाचं नाव देऊन स्वतःचं समाधान करायचा प्रयत्न करत होता; पण हे प्रेम किती दिवस पवित्र राहील, याची त्याला काहीच शाश्वती नव्हती. आज तर सुमित्राबरोबर झालेल्या जवळिकीमुळे त्याच्या मनात तिच्याबद्दल वासना निर्माण झाली होती. या वासनेला तो किती काळ बांध

घालू शकणार होता? एकदा तो बांध फुटला की, त्याचा आणि सुमित्राचाही सत्यानाश होणं अगदीच स्वाभाविक होतं आणि त्या दोघांच्या अशा संबंधांबद्दल दुनियेला कळलं, तर कोण जाणे, हिंदू-मुस्लीम दंगेही भडकतील. सुमित्राच्या नवऱ्याला कळलं, तर परिणाम अधिकच वाईट होतील. कदाचित ते आरिफच्या जिवावर बेतेल.

आपल्या घराच्या दरवाजाबाहेर आल्यावर आरिफने डोळे मिटून घेतले. तो कुराणातली एक आयता वाचू लागला. त्याच्या मनात सुमित्राबद्दल असलेल्या भावनांचा गळा घोटून टाकायचा, हे त्याने निश्चित केलं आणि हलकेच घराचा दरवाजा लोटून तो आत गेला.

पाच

चांदण्या रात्री गंगा नदीच्या किनाऱ्यावर हवेचा झोत अंगावर घेत फिरणाऱ्या आरिफला सुमित्रा दिसली. ती काळ्या रंगाची साडी नेसून एका ठिकाणी निश्चल उभी होती. तिने डोक्यावरून पदर घेतला होता आणि हाताने इशारा करून ती आरिफला आपल्याकडे बोलावत होती. एवढ्यात वाऱ्याची एक झुळूक आली आणि सुमित्राचा पदर डोक्यावरून खाली सरकला. चंद्रप्रकाशात तिचे केस जणू सोन्या-चांदीच्या तारांनी बनल्यासारखे दिसत होते.

आरिफ सुमित्राकडे जाणार, एवढ्यात मागून 'चुळूक-ढुबूक' असा आवाज आला. आरिफने मागे वळून बघितलं, तर त्याला दिसलं की, त्याचा भाऊ झाकीर गंगेत बुडतोय. त्याला वाचवण्यासाठी आरिफ जिवाच्या आकांताने नदीच्या दिशेने धावत सुटला. तेवढ्यात सुमित्राने गायला सुरुवात केली. त्या गाण्याचे शब्द आरिफला समजत नव्हते; पण सुमित्राच्या आवाजात एक वेगळीच जादू होती. एक वेगळीच आर्तता होती. त्या गाण्याने आरिफ अस्वस्थ झाला. सुमित्राला आपल्या मिठीत घेण्यासाठी तो उतावीळ झाला. त्याच वेळी सुमित्रा एकदम त्याच्या समोर आली आणि एकटक आरिफकडे बघू लागली. पदर खांद्यावरून ढळल्याने तिच्या ब्लाउझमधून तिच्या वक्षांचा बराच भाग दिसत होता. आरिफच्या मनातल्या वासनेने पुन्हा उसळी घेतली. त्याचा श्वास वरखाली होऊ लागला. झाकीर मदतीसाठी हाका मारत होता; पण आरिफ त्याला वाचवायला गेलाच नाही. उलट तो धावत सुमित्राकडे गेला आणि तिला मिठ्या मारून वेड्यासारखा तिच्या ओठांची चुंबनं घ्यायला लागला.

'तोबा, तोबा, तोबा' आरिफला दचकून जाग आली. तो प्रचंड घाबरला होता आणि घामाने डबडबला होता. पलंगाच्या टोकाशी बसून तो त्याला पडलेल्या स्वप्नाबद्दल विचार करायला लागला. अंधार होता; पण तरीही त्याला दिसत होतं

की, पलंगाच्या दुसऱ्या बाजूला झाकीर आरामात झोपला आहे. तरीही त्याला चैन पडलं नाही. तो उठला आणि त्याने लाइट लावला. झाकीर झोपलाय, त्याला काहीच झालेलं नाही, हे बघून आरिफच्या जिवात जीव आला. त्याचा एक पाय पलंगाबाहेर लोंबत होता. आरिफ उठला आणि त्याने झाकीरचा पाय व्यवस्थित केला. समोरच खिडकीवर लिओ टॉलस्टॉय लिखित *ॲना केरेनिना* या पुस्तकाचा इंग्रजी अनुवाद ठेवला होता. त्याच्या बाजूला पाण्याचा स्टीलचा एक जगही ठेवलेला होता. आरिफ उठला आणि त्याने दोन-तीन घोट पाणी प्यायलं. मग त्याने पुस्तक हातात घेतलं. थोडंसं चाळून त्याने ते पुस्तकही खाली ठेवलं.

आरिफ परत पलंगावर आडवा झाला. त्याने झोपायचा प्रयत्न केला; पण त्याला अजूनही बेचैन वाटत होतं. ते फक्त स्वप्न होतं की, त्यातून काही अर्थ निघतो? काही वर्षांपूर्वी त्याच्या दादीने स्वप्नांबद्दल त्याला जे काही सांगितलं होतं, ते त्याला अचानक आठवलं. दादी म्हणाली होती, 'स्वप्नं तीन प्रकारची असतात. ख्वाब-ए-रहमानी म्हणजे देवाने दाखवलेली स्वप्नं असतात. त्या स्वप्नांमधून भविष्यातल्या घटनांबद्दलचे इशारे देव आपल्याला देतो. सैतान जी स्वप्नं दाखवतात, त्यांना ख्वाब-ए-शैतानी म्हणतात. ही स्वप्नं खूप भीतिदायक आणि वाईट असतात. तिसऱ्या प्रकारची स्वप्नं आपल्या मनातल्या विचारांचं प्रतिबिंब असतात. म्हणजे जागेपणी आपण ज्याबद्दल विचार करत असतो, तेच आपल्याला स्वप्नात दिसतं.'

आरिफ आता विचार करू लागला की, आपल्याला पडलेलं स्वप्न हे सैतानी स्वप्नं होतं की, देवानेच त्याला भविष्यात घडणाऱ्या एखाद्या वाईट घटनेबद्दल इशारा दिला होता. सुमित्रापासून दूर राहण्याचा इशारा तर नियती त्याला देत नव्हती ना? आरिफने डोळे मिटले आणि तो सूरह-उल-बकरा म्हणायला लागला. काही वेळातच त्याला शांत झोप लागली.

रात्री पडलेल्या वाईट स्वप्नामुळे आरिफची सकाळही खूप खराब होती. तो खूप अस्वस्थपणे घरातल्या एकमेव न्हाणीघराच्या बाहेर उभा होता. तेवढ्यात न्हाणीघराचं दार कुरकुरलं आणि टॉवेलने केस पुसत त्याची बहीण रबिया बाहेर आली. तिने निळ्या रंगाची सलवार-कमीज घातली होती. तिने हसून आरिफला सलाम केला. आरिफनेही हसून तिला प्रत्युत्तर दिलं. तो आत शिरणार, एवढ्यात त्याची लहान बहीण नाझनीन मागून धावत आली.

''भैया, आज मला शाळेत लवकर जायचंय. प्लीज, मला आधी जाऊ दे.''

''अगं, जा की; पण मला आतून फक्त माझा टूथब्रश आणि पेस्ट दे.'' असं म्हणत आरिफ एका बाजूला भिंतीला टेकून उभा राहिला. टूथब्रश घेऊन तो घराच्या दुसऱ्या बाजूला असलेल्या बाल्कनीत जाऊन उभा राहिला.

''भैया,'' या वेळी त्याच्या सगळ्यात छोट्या बहिणीने, हुमाने त्याला बोलावलं

होतं. १४ वर्षांची हुमा तिच्या वयाच्या इतर मुलींपेक्षा चांगलीच मोठी दिसायची. रबिया आणि नाझनीन यांच्यासारखाच तिचा चेहराही सुबक होता; पण ती त्यांच्याएवढी गोरी नव्हती.

"हं हुमा, बोल; काय झालं?" आरिफने विचारलं.

"मला बीजगणितातल्या या एका गणितासाठी तुझी मदत हवी आहे."

"बघू तरी, काय आहे गणित! लगेच सोडवून दाखवतो."

त्याने हुमाला ते गणित समजावून दिलं. त्यानंतरही तो तिला गणित शिकवण्यात रमला; पण हुमा गेल्यावर पुन्हा एकदा त्याला रात्रीच्या त्या भयानक स्वप्नाची आठवण झाली.

आपण अंधश्रद्धाळू होतोय का? आपण चुकीच्या मार्गाने जाऊ नये, यासाठी अल्लाहने त्या स्वप्नाद्वारे आपल्याला इशारा दिला होता का? सुमित्राचा विचार करणं आपण सोडलं पाहिजे. *एखाद्या लग्न झालेल्या बाईबद्दल असा विचार करणंही गुन्हा आहे. कुराण सांगतं की, व्यभिचाराचा विचार करणंही पाप आहे.*

आरिफ अंघोळ करून आपल्या रूममध्ये परत आला. आता तो झाकीरची वाट बघत होता. दररोज सकाळी झाकीर पोलीस मैदानात धावायला जायचा. आजही तो तिथेच गेला होता. आरिफ लाकडाच्या खुर्चीवर बसला होता. पुन्हा त्याला सुमित्राची आठवण आली. सुमित्राला पहिल्यांदा बघितलं, तो क्षण त्याला आठवला. आपल्या नाजूक हातांनी आपल्या चेहऱ्यावर आलेली केसांची एक अल्लड बट तिने हलकेच बाजूला केली होती. *'या अल्लाह, मी काय करू? तिचा विचार मी मनातून कसा काढून टाकू?'* स्वतःशीच बडबडत आरिफने समोर ठेवलेलं अवस्थी ॲन्ड अवस्थी यांचं लोक प्रशासन हे पुस्तक हातात घेतलं आणि तो ते चाळू लागला.

एवढ्यात झाकीर खोलीत आला. त्याला पाहताच आरिफ म्हणाला, "तुझ्याशी खूप महत्त्वाचं बोलायचं आहे."

आरिफच्या स्वरातली अजिजी आणि घाई बघून झाकीरही अचंबित झाला. "भैया, काय झालं?" झाकीरने जरा काळजीपोटी विचारलं.

"इथे नको, जरा एकान्तात बोलायचंय. गच्चीत जाऊ या," आरिफ म्हणाला.

गच्चीत आल्यावर आरिफ अस्वस्थपणे फेऱ्या मारू लागला. त्याच्या मागोमाग झाकीरही फिरत होता. शेवटी आरिफ एका कोपऱ्यात असलेल्या कठड्यावर बसला आणि झाकीर त्याच्यासमोर उभा राहिला.

"झाकीर, आपल्या छोट्या भावाला अशा गोष्टी सांगायच्या की नाही, हे मला माहीत नाही; पण..." बोलता बोलता आरिफ अचानक थांबला आणि समोर दाणे टिपत असलेल्या चिमण्यांकडे बघू लागला.

"भैया, मी तुझा छोटा भाऊ असलो, तरी एक मित्र आहे. तुझ्या मनात जे काही

आहे, ते तू मला बिनधास्त सांग. ती गोष्ट आपल्या दोघांशिवाय इतर कुठेही जाणार नाही, याची खात्री बाळग,'' झाकीर त्याला धीर देत म्हणाला.

आरिफने दोन क्षण मनाशी थोडा विचार केला. मग त्याने झाकीरला विचारलं, ''बरं, मला सांग, समजा, मी तुला म्हटलं की, मी एका लग्न झालेल्या बाईच्या प्रेमात पडलोय, तर तू काय म्हणशील?''

''काय!'' झाकीरला त्याच्या भावना लपवता आल्या नाहीत.

''ती एक हिंदू स्त्री आहे आणि तिला दोन मुलं आहेत.''

''तू असं काही करशील, यावर माझा तरी विश्वास बसत नाही. एका लग्न झालेल्या, दोन मुलांच्या आईच्या प्रेमात पडण्यासारखं तुला तिच्यात एवढं काय दिसलं?''

''कसं सांगू तुला? ती ईदच्या चंद्रासारखी सुंदर आहे. ती समोर आली की, तिच्यावरून नजर हटत नाही. तिची बोलण्याची लखनवी खानदानी पद्धत, तिचं बोलणं, तिचं चालणं, तिचं ते हसणं, तिच्या गालावरच्या खळ्या... सगळं वेड लावणारं आहे,'' बोलता बोलता आरिफ थांबला. एक सुस्कारा सोडून म्हणाला, ''पण खरं सांगायचं, तर मलाच माहीत नाही की, मी तिच्याकडे एवढा आकर्षित का झालो आहे. हे असं याआधी कधीच झालं नव्हतं रे.''

''हं... पण भैया, ते काहीही असलं, तरी तू ज्या मार्गाने जायचा विचार करत आहेस, तो धोकादायक आहे. एक विवाहित स्त्री आणि तीसुद्धा हिंदू? याचे परिणाम काय होतील, याचा अंदाज आहे ना तुला? अरे, दंगलीही भडकतील,'' झाकीर भीतीच्या स्वरात म्हणाला.

''मला सगळं कळतंय रे! पण या मनाला कसं समजावू?''

''कसंही करून समजवावंच लागेल तुला. एकदा अब्बा आणि अम्मीबद्दल विचार कर. त्यांना कळलं, तर त्यांची मान शरमेनं खाली जाईल,'' झाकीर म्हणाला, ''आणखी एक विचार कर, तू जे करायचा विचार करतोयस, त्याला समाजाचा आणि धर्माचाही किती पाठिंबा मिळणार आहे?''

झाकीरच्या बोलण्याची पद्धत बघून आरिफला एकदम आश्चर्य वाटलं. तो एखाद्या तत्त्वज्ञासारखा बोलत होता.

''मी काय करू यार, मला काहीच कळत नाही.''

''हे बघ भैया, त्या बाईबरोबर तुझं आयुष्य तर तू काढू शकत नाहीस. तू वेळीच स्वतःला आवरलं नाहीस, तर तुझंच नाही, तर त्या बाईचं आयुष्यही बरबाद होईल. माझं ऐक, तिचा विचार करणं सोडून दे. मला वाटतं की, दोन-तीन महिने तू पटणा सोडून कुठे तरी निघून जा.''

''हं... तुझं बरोबर आहे. मी असंच...'' आरिफचं वाक्य पूर्ण होणार, तेवढ्यात

अम्मी तिथे आली. ती खूप रागावली होती.

"या अल्लाह, कशा सवयी लागल्या आहेत तुम्हा दोघांना. नऊ वाजून गेले आणि अजून तुमचा नाश्ता झाला नाही. चला खाली आणि नाश्ता करा."

दोघं काहीच बोलले नाहीत. ते गुपचूप अम्मीच्या पाठोपाठ खाली आले. आरिफने दरवाजात पडलेला *टाइम्स ऑफ इंडिया* उचलला. सर्वांत पहिले त्याची नजर त्या पेपरवरच्या तारखेवर गेली. ३१ ऑगस्ट १९९२, सोमवार.

'मुख्य परीक्षेला फक्त ४० दिवस राहिले आहेत,' आरिफ स्वतःशीच पुटपुटला.

इच्छा

सहा

१९९२ च्या सप्टेंबर महिन्यात आरिफने स्वतःला आपल्या खोलीत अक्षरशः कोंडून घेतलं. त्याचा सगळा वेळ त्याने मुख्य परीक्षेच्या तयारीसाठी कारणी लावला. त्याच्या आधीच्या महिन्यातच अम्मीने अब्बांच्या मागे लागून दोन मोठी स्टीलची पिंपे मागवून घेतली होती. त्यात तिने आरिफच्या अभ्यासाच्या खोलीत असलेलं धान्य ठेवलं. ती पिंपे तिने चिंचोळ्या पॅसेजमध्ये ठेवून घेतली. त्यानंतर सुताराला बोलावून आरिफच्या अभ्यासाच्या खोलीत एक खिडकीही बनवून घेतली. ती खिडकी त्यांच्या घराच्या मागच्या बाजूला उघडायची. या खिडकीमुळे आरिफच्या अभ्यासाची खोली अगदी हवेशीर झाली. अम्मीने त्या खोलीची रंगसफेदीही करून घेतली. तसेच टेबल आणि खुर्च्याही चांगल्या पॉलिश करून घेतल्या.

"माझा मुलगा आयएसएसची तयारी करतोय. साधीसुधी परीक्षा नाही ती. त्याला अभ्यासासाठी शांत आणि कोणताही त्रास होणार नाही, अशी खोली हवी ना," अम्मी अब्बांना सांगत होती, तेव्हा आरिफने ऐकलं होतं.

आरिफने मृत्युंजयकडे जाणंही अगदी बंद केलं होतं. त्याला भीती वाटत होती की, तिथे गेल्यावर सुमित्राची भेट होईल. सुमित्रा समोर आली, तर तिच्यापासून स्वतःला दूर ठेवण्याच्या आपल्या इराद्याला काही क्षणांतच सुरुंग लागेल, याची त्याला पूर्ण कल्पना होती. तिच्या डोळ्यांच्या जाळ्यात आपण नक्कीच फसणार, तिचा आकर्षक चेहरा आपल्याला तिच्याकडे खेचून घेईल, हे त्याला माहीत होतं. मृत्युंजय त्याला वारंवार बोलवायचा आणि आरिफ प्रत्येक वेळी काही ना काही सबब सांगून त्याच्याकडे जाणं टाळत होता.

पण एवढं सगळं करूनही सुमित्राचा विचार त्याच्या मनातून गेला नव्हता. तिचं नाव घेतलं, तरी त्याला ती रात्र आठवायची आणि त्याच्या मनात विचारांचं काहूर उठायचं. सुमित्राबद्दल विचार करताना त्याला नेहमी सिमरनची आठवण यायची.

त्याचं लहानपणीचं प्रेम! त्या वेळी तो दरभंगाला राहायचा. सिमरनने तर त्याला वेडच लावलं होतं त्या वेळी! पण काळाच्या ओघात सिमरनची आठवणही त्याच्या मनातून पुसली गेली होती. सुमित्रासाठीचं हे आकर्षणही फक्त काही दिवसांपुरतंच असेल. काही दिवसांनी सुमित्रालाही तो असाच विसरून जाईल, असं तो स्वतःला समजावत राही.

ऑक्टोबर महिन्यात मुख्य परीक्षा झाली. त्याला सगळेच पेपर खूप छान गेले होते; त्यामुळे आरिफ खूश होता. मुलाखतीसाठी नक्की आपली निवड होईल, याची त्याला खात्री होती. मुख्य परीक्षेच्या दुसऱ्याच दिवशी सकाळी लवकर उठून, तो अशोक राजपथ इथे गेला आणि त्याने मुलाखतीच्या तयारीसाठीची पुस्तकं विकत आणली. स्वतःबद्दलची आणि आपल्या शैक्षणिक पार्श्वभूमीची सगळी माहिती त्याने एका वहीत लिहून काढली होती. मुलाखतीत असे प्रश्न वारंवार विचारले जातात, हे त्याला माहीत होतं.

मुख्य परीक्षेनंतर आरिफ लगेचच मुलाखतीच्या तयारीला लागला होता. दोन दिवसांनी आपल्या खोलीत तो अभ्यास करत होता, तेवढ्यात त्याचे अब्बा तिथे आले. "आरिफ बेटा, अरे जमालपुऱ्यातील आपल्या घराची मागची भिंत पावसामुळे कोसळली आहे. ती लगेच दुरुस्त करावी लागणार आहे. तू तिथे जावंस आणि त्या सगळ्या कामावर लक्ष ठेवावंस, असं मला वाटतं."

"चालेल अब्बा," आरिफ अगदी लगेचच म्हणाला. हे चांगलंच झालं, असा विचार त्याने केला. त्यालाही बघायचं होतं की, पटण्यापासून दूर गेल्यावर तरी तो सुमित्राला विसरू शकतो का! त्याचबरोबर जमालपुऱ्याला त्याला अभ्यासासाठीही शांतता मिळणार होती. आयएएस होणं, हे त्याचं स्वप्न होतं. आता इतकी मेहनत करून आपल्या ध्येयाच्या एवढं जवळ आल्यावर कोणत्याही कारणामुळे त्याला पदरी निराशा पाडून घ्यायची नव्हती.

"हे बघ, इथे तसंही सारखे सारखे पाहुणे येत असतात. तुझ्या अभ्यासात त्यामुळे सारखा खंड पडतो. जमालपुऱ्याला जरा मोकळी जागा आहे. तिथे तुझ्या अभ्यासात व्यत्यय आणणारं कोणीच नसेल," अब्बा चष्म्याची काच पुसत पुसत म्हणाले.

"मीसुद्धा तोच विचार करत होतो अब्बा," आरिफ त्यांच्याकडे बघून हसत म्हणाला.

अचानक अब्बांच्या चेहऱ्यावरचे हावभाव बदलले. ते खूप भावुक झाले आणि म्हणाले, "मी एका बापाचं कर्तव्य पार पाडू शकलो नाही. मृत्युंजय कसा एका चांगल्या कोचिंग क्लासमध्ये जातो, तसं तुलाही पाठवायला हवं होतं; पण काय करू बेटा, माझी परिस्थिती खरंच तेवढी चांगली नाही. मला अभिमान वाटतो की,

केवळ तुझ्या मेहनतीच्या आणि बुद्धिमत्तेच्या जोरावर तू हे यश मिळवलं आहेस.''

"अब्बा, हे तुम्ही काय बोलताय? तुम्ही आमच्या सगळ्यांसाठी खूप करता. माझ्या दृष्टीने तरी तुम्ही या जगातले सर्वांत उत्तम वडील आहात,'' असं म्हणत आरिफ उठला आणि त्याने अब्बांना मिठी मारली. काही वेळ दोघंही तसेच उभे राहिले. दोघांचेही डोळे डबडबले होते.

~

जमालपुऱ्याला जाणारा रस्ता इनायतनगरवरून जायचा. इनायतनगर एक छोटंसं गाव होतं; पण तिथे छोटेखानी रेल्वे स्टेशन होतं. मीटर गेज लाइनवरच्या या स्टेशनवर रक्सौल आणि सीतामढी या दोन मोठ्या स्टेशनांवरून सकाळ-संध्याकाळ ट्रेन यायच्या; पण दिल्ली किंवा पटणा या मोठ्या स्टेशनांवरून इथे यायला कोणतीही थेट गाडी नव्हती. इथे एक बस स्टॅन्ड होता. या बस स्टॅन्डवर दररोज मुझफ्फरपूर आणि पटणा इथून बस यायच्या.

या वेळी ट्रेनचा लांबचा प्रवास करण्याऐवजी आरिफने बसने जाणं पसंत केलं. खरंतर त्याला बसने प्रवास करायला अजिबात आवडायचं नाही. पेट्रोल, धूर, धूळ यांच्या एकत्रित वासाने त्याला मळमळायचं. तरीही लवकर पोहोचू, या विचाराने तो बसने निघाला होता.

बस सुटली आणि साधारण तासाभराने गंगा नदीवरचा गांधी सेतू पार करून ती हाजिपूरमध्ये पोहोचली. त्यानंतर बस मुझफ्फरपूरला जाणाऱ्या रस्त्याला लागली. हाजिपूर आणि मुझफ्फरपूर यांच्या दरम्यानच्या या रस्त्यावर अनेक छोटे-मोठे खड्डे होते; त्यामुळे बसमध्ये बसलेल्या लोकांना झुल्यात बसल्यासारखं वाटावं, एवढी बस हलत होती. बस प्रत्येक वेळी खड्ड्यात गेल्यानंतर चष्मा घातलेला एक प्रवासी सतत बिहारचे मुख्यमंत्री लालूप्रसाद यादव यांना शिव्या मोजत होता. बिहारचे रस्ते आपण हेमामालिनीच्या गालांसारखे बनवू, असं लालूजी नेहमी म्हणायचे. त्या वचनाचं काय झालं, असं तो माणूस सतत बोलत होता.

एखादा दारुडा झिंगत चालतो, तशी ती बस झिंगत झिंगत पुढे चालली होती. आता एक छोटासा पूल लागला. तो मध्येच खचला होता; त्यामुळे वाहनं बाजूच्या शेतातून आपली वाट काढून जात होती; पण गमतीची गोष्ट म्हणजे शेतातून जाताना बसला रस्त्यापेक्षा कमी हिसके बसत होते.

"हे चोर विधानसभेत आणि लोकसभेत बसतात, मग दुसरं काय होणार? सगळेच स्वतःच्या तुंबड्या भरण्यात मग्न आहेत. या अशा नेत्यांकडून कोणाचं काय भलं होणार! बिहारमध्ये तर एका विदूषकाला मुख्यमंत्रिपदी बसवलंय. इथे तर काहीच होणार नाही,'' तो चष्मेवाला मध्यमवयीन गृहस्थ बोलतच होता.

"हो का? मग स्वातंत्र्यानंतर इतके मुख्यमंत्री होऊन गेले, त्यांनी काय केलं बिहारसाठी हेसुद्धा सांगा की एकदा. अनेक वर्षांपासून बिहारची अवस्था ही अशीच आहे. लालूजी किती वर्षं सत्तेत आहेत? त्यांच्याकडे काय जादूची कांडी आहे का?" त्या मध्यमवयीन माणसासमोर बसलेला एक तरुण म्हणाला, "यादव जातीचा एक माणूस मुख्यमंत्र्याच्या खुर्चीत बसला आहे, ही गोष्ट उच्चवर्णीयांना खटकत आहे."

"अरे, यात जातीपातीचा काय संबंध? हा सुशासन आणि विकास यांचा प्रश्न आहे," त्या मध्यमवयीन माणसाने उत्तर दिलं.

हा वाद काही काळ असाच सुरू होता. त्यात अनेक लोक सहभागी झाले. आरिफ मात्र गुपचूप ही सगळी चर्चा ऐकत होता.

बस मुझफ्फरपूरच्या जवळ पोहोचली आणि ड्रायव्हरने अचानक कच्चकन ब्रेक दाबला. एक झटका देऊन बस थांबली. समोर रस्त्यावर शंभर-दीडशे लोक ठिय्या मारून बसले होते; त्यामुळे पूर्ण रस्ता बंद होता. काही वेळाने कळलं की, ११-१२ वर्षांच्या एका लहान मुलाचं अपहरण करून त्याची हत्या करण्यात आली होती. त्याचा निषेध करायला म्हणून हे लोक धरणं आंदोलन करत होते. तो मुलगा मुझफ्फरपूरमधील एका श्रीमंत व्यापाऱ्याचा होता. त्याचं अपहरण करून २० लाख रुपयांची खंडणी मागितली होती. अपहरणकर्त्यांनी त्या व्यापाऱ्याला धमकीही दिली होती की, जर त्याने पोलिसांमध्ये तक्रार दाखल केली, तर परिणाम वाईट होतील; पण घाबरलेल्या व्यापाऱ्याने तोपर्यंत पोलिसात धाव घेतली होती. दुसऱ्याच दिवशी मुझफ्फरपूरच्या बाहेरच्या शेतात त्या मुलाचा मृतदेह मिळाला. त्या अपहरणकर्त्यांनी गळा चिरून निर्दयपणे मुलाची हत्या केली होती.

बसमधले सगळेच प्रवासी खिडकीतून बाहेर बघत परिस्थितीचा अंदाज घेत होते. काहीजण खाली उतरून पुढे नेमकं काय चाललं आहे, हे जाणून घेण्याचा प्रयत्न करत होते. त्यांच्या बसपुढे आणखी एक बस उभी होती. त्या बसचा ड्रायव्हर आंदोलनकर्त्यांना रस्ता रिकामा करण्याची गळ घालत होता.

तेवढ्यात अचानक काच फुटल्याचा आवाज आला आणि एकच गोंधळ उडाला. बसमधून उतरलेले लोक बसमध्ये चढण्यासाठी धावले. तेवढ्यात कुठून तरी रोंरावत आलेला एक दगड बसच्या पुढच्या काचेवर आदळला. आरिफने बघितलं की, बसच्या पुढच्या काचेचा चक्काचूर झाला होता. सगळेच प्रवासी आपलं सामान घेऊन बसमधून खाली उतरत होते. या गोंधळात आरिफही आपली बॅग घेऊन बसबाहेर पळाला. थोडं पुढे जाऊन आरिफने बसकडे वळून बघितलं, तर कोणीतरी बस पेटवली होती. आता आंदोलकांनी आपलं लक्ष पुढच्या बसकडे वळवलं. आरिफ पुन्हा वळला आणि धावू लागला. शेवटी तो एका चहाच्या टपरीजवळ येऊन थांबला. तिथे आधीच खूप लोक जमले होते.

चहावाला खरंतर आपलं चंबूगबाळं आवरण्याचा विचार करत होता; पण एवढी गर्दी बघून त्याने पुन्हा आपला ठेला मांडला आणि चहाचं आधण चढवलं. ते निदर्शक आणि ही चहाची टपरी यामध्ये काही इमारती किंवा इतर गोष्टी नव्हत्या; त्यामुळे बसमधल्या सगळ्या प्रवाशांना जळणाऱ्या बसगाड्या आणि हिंसक झालेला जमाव स्पष्ट दिसत होता. सगळेजण भेदरले होते; पण तो संतप्त जमाव जर आपल्या दिशेने यायला लागला, तर सगळ्यांनी पळण्याची तयारीही ठेवली होती. आकाशामध्ये धुराचे लोळ उठले होते. जळणाऱ्या बसगाड्यांच्या फुटणाऱ्या काचा आणि आंदोलकांचा आवाज, एवढाच आवाज काही काळ आसमंतात व्यापून राहिला होता.

पण पाचच मिनिटांमध्ये या जमावाच्या बाजूनेच पोलिसांच्या गाड्या भिरभिरत दंगलीच्या दिशेने गेल्या.

"तुम्ही पोलिसांना बोलावलंत का काय?" प्रवाशांपैकी कोणीतरी चहावाल्याला विचारलं.

"भैया, आमच्याकडे फोन कुठे? मला नाही माहीत, त्यांना कोणी बोलावलं ते; पण एवढं नक्की की, पोलीस आले, ते बरं झालं."

आता लोक जरा ऐसपैस गप्पा मारत होते. चहावाल्यानेही लोकांना चहा आणि बनपाव द्यायला सुरुवात केली. लोक आता आपल्या प्रवासाबद्दल चर्चा करत होते. कोण-कोण कुठे जाणार आणि कसा जाणार, याची चर्चा सुरू होती.

"कदाचित हा गोंधळ सुरू होण्याआधीच पोलीस निघाले असावेत." गर्दीतलं कोणीतरी म्हणालं.

"हो, आता कदाचित रस्ता मोकळा होईल."

"छे, पोलीस येऊन काहीही फायदा होणार नाही, कारण मुझफ्फरपूर-मोतिहारी रस्त्यावरही अनेक ठिकाणी रस्ता अडवला गेलाय. लोकांनी गाडीच्या टायर्सना आग लावून ते रस्त्यावर टाकले आहेत. दगडफेकही होतेय. अनेक बसगाड्यांच्या फेऱ्या रद्द झाल्या आहेत. काही बसगाड्या सीतामढीवरून फिरून जात आहेत," एक मध्यमवयीन माणूस बोलत होता. लोक आता एकमेकांकडून आणि त्या चहावाल्याकडून पुढच्या प्रवासाबद्दल सल्ला घेत होते.

"पण मग इनायतनगरपर्यंत कसं पोहोचता येईल?" आरिफने एकाला विचारलं.

"तुम्ही असं करा, सीतामढीला जा. तिथून तुम्हाला ट्रेन मिळेल." ती व्यक्ती म्हणाली.

"हं, तेच चांगलं होईल," आरिफ म्हणाला. त्याने एकदा आपल्या घड्याळाकडे बघितलं. दुपारचे सव्वाबारा वाजले होते.

आरिफ सीतामढीला पोहोचला, तेव्हा दुपारचे दोन वाजले होते. त्याच्या पोटात

कावळे कोकलत होते. त्याने ताबडतोब जवळचं भगीरथ हॉटेल गाठलं आणि गरमागरम डाळ-भात, भाजी आणि भुजिया अशी ऑर्डर दिली. समोर आलेली थाळी पूर्ण संपवल्यावर आरिफ उठला आणि रेल्वे स्टेशनवर गेला. गाडी प्लॅटफॉर्मला लागलीच होती. गाडीत चढण्यासाठी लोकांची गर्दी उसळली होती. आरिफही धक्काबुक्की करत आपल्या सामानासह कसाबसा गाडीत शिरला. महत्प्रयासाने त्याला कोपऱ्यातली एक सीट मिळाली.

दरभंगा-इनायतनगर पॅसेंजर गाडी दोन तासांनी एका विटांनी बनलेल्या इमारतीपाशी येऊन थांबली. त्या इमारतीवर लिहिलेली 'इनायतनगर (पूर्व)' ही अक्षरं काळाच्या ओघात पुसट झाली होती. जवळूनच बागमती नदी एक बाकदार वळण घेऊन वाहत होती. नदीवर बांबूंच्या मदतीने उभा केलेला एक पूल होता. त्या पुलावर एक माणूस आपली सायकल घेऊन उभा होता आणि असं वाटत होतं की, त्याला कुठेही जायची घाई नाही.

इनायतनगर गावाची लोकसंख्या जेमतेम तीन हजार होती. गावाच्या तिन्ही बाजूंनी बागमती नदी वाहत होती आणि चौथ्या बाजूला नेपाळची सीमा होती. पावसाळ्यात बागमती नदीला पूर आला की, गावाचा बाकी देशाशी असलेला संपर्क पूर्णपणे तुटायचा, कारण बांबूंनी बनवलेला हा पूल पावसाळ्यात वाहून जायचा. पावसाळा गेला की, लोक पुन्हा बांबूचा पूल बांधायचे.

आरिफ स्टेशनबाहेर पडला. बाहेर टमटम रिक्षांची रांग लागली होती. रिक्षाचालक जोरजोरात हाकारे देत प्रवाशांना बोलावत होते. टमटमवाल्यांखेरीज तिथे आपल्या नातेवाइकांना आणायला आलेल्यांचीही गर्दी होती. या गर्दीतून वाट काढत चालणं म्हणजे एक दिव्यच होतं. गर्दीतून कसाबसा वाट काढत आरिफ स्टेशनसमोरच्या गल्लीत वळला. ही गल्ली छोटी होती. गल्लीत दुतर्फा खाद्यपदार्थांच्या गाड्या लागल्या होत्या. वाफाळती इडली, गरमागरम पकोडे, बालुशाही, जिलेबी असे पदार्थ विकायला ठेवलेले होते. जिलबीच्या वासाने आरिफच्या तोंडाला पाणी सुटलं. थोडीशी जिलेबी घेऊन पट्कन खावी, असं त्याच्या मनात आलं; पण मोठ्या निग्रहाने तो पुढे निघाला. गल्लीतून बाहेर पडल्यावर एक रुंद रस्ता होता आणि मग थोडं चालल्यावर एक चौक! चौकातच गावातला प्रसिद्ध मनोरा होता. त्याच्यासमोरच दवाखाना होता. त्या दवाखान्यावर मोठ्या अक्षरात लिहिलं होतं, 'हकीम साहब का शफाखाना.' ही पाटी खूप जुनी होती, कारण त्यावरची अक्षरं पुसट झाली होती. त्यावर मणामणाची धूळ जमली होती. बऱ्याच दिवसांमध्ये ती पाटी साफ करण्याची कोणीही तसदी घेतली नसावी.

आरिफ दवाखान्यात शिरला. आत त्याचे मामा म्हणजेच हकीम अजमल खान एका जुनाट लाकडी खुर्चीवर बसले होते. ते बुटकेसे आणि शिडशिडीत होते.

त्यांच्या दाढीचे काही केस पांढरे झाले होते. आरिफच्या अम्मीचे हे एकुलते एक धाकटे भाऊ होते. ते दवाखान्यात एकटेच होते. त्यांच्या बाजूच्या कपाटात प्लॅस्टिकच्या छोट्या छोट्या बरण्या होत्या. आरिफ त्यातल्या एका बरणीकडे बारकाईने बघत होता. त्या बरणीवर पिवळ्या रंगाचं एक लेबल लावलेलं होतं आणि त्यावर 'सुआलिन' असं लिहिलेलं होतं. ते वाचल्या वाचल्या आरिफला लहानपणीची आठवण झाली. लहान असताना आरिफ त्या बरणीतल्या सुआलिनच्या गोड आणि मस्त वास येणाऱ्या गोळ्या चोरून चोरून खायचा.

"अस्सलाम आलेकुम," आरिफने बॅग खाली फरशीवर ठेवत, त्याच्या मामांना नमस्कार केला.

"वालेकुम अस्सलाम आरिफ," हकीममामू आपल्या खुर्चीतून उठले आणि त्यांनी आरिफला मिठी मारून त्याची गळाभेट घेतली. "चल, घरी जाऊ या. तुझी मामी तशीही तुझी वाट बघत असेल," आपल्या खुर्चीकडे जात हकीमसाहेब म्हणाले.

"अरे, पण तुम्ही एवढ्या लवकर दवाखाना का बंद करत आहात? एखादा रुग्ण आला तर?"

"अरे आजकाल सगळे विलायती औषधं वापरतात बाबा. युनानी किंवा आयुर्वेदिक डॉक्टरांकडे कोण कशाला येतो?" खिन्न आवाजात हकीमसाहेब म्हणाले, "आणि तसंही इमारत कमिटीची एक खास बैठकही आहे आज."

इमारत कमिटी ही तिथल्या स्थानिक मुस्लिमांची एक संस्था आहे. ही संस्था आपापसातल्या भांडणांमध्ये न्यायनिवाडा करण्याचं काम करते, हे आरिफला माहीत होतं. त्याचे मामाच त्या संस्थेचे अध्यक्ष होते.

हकीमसाहेब आवराआवरी करू लागले आणि आरिफ दवाखान्याचं निरीक्षण करत होता. थोड्या वेळाने हकीमसाहेबांनी दवाखाना बंद केला आणि दोघंही रस्त्यावरून काहीच न बोलता चालू लागले.

हकीमसाहेबांच्या घरासमोर थोडी मोकळी जागा होती. तिथे तीन लोक काही खुर्च्या आणि बाक मांडत होते. त्या तिघांनीही चौकड्या-चौकड्यांची लुंगी आणि अर्ध्या बाह्यांचा शर्ट घातला होता. हकीमसाहेबांना बघून ते काम करायचं थांबले, त्यांना सलाम केला आणि पुन्हा आपलं काम सुरू केलं.

त्यांच्यापैकी एका विशीतल्या तरुणाला आरिफने ही पंचायत बोलावण्याचं कारण विचारलं. "एक विवाहित मुस्लीम बाई आणि एक हिंदू पुरुष या दोघांना रंगेहात पकडलंय. त्याच प्रकरणाची सुनावणी आज होणार आहे," तो तरुण मिश्कीलपणे हसत म्हणाला.

तेवढ्यात भरघोस दाढी असलेल्या एका मध्यमवयीन माणसाने हकीमसाहेबांना

सलाम केला. हकीमसाहेब त्या माणसाबरोबर बसले आणि त्याच्याशी बोलू लागले. तेवढ्यात त्यांचं लक्ष आरिफकडे गेलं. ''अरे आरिफ, तू आत जाऊन तुझ्या मामीला भेट आधी. मग जेवण कर आणि जरा विश्रांती घे,' ते आरिफला म्हणाले.

''ठीक आहे मामूजान.''

घरात शिरल्या शिरल्या त्याला फरजाना भेटली. तिने गडद निळ्या रंगाचा सलवार-कमीज सूट घातला होता आणि डोक्यावरून ओढणी घेतली होती. आरिफला बघून तिने सलाम केला आणि कोपऱ्यातच ठेवलेली खुर्ची उचलून त्याला बसायला दिली. आरिफनेही तिला सलाम केला आणि आपल्या बॅगेच्या बाजूच्या कप्प्यात ठेवलेला *'पाकीजा आचल'* या उर्दू मासिकाचा ताजा अंक काढून, तिच्या हातात ठेवला. तो अंक बघून फरजानाला प्रचंड आनंद झाल्याचं तिच्या चेहऱ्यावर लख्खं दिसत होतं. आरिफला तिचा चेहरा बघून गंमत वाटली.

'शुक्रिया भाईजान,' असं म्हणून हरखलेल्या चेहऱ्याने फरजाना आत गेली. थोड्या वेळाने पाण्याचा एक ग्लास आणि एका प्लेटमध्ये उकडलेली अंडी घेऊन आली. त्या अंड्यांवर मीठ आणि काळी मिरपूड टाकली होती. आरिफने सावकाश एक एक घास घ्यायला सुरुवात केली.

आठ-दहा मिनिटांनी फरझानाची आई म्हणजे आरिफची मामी बाहेर आली. आल्या आल्या तिने आरिफच्या चेहऱ्यावरून हात फिरवून, बोटं मोडून त्याची दृष्ट काढली. मग त्याला कुरवाळत खूप सारे आशीर्वाद दिले. बाजूचीच एक खुर्ची खेचून ती आरिफच्या बाजूला बसली आणि तिने आरिफच्या घरच्यांची चौकशी करायला सुरुवात केली.

आरिफला आवडतो म्हणून मामीने मटण-कुर्मा आणि पुलाव केला होता. आरिफ मस्त जेवला आणि घराबाहेर आला. आता हकीमसाहेबांच्या अंगणात एक एक करून गावातले लोक जमत होते.

दुपारच्या नमाजानंतर बैठक सुरू झाली. हकीमसाहेबांनी या बैठकीसाठी करड्या रंगाची शेरवानी आणि पायजमा घातला होता. ते बसलेल्या लाकडी खुर्चीच्या हातांवर देखणं कोरीव काम केलं होतं. त्यांच्या शेजारी त्यांचे बालमित्र हरिहरप्रसाद श्रीवास्तव बसले होते. ते उंचपुरे, हाडापेराने मजबूत होते आणि त्यांनी छान कोरलेल्या मिश्या ठेवल्या होत्या. ते गुबगुबीत उशी असलेल्या लाकडी खुर्चीवर बसले होते. या बैठकीसाठी त्यांना खास निमंत्रण देण्यात आलं होतं.

आरिफ तसाच पुढे चालत गेला आणि अंगणाच्या एका टोकाला असलेल्या एका निंबोणीच्या झाडाखाली जाऊन उभा राहिला. त्याच्या बाजूला त्याचा दूरचा मामेभाऊ बिलाल उभा होता. बिलालही आरिफसारखाच तरुण होता. तो अंगापिंडाने मजबूत होता. आतापर्यंत जवळपास शंभरएक माणसं त्या आवारात जमली होती.

इमारत कमिटीच्या इतर सदस्यांना बसण्यासाठी एक छोटासा लाकडी मंचही उभारला होता. अचानक त्या लाकडी चौकटीखालून बकरीचं एक शेरडू बाहेर आलं. अचानक एवढ्या लोकांना बघून ते भेदरलं आणि अंगणात इकडेतिकडे धावू लागलं.

"कोणाचं शेरडू आहे रे हे?" हकीमसाहेबांच्या स्वरात दरारा होता.

गर्दीतून दहा वर्षांचा एक छोटा मुलगा पुढे आला.

"ए, अरे घेऊन जा की त्याला," कोणीतरी ओरडलं.

त्या मुलाने मोठ्या चपळाईने त्या पिल्लाचा कान पकडला आणि त्याला खेचत खेचत बाहेर घेऊन गेला. जमलेल्या लोकांनी त्याला वाट करून दिली.

तोवर बिलाल आरिफच्या कानाशी लागला. दबक्या आवाजात तो त्याला आता ज्या खटल्याबद्दल सुनावणी सुरू होणार होती, त्याची माहिती देऊ लागला. "संजयकुमार गुप्ता इथल्या प्राथमिक शाळेतला शिक्षक आहे. इनायतनगरला राहणाऱ्या शेख वारिसच्या बायकोशी, अबिदा बेगमशी त्याचे अनैतिक संबंध आहेत. खरंतर काही काळापूर्वी त्यांच्या या संबंधांची गावभर चर्चा होती; पण आता पहिल्यांदाच त्या दोघांना उसाच्या फडात एकमेकांबरोबर चाळे करताना पकडलं. या सगळ्या प्रकरणाला हिंदू-मुस्लीम वळण लागू नये, म्हणून सगळ्या बुजुर्ग लोकांनी एकत्र येऊन यावर तोडगा काढण्याचा निर्णय घेतला आहे."

"तिने तिच्या नवऱ्याला का बरं फसवलं असेल," आरिफच्या मनात हा प्रश्न चमकून गेला. एकदा बिलालला विचारावं, असं त्याला वाटलं; पण नंतर तो गप्प बसला. त्याची नजर समोरच्या व्हरांड्याकडे गेली.

अंगणाच्या इतर भागांपासून हा व्हरांडा एक पातळ कापडाचा पडदा बांधून वेगळा केला होता. तिथे व्हरांड्यात काही बायकांच्या गराड्यात अबिदा बेगम बसली होती. वाऱ्याच्या झुळकेने तो पडदा थोडासा हलला आणि आरिफला अबिदा बेगम दिसली. गोल चेहऱ्याच्या अबिदाचे डोळे टपोरे होते. डोक्यावर पदर घेऊन ती एका लाकडी बाकावर शांतपणे बसली होती; पण तिच्या चेहऱ्यावरचे चिंतेचे भाव आरिफला स्पष्ट दिसत होते. तिच्या मागे दोन बायका होत्या. त्या आपापसात काहीतरी बोलत होत्या. त्या विचित्र नजरेने अबिदाकडे बघत होत्या.

"सुमित्राला माझ्याबद्दल आकर्षण वाटतं का?" अबिदाकडे बघताना आरिफला अचानक सुमित्राची आठवण झाली; पण त्याला त्याच्या प्रश्नाचं उत्तर मात्र सापडलं नाही.

"तो बघ संजय," बिलाल आरिफशी बोलत होता. त्याच्या आवाजाने आरिफ सुमित्राच्या विचारांमधून बाहेर आला आणि त्याने बिलाल दाखवत होता, त्या दिशेला बघितलं.

आरिफच्या उजव्या हाताला काही अंतरावर संजय मान खाली घालून उभा होता.

त्याचे हात भीतीने कापत होते. त्याच्या बाजूलाच साधारण साठीत असलेला धोतर नेसलेला एक म्हातारा माणूस उभा होता. त्याच्या दाढीचे पांढरे खुंट अस्ताव्यस्त वाढले होते. त्याच्या चेहऱ्यावरही भीती आणि काळजी स्पष्ट दिसत होती. "हे बहुतेक संजयचे वडील असावेत," आरिफ स्वतःशीच पुटपुटला.

अबिदाचा नवरा - शेख वारिस तिथे नव्हता, ही माहितीही त्याला बिलालने दिली.

आता प्रकरणाची सुनावणी सुरू झाली. सगळ्यात आधी कमिटीमधल्या एका सदस्याने संजयकडे तुच्छ नजरेनं बघून त्याला विचारलं, "तुला काही बोलायचं आहे का?" काही उत्तर देण्याऐवजी संजय मान खाली घालून हमसून हमसून रडायला लागला. त्याला गदगदून आलं होतं. त्याचं संपूर्ण शरीर थरथरत होतं. एवढ्यात संजयच्या वडिलांनी पायातली वहाण काढली आणि संजयला बदडायला सुरुवात केली. "अरे चूत्या, आता बोल ना! शेण खाताना काही वाटलं नाही ना? मग आता का बोबडी वळली तुझी?"

हकीमसाहेबांच्या बाजूला बसलेले हरिहरप्रसाद आपल्या खुर्चीतून उठले आणि त्यांनी संजयच्या वडिलांच्या हातातून चप्पल हिसकावून घेतली. "हे काय चाललंय रामप्रसाद?" हरिहरप्रसादांच्या आवाजात जरब होती.

एवढा वेळ आपल्या मुलाला बदडणाऱ्या रामप्रसादचं अवसान गळालं होतं. आता त्या म्हाताऱ्याच्या डोळ्यांत पाणी आलं. "या पोराने आमच्या खानदानाला कलंक लावलाय. हा जन्मालाच आला नसता, तर सुटलो असतो," रामप्रसाद संतापाने आणि शरमेने थरथरत होता. तेवढ्यात एक गुळगुळीत दाढी केलेला उंच माणूस उठला आणि त्याने पडद्याआड असलेल्या व्हरांड्याकडे बघत बोलायला सुरुवात केली, "मोहतरमा अबिदा बेगम, या आरोपांबद्दल तुमचं काय म्हणणं आहे?"

"सैयद हाफिझ अहमद साहेब आहेत हे," बिलाल आरिफच्या कानात कुजबुजला.

त्या पडद्याआडून आरिफला दिसलं की, अबिदा बेगम उभी राहिली आहे. "मी काही चुकीचं वागले असेन, काही पाप केलं असेल, तर कयामतच्या दिवशी अल्लाहच मला माझ्या पापाची शिक्षा देईल," ती कापऱ्या तरीही करारी स्वरात म्हणाली.

"तुला या समाजात राहायचं असेल, तर या समाजाचे नियम आणि संकेत पाळावेच लागतील," या वेळी हकीमसाहेब बोलत होते, "आणि तुझं आताचं वागणं हे आपल्या धर्माच्या, संस्कृतीच्या नियमांविरुद्ध आहे."

हकीमसाहेबांचं वाक्य पूर्ण होतं न होतं तोच अबिदा बेगमने झटक्यात वर बघितलं. ती बोलायला लागली, तेव्हा तिच्या आवाजाला एक कडवट धार होती,

"माझा नवरा हॉस्पिटलमध्ये मरत होता, तेव्हा कुठे गेला होता आपला समाज? कुठे गेले होते ते सगळे नीतिनियम जेव्हा माझ्या मुलीचं लग्न तिच्यापेक्षा दुप्पट वयाच्या विधुर माणसाशी लावून द्यायला लागलं, कारण तरण्याबांड मुलाला हुंडा द्यायला आमच्याकडे पैसे नव्हते? हुंडा घेणं हे आपल्या धर्माच्या विरोधात नाही का? या आपल्या पाक इमारत कमिटीच्या सन्माननीय सदस्यांमध्येही असे अनेकजण आहेत की, ज्यांनी आपल्या मुलाच्या लग्नामध्ये वारेमाप हुंडा घेतला आहे. काहींनी लपूनछपून, तर काहींनी खुल्लमखुल्ला! कमिटी त्यांच्याकडे स्पष्टीकरण का मागत नाही? असो. संजय साहेबांबद्दल सांगायचं, तर माझ्या मनामध्ये त्यांच्याबद्दल नितांत आदर आहे. आमच्या पडत्या काळात त्यांनी आम्हाला खूप मदत केली आहे. या मार्गाने मी त्यांचं कर्ज चुकतं करण्याचा प्रयत्न केला. याउपर मला काहीही बोलायचं नाही."

"ए कुलटे, तुझं बडबडणं बंद कर. बेशरम बाई," एक मध्यमवयीन माणूस न राहवून उभा राहिला आणि संतापाने ओरडला. त्याचं सर्वांग संतापाने थरथरत होतं. कदाचित त्यामुळे आणि किंवा वाऱ्यामुळे त्याची लांबलचक काळी दाढी इकडून तिकडे हलत होती.

"मोहम्मद नासीर अली साहेब शीघ्रकोपी आहेत," बिलालने कुजबुजत्या स्वरात पात्र परिचय करून दिला.

हकीमसाहेबांनी नासीर अलींकडे बघून त्यांना शांत राहण्याची खूण केली. "तुझ्या पडत्या काळात तू इमारत कमिटीकडे मदत मागायला आली होतीस का?"

"तुम्हाला काय वाटतं, दारोदार कटोरा घेऊन भीक मागत फिरायला आम्ही काय भिकारी आहोत?"

"आता गप्प बसतेस की नाही," नासीर साहेबांना संताप इतका अनावर झाला की, ते त्यांच्या खुर्चीतून उठून दोन पावलं पुढे सरसावले.

या वेळी अबिदा बेगमने काहीच उत्तर दिलं नाही. साडीचा पदर चेहऱ्यावरून ओढून घेत ती शांत उभी राहिली. आता जमलेल्या लोकांमध्ये कुजबूज सुरू झाली.

'किती उद्धट आणि निर्लज्ज बाई आहे,' आरिफच्या मनात आलं. चारचौघांत एका बाईची अशी लाज काढणं त्याला योग्य वाटत नव्हतं; पण दुसऱ्या बाजूला अबिदा बेगम ज्या पद्धतीने कमिटीच्या सदस्यांसमोर उद्धटपणे बोलत होती, तेसुद्धा त्याला पटलं नव्हतं. *'निदान तिला तिने केलेल्या कृत्याचा पश्चात्ताप तरी व्हायला हवा,'* असं आरिफला वाटलं.

सभेचा रागरंग काय आहे, हे बघायला आरिफने आपल्या मामांकडे बघितलं. हकीमसाहेब हरिहरप्रसाद यांच्याशी हलक्या आवाजात काहीतरी सल्लामसलत करत होते. समितीतल्या इतर सदस्यांनीही आपापल्या खुर्च्या पुढे सरकवल्या आणि एक

छोटा गोल तयार करून त्या मसलतीत सहभाग घेतला.

"या अबिदाचा नवरा वारिस शेख साला हिजडा आहे. त्याचा त्याच्या बायकोवर काहीच ताबा नाही. साला तिच्या शरीराची तहान भागवत नसेल; म्हणूनच तर तिला एका हिंदू माणसाच्या अंगाखाली झोपून तोंड काळं करून घ्यावं लागलं," बिलाल बांध फुटल्यासारखा बोलत होता. त्याचं बोलणं ऐकून आरिफने थोड्याशा नापसंतीनेच त्याच्याकडे बघितलं; पण आरिफ त्याला काही बोलला नाही.

थोड्या वेळाने सल्लामसलत संपली आणि कमिटी एका निष्कर्षाप्रत आली. हकीमसाहेबांनी मोठ्या आवाजात सगळ्यांसमोर कमिटीचा निर्णय जाहीर केला. "संजय कुमार गुप्ता याला त्याच्या पापाचं प्रायश्चित्त घ्यावं लागेल. तसेच यापुढे त्याच्या हातून अशी चूक होणार नाही, असं वचनही द्यावं लागेल. शिक्षा म्हणून त्याला इथे जमलेल्या सगळ्यांसमोर आपल्या चपलेवर थुंकून ती चप्पल चाटावी लागेल. अबिदाला मात्र सध्या फक्त तंबी देऊन सोडण्यात येत आहे. यापुढे तिने आपलं वागणं सुधारलं नाही, तर ही कमिटी तिच्याविरोधात कडक कारवाई करेल."

ही शिक्षा ऐकून संजयच्या अश्रूंचा बांध फुटला आणि तो ढसाढसा रडू लागला. नाइलाजाने त्याने आपल्या पायात घातलेली चप्पल काढली. वापरून वापरून झिजलेल्या त्या चपलेवर तो थुंकला आणि मोठ्या अनिच्छेने त्याने ती चप्पल चाटली. चप्पल चाटल्या चाटल्या त्याला शिसारी आली आणि तो भडाभडा ओकला. त्याचा चेहरा कसानुसा झाला होता. व्हरांड्यात बसलेल्या अबिदाच्या जिवाची घालमेल सुरू होती. ती अस्वस्थपणे बाकावरून उठत होती, व्हरांड्याच्या टोकाशी येऊन पुन्हा मागे जाऊन बाकावर बसत होती.

"संजयसाठी ही शिक्षा सध्या तरी खूप आहे," हरिहरप्रसाद यांनी जाहीर केलं. सर्वांनी रुकार दिला.

आरिफला संजयची दया आली.

अचानक त्याला संजयच्या ठिकाणी तो स्वतः आणि अबिदाच्या ठिकाणी सुमित्रा दिसायला लागली. त्याच्या मणक्यात एक सणक गेली. भीतीने त्याच्या कपाळावर घाम फुटला. खिशातल्या रुमालाने तो घाम टिपत, तो कसाबसा तिथून निघाला.

~

संध्याकाळी मामीशी गप्पा मारताना आरिफने तिला त्याच्याबरोबर जमालपुऱ्याला येण्याबद्दल विचारलं.

"बेटा, फरझाना येईल तुझ्याबरोबर. तसंही अनेक महिन्यांपासून तिची मावशी आमची विचारपूस करत आहे. आम्हाला सगळ्यांना जाणं काही शक्य नाही; पण मी तिला वचन दिलंय की, निदान फरझानाला तरी नक्की पाठवेन," मामी म्हणाली.

आरिफची मामी आणि त्याची मोठी काकू दोघीही बहिणी होत्या.

इनायतनगर ते जमालपुरा हा २० किलोमीटरचा रस्ता साध्या विटांपासून बनवला होता; पण बहुतांश रस्ता कच्चा आणि खराबच होता. अनेक ठिकाणी तर परसातलं सांडपाणी बाहेर काढणाऱ्या पन्हाळी याच रस्त्यावर उघडत होत्या. इनायतनगर ते शमशादनगर यादरम्यान दररोज एक महिंद्रा जीप धावायची. जमालपुरा शमशादनगरहून पाच किलोमिटर अंतरावर होतं. लोक एकतर हे अंतर चालत जायचे किंवा मग बैलगाडी मागवायचे. इनायतनगर ते शमशादनगर या टप्प्यात जीपचा ड्रायव्हर गुरं भरावीत तशी माणसं ठासून ठासून भरायचा. मग जीप चालवताना ड्रायव्हरच्या शरीराचा जेमतेम अर्धा भागच त्याच्या सीटवर असायचा, उरलेला अर्धा भाग जीपबाहेर असायचा. भारतातल्या कोणत्याही खेड्यात प्रवासी वाहतूक करणाऱ्या गाडीसारखंच चित्र असायचं. जीपच्या हौद्यात जास्तीतजास्त लोक भरले जायचे. कच्च्या रस्त्यावरून जाताना जीप हिंदकळली की, हौद्यात बसलेले लोकही हिंदकळायचे. काहीजण तर जीव मुठीत धरून छतावरही बसायचे. त्या कच्च्या रस्त्यावरून जीप डुचमळत चालू लागली की, साधारण दीड तासाने शमशादनगरला पोहोचायची.

या जीपच्या दिव्यातून आरिफ आणि फरझानाची सुटका करण्यासाठी हकीमसाहेबांनी त्या दोघांच्या प्रवासासाठी खास बैलगाडी सांगितली होती. ती बैलगाडी त्यांना थेट जमालपुऱ्यापर्यंत नेणार होती.

आरिफला बैलगाडीची ही कल्पना फारशी पसंत नव्हती. फरझानाबरोबर आपली जरा घट्ट ओळख व्हावी आणि आपण तिच्याशी लग्न करायला होकार द्यावा, असे मनसुबे आखत मामीने हा बैलगाडीचा घाट घातला आहे, असं त्याला वाटत होतं.

दुसऱ्या दिवशी आरिफ उठला. मुखमार्जन करून व्हरांड्यात बसून चहा पिताना त्याची मामी त्याच्या बाजूला येऊन बसली. 'बेटा, माहिती आहे का, फरझाना फौकानिया परीक्षेत पहिल्या श्रेणीत पास झाली,' मामी फरझानाची मखलाशी करण्यासाठी त्याला सांगत होती.

'हं, मदरशाच्या बोर्डाच्या परीक्षेत टेबल-खुर्च्याही पास होतात,' आरिफ मनाशीच म्हणाला आणि फक्त हसला.

'ती स्वयंपाक मस्त करते. त्याशिवाय विणकाम, भरतकाम यात पूर्ण गावात तिचा हात धरणारं दुसरं कोणीच नाही. इस्लामचीही चांगलीच माहिती आहे तिला,' मामीचं 'फरझाना पुराण' चालूच होतं.

आरिफला दोन गोष्टी पक्क्या माहीत होत्या. एक म्हणजे, त्याच्या आणि सुमित्राच्या नात्याचं भवितव्य काहीच नव्हतं आणि दुसरी गोष्ट म्हणजे, अब्बांनी हकीमसाहेबांना वचन दिलं असलं, तरीही तो फरझानाशी लग्न करणार नाही.

फरझानाचा जन्म झाला, तेव्हा आरिफ खूप लहान होता; पण तरीही त्या दिवसाची पुसटशी आठवण त्याच्या मनात होती. फरझानाचा जन्म झाला आणि त्याच्या अब्बांनी जमलेल्या सगळ्या नातेवाइकांसमोर जाहीर केलं की, ही मुलगी त्यांची सून होईल. म्हणजे नक्की काय होईल, हे कळत नसूनही आरिफने जोरजोरात टाळ्या वाजवल्या होत्या.

मामीचं 'फरझाना पुराण' थांबवण्यासाठी आरिफने विषय बदलला, 'मामी, अगं बैलगाडी कधी येणार आहे?'

'अरे कधीच येऊन थांबली आहे. गाडीवाला गाडीभोवती ताडपत्री बांधतोय.'

उघड्या बैलगाडीतून एका बाईने प्रवास करणं जरा विचित्र मानलं जायचं. म्हणून गाडीवान गाडीभोवती ताडपत्र्यांचा आडोसा बांधत होता. ते बघून खरंतर आरिफच्या जिवात जीव आला. या टपामुळे निदान उन्हापासून तरी संरक्षण होईल, हे त्याला कळत होतं.

सुजीचे लाडू, दालमोठ, पुऱ्या असे पदार्थ एका बांबूच्या परडीत ठेवले होते. ही परडी बैलगाडीत नीट मागे ठेवण्यात आली. त्याशिवाय बैलगाडीत मागे आरिफ आणि फरझानाच्या बॅगाही होत्या. फरझाना बैलगाडीत जाऊन बसली. आता बैलगाडी सगळ्या बाजूंनी छान बंद होती. गाडीवानाच्या दिशेला फक्त एक झिरझिरीत पडदा होता. त्यातून हवा येण्याची सोय केलेली होती. आरिफ बसताना मात्र तो अर्धा गाडीबाहेर होता आणि अर्धा आच्छादलेल्या गाडीत.

गाडीवान पुढच्या बाजूला बसला. त्याने आपला एक पाय दुमडून घेतला होता आणि दुसरा पाय खाली लोंबकळत सोडला होता. एका हातात चाबूक घेऊन त्याने दुसऱ्या हातात बैलांची कासरं पकडली होती. त्याचं नाव याकूब अली होतं. तो अंगकाठीने हडकुळा होता आणि त्याने बोकडदाढी ठेवली होती. तो इनायतनगरमध्ये हकीमसाहेबांच्या मोहल्ल्यातच राहणारा होता.

दहाच्या सुमारास त्यांचा प्रवास सुरू झाला. दोन-अडीच तासांनंतर ते पंचकुरवा इथे पोहोचले. नोव्हेंबर महिना होता; तरीही खूप गरम होत होतं. आता उन्हाच्या झळा चांगल्याच जाणवत होत्या. उन्हाच्या त्रासापासून वाचण्यासाठी आरिफ आता गाडीत शिरला. जवळच फरझाना बसली होती; त्यामुळे त्याला जरासं अवघडल्यासारखं वाटत होतं. म्हणून तो अंग चोरून बसला होता. फरझाना गाडीच्या एका बाजूला टेकून रेलली होती. उष्म्यामुळे तिला प्रचंड घाम आला होता. तिच्या गोऱ्या चेहऱ्यावर घामाचे थेंब मोत्यांसारखे चमकत होते. तिचे काळेभोर आणि रेशमी केस चेहऱ्यावर अस्ताव्यस्त पसरले होते. तिचा चेहरा रेखीव तर होताच; पण तिच्या चेहऱ्यावर एक वेगळाच खुमार होता. तिने मेकअप केला नव्हता, तरीही तिच्या सौंदर्यात कोणतीही उणीव नव्हती. तिचं वय १५-१६ वर्षांचं असलं, तरी ती

चांगलीच उफाड्याची होती. तिच्याकडे बघून आरिफचे विचार चाळवले. लग्नाला होकार द्यावा, अशी तीव्र इच्छा त्याला झाली; पण तो मोहाचा क्षण आरिफने मोठ्या निग्रहाने अव्हेरला.

त्याला पाच वर्षांची छोटी फरझानाच आठवत होती. त्याच्या अंगाखांद्यांवर खेळणारी, त्याच्याकडे चॉकलेटसाठी हट्ट करणारी! तसंच एका आयएएस अधिकाऱ्याची बायको ही अशी अर्धवट शिकलेली गावंढळ मुलगी? कसं दिसेल ते? पण मग माझं लग्न होईल तरी कोणाशी?

पंचकुरवा गेल्यानंतर अगदी थोड्याच वेळात याकूबने एका कडुनिंबाच्या झाडाच्या सावलीत गाडी थांबवली. जेवणं उरकून घ्यायला हवीत, असं त्याचं म्हणणं होतं.

तिथून हाकेच्या अंतरावर, चहाचे ठेले, सामोसे, भाजीपाला आणि इतर जीवनावश्यक गोष्टींच्या टपऱ्या होत्या.

"तू दुपारच्या जेवणासाठी सोबत काय आणलं आहेस?'' आरिफने फरझानला विचारलं.

"पराठा, बटाट्याच्या काचऱ्या आणि कुलमा,'' एका कापडी पिशवीतून डबे काढत फरझानाने सांगितलं.

कुलमा म्हटल्यावर आरिफला पोटात ढवळलं. सहा महिने वाळवलेलं गोमांस खायच्या कल्पनेनेच त्याला कसंतरी झालं. त्यांच्या घरी तसंही गोमांस शिजायचं नाही. आरिफच्या जन्माआधीच त्याच्या अब्बांनी घरात गोमांस शिजवायला बंदी घातली होती. त्यांचे अनेक हिंदू मित्र घरी जेवायला यायचे. त्यांच्या भावनांचा आपण आदर केला पाहिजे, असं अब्बांचं म्हणणं होतं. ते म्हणायचे की, तसंही सामिष आहारासाठी कोंबड्या-बकरे आहेतच की!

फरझानाने याकूबसाठी एका ताटलीत सगळे पदार्थ वाढले आणि याकूबला द्यायला ती ताटली आरिफच्या हातात ठेवली. कुलम्याच्या वासानेच त्याला पुन्हा मळमळलं. ती ताटली फेकून द्यावी, असं त्याला वाटायला लागलं. त्याने पट्कन ती ताटली याकूबकडे दिली. घसा खाकरून जमिनीवर थुंकत तो फरझानाला म्हणाला, "मला फक्त पराठे, बटाट्याची भाजी आणि असलं तर आंब्याचं लोणचं दे. मी कुलमा खात नाही.''

आरिफने बघितलं, तर याकूब अगदी चवीचवीने पराठे आणि कुलमा खात होता.

जेवण झाल्यानंतर याकूबने चहा प्यायची टूम काढली. समोरच्याच एका टपरीवर चहा आणि भाजलेले शिंगाडे मिळत होते. आरिफला चहा प्यायची इच्छा नव्हती; पण याकूब गाडी चालवून दमला असेल आणि त्याला चहाची तल्लफ आली असेल, असा विचार करून आरिफने याकूबला पाच रुपये दिले.

चहाचा घोट घेता घेता याकूब आरिफला म्हणाला, "आरिफ भाई, तुम्हाला माहिती आहे का, पंचकुरवा गावात जनसंघाची पकड आहे. इथे भूमिहार जातीची घरं जास्त आहेत. सगळे साले धर्मवेडे! गावात मुस्लिमांची फक्त तीन घरं आहेत."

"हो का," आरिफ लक्ष देऊन त्याचं बोलणं ऐकत होता.

"मग काय. अहो, मागच्या महिन्यात तर अगदी दंगल होता होता राहिली बघा," याकूब म्हणाला.

"दंगल? का रे?"

"काही नाही हो, झहीर अन्सारी नावाचा एक म्हातारा बाजूच्या गावातून गोमांस घेऊन येत होता. नाक्यावर हिंदू लोकांनी हटकलं. गोमांस बघितल्यावर आधी तर अन्सारींना खूप मारहाण केली, नंतर तर त्यांचं घरही जाळलं. आजूबाजूच्या गावांतले मुस्लीम लोक खूप भडकले होते. दंगल झालीच असती; पण मारहाण करणाऱ्या हिंदूंना पोलिसांनी ताब्यात घेतलं आणि प्रकरण शांत झालं."

"मग?"

"मग काय होणार? नेहमीप्रमाणे पोलिसांनी हिंदूंना सोडून दिलं आणि उलट मुस्लिमांनाच दमदाटी करून गेले. गोमांस खाताना किंवा गोहत्या करताना पकडलं, तर तुरुंगात टाकू, असं म्हणाले. बड्याचं मांस खाणं हा या राज्यात गुन्हा आहे ना," याकूबच्या आवाजाला आता धार आली होती. "एखाद्याला त्याचं अन्नच खाऊ न देणारा असला कसला कायदा!" एवढं बोलून याकूब गाडीतून उतरला. त्याने बैलांना मोकळं सोडलं होतं आणि बैल मस्त चरत होते. याकूब त्यांना पुन्हा गाडीला जुंपणार, तेवढ्यात समोरच्या रस्त्यावरून अनेक लोकांच्या पावलांचा आवाज येऊ लागला. त्यानंतर आसमंत 'जय श्रीराम'च्या घोषणांनी दणाणून गेला. याकूबचा चेहरा पांढराफटक पडला होता. त्याने जोर लावून बैलांना थांबवलं.

अगदी काही मिनिटांतच आवाजाच्या दिशेने आता शे-दीडशे लोकांचा जमाव येताना दिसला. जमावाचं नेतृत्व करणारा माणूस अंगापिंडाने भरलेला होता. त्याच्या अक्कडबाज मिश्यांमुळे त्याचा सावळा चेहरा चांगलाच उग्र दिसत होता. त्याच्या हातात भगवा ध्वज होता. आता 'जय श्रीराम'चा घोष टिपेला पोहोचला होता. सुदैवाने या जमावाने बैलगाडीकडे लक्षही दिलं नाही आणि नारे देत ते पुढे सरकले.

"हा कसला मोर्चा आहे?" आरिफने विचारलं.

"आरिफभाई, मी म्हटलं ना... या गावात सगळे जनसंघाचे लोक राहतात. सुरेश सिंह इथला भाजपचा आमदार आहे. साला, आधी तस्करी करायचा आणि आता आमदार झालाय. त्याने ही टूम काढली आहे. दर आठवड्यात तो इथल्या हिंदूंना घेऊन हे ध्वज वगैरे घेऊन प्रभातफेरी काढतो. हिंदू-मुस्लिमांमध्ये फूट पाडण्याचे धंदे, दुसरं काय? हा जो झेंडा होता ना त्यांच्या हातात, त्याला ते

रामध्वज म्हणतात.''

"बरं,'' आरिफ जांभई देत म्हणाला. जेवणानंतर स्वाभाविकपणे आता तो सुस्तावला होता.

"इनायतनगरमध्येही ही वाळवी पसरत होती. तिथेही काही हिंदू मुलांना हाताशी धरून सुरेश सिंहही प्रभातफेरी वगैरे काढायच्या प्रयत्नात होता; त्यामुळे इनायतनगरमध्येही धार्मिक तेढ निर्माण होणार होती. सुदैवाने हरिहरजींनी हस्तक्षेप केला आणि हा प्रकार बंद पाडला. इनायतनगरच्या हिंदूंमध्ये तेच तर समजूतदार आहेत; पण आरिफ भाई, त्यांचा मुलगा शशीधर...'' याकूबचं बोलणं सुरूच होतं; पण आरिफ बैलगाडीच्या एका बाजूला टेकून डुलक्या द्यायला लागला होता.

बैलगाडी डुलत डुलत शमशादनगरमध्ये पोहोचली. गावाच्या वेशीतून आत शिरल्या शिरल्या आरिफला तीन-चार लहान मुलं विटी-दांडू खेळताना दिसली. ती रस्त्याच्या मधोमध खेळत होती आणि ही बैलगाडी आल्यामुळे त्यांचा खेळ थांबला. ही अशी ताडपत्र्यांनी झाकलेली बैलगाडी बघून त्यांच्यातला एक मुलगा दुसऱ्याला म्हणाला, "ए झुल्फिकार, ते बघ... बैलगाडीतून नवरी मुलगी चाललीय.'' तिघंही आता बैलगाडीच्या अवतीभवती धावायला लागले. नाचत नाचत ते एक गाणं म्हणत होते :

लाली लाली डोलिया में लाली रे दुल्हनिया ।
पिया की प्यारी भोली भाली रे दुल्हनिया ॥

ते गाणं ऐकून आरिफची मान अगदी शरमेनं खाली गेली. डोळ्यांच्या कडांमधून त्याने फरझानाकडे बघितलं, तर तिचा चेहराही शरमेनं लाल झाला होता.

"ए कार्ट्यांनो, चला, पळा इथून.'' याकूब त्यांच्यावर खेकसला; पण त्या पोरांवर याकूबच्या ओरडण्याचा काहीच परिणाम झाला नाही. ते अगदी गावाच्या टोकापर्यंत नाचत आणि तेच गाणं म्हणत बैलगाडीच्या मागे मागे धावत होते.

आरिफला त्याचं लहानपण आठवलं आणि त्यालाही हसू फुटलं, तेव्हा तो आणि झाकीर दोघंही जमालपुऱ्याला राहायचे. त्यांच्या घराजवळून एखादी बैलगाडी किंवा एखादी नवऱ्या मुलीची डोली जायची, तेव्हा तेसुद्धा त्यांच्या मित्रांबरोबर हेच गाणं गात बैलगाडीवाल्यांना भंडावून सोडायचे.

स्वतःशीच हसत आरिफने पूर्वेकडे बघितलं. त्याला जमालपुऱ्याच्या मशिदीचे मिनार दिसायला लागले. थोड्या वेळाने हजरत बाबा जमालुद्दीन खान रहमतुल्ला यांच्या मजारीचा हिरव्या रंगाचा गोल घुमटही दृष्टिक्षेपात आला. आता त्याचं गाव खूपच जवळ आलं होतं.

तेवढ्यात एक सायकल त्यांच्या बैलगाडीच्या बाजूला येऊन थांबली.

सायकलवरच्या माणसाला बघून आरिफची कळी खुलली. खुरटी दाढी असलेल्या त्या माणसाने कुडता-पायजमा घातला होता. आपल्या मोठ्या काकांना, अब्दुल वहीद खान यांना बघून आरिफ उडी मारून बैलगाडीतून खाली उतरला.

''अस्सलाम आलेकुम, बडे चाचा'' आरिफने त्यांना सलाम केला आणि तो पुन्हा बैलगाडीत बसला.

बैलगाडी सायकलीमागून जमालपुऱ्यात शिरली.

जमालपुऱ्याला अब्दुलचाचांच्या घरी पोहोचल्यानंतर याकूबने एक झोप काढली. उन्हं ओसरायच्या वेळी चहा घेऊन, त्याने इनायतनगरसाठी परतीचा प्रवास सुरू केला.

संध्याकाळी आरिफ अब्दुलचाचा आणि त्याचा चुलतभाऊ मुनीर यांच्या बरोबर अंगणातच जेवायला बसला. अंगणाच्या दोन्ही बाजूंना शेणामातीने सारवलेल्या बरण्यांमध्ये धान्य भरून ठेवलेलं होतं. एका बाजूला हिरवा रंग दिलेला लोखंडाचा हातपंप होता.

''तुझ्या अब्बांनी सांगितलं की, तू बड्याचं मांस अजिबात खात नाहीस. म्हणूनच मघाशी मी शमशादनगरला गेलो होतो. बकऱ्याचं मटण आणायला. आपल्या गावात नाही मिळत ना, बकऱ्याचं मटण. इथे परवडतंय कोणाला?''

खरंतर आरिफचे अब्बा त्याच्या काकांपेक्षा वयाने लहान होते; पण त्याचे काका आरिफच्या अब्बांचा नेहमीच मान ठेवायचे. एवढ्या खडतर परिस्थितीतही अभ्यास करून, मोठ्या मेहनतीने आरिफच्या अब्बांनी पोलिसात नोकरी मिळवली होती. त्याचं कौतुक अब्दुल वहीद खान यांना होतं.

''अझमती ताई आणि रहिमती कशा आहेत?'' आरिफने मटणाची नळी चोखत चोखत त्याच्या काकांना विचारलं.

''अझमती दिल्लीत आहे. तिथे तिच्या नवऱ्याचं लेथ मशीन दुरुस्तीचं दुकान आहे. रहिमती काठमांडूला आहे. तिथे तिच्या नवऱ्याने बेकरी टाकली आहे; पण आजकाल तिथेही अडचणी वाढल्या आहेत. नेपाळी लोक खूप त्रास देतात. त्यांचं म्हणणं आहे की, हे भारतीय लोक म्हणजे घुसखोर आहेत आणि त्यांना नेपाळमध्ये राहण्याचा काहीच हक्क नाही...'' अब्दुलचाचांशी गप्पा मारता मारता आरिफचं जेवण झालं. आरिफने पाण्याचा तांब्या उचलला आणि त्याने एका घोटात सगळं पाणी संपवलं. मग एक पल्लेदार ढेकर देऊन तो उठला.

''बेटा, जेवण कसं होतं?'' व्हरांड्यात उभ्या असलेल्या त्याच्या चाचीने – सलेहा बेगमने डोक्यावरून सरकणारी ओढणी सावरत विचारलं.

''एकदम मस्त आणि चविष्ट!'' आरिफने पुन्हा एक ढेकर देत उत्तर दिलं. चाची हसली आणि तिने ताटं उचलायला सुरुवात केली.

"मुनीर भाई, चल, थोडं फिरून यायचं का?" आरिफने मुनीरला विचारलं.

"हो, चल जाऊ या," आपल्या पोटावरून हात फिरवत मुनीर म्हणाला.

थोड्या वेळात दोघंही घराबाहेरच्या रस्त्यावर चालायला लागले. आकाशात चांदण्या चमचमत होत्या आणि हवेत सुखद गारवा होता.

"सदाकत कसा आहे रे?" आरिफला अचानक त्याच्या लहानपणीच्या मित्राची आठवण झाली.

"तो काय, इथे तिथे चोची मारत फिरत असतो. सध्या एका चांभाराच्या पोरीबरोबर लफडं चालू आहे म्हणे त्याचं," मुनीरच्या आवाजात कडवटपणा होता.

"असं का रे?"

"अरे त्या मुलीचं दहाव्या वर्षी लग्न झालं. दोनच वर्षांमध्ये तिचा नवरा गेला आणि ती विधवा झाली. आता सदाकत आणि तिचं लफडं सुरू आहे; पण त्यातल्या त्यात एक गोष्ट चांगली झाली, असं म्हणेन मी."

"ती कोणती?"

"त्याने ताडी पिणं सोडलं."

"अरे ही खरंच चांगली गोष्ट आहे यार..."

"हो, अशीच आणखी एक गोष्ट; एक पोस्टर लिहिण्यावरून अगदी काही दिवसांपूर्वीच तो गावातल्या जुन्याजाणत्या लोकांच्या तावडीत सापडता सापडता वाचला."

"पोस्टर लिहिण्यावरून? ते कसं काय?"

"अरे जामा मशिदीच्या समोर एक बंगला बांधलाय. गेल्या महिन्यात एका शुक्रवारी त्या बंगल्याच्या भिंतीवर मोठमोठ्या अक्षरांमध्ये लिहिलं होतं,

हासिम खान – रंगीन मिजाज,
सगीर खान – कन्यारत,
रईस खान – चुगलीखोर,
सरताज खान – रंडीबाज,
शेख रहमत- आगलाव्या,
हे लिहिणारा – सदाकत खान.

ज्यांची नावं लिहिली होती, ते सगळेच गावातले इज्जतदार लोक होते. मशिदीच्या व्हरांड्यातच एक बैठक बोलावली गेली आणि या प्रकरणावर जोरदार चर्चा झाली. सदाकतने तर कानांवर हात ठेवले. त्याचं म्हणणं होतं की, हा असा मजकूर लिहून त्याच्या खाली नाव लिहायला मी काय वेडा आहे का?"

"मग काय झालं?"

"खरंतर लोकांचा त्याच्यावर विश्वास नव्हता. त्यांनी भिंतीवरचा तो मजकूर सदाकतला पुन्हा लिहायला लावला. मग त्यांनी त्या दोन्ही हस्ताक्षरांची पडताळणी केली. सुदैवाने सदाकतचं अक्षर वेगळं होतं. त्याला लोकांनी सोडलं. काही का असेना, त्या भिंतीवर लिहिलेली प्रत्येक गोष्ट खरी होती."

बोलता बोलता दोघंही गावाबाहेर आले होते. तेवढ्यात त्यांना मशिदीतून अजान ऐकू आली.

"आरिफ, मला नमाज अदा करायला जायचं आहे. तुला हवं, तर तू थोडा वेळ फिर," मुनीर आरिफला म्हणाला आणि मागे वळून गावाच्या दिशेने चालायला लागला.

आरिफ मागे वळला आणि तोसुद्धा मुनीरच्या मागे चालू लागला. तेवढ्यात त्याला सदाकत त्याच्या दिशेने येताना दिसला. त्याच्या एका हातामध्ये कंदील आणि दुसऱ्या हातात लोटा होता. त्याला बघूनच आरिफला कळलं की, तो परसाकडे जात आहे.

"अस्सलाम आलेकुम आरिफ भाई," सदाकत आरिफला बघून खूश झाला. मग ते एकत्र चालायला लागले आणि एकमेकांचा हालहवाल विचारू लागले.

आरिफने सदाकतला त्या पोस्टर प्रकरणाबद्दल विचारलं, तर सदाकत जोरात हसायला लागला. "यार आरिफ, कोणाला सांगू नकोस; पण ते पोस्टर मीच बनवून घेतलं होतं. जवळच्याच गावात राहणाऱ्या माझ्या मित्राने ते बनवलं होतं."

सदाकतच्या या खोडीवर आरिफही हसू लागला. मग हळूच आरिफने सदाकतला चमेलीबद्दल विचारलं.

"च्यायला, तुला कसं कळलं?" सदाकतने आश्चर्याने विचारलं.

"हमारे खबरी चारों तरफ फैले हुए हैं" आरिफ सदाकतला चिडवत म्हणाला.

"तू तर एकदम जुना दोस्त आहेस. तुझ्यापासून काय लपवायचं! एकतर ती हिंदू आहे आणि दुसरी गोष्ट म्हणजे चांभार. घरच्यांची परवानगी मिळणार नाही; पण मी त्यांना विचारणारही नाही. लग्न करेन, तर तिच्याशीच!" सदाकत थोडं गंभीर होत म्हणाला.

"व्वा! हे खूपच चांगलं आहे." आरिफ म्हणाला.

"माझं जाऊ दे, पटण्यातल्या तुझ्या गर्लफ्रेंडबद्दल सांग की जरा," सदाकतला फार काळ गंभीर राहता आलं नाही. त्याने हसत हसत आरिफला विचारलं होतं.

सुमित्राबद्दल सदाकतला सांगून टाकावं, असा विचार आरिफच्या मनात आला होता; पण त्याने स्वतःला मुरड घातली. "सदाकत भाई, तुमच्यासारखं थोर नशीब कुठलं आमचं?"

"चूत्या बनवू नको. तुझ्यासारख्या चिकण्या पोराला तर कोणतीही पोरगी लाइन देईल. तसंही आम्ही ऐकलं आहे की, पटण्याच्या पोरी मोकळ्या स्वभावाच्या असतात." सदाकत त्याला म्हणाला.

आरिफ फक्त हसला. बोलता बोलता ते गावाज़वळच्या छोट्या पुलाजवळ येऊन पोहोचले. कर्पुरी ठाकूर कालव्यावर हा पूल होता. १९७०च्या दशकात सरकारी सिंचन योजनेत हा कालवा बनला होता; पण गेल्या २० वर्षांमध्ये या कालव्यात पाण्याचा थेंबही आला नव्हता आणि सिंचनही झालं नव्हतं.-----

तिथे पोहोचल्यानंतर त्या सुकलेल्या कालव्यात उतरत सदाकत आरिफला म्हणाला, "मी दहा मिनिटांत आलोच, थांब," कालव्यात उतरून सदाकत भूतिया गाछीच्या दिशेने चालू लागला. तिथे एक आमराई होती. काही वर्षांपूर्वी त्या आमराईत कोणाला तरी अंगभर डोळे असलेला राक्षस दिसला होता, तेव्हापासून या आमराईला भूतिया गाछी म्हणायचे. त्यात या आमराईच्या पुढेच हिंदूंचं स्मशान होतं.

जेमतेम दोन मिनिटं झाली असतील, आरिफला एका बाईची आकृती स्मशानाकडून भूतिया गाछीच्या दिशेने जाताना दिसली. 'ही कोणी चेटकीण किंवा हडळ तर नाही ना? पण माझ्यासारखा सुशिक्षित माणूस कसं काय भुताखेतांवर विश्वास ठेवू शकतो,' आरिफच्या डोक्यात विचार आला. 'मग ही चमेली तर नाही? पण हे दोघं या वेळी इथे काय करायला आले आहेत?' आरिफ त्याच्याही नकळत सुकलेल्या कालव्यात उतरला आणि भूतिया गाछीच्या दिशेने चालू लागला. कालव्यात रानटी गवत उगवलं होतं. या गवतात साप-विंचू काही असेल तर, या विचाराने त्याच्या अंगावर काटा आला. लिचीच्या झाडांच्या फांद्या आता त्याच्या डोक्याला लागत होत्या; त्यामुळे तो मान खाली घालून चालत होता. तो त्या आमराईत आला. आमराईच्या मध्यभागी जमिनीवर सदाकत आणि चमेली बसले होते.

संपूर्ण आमराईत चंद्रप्रकाश पसरला होता आणि त्या प्रकाशाबरोबरच कंदिलाच्या प्रकाशानेही आमराईचा काही भाग उजळला होता. तरीही आरिफला डोळे फाडून बघावं लागत होतं. थोड्या वेळाने सदाकतने चमेलीच्या चोळीत हात घालायचा प्रयत्न केला. चमेलीने वळून त्याच्या हातावर जोरदार चापटी मारली आणि म्हणाली, 'लग्नाआधी नाही हं.'

आजूबाजूला एवढी शांतता होती की, आरिफला आता त्यांच्या श्वासाचाही आवाज ऐकू येत होता. थोड्या वेळाने सदाकतने चमेलीला जमिनीवर आडवं केलं आणि तिच्यावर झोपायचा प्रयत्न केला. 'सदाकत आणि चमेलीऐवजी आत्ता या बागेत मी आणि सुमित्रा असतो तर,' आरिफच्या मनात विचाराने चलबिचल झाली. तेवढ्यात चमेलीने सदाकतला 'नाही' म्हणून बाजूला लोटलं. सदाकत जोरजोरात हसायला लागला. सदाकतच्या हसण्याचा आवाज ऐकून आरिफला आपल्या चुकीची

जाणीव झाली. सुमित्राच्या बाबतीत आपल्या मनात किती वाईटसाईट विचार आले, या विचाराने तो शरमला. सदाकत चमेलीबरोबर जे करायचा प्रयत्न करत होता, ते पाप आहे. मी सुमित्राबद्दल जो विचार करतोय, तेसुद्धा पाप आहे.

सदाकत हसायचा थांबला आणि तो चमेलीला म्हणाला, ''चमेली, आज मला लवकर परतावं लागणार. पटण्याहून माझा एक मित्र आलाय, आरिफ. त्याला पुलावर थांबवून आलोय मी.''

''ते ठीक आहे; पण आपण काठमांडूला कधी जायचं?''

''लवकरच,'' सदाकत उठला आणि त्याने आपले कपडे झटकले.

आरिफ आमराईतून बाहेर पडला आणि जवळपास धावतच तो पुलावर परत आला.

~

जमालपुऱ्यात लोक लवकर झोपायचे. नोव्हेंबरमध्ये एवढा छान गारवा होता, आकाश स्वच्छ होतं; पण संपूर्ण गाव साडेआठ वाजताच गुडूप झालं होतं. एकटा आरिफ त्याच्या खोलीत जागा होता. जवळच्या शेतांमधून ऐकू येणारी रातकिड्यांची किरकिर आणि कोल्हेकुई सोडली, तर सगळीकडे सामसूम होती. पटण्याला पोलीस कॉलनीत अकराच्या आधी कोणीच झोपायचं नाही; त्यामुळे त्याला आता आजूबाजूची शांतता डाचत होती. त्या शांततेतही तो सुमित्राबद्दलच विचार करत होता. सुमित्राला आपल्या डोक्यातून कसं काढून टाकायचं, या विचाराने तो अस्वस्थ झाला होता.

जमालपुऱ्याच्या घरातली झोपायची खोली खूप मोठी होती. पटण्यातल्या सरकारी क्वार्टर्समध्ये मिळणाऱ्या सगळ्यात मोठ्या खोलीच्या तिप्पट आकार होता, या खोलीचा! चारही बाजूला खांब आणि कनाती असलेला मोठा पलंग होता. या चारही खांबांवर छान नक्षीकाम केलं होतं. त्याच्या अम्मीच्या लग्नाच्या वेळी त्याच्या आजोबांनी तिला भेट म्हणून हा पलंग दिला होता. एवढ्या वर्षांनंतरही पलंग चांगल्या अवस्थेत होता. त्या खोलीत एक टेबल होतं. सागवानी लाकडाची एक खुर्ची आणि कपाट होतं. या खोलीच्या दोन्ही खिडक्या रस्त्याच्या दिशेने उघडायच्या. या खिडक्यांमधून गावातली जामा मशीद दिसायची.

सुमित्राचा विचार डोक्यातून काढून टाकायला म्हणून आरिफ उठला. जुन्या कपाटामध्ये काही पुस्तकं होती. त्याने त्यातून एक पुस्तक शोधायला सुरुवात केली. वाळवी लागलेल्या *'दास्तान ए अमीर हमजा'*, *'तिलिस्मे होशरूबा'* आणि *'उमराव जान अदा'* या पुस्तकांशिवाय तिथे त्याला त्याच्या जुन्या डायऱ्या आणि शाळेची जुनी पुस्तकंही दिसली. खूप शोधाशोध केल्यानंतर त्याला हवी ती डायरी मिळाली. पलंगावर पडून तो ती डायरी वाचू लागला. १० वर्षांपूर्वीचा तो दिवस आणि

सिमरनचा चेहरा त्याला लख्ख आठवायला लागला. त्याने डायरी वाचायला सुरुवात केली :

३१ ऑक्टोबर १९८४.

सकाळचे अकरा वाजले होते. अब्बांच्या ऑफिसमधून मिश्राजी धावत धावत आले. त्यांचा चेहरा चिंताक्रांत होता. डोळ्यांत पाणी होतं आणि गदगदलेल्या आवाजात ते अब्बांना म्हणाले, ''खान साहेब, इंदिराजी गेल्या.''

अब्बांचा चेहरा साफ उतरला. त्यांनी धावत जाऊन रेडिओ लावला. ऑल इंडिया रेडिओवर बातमी देत होते आणि बातमी खरी होती.

दोन शीख सुरक्षारक्षकांनीच पंतप्रधानांची गोळ्या घालून हत्या केली, ही बातमी संध्याकाळपर्यंत देशभरात वणव्यासारखी पसरली. आता अफवांचं पीक आलं होतं. अफवा होत्या की, शीख गुरुद्वारांमध्ये मिठाया वाटत आहेत. काहीजण म्हणत आहेत की, शिखांनी ऑपरेशन ब्ल्यू स्टारचा बदला घेतला आहे.

मला तर पंतप्रधानांच्या हत्येच्या या बातमीचं गांभीर्य कळत नव्हतं. वर्तमानपत्रांमध्ये येणाऱ्या इतर बातम्यांसारखीच ही बातमी मला वाटत होती. रस्ता अपघातात दोघांचा मृत्यू किंवा सोन नदीत बोट बुडाली, तीनजण बेपत्ता, अशीच ही बातमी वाटत होती. मला कळत नव्हतं की, अब्बा एवढे अस्वस्थ का झाले आहेत? पंतप्रधान काही आमच्या नातेवाईक नव्हत्या.

१ नोव्हेंबर १९८४.

संध्याकाळी मी मैदानातून खेळून घरी आलो, तर दर दिवशीप्रमाणे लाइट गेले नव्हते. मला तर खूप आनंद झाला. आता स्वच्छ प्रकाशात अभ्यास करायला मिळेल, या विचाराने मी खूश झालो. रोज रात्री कंदिलाच्या प्रकाशात अभ्यास करणं खूप कठीण जायचं. नाझनीन आणि रबिया खाली बसून ल्युडो खेळत होत्या. माझी लाडकी बहिण हुमा खुर्चीवर बसली होती. ती उदास दिसत होती. मी तिला विचारलं, तर ती म्हणाली की, ती खूप लहान असल्याने नाझनीन आणि रबिया तिला खेळायला घेत नव्हत्या. मग मी लटक्या रागाने नाझनीन आणि रबियाला ओरडलो, ''माझ्या लाडक्या बहिणीला 'नको खेळू' असं सांगणाऱ्या तुम्ही कोण? तिलासुद्धा खेळायला घ्या.'' माझ्या ओरडण्याचा परिणाम झाला. नाझनीन आणि रबिया हुमाला म्हणाल्या, ''ये, तू पण खेळ आमच्या बरोबर. हां, पण हरल्यावर रडायचं नाही हं!''

दादी खाटेवर झोपून हुदा इस्लामिक डायजेस्ट हे उर्दू मासिक वाचत होती. तंद्रीत तिचा चष्मा तिच्या नाकाच्या टोकापर्यंत खाली आला होता. मला बघून ती

उठून बसली आणि मला विचारलं, ''काय रे आरिफ, तुला काही खायला हवं आहे का? रव्याचा शिरा करू किंवा बटाट्याचे काप तळू का तुझ्यासाठी?''

''काही नको दादी,'' मी हसून म्हटलं. वाकून दादीला हलकेच मिठी मारली. तिने माझ्या कपाळावर हलकेच ओठ टेकवले.

''दादी, हे काही बरोबर नाही हं. तुझं प्रेम फक्त आरिफवर आहे, आमच्यावर नाही.'' झाकीर फुरंगटून बसला होता.

''अरे बाप रे, माझा झाकीर चिडला की काय? बरं तू सांग, तुला काय हवंय खायला?'' दादीने विचारलं.

''रव्याचा शिरा,'' झाकीर एकदम ओरडला.

मी हसत हसत आत खोलीत गेलो आणि कपडे बदलून लुंगी आणि कुडता घातला. मी व्हरांड्यात आलो, तर समोर वर्तमानपत्रं पडलेली होती. प्रत्येक वर्तमानपत्राच्या पहिल्या पानावर इंदिरा गांधींचा मोठा फोटो छापला होता.

तेवढ्यात मला अब्बांचा आवाज ऐकू आला, 'सर, प्लीज आत तर या.' अगदी काही वेळापूर्वीच मी घराबाहेर जीप थांबल्याचा आवाज ऐकला होता. सरदार स्वर्णसिंग आणि त्यांची बायको आमच्या झोपायच्या खोलीत आले. ही खोली त्या वेळी आमचा दिवाणखाना होती. स्वर्णसिंग अब्बांचे वरिष्ठ होते आणि ते त्यांच्या ऑफिसमध्ये डेप्युटी कमांडन्ट म्हणून काम करत होते. ते खूपच अस्वस्थ दिसत होते.

त्यांच्या बरोबर मध्यम वयाचा आणखी एक सरदारजी होता. त्यांनी चॉकलेटी रंगाची पगडी बांधली होती. त्यांच्या मागे किरमिजी रंगाची साडी नेसलेली एक जाडी बाईदेखील आली. त्या बाईच्या मागेच १२-१३ वर्षांची एक मुलगीही होती. तिने हिरव्या रंगाचा सलवार-कमीज घातला होता. तिने केसांचा साधना कट केला होता. मी तिच्याकडे बघितलं आणि जणू माझं भानच हरपलं. याआधी मला असं कधीच वाटलं नव्हतं. ती मुलगी खूप सुंदर होती. तिच्या सौंदर्याने मला खिळवून ठेवलं होतं. ही एवढी सुंदर मुलगी आपल्या घरी कशी काय आली, हे मला कळत नव्हतं.

''खान, हे डॉ. बलविंदर सिंग, त्यांची बायको आणि ही त्यांची मुलगी सिमरन. डॉक्टरसाहेब माझे मेव्हणे आहेत. माझ्या बायकोचे चुलतभाऊ,'' स्वर्णसिंग यांनी त्या कुटुंबाची ओळख करून दिली.

सिमरन... वा, काय छान नाव आहे! माझी नजर तिच्यावरून हटतच नव्हती. किती सुंदर होती ती!

''डॉक्टरसाहेब कटहलबाडीला राहतात. सकाळीच तिथे शिखांची काही दुकानं जमावाने जाळली. म्हणून ते तातडीने आमच्या घरी राहायला आले; पण इथेही दहा-पंधरा हवालदार आमच्या बंगल्याबाहेर जमले आणि त्यांनी शिखांविरोधात घोषणा द्यायला सुरुवात केली. माझ्या बायकोला काळजी वाटू लागली. आम्हाला वाटलं

की, आम्ही एका मुस्लीम अधिकाऱ्याच्या घरात जास्त सुरक्षित असू. म्हणून आम्ही इथे आलो.'' स्वर्णसिंग यांनी एका दमात सांगितलं.

''डॉक्टरसाहेबांनी योग्य तेच केलं,'' अब्बा म्हणाले.

''पण खानसाहेब, आम्ही इथे राहत आहोत, हे प्लीज कोणाला सांगू नका,'' स्वर्णसिंग यांच्या पत्नी म्हणाल्या. त्यांचे हात थरथरत होते. मला त्यांची दया आली.

''मॅडमजी, तुम्ही काही काळजी करू नका. इथे पोलीस कॉलनीत काहीही होणार नाही,'' अब्बांनी त्यांना दिलासा देण्याचा प्रयत्न केला. ते जागेवरून उठले आणि त्यांनी टेबलावर ठेवलेला रेडिओ उचलला. बातम्या ऐकण्यासाठी त्यांनी तो लावला आणि रेडिओमधून आवाज आला,

'दिल्लीत शीखविरोधी दंगली अजूनही सुरूच आहेत,' रेडिओवर बातम्या वाचणारी बाई बोलत होती.

मी बाहेरच्या कॉरिडॉरमध्ये भिंतीला टेकून उभा होतो आणि त्यांचं बोलणं ऐकत होतो. खरंतर मी खोलीत डोकावून सिमरनकडेच बघत होतो. माझी नजर तिच्यावरच खिळली होती. ती घाबरली होती आणि क्षणोक्षणी जास्तच सुंदर दिसत होती.

रात्री नऊ-साडेनऊच्या सुमारास लाइट गेले आणि आमचं घर अंधारात बुडालं. लांबवर गोळीबार झाल्याचे आवाज आले आणि मला अस्वस्थ वाटू लागलं. आमच्या घरात काही शीख लोक थांबले आहेत, हे हिंदूंना कळलं की काय, या विचाराने मी घाबरलो. पाच वर्षांपूर्वी इनायतनगरमध्ये घडलेला एक प्रसंग मला आठवला.

इनायतनगरमध्ये दुर्गा पूजेवरून हिंदू आणि मुस्लीम यांच्यात काहीतरी छोटासा वाद झाला होता. अफवा पसरल्या की, हिंदूंचा जमाव मुसलमानांच्या मोहल्ल्यावर हल्ला करणार आहे. ती रात्र किती भयानक होती, त्याच्या आठवणी माझ्या मनात ताज्या होत्या. रात्रभर सगळे पुरुष हातात तलवारी, काठ्या घेऊन हिंदूंचा सामना करण्यासाठी जागे होते. त्या वेळी सुदैवाने तसं काहीच झालं नाही; पण त्या आठवणीने माझ्या अंगावर काटा आला.

जरा वेळाने अम्मी खोलीत आली. तिच्या हातात एक कंदील होता. तिने तो कंदील स्टुलावर ठेवला. त्याच वेळी नेमका कोणीतरी घराचा दरवाजा ठोठावला. मी चमकून अब्बांकडे बघितलं. त्यांच्याही चेहऱ्यावर चिंतेची रेषा स्पष्ट दिसत होती. सिमरनने आपल्या आईला गच्च मिठी मारली होती आणि ती भीतीने हुंदके देत होती. माझ्या हृदयाची धडधडही वाढली. शेजारच्या घरांमध्ये राहणाऱ्या हिंदूंना आमच्या घरी आलेल्या या 'पाहुण्यां'बद्दल माहिती मिळाली आहे, याची मला खात्रीच पटली.

अब्बांनी खूण करून सगळ्यांना गप्प बसायला सांगितलं. कंदील घेऊन ते बाहेर जायला निघाले. मीसुद्धा त्यांच्या मागे मागे गेलो. अब्बा अगदी मोजूनमापून

सावकाश पावलं टाकत होते. ते दरवाजाजवळ पोहोचले आणि थबकले. दाराला कान लावून ते बाहेरचा कानोसा घेण्याचा प्रयत्न करत होते. मग त्यांनी हळूच दरवाजा उघडला. समोर एक उंचापुरा, तगडा तरुण उभा होता. त्याने गुळगुळीत दाढी केली होती. त्याच्या मागे एक शिपाई स्टेनगन घेऊन उभा होता. तो तरुण म्हणजे बिहार मिलिटरी पोलिसांचा कमांडन्ट होता.

"जय हिंद सर," अब्बांनी त्या तरुणाला सलाम ठोकला.

"जय हिंद खान साहेब! सिंगसाहेब कुठे आहेत? मी त्यांना आणि त्यांच्या कुटुंबीयांना न्यायला आलो आहे. मी आत्ताच मुझफ्फरपूरवरून परतलो आहे. सकाळचा प्रकार माझ्या कानांवर आलाय. त्या हवालदारांविरोधात कठोर कारवाई होईल," तो अधिकारी म्हणाला.

अब्बांबरोबर ते दोघंही आत आले.

"सिंगसाहेब, बिहार लष्करी पोलीस दलाचे कमांडन्ट रणबीर सिंग इथे आलेत. ते तुम्हाला सुखरूप नेणार आहेत," अब्बा स्वर्णसिंग यांना म्हणाले.

सिमरन फक्त काहीच तासांसाठी माझ्या घरात होती; पण ती गेल्यानंतरही ती माझ्या आसपास वावरत आहे, असं मला वाटत होतं. त्या रात्री माझ्या स्वप्नातही सिमरनच होती. सकाळी उठून मी तिच्यावर एक गजल लिहिली.

त्यानंतर जवळपास वर्षभर आरिफ सिमरनच्या मागे होता. रात्रंदिवस तो तिचाच विचार करायचा. तिची एक झलक बघण्यासाठी तिच्या घरासमोरच्या चहाच्या टपरीवर तो दिवस दिवस बसून राहायचा. तिच्या शाळेबाहेर चकरा मारायचा. तिला बघण्यासाठी तो रविवारी गुरुद्वारातही जायचा. त्याच्या वहीची पानं सिमरनवर लिहिलेल्या कवितांनी आणि गजलांनी भरली होती.

एवढं आकर्षण वाटूनही तो कधीच तिच्याशी बोलण्याचं धैर्य करू शकला नाही. तीन वर्षं तिचा पाठलाग करूनही तिला साधं 'हाय' म्हणण्याचा धीरही तो एकवटू शकला नाही. एकदा तर त्याने तिला पत्र लिहिण्याचाही विचार केला; पण लिहायला सुरुवात करून त्याने अनेक कागद फाडून टाकले.

त्यानंतर त्याच्या अब्बांची पटण्याला बदली झाली आणि ते सगळेच पटण्याला राहायला गेले.

पटण्याला आल्यानंतरही अनेक महिने सिमरन त्याच्या मनातून गेली नव्हती. त्याने तिच्यावर गजलांचे दिवाणच्या दिवाण लिहिले. त्या काळात तो दिवस-रात्र मुकेश आणि मोहम्मद रफी यांची दर्दभरी गाणी ऐकायचा. आपल्या पोराचा असा वाळलेला चेहरा बघून त्याची अम्मी चिंतातुर व्हायची; पण तिला तरी तो काय सांगणार होता?

मग एक दिवस जगदेव पथावरील मासिकांच्या स्टॉलवर उभा असताना त्याची नजर *स्पोर्ट्स स्टार*च्या ताज्या अंकावर पडली. त्या अंकाच्या मुखपृष्ठावर स्टेफी ग्राफचा फोटो होता. पांढऱ्या ट्रॅकसूटमध्ये उभी असलेली स्टेफी विम्बल्डनच्या ट्रॉफीचा मुका घेत होती. तिच्या चेहऱ्यावरचा निखार कोणालाही वेड लावेल, असाच होता. ती त्या काळच्या इतर कोणत्याही टेनिसपटूपेक्षा निखालस सुंदर होती.

त्या ट्रॉफीच्या जागी आपला चेहरा आहे आणि स्टेफी आपलं चुंबन घेत आहे, असं दिवास्वप्न रंगवायला आरिफला जराही वेळ लागला नाही. सातासमुद्रापारच्या त्या जर्मन पोरीनं आरिफच्या दिलाचा ताबा घेतला आणि त्यातून सिमरन नावाच्या एका लहानशा पोरीला बाहेरचा रस्ता दाखवला.

स्टेफीच्या या आकर्षणापायीच त्याला लॉन टेनिस या खेळाबद्दल प्रेम वाटायला लागलं. स्टेफी खेळते, तो खेळ आपल्याला यायलाच हवा, असं त्याच्या मनाने घेतलं. मग त्याने सिन्हा लायब्ररीपासून सुरुवात केली. तिथे जाऊन त्याने टेनिसवरची पुस्तकं आणली आणि खेळाचे नियम वगैरे समजून घ्यायला सुरुवात केली. मग तो खेळातले बारकावे समजून घेण्यासाठी टेनिसची मॅच सुरू झाल्यावर टीव्हीसमोर खिळून बसून राहायला लागला. आता प्रत्यक्ष रॅकेट हातामध्ये घेण्याची वेळ आली होती.

वयाच्या सतराव्या वर्षी आपण या खेळात फार प्रगती करू शकणार नाही, हे त्यालाही माहीत होतं; पण त्याचं मन त्याला नेहमी सांगायचं की, थोडी मेहनत घेतली आणि नशिबाने साथ दिली, तर तो बोरिस बेकर किंवा स्टीफन एडबर्ग यांच्या तोडीचा खेळ करू शकतो. स्टेफी आणि आपण विम्बल्डनच्या मिक्स्ड डबल्सचा अंतिम सामना एकत्र खेळत आहोत. एक अप्रतिम बॅकहॅन्ड मारून आपण तो सामना जिंकला आहे. रॅकेट टाकून स्टेफी आपल्याला मिठी मारत आहे आणि आपल्या गालावर तिच्या रसिल्या ओठांनी चुंबन देत आहे, हे दिवास्वप्न त्याने हजार वेळा बघितलं. त्याचं स्टेफी वेड एवढं वाढलं की, त्याने 'मानहाईम, बॅडेन-व्युटेमबर्ग, जर्मनी' या पत्त्यावर स्टेफीला पत्रही लिहिलं होतं. त्यात त्याने तिला मैत्री करण्याची विनंती केली होती.

स्टेफीबरोबर मिक्स्ड डबल खेळण्याचं स्वप्न पूर्ण करायचं, तर टेनिस रॅकेट विकत घ्यायला हवी होती; पण तेवढे पैसे त्याच्याकडे होते कुठे! एक दिवस तो मोठ्या जोषात फ्रेझर रोडवरच्या छाब्रा स्पोर्ट्समध्ये गेला. तिथे विचारपूस करून बाकर गंज पोलीस स्टेशनसमोरच्या कोहली स्पोर्ट्सची पायरीही चढला. चांगल्या प्रतीच्या टेनिस रॅकेटसाठी किमान हजारभर रुपये मोजावे लागतील, एवढं ज्ञान गाठीशी बांधून तो दोन्ही दुकानांच्या पायऱ्या उतरला. मग त्याने स्वस्तातले पर्याय शोधायला सुरुवात केली. जालंधरमध्ये बनणाऱ्या के के कंपनीच्या रॅकेट्ससुद्धा तीनशे-साडेतीनशे रुपयांच्या होत्या. त्या रॅकेट तर अगदी माशा मारण्याच्या

जाळ्यांसारख्याच होत्या; पण तेवढेही पैसे अब्बांकडे मागायचा धीर त्याच्यात नव्हता. अब्बांचं तर स्पष्ट म्हणणं होतं की, खेळ वगैरे वेळ वाया घालवायचे प्रकार आहेत. ते दर वेळी आरिफला ऐकवायचे, 'पढोगे लिखोगे, बनोगे नवाब; खेलोगे कूदोगे, होगे खराब!'

पण आरिफला या टप्प्यावर नशिबाची साथ मिळाली. बिहार लष्करी पोलीस दलाचा नवीन कमांडन्ट टेनिसचा चाहता होता. त्याने पटण्याचा चार्ज घेतला आणि सर्वांत आधी पोलीस कॉलनीतल्या जुन्या क्ले-कोर्टचं रूप पालटून टाकलं. त्यानंतर त्याने कॉलनीतल्या मुलांसाठी प्रशिक्षण शिबिर ठेवलं. अम्मीने अब्बांना कसंबसं मनवून आरिफ आणि झाकीरसाठी दोन लाकडी रॅकेट्सही विकत घेतल्या. बिहारचे त्या वेळचे सर्वांत उत्तम टेनिस खेळाडू चंद्रभूषण त्यांना प्रशिक्षण द्यायला यायचे. टेनिसमधल्या जुजबी गोष्टी आरिफ पट्कन शिकला. आता त्याला टेनिसचं व्यसन लागलं होतं आणि सिमरन त्याच्या विचारांमधून हद्दपार झाली होती.

जसजसा आरिफ टेनिसमधले बारकावे शिकू लागला, तसतसं त्याचं स्टेफीबद्दलचं वेडही वाढायला लागलं. ती त्याच्या स्वप्नामध्ये येतच राहिली. कधी सलवार-कमीज घालून, तर कधी बिनबाह्यांचा ब्लाउझ आणि लाल साडी नेसून! बोरिंग रोडवरच्या एका दुकानातून त्याने तब्बल २५ रुपये मोजून स्टेफीचं एक मोठं पोस्टर विकत घेतलं होतं. आरिफच्या खोलीच्या भिंतीवर तिचं ते पोस्टर त्याची सोबत करायचं. एवढंच कशाला, त्याच्या वह्या-पुस्तकांच्या पानापानांवर त्याने AK+SG असं लिहिलं होतं.

तीन वर्षांच्या कठोर मेहनतीनंतर १९८९ मध्ये आरिफला बिहारच्या ज्युनिअर संघात स्थान मिळालं. त्या वर्षी पटण्यात होणाऱ्या ज्युनिअर चॅम्पियनशिपमध्ये खेळायची संधी त्याला मिळाली. ज्युनिअर चॅम्पियनशिपमध्ये खेळणाऱ्या खेळाडूंची नावं ऐकली आणि आरिफचा उत्साह आणखी वाढला. त्या नावांमध्ये लिएंडर पेस, गौरव नाटेकर, आसिफ इस्माइल वगैरे तगडी नावं होती.

आरिफ पहिल्यांदाच न्यू पटणा क्लबमध्ये शिरत होता. त्या क्लबमधली सहा ग्रास कोर्ट्स सूर्यप्रकाशात झगमगत होती. कोणीतरी हिरवा गालिचा पसरला आहे, असं वाटत होतं. वातावरणात एक प्रकारचा जोश होता. आरिफने बघितलं, तर लिएंडर पेस बिहार टेनिस असोसिएशनच्या अध्यक्षांशी बोलत होता. दूरच्या एका कोर्टवर चार मुली रंगीबेरंगी ट्रॅक पॅन्टमध्ये वॉर्म-अप करत होत्या. हे वातावरण आरिफसाठी नवीन होतं. त्या वातावरणाचं दडपण त्याच्यावर यायला लागलं आणि त्याला एक प्रकारच्या अस्वस्थतेनं ग्रासलं. क्लबच्या पूर्व दिशेला असलेल्या कोर्ट क्रमांक चारवर आरिफ पोहोचला, तेव्हा त्याच्या हृदयाची धडधड कमालीची वाढली होती आणि कपाळावर घामाचे थेंब जमा झाले होते.

त्याचा पहिला सामना जगत श्रीवास्तव नावाच्या एका स्थानिक खेळाडूविरोधात होता. तो आरिफपेक्षा वयाने एक-दोन वर्षं लहानच वाटत होता. जगत थोडासा जाडगेलासा होता आणि तो आधीच कोर्टवर आला होता. आरिफने त्याच्याकडे पाहिलं. सहज इतरत्रही नजर टाकली. जगतसह सगळेच खेळाडू महागडे, परदेशी कंपन्यांचे टी-शर्ट घालून आले होते. जगतची रॅकेटही महागडी होती. प्रसिद्ध खेळाडूच नाही, तर अगदी नवख्या खेळाडूंकडेही अगदी भारीतल्या रॅकेट्स, बूट आणि कपडे होते. आरिफने प्रेक्षकांच्या स्टॅन्ड्सकडे बघितलं, तर तिथे प्रेक्षकही एकदम छान कपडे घालून आले होते. आपल्या हातातली लाकडाची रॅकेट बघून आता आरिफला लाजल्याहून लाजल्यासारखं झालं. आरिफ कसाबसा स्वतःला ढकलत ढकलत कोर्टपर्यंत घेऊन आला. त्याचे पडलेले खांदे स्पष्ट सांगत होते की, तो सामना सुरू होण्याआधीच हरला आहे. सामना सुरू झाला आणि आरिफ एकामागोमाग एक डबल फॉल्ट्स करू लागला. त्याचा उरलासुरला आत्मविश्वासही गेला. त्याच्या प्रतिस्पर्ध्याची सर्व्हिस परतवताना तो इतके खराब फटके खेळत होता की, जगत श्रीवास्तवने आरिफचा अक्षरशः कचरा केला. प्रेक्षकांच्या स्टॅन्डमध्ये बसलेला झाकीर जवळपास प्रत्येक सर्व्हिसला ओरडून आरिफला प्रोत्साहन देण्याचा प्रयत्न करत होता; पण त्याचा काहीच फायदा झाला नाही. अगदी अर्ध्याच तासात सामन्याचा निकाल लागला. आरिफ ६-१, ६-० ने हरला होता.

सामना संपता संपता आरिफच्या हृदयाचीही शकलं झाली होती. यापुढे न्यू पटणा क्लबच्या आवारातही पाऊल टाकणार नाही, अशी शपथच त्याने घेतली. एवढंच नाही, तर त्याने टेनिस खेळणंही थांबवलं. त्याने त्याची लाकडी रॅकेट शोभेच्या वस्तूसारखी भिंतीवर टांगून ठेवली. भिंतीवरच्या रंगीत स्टेफी ग्राफची जागा ब्लॅक ॲन्ड व्हाइट मीना कुमारीने घेतली. आता स्टेफीचा आणि त्याचा संबंध फक्त टीव्हीवर तिच्या मॅचेस बघणं, तिच्या ठेवणीतल्या फोरहॅन्डच्या फटक्याला दाद देणं, एकामागोमाग एक चषकांची चुंबनं घेताना तिला पाहणं एवढ्यापुरताच उरला. कधीकधी स्टेफीची आणि टेनिसची आठवण त्याच्या मनात टोचायची, हेसुद्धा खरं; पण ते तेवढ्यापुरतंच!

भूतकाळातल्या आठवणींची अशी मनाशी उजळणी करता करता जमालपुऱ्याच्या घरातल्या त्या प्रचंड दिवाणावर पडलेला आरिफ स्वतःशीच हसला. जसं आपण सिमरनला विसरलो, स्टेफीला विसरलो; तसेच एक दिवस सुमित्रालाही विसरू, तो मनाशीच बोलत होता. फक्त सुमित्राला विसरण्यासाठी त्याला काहीतरी निमित्त हवं होतं आणि तेच त्याला मिळत नव्हतं. काय करायचं, हे त्याला कळत नव्हतं. विचारांच्या या साखळीत गुंतलेला असतानाच त्याला झोप लागली आणि स्वप्नात त्याच्या मनाचा पुन्हा सुमित्रानेच ताबा घेतला.

सात

आरिफच्या जमालपुऱ्यातील घराच्या भिंतीचं काम जोरात सुरू होतं. जवळपास सगळं काम होत आलं होतं. आरिफ कामाच्या ठिकाणी वेताच्या खुर्चीवर बसला होता. त्याच्या हातात बिहारच्या इतिहासावरचं एक पुस्तक होतं; पण मनात सुमित्राचे विचार होते.

"मुनीर भाई, हे मिस्त्री मला सांगत होते की, नदीत भूत दिसलं होतं. खरंच?" आरिफने मुनीरला विचारलं. तो नुकताच अल्युमिनिअमच्या किटलीत चहा घेऊन आला होता. त्याच्या हातात मातीची कुल्हडही होती. त्याने किटली आणि कुल्हड एका बाकावर ठेवले. मातीच्या त्या दोन कपांमध्ये चहा ओतून त्याने एक कप आरिफकडे दिला आणि म्हणाला, "हो, खरंय."

मुनीरने एक खुर्ची ओढून घेतली आणि तो त्यावर बसला. त्याने त्या गवंड्यांनाही चहा घ्यायला सांगितला.

"काय आरिफभाई, आता तरी विश्वास बसला का?" बाकावर बसून चहाचा घोट घेत तो गवंडी म्हणाला. २२ वर्षांच्या त्या गवंड्याने शर्ट आणि लुंगी घातली होती.

"या भुताखेतांवर माझा विश्वास नाही. भूत-प्रेत वगैरे अंधश्रद्धा आहे." आरिफ वेताच्या खुर्चीवरून उठला. हातातलं पुस्तक त्याने त्याच बाकावर ठेवलं. त्या बाकावर एक मध्यमवयीन गवंडीही बसला होता. तो सूर...सूर्रऽऽ आवाज करत चहा पीत होता.

"आरिफ, ही काही अफवा नाही. अंधश्रद्धा तर मुळीच नाही. गावातल्या अनेक लोकांनी लग्नात नेसतात तशी लाल साडी नेसलेल्या एका सुंदर स्त्रीला अनेकदा नदीच्या किनाऱ्यावर बघितलंय," मुनीरने अगदी ठासून सांगितलं.

"खरंच?"

“अल्ला कसम!”

आरिफला मग त्याच्या दादीने सांगितलेल्या अनेक गोष्टी आठवल्या. तिने सांगितलं होतं की, ज्या आत्म्यांना मुक्ती मिळत नाही, ते भूत बनतात. जे नदीत उडी मारून जीव देतात, ते भूत बनतात. मग तिन्हीसांजेला किंवा टळटळीत दुपारी त्यांचा आत्मा नदीकिनारी भटकत राहतो. एखादा माणूस एकटा दिसला की, ते त्याला नदीत बुडवून मारण्याचा प्रयत्न करतात. असा मेलेला माणूसही भूत बनतो. मग मूळ भुताला एक साथीदार मिळतो.

“पण मुनीर, हे भूत बघितलं कोणी?”

“सगळ्यात आधी हसरत खानने बघितलं होतं. दोन-तीन महिन्यांपूर्वी एका संध्याकाळी तो नदीवर फिरायला गेला होता, तेव्हा त्याने बघितलं की, एक सुंदर बाई लाल साडी नेसून उभी आहे. हसरतने ती कोण आहे, असं विचारलं, तर तिने काहीच उत्तर दिलं नाही. फक्त त्याच्याकडे अगदी थंडगार नजरेनं बघितलं. तिच्या नजरेला नजर मिळवली आणि हसरत थराथरा कापायला लागला. तो घाबरला आणि गावाच्या दिशेने पळत सुटला. त्याला कळलं की, त्याने खांद्यावर घेतलेला पंचा गायब झाला आहे. त्याने वळून बघितलं, तर पंचा खाली पडला होता. तो पुन्हा मागे वळला आणि पंचा उचलून पुन्हा धावत सुटला.”

“मग?”

“थोड्या वेळाने पंचा पुन्हा गायब झाला होता.”

“मग?”

“हसरतला वाटलं की, पंचा पुन्हा एकदा खाली पडला असेल. म्हणून त्याने मागे वळून बघितलं, तर पंचा कुठेच दिसत नव्हता. त्याला काहीतरी गडबड वाटली, म्हणून तो जिवाच्या आकांताने धावत सुटला. गावाजवळ आला, तर गावाच्या वेशीजवळच्या एका अंजिराच्या झाडावर तो पंचा लटकत असलेला त्याला दिसला. तो पंचा घ्यायला गेला खरा, पण मग मध्येच थांबला. हा पंचा इथे कसा आला, हा विचार तो करत होता. आता पंचाला हात लावावा की नाही, या विचारात असताना त्याला आपल्या मागे कोणीतरी उभं असल्यासारखं वाटलं. त्याने मागे वळून बघितलं, तर तीच लाल साडीतली बाई होती. तिच्या चेहऱ्यावर शून्य भाव होते; पण तिच्या डोळ्यांतले भाव बघून हसरत पुन्हा हबकला. झटका बसल्यासारखा तो वळला आणि सुसाट धावत सुटला. शेवटी तो जेमतेम शोएब खानच्या बंगल्याच्या आवारात पोहोचला आणि तिथेच बेशुद्ध पडला. शुद्धीवर आल्यानंतर त्याने लोकांना घडलेला प्रकार सांगितला.”

“मुनीर, तुम्ही लोक कोणावरही विश्वास ठेवता. हसरत खान हा काय विश्वास ठेवण्याच्या लायकीचा आहे का? त्याने बनवली एक कहाणी आणि सांगितली

तुम्हाला,'' आरिफ अजूनही विश्वास ठेवायला तयार नव्हता.

''चल, हसरतचं जाऊ दे. आता अशा एका माणसाचा किस्सा सांगतो, ज्याच्याबद्दल तू शंका घेऊच शकणार नाहीस.''

''सांग तर खरं.''

''मग ऐक, गेल्या आठवड्यात मौलवी मुर्तजा नदीपल्याडच्या गावातून परतत होते. ते तर जामा मशिदीचे इमाम आहेत. सूर्यास्त झाला होता आणि संध्याकाळच्या नमाजची वेळ होत होती. त्यांनी नदीच्या काठावरच नमाज अदा करण्याचा निर्णय घेतला. हातपाय धुतल्यानंतर त्यांनी नदीच्या काठावर आपला पंचा पसरला. नमाज अदा करून झाल्यावर त्यांनी सलाम करण्यासाठी आपली मान उजवीकडे वळवली, तसं त्यांना समोर वधूवेषात एक बाई उभी असलेली दिसली. ती त्यांच्याकडे बघून हसत होती; पण तिचं हसणं विचित्र आणि भयावह होतं. शेजारच्या गावातल्या एका नवऱ्या मुलीने नदीत उडी मारून जीव दिल्याची माहिती मौलवी साहेबांच्या कानांवर आली होती. त्या स्त्रीला बघून मौलवी साहेब खूप घाबरले. त्यांनी कुराणातल्या आयत-उल कुर्सी म्हणायला सुरुवात केली आणि धावत धावत ते गावात येऊन, मगच थांबले.''

''मुनीर, मी असं नाही म्हणत की, मौलवीसाहेब खोटं बोलत आहेत; पण विचार कर ना, असंही असू शकतं की, ती एखादी सामान्य बाई असेल. तिथून जात असेल आणि मौलवी साहेबांना पत्ता विचारायला आली असेल.''

''आरिफ, तुझा सामना अशा भुताशी होत नाही, तोपर्यंत तुझा विश्वास बसणार नाही,'' मुनीर आता थोडासा चिडला होता.

''वा, ही चांगली कल्पना आहे. चल, नदीवर जाऊ आणि बघू कोणी भूत दिसतंय का?'' आरिफ हसत हसत म्हणाला.

''आरिफ मियाँ, भुता-प्रेतांची चेष्टा करू नये.'' तो गवंडी म्हणाला.

''काय मुनीर भाई, तुम्ही माझ्याबरोबर नदीवर येणार की नाही?''

''तू म्हणत असशील, तर नक्की येईन. उद्या सकाळी दहा वाजता जाऊ या.'

दुसऱ्या दिवशी सकाळी आरिफ नदीवर निघाला. नदीकडे जाणाऱ्या रस्त्यावरच्या विजेच्या एका खांबाकडे त्याचं लक्ष गेलं. त्या खांबावर हाताने लिहिलेलं एक पत्रक चिकटवलं होतं. त्यावर वाटसरूंनी भुता-प्रेतांपासून सावध राहावं, असा सल्ला लिहिला होता. एका राजपूत मुलीने लग्नानंतर नदीत उडी मारून जीव दिला होता आणि तिचं भूत आता नदीच्या किनाऱ्यावर भटकतं, असंही त्यात लिहिलं होतं; त्यामुळे अंधार पडल्यानंतर कोणीही नदीकिनारी जाऊ नये, अशी सूचनाही त्यावर होती. या विजेच्या खांबासारखे अनेक खांब गावात होते; पण गावात वीज नव्हती.

आरिफ आणि मुनीर फिरत फिरत गावातून जात होते. चहूबाजूला शेणामातीने

सारवलेली कच्ची घरं होती. काही पक्की घरंही या घरांना वेडावून दाखवत उभी होती. त्यानंतर शोएब खानचा बंगला आला. दीडशे वर्षांपूर्वी निळीची शेती करणाऱ्या एका इंग्रजाने हा बंगला बांधला होता; पण १९३० च्या सुमारास तो भारत सोडून जात होता, तेव्हा त्याने हा बंगला शोएब खानचे वडील अमरुल्लाह खान यांना भेट म्हणून देऊन टाकला. गावात अमरुल्लाह खान हा त्यांचा एकमेव मित्र होता.

आता ते नदीकिनारी असलेल्या सुकलेल्या चिखलाच्या बांधावर होते. जमालपुरा आणि आसपासच्या गावांना या बांधाने जणू वेढा घातला होता. नदीला पूर आला की, या बांधाशीच पुराचं पाणी अडायचं आणि गाव सुखरूप राहायचं. बांधावरून ते दुसऱ्या बाजूला खाली उतरू लागले आणि आरिफ एके ठिकाणी लघवी करायला बसला. त्याची लघवी करून झाल्यावर तो विटेचा तुकडा किंवा एखादा दगड शोधायला लागला. शेवटी त्याने ढेकूळ उचललं आणि शिश्नाच्या टोकावरचे लघवीचे शेवटचे थेंब टिपले आणि ते ढेकूळ टाकून दिलं.

"आरिफ, लघवीला बसताना जरा आजूबाजूला बघत जा जरा. बघ, तू या राखेवर मुतला आहेस. परत असं कधीच करू नकोस. हाडं आणि राख हे जखिणींचं खाद्य असतं. तू त्याच्यावर मुतलास तर त्यांचा कोप होईल." मुनीर आरिफला म्हणाला. त्यावर आरिफ काहीच बोलला नाही. फक्त खदाखदा हसला. दोघंही नदीवर पोहोचले.

हवेत गारवा होता; पण तरीही मुनीर आणि आरिफला नदीत उतरल्याशिवाय राहवलं नाही. दोघंही मनसोक्त पोहत होते; पण ते दोघं तिथे एकटेच नव्हते. चार-पाच मच्छीमार नदीत जाळी टाकून मासे पकडायचा प्रयत्न करत होते. नदीपल्याडच्या उसाच्या शेतात दोन शेतकरी शेताची राखण करत बसले होते.

संध्याकाळी घरी परतल्यावर आरिफला हुडहुडी भरली आणि सडकून ताप चढला. अब्दुलचाचांनी लगेच हनीफ कम्पाउंडरला बोलावून आणलं. हनीफने याआधी लष्कराच्या रुग्णालयात काम केलं होतं. गावातला सर्वांत चांगला डॉक्टर तोच होता. तेवढ्यात चाचीला शंका आली. नदीवर अंघोळीला गेल्यामुळे आरिफच्या अंगात कुठलं वारं तर भरलं नसेल ना, असं तिने अब्दुलचाचांना बोलून दाखवलं. ते ऐकून अब्दुलचाचा मुनीरवर चांगलेच वैतागले. "एकतर हवा अशी आहे आणि त्यात नदीवर हडळ फिरत असते. तू त्याला नदीवर घेऊनच का गेलास?"

राग निवळल्यावर अब्दुल्लाचाचा ताबडतोब जामा मशिदीमध्ये धावत गेले आणि इमामसाहेबांना घेऊन आले. इमामसाहेब आरिफच्या उशाशी बसले. त्यांनी आपल्या पांढऱ्याशुभ्र दाढीवर हात फिरवत, कुराणातल्या काही आयता म्हटल्या. मग कांदा-लसूण खाऊन त्यांनी आरिफच्या तोंडावर फुंकर मारली. औषध घेऊन आरिफ झोपला.

रात्र बरी गेली; पण सकाळी आरिफला प्रचंड थंडी वाजायला लागली. त्याच्या अंगात कापरं भरलं होतं. तो थडाथडा उडत होता. मुनीर आणि अब्दुलचाचांनी त्याच्या अंगावर दोन रजया टाकल्या, तरीही त्याची थंडी थांबत नव्हती. त्यांनी आणखी एक दुलई टाकून आरिफला तात्पुरतं शांत केलं. त्याच्या पलंगाखाली निखारे फुलवून ठेवले. अब्दुलचाचांनी पुन्हा हनीफला बोलावलं. त्याने आरिफला तपासलं, काही औषधं घ्यायला दिली. दोन-तीन दिवसांत आरिफची तब्येत सुधारेल, असं सांगून तो निघून गेला.

औषधं घेतल्यावर आरिफला ग्लानी आली. तो झोपला आणि त्याच्या स्वप्नात सुमित्रा आली. आता ती १६-१७ वर्षांची झाली होती आणि तिने केसांची वेणी घातली होती. केसात चाफ्याची फुलं माळली होती. १६-१७ वर्षांची असली, तरी तिने साडीच नेसली होती. आरिफ 'सुमित्रा, सुमित्रा' असं ओरडून तिला बोलावत होता; पण ती काहीच उत्तर देत नव्हती.

आरिफ जागा झाला. थंडीनं त्याचं अंग अजूनही कापतच होतं. अब्दुलचाचा त्याच खोलीत झोपले होते. आरिफ काहीतरी बडबडतोय, हे ऐकून तेदेखील जागे झाले. त्यांनी पुन्हा आरिफला शांत करण्याचा प्रयत्न केला. 'खरंतर याला इनायतनगरच्या मोठ्या हॉस्पिटलमध्ये न्यायला हवं; पण एवढ्या आजारामध्ये त्याला बैलगाडीचा प्रवास झेपणार नाही आणि त्या जीपमधून याला नेणं अशक्य आहे,' अब्दुलचाचा चाचीला सांगत होते.

पुढचे दोन दिवस आरिफला बघायला अनेक लोक आले. गावातल्या इतर लोकांप्रमाणे शेजारीपाजारीही आले होते. त्यात एके काळी अगदी सुंदर दिसणारी नगमाही होती. पौर्णिमेच्या चंद्रासारख्या गोल चेहऱ्याची नगमा मोहल्ल्यातली सगळ्यात सुंदर मुलगी होती; पण आता पाच पोरं असलेल्या एका मध्यमवयीन विधुराशी लग्न झाल्यावर तिच्या चेहऱ्यावरची रया पार उडून गेली होती.

त्यानंतर साहेब खानही त्याला बघायला आले. एके काळी या माणसावर लहान मुलांचं लैंगिक शोषण केल्याचे आरोप लागले होते; पण आता तोच माणूस दाढी वाढवून, हातात जपमाळ घेऊन मौलवी बनला होता.

एके काळी गरीब अनाथ असलेला मुसा रझा आता दिल्लीतला बडा उद्योगपती बनला होता.

भेटायला आलेल्यांमध्ये शेजारची आसमा बेगम नावाची म्हातारीही होती. आरिफ तिला आसमा दादी म्हणायचा. आरिफला बघून आसमा दादी म्हणाली, "अरे आरिफला तर जरवा-जडैया आहे."

मग ती सालेहा बेगमकडे वळून म्हणाली, "दुल्हन, ताबडतोब बासो नानीला बोलाव. जरवा-जडैया उतरवण्यासाठीचं साहित्य घेऊन ये म्हणावं. ती ते सगळं

करेल आणि उद्यापर्यंत आरिफ नक्की बरा होईल.''

सालेहा बेगमने ताबडतोब मुनीरला बासो नानीला बोलवायला पाठवलं. अब्दुलचाचांच्या मते हे मंत्र-तंत्र इस्लाममध्ये बसत नव्हते. ते करणं म्हणजे इस्लामचा अनादर करणं, असं ते मानत; पण सुदैवानं ते घरी नव्हते, नाहीतर त्यांनी हे सगळं करायला परवानगीच दिली नसती.

चांदीसारख्या पांढऱ्या केसांची बासो नानी अगदी जख्ख म्हातारी होती. संपूर्ण गाव तिला नानीच म्हणायचं. तिचं वय किती आहे, हे कोणालाच माहीत नव्हतं; पण गेल्या ५५-६० वर्षांपासून ती जमालपुऱ्यातच राहत होती. ती तिच्या मुलीबरोबर आणि जावयाबरोबर इथे राहायला आली होती. त्या दोघांचं निधन झालं, तरी ती याच गावात थांबली. आता तिचं कोणीच नव्हतं. ती गावाच्या एका टोकाला असलेल्या छोट्याशा खोपटात राहायची. गावातले लोक तिला काहीबाही खायला द्यायचे आणि त्यावरच तिची गुजराण चालायची. गावातल्या लोकांचं मत होतं की, बासो नानीला जादूटोणा येतो. गावातल्या अनेक बायका तर म्हणायच्या की, बासो नानी चेटूक करते. अनेकजणींच्या मते, तिच्या दीर्घायुष्याचं कारणही ही चेटूकविद्याच होतं.

थोड्या वेळाने मुनीर परतला. त्याच्या मागे कमरेत वाकलेली बासो नानी बांबूची काठी टेकवत टेकवत अब्दुलचाचांच्या घरात शिरली. तिच्या कपाळावर एक मोठा काळा तीळ होता. पांढऱ्या रंगाची साडी नेसलेली बासो नानी खरोखरच एखाद्या चेटकिणीसारखी दिसत होती.

सालेहा बेगमबरोबर नमस्कार-चमत्कार झाल्यानंतर बासो नानीने आरिफला बाहेर मोकळ्यावर आणायला सांगितलं. जरवा-जडैया पळवून लावण्यासाठी मोकळ्या जागेची गरज असल्याचं तिचं मत होतं. तिने आपल्या मारण-जारणाच्या विधीची तयारी सुरू केली. त्याची सुरुवात तिने एका गोष्टीने केली :

खूप पुराणी गोष्ट आहे. एका गावात एक नितांतसुंदर विधवा तिच्या एकुलत्या एक दहा वर्षांच्या मुलाबरोबर राहत होती. तिचा मुलगा खूप खोडकर होता. त्या मुलाच्या खोड्यांनी त्रस्त झालेल्या त्या बाईने एक दिवस रागाच्या भरात त्या मुलाच्या डोक्यात लाकडी दांडका हाणला. त्याच्या डोक्यातून भळाभळा रक्त वाहू लागलं. आईवर रागावून तो मुलगा घर सोडून बाहेर पडला. त्याने ते गावही सोडलं. तो शहरात आला. शहरात एका श्रीमंत माणसाने त्याला दत्तक घेतलं. हळूहळू तो मोठा झाला. तो खूप देखणा दिसायचा. त्याच्या दत्तक माता-पित्यांच्या मृत्युनंतर तो त्यांच्या संपत्तीचाही वारसदार झाला. एक दिवस, तब्बल १२-१३ वर्षांनंतर तो त्याच्या जुन्या गावाजवळून जात होता, तेव्हा त्याला एक अत्यंत सुंदर विधवा दिसली. तिला बघून तो वेडावला. त्याला हे माहीत नव्हतं की, ती बाई त्याची स्वतःची आई आहे. तिलाही आपल्या मुलाची ओळख पटली नाही. तिलाही तो

तरुण आवडला आणि त्या दोघांनी लग्न केलं. लग्नानंतर त्या बाईला दिवस गेले.

एक दिवस सकाळी आपल्या नवऱ्याच्या डोक्याला तेल लावताना तिला एक व्रण दिसला. तिने आपल्या नवऱ्याला त्या जखमेबद्दल विचारलं. त्याने सांगितलं की, तो पाच-सहा वर्षांचा असताना त्याच्या आईने त्याला काठीने मारलं होतं. आईचा राग येऊन तो कसा घर सोडून पळून गेला, हेदेखील त्याने तिला सांगितलं; पण आता त्याला त्याच्या गावाचं नावच काय, आईचा चेहराही आठवत नसल्याचं तो म्हणाला. त्या बाईला जे समजायचं ते ती समजून चुकली. या मुलाचा चेहरा बघून आपल्याला आपल्या नवऱ्याची एवढी आठवण का येते, हे कोडंही तिला सुटलं.

तिने त्या मुलाला सगळं खरं खरं सांगितलं. ते ऐकून तो मुलगाही हबकला. आई-मुलगा असूनही आपल्यात असे संबंध निर्माण झाले, याची त्यांना लाज वाटू लागली. त्यांनी आत्महत्येचा निर्णय घेतला. दुसऱ्या दिवशी संध्याकाळी त्यांनी चिता रचली आणि पेटलेल्या चितेत त्यांनी उड्या घेतल्या; पण मृत्यूनंतरही त्यांच्या आत्म्याला शांती मिळाली नाही. तो तरुण जरवा बनला आणि ती स्त्री जडैया बनली. आता ते लोकांना झपाटतात. त्यांच्या अंगात कापरं भरवतात; पण या दोघांच्या अनैतिक संबंधांची कहाणी त्यांनी ज्याला झपाटलं आहे, त्याच्यासमोर जाहीरपणे सांगितल्यावर ते दोघंही घाबरून पळून जातात.

बासो नानीची गोष्ट सांगून झाली. आता आरिफच्या नजरेला नजर भिडवत ती मोठ्या आवाजात ओरडली, 'ए जरवा-जडैया, तुम्हाला जरा तरी लाज शरम असेल, तर पळा इथून! आरिफच्या शरीराला सोडा. तुम्ही हट्टाने गेला नाहीत, तर मी तुमच्या पापांचा पाढा या सगळ्यांसमोर पुन्हा वाचेन.'

बासो नानीचे मंत्र-तंत्र झाल्यानंतर सालेहा बेगमने आपल्या चंचीतून दोन रुपये काढले आणि बासो नानीकडे दिले. तेवढ्यात अब्दुलचाचा घरात शिरले. बासो नानीकडे बघून ते काय समजायचं ते समजून गेले.

सालेहा बेगमकडे म्हणजेच त्यांच्या बायकोकडे वळून ते अक्षरशः ओरडले, "अगं, मूर्ख बाई, तुला किती वेळा सांगितलं की, हे असले प्रकार माझ्या घरात करायचे नाहीत तो आरिफ तापाने फणफणलाय आणि तुम्ही त्याला इथे असं उघड्यावर बसवलंय?"

एकंदरीत रागरंग बघून बासो नानी अब्दुलचाचांच्या घराबाहेर पडली. सालेहा चाची मान खाली घालून उभी होती. मुनीर दुपारचा नमाज अदा करायला मशिदीत गेला होता.

अंगणात मध्यभागी बसलेल्या आरिफला मात्र ती कथा खूप आवडली होती. पूर्ण लक्ष देऊन त्याने ती कथा ऐकली होती. "चाचा, खरंतर आता मला खूप बरं

वाटतंय,'' आरिफ अब्दुलचाचांना शांत करण्याचा प्रयत्न करत होता; पण अब्दुलचाचा काहीच ऐकण्याच्या मनःस्थितीत नव्हते. ते तिरिमिरीत आत गेले आणि त्यांच्या पाठोपाठ सालेहा चाचीही गेली. इतके दिवस अंगात उठून बसण्याचंही त्राण नसलेला आरिफ जागेवरून उठून उभा राहिला आणि चालत घरात गेला.

शिला पूजनासाठी हजारो कारसेवक अयोध्येमध्ये दाखल होत आहेत. त्यामध्ये विश्व हिंदू परिषद आणि बजरंग दल या हिंदुत्ववादी संघटनांच्या कार्यकर्त्यांचा भरणा आहे. कोणत्याही परिस्थिती बाबरी मशिदीला काहीही धक्का लागू देणार नाही, असं वचन कल्याण सिंह सरकारने सर्वोच्च न्यायालयाला दिलं आहे. फैजाबादच नाही, तर आसपासच्या जिल्ह्यांमध्येही तणावाचं वातावरण आहे. भारतीय जनता पक्षाचे अनेक नेते अयोध्येत डेरा टाकून आहेत.

६ डिसेंबर १९९२ ची संध्याकाळ होती. मुनीर मशिदीच्या समोर बसून *'कौमी मिजाज'*चं जाहीर वाचन करत होता. बिहारमधल्या नामांकित उर्दू वृत्तपत्रांमध्ये कौमी मिजाजचं नाव अग्रेसर होतं. समोर श्रोत्यांमध्ये १५-२० माणसं बसली होती आणि लक्षपूर्वक ऐकत होती.

आरिफला आता बरं वाटत होतं; पण तरीही त्याला थकवा आला होता. पलंगाच्या टोकाशी डोकं टेकून तो खिडकीबाहेर बघत बसला होता. मशिदीच्या आवारात चाललेलं हे जाहीर वाचन त्यालाही ऐकू येत होतं. जरा वेळानं आरिफनं बघितलं की, गावात किराण्याचं छोटंसं दुकान चालवणारा थुलथुलीत सज्जाद हुसेन धावत मशिदीकडे जात होता. मशिदीत पोहोचेपर्यंत त्याला धाप तर लागली होतीच; पण तो हमसून हमसून रडत होता. त्याच्या तोंडून कसेबसे शब्द फुटले, ''बाबरी मशीद पाडली. हिंदूंनी बाबरी मशीद जमीनदोस्त केली.''

''इन्ना लिल्लाहि व इन्ना इलाही राजिउन'', अब्दुलचाचा जोरजोरात पठण करायला लागले.

मशिदीच्या प्रांगणात जमलेल्या प्रत्येकाच्या चेहऱ्यावर संताप उफाळून आला होता. आरिफला तर धक्का बसला होता. भारतासारख्या धर्मनिरपेक्ष देशात हे असं काही होईल, याची कल्पना त्याने कधीच केली नव्हती. त्याने कालच रेडिओवर ऐकलं होतं की, उत्तर प्रदेशाचे मुख्यमंत्री कल्याण सिंह यांनी सुप्रीम कोर्टात वचन दिलं होतं की, ते कोणत्याही परिस्थितीत बाबरी मशिदीचं रक्षण करतील.

''हे हिंदू साले, सगळे जनसंघीय आहेत. हा काँग्रेसचा पंतप्रधान भाजपचा छुपा

हस्तक आहे. संघाचा माणूस आहे,'' उंचापुरा रेहमान त्वेषानं ओरडला.

संध्याकाळच्या नमाजनंतर जामा मशिदीच्या इमामांनी एक भाषण दिलं. कर्ण्यावरून ते आरिफला ऐकायला येत होतंच. ''आपण मुस्लिमांनी आपल्या परंपरांना तिलांजली दिली आहे. आपल्याला कुराणाचा आणि हादिथमधल्या शिकवणींचा विसर पडला आहे; म्हणूनच आपल्याला सगळीकडे असं कस्पटासमान वागवलं जातं. आपला, आपल्या धर्माचा अपमान केला जातो. एक जमाना होता, जेव्हा तुर्कस्तानपासून स्पेनपर्यंत इस्लामची राजवट होती. अल्लामा इक्बाल यांनी काय सुंदर लिहिलं आहे,

दश्त तो दश्त है, दरिया भी न छोडे हमने ।
बहर-ए-जुल्मात में दौडा दिए घोडे हमने ॥

आपण फक्त नावालाच मुस्लीम आहोत. खरंतर आपण काफिरांसारखंच आयुष्य जगत आहोत. आपल्या सगळ्या सवयी, सगळ्या गोष्टी त्या काफीर हिंदूंसारख्याच झाल्या आहेत...'' इमामसाहेब बोलतच होते.

आरिफचं चित्तं थाऱ्यावर नव्हतं. त्याच्या मनात वेगळेच विचार सुरू होते. आता गावात काहीतरी अघटित घडणार, अशी भीती त्याला वाटत होती.

नमाज अदा झाल्यावर गावातले मुस्लीम मशिदीच्या आवारात जमले. सालेहाचाचीचा विरोध झुगारून आरिफही लोकरी शाल पांघरून तेथे गेला होता. मुनीर आणि सदाकतबरोबर तो एका कोपऱ्यात बसला होता.

सभा सुरू झाली आणि रेहमान उभा राहिला, ''या काफिरांनी बाबरी मशीद जमीनदोस्त केली. आपल्याला त्याचा बदला घ्यायलाच हवा. आपणही गावातलं एकमेव मंदिर पाडून टाकू.''

''आपल्या गावात हिंदू आणि मुस्लिमांमध्ये काहीच वैर नाही. आपल्यापासून शेकडो मैल दूर घडलेल्या गोष्टीची शिक्षा आपल्या शेजारी राहणाऱ्या हिंदूंना का द्यायची?'' अब्दुलचाचांचे लहानपणापासूनचे मित्र अली अहमद खान अगदी हळू आवाजात म्हणाले.

''अली भाई अगदी बरोबर म्हणत आहेत,'' अब्दुलचाचांनीही त्यांना पाठिंबा दिला.

''मला वाटतं, अली अहमदचाचा आणि वहीदचाचा दोघांच्याही बोलण्यात तथ्य आहे,'' डोक्यामागे हात फिरवत सदाकत बोलला. अनेकांनी नाराजीने त्याच्याकडे वळून बघितलं.

''तुझे अब्बा, रझाक खलिफा इथेच बसलेत. महत्त्वाच्या गोष्टींमध्ये तू न बोललेलंच बरं आणि तसंही एका दारुड्याकडून सल्ले घेण्याची वेळ आमच्यावर

आलेली नाही,'' रेहमान रागाने म्हणाला.

''ओ रेहमान चाचा, जरा तोंड सांभाळून बोला. दारू सोडली मी कधीच आणि मला माझं तोंड उघडायला लावू नका. तुमच्या चारित्र्यावर किती डाग आहेत, मला चांगलंच माहिती आहे. गावातल्या सुताराच्या सुंदर बायकोला भेटायला वारंवार त्याच्या घरी कोण जातं, हे काय आम्हाला माहीत नाही का?'' सदाकत उपहासाने म्हणाला.

''ए आगाऊ कार्ट्या, गप्प राहा,'' सदाकतचे वडील रझाक खलिफा ओरडले. ते त्यांच्या काळचे मल्ल होते. त्यांनी रुस्तम-ए-चंपारण हा किताबही जिंकला होता.

सदाकतचं डोकं फिरलं आणि तो मशिदीच्या प्रांगणातून उठून निघून गेला.

''आपण जे काही करायचा विचार करतोय, ते चूक आहे,'' आरिफ जरा काचकुच करत बोलला.

''आरिफ बेटा, तुला या गावातलं राजकारण माहीत नाही. हे गावातले जेवढे हिंदू आहेत ना, ते सगळे साले एकजात जनसंघीय आहेत. त्यांचा भाजपला छुपा पाठिंबा आहे. तो भूमिहार आमदार सुरेश सिंह, त्याचे पित्ते आहेत हे सगळे. त्यांना एकदा जन्माची अद्दल घडवली पाहिजे,'' रेहमान अली म्हणाले.

दोन तासांच्या गरमागरमीनंतर आज रात्री गावातलं एकमेव मंदिर पाडायचं, या निर्णयाप्रत येऊन बैठक संपली. अली अहमद खान आणि अब्दुलचाचा यांच्यासारखे काही शहाणे आवाज दाबले गेले. शेवटी ते दोघंही बैठकीतून बाहेर पडले. या कृत्यात आपण सहभागी होणार नाही, हे त्यांनी ठासून सांगितलं.

घरी परतल्यावर आरिफला झोप येत नव्हती. मंदिर पाडायची लोकांची योजना कशी काय थांबवता येईल, याचा विचार तो करत होता. त्याने एकदा अब्दुलचाचांबरोबर बोलायचा विचार केला; पण त्या विचारापासून त्याने स्वतःला परावृत्त केलं. त्याच्या मनात सदाकतचा विचार आला. एकदा त्याला भेटावं, असं त्याला वाटलं. पलंगावरून उठून, चपला घालून तो घराबाहेर आला. थंडी वाजत होती, म्हणून त्याने अंगावर लोकरीची शाल ओढून घेतली होती. रस्ता सुनसान होता. सदाकतच्या घराच्या दिशेने त्याने चालायला सुरुवात केली. तो थोडा पुढे गेला आणि त्याला दिव्याच्या खांबाजवळ एका माणसाची सावली दिसली. त्या माणसाच्या हातात विडी होती. सावलीवरूनच आरिफच्या लक्षात आलं की, तो सदाकत होता.

''आरिफ भाई, अरे एवढ्या रात्री तू कुठे चालला आहेस?'' आरिफला बघून सदाकत थोडा चपापला. एक टिचकी मारून त्याने विडी उडवून लावली.

''मी तुलाच भेटायला येत होतो. या लोकांचा मंदिर उद्ध्वस्त करायचा बेत चुकीचाच नाही, तर खूप भयानक आहे,'' आरिफ दबक्या आवाजात म्हणाला.

''अरे आरिफ, घरी जा आणि शांतपणे झोप. माझ्याकडे हे सगळं थांबवायची

मस्त योजना आहे,'' सदाकत बेफिकिरीने म्हणाला.

''काय सांगतोस?''

''अल्ला कसम!''

त्या रात्री गावात दोन गोष्टी घडल्या. पहिली म्हणजे सदाकत चमेलीबरोबर गावातून पळून गेला आणि पोलिसांची एक तुकडीच्या तुकडी गावात दाखल झाली. त्यांनी मंदिराजवळच आपली छावणी टाकली. पोलीस गावात पोहोचले, हे कळल्यानंतर आरिफने सुटकेचा निःश्वास सोडला.

पुढचे दहा दिवस पोलीस गावातच ठाण मांडून बसले होते. गावातलं वातावरण निवळायला लागलं होतं. लोकांच्या मनातला संतापही हळूहळू विरत होता. अनेकांनी विचार केला की, मंदिर तोडणं हे काही या समस्येवरचं उत्तर नाही. जमालपुऱ्यातल्या जनजीवनाचं गाडं रुळावर आलं आणि पोलिसांची तुकडीही परत गेली.

पण पुढच्याच रविवारी गावात एक बातमी वणव्यासारखी पसरली. बाबरी मशीद पाडल्याच्या आनंदात आमदार सुरेश सिंह यांच्या आदेशाने गावातले हिंदू लोक रामध्वज यात्रा काढणार आहेत. आसपासच्या हिंदुबहुल गावांमध्ये असे मोर्चे निघाले होते. या बातमीने गावातल्या मुस्लिमांचा भडका उडाला. सगळेजण हातात काठ्या आणि भाले वगैरे घेऊन मशिदीसमोर जमा झाले.

गावातला धान्याचा व्यापारी शेख हमीद अली उच्चरवात ओरडला, ''नारा-ए-तकबीर... अल्ला हो अकबर''

''अल्ला हो अकबर'' सगळे जोरजोरात घोषणा देऊ लागले.

मग ५०-६० जणांचा जमाव नौनिया टोलाच्या दिशेने चालू लागला. आरिफने त्यातल्या काही लोकांशी बोलायचा प्रयत्न केला; पण त्याला लोकांनी दूर ढकललं. जमावाचं नेतृत्व करणारा माणूस दारूच्या नशेत होता. 'इस्लामसाठी मी माझा जीवही देऊ शकतो,' तो अक्षरशः बरळत होता. थोड्या थोड्या वेळाने हात वर करून 'नारा ए तकबीर' असं ओरडत होता. त्याने असं म्हटल्यावर संपूर्ण जमाव 'अल्ला हो अकबर'च्या आरोळ्या ठोकत होता.

आरिफला अगदी हतबल झाल्यासारखं वाटत होतं. आत्ता अब्दुलचाचा असते, तर त्यांनी काहीतरी केलं असतं, असं त्याला वाटत होतं; पण शेजारच्याच गावात राहणाऱ्या त्यांच्या एका मित्राचं निधन झालं मग अब्दुलचाचा आणि घरातले इतर लोक तिथे गेले होते. घरात फक्त तो आणि फरझाना दोघंच होते.

तेवढ्यात त्याला अली अहमद खान यांची आठवण झाली. तो धावत त्यांच्याकडे गेला.

ते दोघं नौनिया टोलाला पोहोचले, तोपर्यंत मुस्लीम जमाव आणि तिथल्या काही हिंदू तरुणांमध्ये वादावादी सुरू झालीच होती. ''तुमची अरेरावी चालायला हे

काही पाकिस्तान नाही,'' हिंदूंच्या जमावातला एक तरुण बोलला. माथी आणखी भडकली. अली अहमद खान यांनी मुस्लिमांना समजावण्याचा, त्यांना परत फिरवण्याचा दुबळा प्रयत्न केला; पण कोणीही ऐकण्याच्या मनस्थितीत नव्हतं. आरिफने बघितलं की, एका घराजवळ पाच-सहा लोक भगवे झेंडे घेऊन उभे आहेत. घराच्या भिंतीवर आमदार सुरेश सिंह यांचा हात जोडलेला फोटो लावला आहे आणि त्याखाली 'भाजपला मत द्या' असंही लिहिलं आहे.

आता वादावादी शिगेला पोहोचली होती. तेवढ्यात कोणीतरी काही घरांना आग लावली. हिंदू लोक संतापाने मुस्लीम जमावावर चाल करून गेले; पण मुस्लिमांची संख्या जास्त होती; त्यामुळे त्यांचं काही चालत नव्हतं. तेवढ्यात आग पसरू लागली होती. लोकही जीव वाचवण्यासाठी इतस्ततः पळायला लागले; त्यामुळे मुस्लिमांनी अनेकांना चांगलंच चोपून काढलं. बायामाणसांच्या आणि लहान मुलांच्या किंकाळ्या आरिफच्या कानात घुमत होत्या.

आग पसरली, तसा मुस्लीम जमावही पांगू लागला. अली अहमद खान आरिफला मागे खेचत होते आणि आरिफ त्यांना विरोध करत होता.

''आरिफ, इथे थांबून तू काय करणार आहेस? हकनाक मारला जाशील. त्यांना वाचवण्यासाठी आता तू काहीच करू शकत नाहीस. माझं ऐक, आता खूप उशीर झाला आहे. चल इथून.''

दोन तास नौनिया टोला जळत होतं. जमालपुऱ्यावर काळ्या धुराची काळी छाया पसरली होती.

नौनिया टोला इथे घडलेला प्रकार बघून आरिफ प्रचंड अस्वस्थ झाला होता. अब्दुलचाचांच्या घरी तो एका खुर्चीवर गप्प बसून होता. आपण रात्रीचं जेवण घेणार नाही, असं त्याने फरझानाला सांगून ठेवलं होतं. खरंतर आरिफला आता पोलिसांची भीती होती. पोलीस गावात येऊन मुस्लिमांविरोधात कठोर कारवाई करणार, हे त्याला माहीत होतं. अब्दुलचाचा किंवा आरिफ स्वतः या दंग्यात सहभागी झाले नव्हते; पण पोलिसांना कोण पटवून देणार? पोलीस आले की, सगळ्यांवर कारवाई करतील. पोलिसांच्या लफड्यात अडकलो, तर आपल्या आयएएसच्या मुलाखतीचं काय होणार? दुसरी भीती होती ती म्हणजे, आसपासच्या गावांतले हिंदू एकत्र येऊन जमालपुऱ्यावर हल्ला करतील.

अग्निकांडात तीनजणांचा मृत्यू झाला, हे दुसऱ्या दिवशी सकाळी आरिफला कळलं. साठी पार केलेल्या एका म्हाताऱ्याने आपल्या कुटुंबाला वाचवण्यासाठी थेट आगीत उडी घेतली होती. एका तरुणाला आगीने गिळलं होतं, तर एक आंधळी बाई बाहेर पडायचा रस्ता न सापडल्याने धुरामुळे गुदमरून मेली.

ही आग लावण्यात पुढाकार घेतलेले काही लोक सुरुवातीला छातीठोकपणे

सांगत होते की, ते पठाण आहेत आणि पठाण कधीच मैदान सोडून पळत नाही. त्याशिवाय जामा मशिदीच्या इमामांनीही घोषणा केली होती की, सच्चे मुस्लीम गाव सोडून जाणार नाहीत.

संध्याकाळी जामा मशिदीतून अजान झाली नाही, तेव्हा मग अस्वस्थ होऊन आरिफ अंदाज घेण्यासाठी घराबाहेर पडला. सगळीकडे सामसूम होती. लांब लांबपर्यंत चिटपाखरूही दिसत नव्हतं. तेवढ्यात आरिफला छुट्टन मियाँ येताना दिसला. छुट्टन मियाँ अब्दुलचाचांच्या शेतावर काम करायचा. तो गावाबाहेर पडणाऱ्या रस्त्यावर धावत होता. आरिफला बघून तो थांबला.

"आरिफ बाबू, अरे तुम्ही गावांत काय करत आहात? सगळे मुस्लीम गावातून पळून गेले आहेत. तुम्हीही एखाद्या सुरक्षित ठिकाणी जा. एकतर हिंदू जमाव नाहीतर पोलीस कोणत्याही क्षणी येतील," एवढं बोलून तो पुन्हा पळायला लागला.

"हं... म्हणे पठाण मैदान सोडून पळत नाहीत," आरिफला त्याही परिस्थिती हसायला आलं.

आता आरिफ त्या रस्त्यावर एकटाच होता. त्याला कळत नव्हतं की काय करावं. एकदा त्याने मनगटावरच्या घड्याळात बघितलं. पाच वाजत आले होते. आता अंधार पडू लागला होता. अब्दुलचाचांना गावातल्या दंग्यांबद्दल नक्कीच कळलं असेल. ते आज तरी परतणार नाहीत, याची त्याला खात्री पटली. पुढच्या क्षणी तो धावत घरात शिरला आणि त्याने फरझानाला थोडक्यात कल्पना दिली.

काही वेळातच त्यांना काही अंतरावरून 'जय श्रीराम'चा नारा ऐकू आला. "हिंदूंचा जमाव याच दिशेने येतोय बहुतेक. आपल्याला तातडीने गाव सोडायला हवं," फरझानाकडे बघून आरिफ म्हणाला.

भीतीने फरझाना रडायला लागली.

"ए, अगं मी आहे ना. रडू नकोस," फरझानाच्या डोक्यावरून हात फिरवत, तिला दिलासा देत आरिफ म्हणाला.

आता घोषणा अगदी जवळून ऐकू यायला लागल्या. डिसेंबरच्या थंडीतही आरिफला घाम फुटला होता. काय करावं, हे आरिफला सुचतच नव्हतं. तेवढ्यात तो पट्कन घराबाहेर आला. त्याने दरवाजा बाहेरून बंद केला. कुलूप लावलं आणि खिडकीतून आत येऊन बसला. त्याने आणि फरझानाने मिळून आतून दारं-खिडक्या बंद केल्या.

या घरातले लोकही गाव सोडून पळाले आहेत, अशी या जमावाची समजूत होईल, अशी आरिफला आशा होती.

पण लवकरच त्यांना त्यांच्या दाराबाहेरच हजारो पावलांचा आवाज ऐकू आला. मग एक जीप थांबल्याचा आवाज आला. त्यानंतर त्यांनी ऐकलं की, कोणीतरी

जोरजोरात ओरडून हुकूम सोडत आहे. आरिफच्या हृदयाची धडधड वाढत होती. तो जराही आवाज न करता खिडकीजवळ पोहोचला. खिडकीच्या फटीतून त्याने बाहेर बघण्याचा प्रयत्न केला. बाहेर अंधार होता; पण तरीही संधिप्रकाशात त्याला दिसत होतं. बाहेर मशिदीच्या समोर शेकडो लोक जमा झाले होते. सगळ्यांच्या हातामध्ये कुऱ्हाडी, तलवारी, भाले किंवा काठ्या होत्या. सहा-सात पोलीसही हातात रायफली घेऊन त्या जमावाबरोबर होते. चौकड्या-चौकड्यांची लुंगी नेसलेल्या एका काळ्या मध्यमवयीन माणसाच्या हातामध्ये कंदील होता. तेवढ्यात त्याला पांढऱ्याशुभ्र खादीच्या कपड्यांमध्ये उभा असलेला आमदार सुरेश सिंह दिसला. काल बघितलेल्या पोस्टरमुळेच आरिफ त्याला ओळखू शकला. त्यात पोलिसांच्या तुकडीबरोबर असलेला इन्स्पेक्टर त्याच्याशी बोलताना 'आमदार साहेब, आमदार साहेब' असा उल्लेख करत होता.

"जा, या पठाणांना धडा शिकवा. अनेक वर्षांपासून आपण या जमालपुऱ्याच्या मुसलमानांचा हरामखोरपणा सहन करतोय. आज या लांड्यांपैकी कोणालाही सोडू नका," आमदारच जमावाला सांगत होते.

"अहो आमदार साहेब, असं काही करू नका. माझी नोकरी जाईल," पोलीस अधिकारी सुरेश सिंहच्या हातापाया पडत होते.

"जय श्रीराम," जमावाने ललकारी दिली. आसपासच्या रिकाम्या घरांमध्ये त्या ललकारीचा आवाज चांगलाच घुमला. आरिफला आता घाम फुटला होता.

आरिफ आता फरझानाजवळ आला. दबक्या आवाजात तो तिला म्हणाला, "फरझाना, आपल्याला इथून ताबडतोब निघावं लागेल. तू जरा टॉर्च शोध."

फरझाना भीतीने आणि थंडीनेही थरथरत होती. ती स्वेटर घालत होती. आरिफनेही आपला स्वेटर आणि बूट घातले. तेवढ्यात कोणीतरी दार ठोठावलं. आरिफच्या हृदयाचा ठोका चुकला. दारावर झालेल्या टकटकीने आता धडधडीचं रूप घेतलं. कोणीतरी बाहेरून दारावर जोरजोरात मारत होतं. बहुतेक दार तोडण्याचा प्रयत्न होत होता. आरिफला पुन्हा दरदरून घाम फुटला. आपण जर या जमावाच्या हाती लागलो, तर आपलं काय होईल, या कल्पनेने तो हादरला.

आरिफने फरझानाचा हात हातात घेतला आणि तिच्या कानात म्हणाला, "मी सांगतो तसं कर आणि माझ्यावर विश्वास ठेव."

आरिफच्या मदतीने फरझाना घराच्या मागे उघडणाऱ्या खिडकीवर चढली. आरिफही तिच्या बाजूलाच चढला. आधी आरिफने खाली उडी मारली. सुदैवाने जमीन थोडीशी ओलसर होती. मग त्याने फरझानाला खाली उतरायला हात दिला. जराही आवाज न करता ते दोघं कब्रस्तान ओलांडायला लागले. ते झाडांचा आसरा घेऊन, लपतछपत रस्त्याजवळ आले. तेवढ्यात त्यांना रस्त्यावर काही सावल्या

फिरताना दिसल्या. त्यांपैकी एक सावली थेट त्यांच्या दिशेने यायला लागली. आरिफला वाटलं, त्या माणसाने आपल्याला बघितलं आहे. तरीही त्याने फरझानाचा हात पकडून तिला झुडपांमध्ये खेचलं आणि खाली बसवलं. तो माणूस त्यांच्या जवळ आला आणि पायजम्याची नाडी सोडून लघवी करायला लागला.

आरिफ आणि फरझाना झाडीत गुडूप व्हायचा प्रयत्न करत होते. तेवढ्यात झाडावरचा एक किडा फरझानाच्या अंगावर पडला. फरझाना जोरात किंचाळणार होती, तेवढ्यात आरिफने तिचं तोंड दाबलं आणि स्वतःजवळ खेचलं. आता ती आरिफला इतकी खेटून बसली होती की, तिचे श्वास आणि हृदयाची धडधडही आरिफला स्पष्ट जाणवत होती. अशा अवस्थेत ते दोघं जवळपास अर्धा तास बसून होते; पण तो अर्धा तास त्यांना कित्येक युगांसारखा भासत होता. थोड्या वेळाने आरिफ कानोसा घेत झुडुपाबाहेर आला. त्याने बघितलं की, रस्ता मोकळा आहे.

"चल, शमशादनगरला जाऊ. माझ्या अब्बांचा मित्र तिथे राहतो," आरिफ तिच्या कानात पुटपुटला.

ते दोघं गावाच्या वेशीवर आले आणि त्यांना शमशादनगरकडे जाणाऱ्या रस्त्यावर पहारा देणारी काही माणसं दिसली. सुदैवाने त्या माणसांनी यांना बघितलं नाही. त्यांच्याकडे मोठमोठे टॉर्च होते. त्या रस्त्यावरून जाणं खूपच धोकादायक होतं. आरिफने फरझानाचा हात पकडला आणि ते दोघं सोन बकया नदीच्या दिशेने चालू लागले. बांधामुळे नदीचं पात्रं रस्त्यावरून दिसणं कठीण होतं; त्यामुळे रस्त्यावरच्या लोकांपासून लपून ते शमशादनगरपर्यंत जाऊ शकत होते. आरिफने फरझानाकडे बघितलं. इतर वेळी खूप सुंदर दिसणाऱ्या फरझानाच्या चेहऱ्यावरचा रंग साफ उडाला होता. ती कुराणातली आयतुल कुर्सी पुटपुटत होती.

तब्बल तासभर चालल्यानंतर ते दोघंजण एका पेरूच्या बागेत आले. ही बाग चार ते पाच किलोमीटरपर्यंत पसरली होती. बागेच्या दुसऱ्या टोकाला शमशादनगर होतं. ते दोघे चालू लागले आणि बागही घनदाट व्हायला लागली. आता अंधार अगदीच तीव्र झाला आणि आरिफही कुराणातल्या आयता पुटपुटायला लागला. चालता चालता ते कितीतरी वेळा झाडाच्या मुळांशी आणि दगडांशी अडखळत होते. एक-दोनदा तर त्यांना ठेचही लागली. ते बागेच्या दुसऱ्या टोकाला पोहोचतच होते, तेवढ्यात डरकाळी फोडल्यासारख्या एका माणसाच्या आवाजाने ते थबकले.

"कोण आहात तुम्ही?"

आरिफने वळून बघितलं, तर त्याच्यासमोर तोंडावर फडकं बांधलेले तीनजण उभे होते. त्यांच्यापैकी दोघांकडे बंदूकही होती.

आरिफला वाटलं की, त्याला येत असलेले सगळे शब्द त्याच्या घशातच अडकले आहेत.

“मला तर वाटतंय, पोलिसांचे खबरी असतील. ए, बोल की,” मधल्या माणसाने दरडावणीच्या स्वरात विचारलं. त्याच्या हातात एक मोठा स्टीलचा टॉर्च होता. त्याच्या बोलण्यावरून कळत होतं की, तो दारूच्या नशेत आहे. झिंगतच तो दोघांच्या जवळ आला. त्याने एका झटक्यात फरझानाचा हात पकडला. “मी या सुंदर मुलीला विचारतो. ही नक्कीच खरं बोलेल.” फरझाना पूर्ण घाबरली होती. ती जोरजोरात ओरडायला लागली. त्या माणसाच्या तावडीतून सुटण्याचा निष्फळ प्रयत्न करायला लागली.

“आम्ही काही पोलिसांचे खबरी नाही... प्लीज, माझ्या बहिणीला सोडा,” आरिफ बोलता बोलता त्या बुरखाधारी माणसावर एका झटक्यात तुटून पडला; पण तो माणूस आरिफपेक्षा जास्त सतर्क होता. त्याने हातातल्या टॉर्चचा एकच फटका आरिफच्या डोक्यावर मारला. आरिफच्या डोळ्यांसमोर चांदण्या चमकल्या आणि अंधारी आली. तो जमिनीवर निपचित पडला.

टॉर्चवाल्या माणसाने आपल्या चेहऱ्यावरचा बुरखा दूर केला आणि मिश्यांना पीळ देत म्हणाला, “अरे बघा, किती सुंदर पोरगी आहे. चला, हिच्याबरोबर थोडी मजा करू या.”

“नाही,” इतर दोघं एकत्र म्हणाले. “आठवतंय ना, गगनदेवने शंभूचं काय केलं होतं? बैरगनियाच्या त्या डाक्याच्या वेळी शंभूने त्या मारवाड्याच्या सुनेबरोबर गैरवर्तन केलं होतं, त्या वेळी काय झालं आठव.”

“गगनदेव वेडा आहे. स्वतःला जसं काही रामाचा अवतारच समजतो. तुम्ही इथे हिजड्यांसारखे उभे राहा. मी तर या पोरीबरोबर मजा करणार आहे,” त्याने फरझानाला खेचायला सुरुवात केली. तिने लाथा झाडायला आणि ओरडायला सुरुवात केली. आरिफला जाणवत होतं की, त्याने काहीतरी करायला हवं; पण अजूनही त्याला गरगरत होतं.

तो बुरखाधारी माणूस फरझानाला खेचत घेऊन जात होता, एवढ्यात कोणीतरी विद्युतवेगाने त्याच्यावर हल्ला केला. त्या बुरखाधारी माणसाच्या तोंडातून किंकाळी फुटली. एका झटक्यात त्याने फरझानाचा हात सोडून दिला आणि तो जमिनीवर गडाबडा लोळू लागला.

झाडांमागून एक बारीकसा माणूस बाहेर आला. त्यानेही आपलं तोंड झाकलं होतं. त्याने जमिनीवर पडलेल्या त्या माणसाला लाथा हाणायला सुरुवात केली. त्याच्या मागोमाग डझनभर डाकू आपल्या बंदुका सावरत पुढे आले.

“गगनदेवच्या टोळीचं नाव खराब करण्याची हिंमत कशी झाली तुझी?” तो माणूस ओरडला.

मग आपल्या साथीदारांकडे वळून तो म्हणाला, “या हरामीला आपल्या

अड्ड्यावर घेऊन या. तिथेच याच्या नशिबाचा निर्णय होईल.''

आरिफने गगनदेव डाकूचे अनेक किस्से ऐकले होते. मोतिहारी आणि आसपासच्या जिल्ह्यांमधल्या शेकडो व्यापाऱ्यांना त्याने लुटलं होतं; पण गगनदेव तत्त्वाला जागणारा माणूस होता. लुटीत मिळालेले निम्मे पैसे तो गरिबांमध्ये वाटून टाकायचा. त्याच्या टोळीतल्या कोणालाही तो महिलांशी गैरवर्तन करू द्यायचा नाही. त्याच्या एका माणसाने एका मुलीवर बलात्कार केल्यानंतर गगनदेवने त्याला गोळ्या घालून ठार केलं होतं.

अच्छा, म्हणजे हा आहे तर कुप्रसिद्ध डाकू गगनदेव!

फरझाना आता आरिफजवळ सरकली आणि त्याला मिठी मारून रडायला लागली. आरिफचं लक्ष गगनदेवकडे होतं. ते ज्या परिस्थितीत होते, त्या परिस्थितीतही आरिफला एका गोष्टीचं नवल वाटत होतं. एवढ्या भयानक टोळीचा नायक दिसायला एवढा साधा कसा! गगनदेवने पांढरी पॅन्ट आणि खाकी जॅकेट घातलं होतं. त्याच्या गळ्यात मातकट रंगाचा मफलर होता. त्याने आपल्या चेहऱ्यावरचा बुरखा दूर केला. त्याच्या मिश्या अगदी कोरल्यासारख्या बारीक होत्या. तो जुन्या चित्रपटांमधल्या प्रदीप कुमार नावाच्या नायकासारखा दिसत होता. त्याने आरिफला विचारलं, ''एवढ्या रात्री अशा सुनसान जागी, तेसुद्धा एका तरुण मुलीबरोबर काय करतोस?''

आरिफने गगनदेवला जमालपुऱ्यात घडलेला प्रसंग थोडक्यात सांगितला. जे काही घडलं, ते थांबवायचा आपण कसा प्रयत्न केला, हेसुद्धा सांगायला तो विसरला नाही. काहीही झालं तरी, ही हिंदू डाकूंची टोळी होती.

गगनदेवने आरिफचं म्हणणं शांतपणे ऐकून घेतलं. तो फरझानाकडे बघून म्हणाला, ''आता घाबरायची काहीच गरज नाही. तू आम्हाला बहिणीसारखीच आहेस. तुम्ही आता सुरक्षित आहात.''

फरझाना अजूनही घाबरलेली होती. आरिफच्या मिठीत शिरून ती हुंदके देत होती. गगनदेव त्यांना शमशादनगरपर्यंत पोहोचण्याचा रस्ता समजावून सांगायला लागला. निघताना आरिफने अनेकदा गगनदेवचे आभार मानले. गगनदेव योग्य वेळी पोहोचला नसता, तर काय झालं असतं, या विचारानेही आरिफच्या काळजाचा ठोका चुकत होता. त्या डाकूने फरझानावर सहज बलात्कार केला असता आणि इच्छा असूनही तो काहीच करू शकला नसता. ते दोघं काही तासांच्या अंतरात दोनदा वाचले होते. आरिफने फरहानाचा हात हातात घेतला आणि शक्य तेवढ्या वेगाने ते शमशादनगरच्या दिशेने चालायला लागले. संपूर्ण रस्ताभर फरझाना रडत होती आणि आरिफ तिला धीर देत होता.

जसे ते शमशादनगरला पोहोचले तसं आरिफने एका दुमजली घराकडे बोट दाखवलं आणि फरझानाला म्हणाला, 'ते बघ, पोहोचलोच आपण इलियास चाचांच्या घरी.' घरात शिरल्या शिरल्या फरझाना इलियासचाचांच्या बायकोला मिठी मारून रडायला लागली. घरातले बाकीचे लोकही जागे झाले. मग रात्रभर कोणीच झोपलं नाही.

दुसऱ्या दिवशी सकाळी लवकर इलियासचाचांच्या मुलाबरोबर आरिफ आणि फरझाना एका जीपमधून इनायतनगरला जायला निघाले. इनायतनगरला जाणाऱ्या नेहमीच्या रस्त्यावर अनेक हिंदुबहुल गावं होती; त्यामुळे खबरदारीचा उपाय म्हणून त्यांनी लांबचा रस्ता धरला.

इनायतनगरमध्ये शिरल्या शिरल्या रस्त्यात उभ्या असलेल्या शीघ्र कृती दलाच्या जवानांनीच त्यांचं स्वागत केलं. सगळ्या रस्त्यांवर सामसूम होती. एका जवानाने त्यांची जीप थांबवली आणि त्यांची चौकशी करायला सुरुवात केली. जमालपुऱ्याचा उल्लेख केला, तर हे लोक आपल्याला पकडतील, या भीतीने आरिफने त्यांना फक्त एवढंच सांगितलं की, ते इनायतनगरला गेले होते. त्या माणसाने त्यांना पुढे जायची परवानगी दिली. आरिफच्या जीवात जीव आला.

ते हकीमसाहेबांच्या घरी पोहोचले, तेव्हा हकीमसाहेब व्हरांड्यात अस्वस्थपणे येरझारा घालत होते. आरिफची मामी जमिनीवर डोकं हातात धरून बसली होती. आरिफ आणि फरझानाला बघताक्षणी ती उठली आणि फरझानाला मिठी मारून रडू लागली.

आठ

पटण्याला परतल्यावर आरिफ सकाळी उठला, तेव्हा त्याचं डोकं जड झालं होतं आणि नाक चोंदलं होतं. रात्रभर त्याला झोप लागली नव्हती. सज्जात उभं राहून तो कपाळावर आणि नाकपुड्यांना व्हिक्स चोपडत होता. एक दीर्घ श्वास घेतल्यावर त्याला जरा बरं वाटलं.

आदल्या रात्री त्याला खूप वाईट स्वप्न पडलं होतं. स्वप्नात त्याला जमालपुऱ्यातल्या नौनिया टोलामधली घरं जळताना दिसली होती. लोक जीव वाचवण्यासाठी इकडेतिकडे धावत होते. तो दचकून उठला होता. त्यानंतर मग त्याला त्या पेरूच्या बागेतली भयानक रात्र आठवली. गगनदेव आलाच नसता तर? त्या दारुड्या डाकूने फरझानावर बलात्कार केला असता तर?

विचारांच्या या गुंत्यामुळे त्याला झोपच येत नव्हती. या विचारांना बाजूला सारण्यासाठी त्याने त्याच्या मुलाखतीच्या तयारीबद्दल विचार करायला सुरुवात केली. गेल्या काही आठवड्यांत आजारपण आणि नंतर दंगे या घडामोडींमुळे त्याच्या अभ्यासाचा बोजवारा उडाला होता.

सूर्य आधीच माथ्यावर आला होता. घरासमोरच्या रस्त्यावरही कोणीच नव्हतं. एक दुबळा, म्हातारा भिकारी त्यांच्याच घरासमोर उभं राहून देवाच्या नावाने भीक मागत होता.

तेवढ्यात ढेरपोटे सूर्यप्रताप सिंह घराबाहेर आले आणि त्या भिकाऱ्यावर खेकसले, 'ए, तुला कॉलनीत येऊच कसं दिलं? मुकाट्याने बाहेर जा, नाहीतर...'

पण भिकारी हात जोडून अगदी अजिजीच्या स्वरात भीक मागत होता. अगदी काल-परवाची पोळी असली, तरी चालेल; पण काहीतरी खायला द्या, असं म्हणत होता. उत्तरादाखल सिंह यांनी हात उगारला. सिंह यांचा आवेश बघून भिकारी दोन पावलं मागे सरकला; पण त्याचा तोल गेला आणि तो पायऱ्यांवरून गडगडत

खाली पडला.

'किती निर्दयी माणूस आहे,' आरिफच्या मनात विचार आला. सूर्यप्रताप सिंह बिहार मिलिटरी पोलिसांमध्ये इन्स्पेक्टर होते; पण त्यांच्या परिसरात त्यांच्याबद्दल वेगळीच चर्चा सुरू असायची. त्यांच्या हाताखालच्या शिपायाच्या बायकोबरोबर त्यांचं लफडं होतं. आपली बायको आपल्या साहेबाबरोबर झोपते, याबद्दल त्या शिपायालाही काहीच वाटत नव्हतं, असंही आरिफने ऐकलं होतं.

तिरिमिरीत आरिफ घरात गेला आणि काहीतरी खायला बाहेर घेऊन आला; पण तोपर्यंत भिकारी दिसेनासा झाला होता. सूर्यप्रताप सिंह त्यांच्या घराच्या आवारात उभं राहून दोन शिपायांवर डाफरत होता.

'हा सूर्यप्रताप साला चुत्या आहे,' आरिफला सूर्यप्रताप सिंहचा राग आला होता.

'पण मला सूर्यप्रतापचा एवढा राग का येतोय?' आरिफ स्वतःच्याच मनाला *हा प्रश्न विचारत होता, 'त्याने त्या भिकाऱ्याला अशी वागणूक दिली म्हणून की, त्याचं दुसऱ्याच्या बायकोबरोबर लफडं चालू आहे म्हणून? मी पण रमेशकुमारच्या पत्नीच्या मागे आहेच की! मग सूर्यप्रताप आणि माझ्यात फरक काय? हो, पण मी तर सुमित्राला अजून हातही लावलेला नाही. मला ती आवडते, मी तिच्यावर प्रेम करतो; पण म्हणून मी काही पाप केलेलं नाही. हो, अजून तरी माझ्या हातून काही पाप घडलं नाही.'*

सुमित्राचा विचार डोक्यात आल्यानंतर आरिफ बेचैन झाला. एवढे दिवस सुमित्राला बघितलंही नाही, तरीही तिचे विचार डोक्यातून का जात नाहीत? याच गोष्टीचं राहून राहून त्याला आश्चर्य वाटत होतं. तो पटण्यापासून दोन महिने लांब होता. एका वेगळ्याच विश्वात होता; पण तरीही सुमित्राबद्दल वाटणाऱ्या त्याच्या भावनेत काडीचाही फरक पडला नव्हता. उलट आता तर तो आणखी तीव्रपणे तिचा विचार करत होता.

तेवढ्यात पेपरवाल्याने गॅलरीत पेपर फेकला. आरिफने *टाइम्स ऑफ इंडिया* उचलला आणि त्याचं लक्ष तारीख-वार लिहिलेल्या जागेकडे गेलं. आज शनिवार होता. अरे, शनिवारीच तर ती येते, पिंपळाच्या झाडाची पूजा करायला! पण आज ती आली नव्हती. आरिफला अचानक खूप उदास वाटू लागलं.

आदल्याच दिवशी तो मृत्युंजयच्या घरी गेला होता. तिथे त्याला सुमित्राचा मुलगा राहुल भेटला होता. त्याने त्याच्याकडे त्याच्या आईबद्दल चौकशीही केली होती, तेव्हा त्याला समजलं की, सुमित्रा तिच्या वहिनीला भेटायला मुंबईस गेली आहे. आपल्याला पंख फुटावेत आणि आपण आकाशात एक झेप घेऊन सुमित्राकडे जावं, असं त्याला वाटू लागलं.

सुमित्राच्या विचारांमध्येच हरवलेला आरिफ आपल्या अभ्यासाच्या खोलीत आला. सगळे विचार बाजूला सारून त्याने आता मुलाखतीसाठी अभ्यास करण्याचा निर्णय घेतला. पुस्तकांच्या गर्दीतून त्याने *'How to Excel in Interview'* नावाचं पुस्तक काढलं आणि तो अभ्यासात गर्क झाला.

~

१९९३ चा हिवाळा होता. सकाळची वेळ होती. आरिफच्या घरी उत्सवाचं वातावरण होतं. कारणच तसं होतं. आरिफच्या आयएएसच्या मुख्य परीक्षेचा निकाल आला होता.

"दुसऱ्याच फटक्यात आयएएसची मुख्य परीक्षा उत्तीर्ण होणं सोपं नाही. इतरांसारखा तो कोणत्याही ट्युशनला गेला नाही. मला खात्री आहे की, माझा आरिफ मुलाखतीच्या फेरीतही आरामात उत्तीर्ण होईल," आरिफचे अब्बा त्यांच्या शेजारी राहणाऱ्या वर्मांशी बोलत होते.

आरिफला खूप आनंद झाला होता; पण दुसरीकडे अब्बांना त्याच्याबद्दल वाटणारा विश्वास बघून तो थोडासा दबून गेला होता. *'मी त्यांच्या अपेक्षा पूर्ण करू शकलो नाही, तर?'* आरिफला जरा भीती वाटली.

मृत्युंजयही मुख्य परीक्षेत उत्तीर्ण झाला होता; त्यामुळे आता ते दोघं एकत्र मुलाखतीची तयारी करत होते. दर शनिवारी ते एकमेकांची मुलाखत घ्यायचा सराव करायचे.

असाच एक दिवस शनिवारी आरिफ मृत्युंजयच्या घराबाहेर पडला. त्याला दिसलं की, रमेशकुमार त्याच्या गाडीच्या डिकीतून एक बॉक्स बाहेर काढायचा प्रयत्न करत आहेत. तो बॉक्स एकट्याने उचलायला खूप जड होता, हे आरिफच्या लक्षात आलं.

"मी मदत करू का?" आरिफने विचारलं.

"हो, खरंतर चालेल. थँक्स!"

रमेशकुमारनी घराची बेल वाजवली आणि एका १६-१७ वर्षांच्या मुलीने दार उघडलं. आरिफने काही क्षण तिच्याकडे बघितलं. सुमित्रा आणि त्या मुलीत खूप साम्य होतं; पण ती तरुण होती, उंच होती आणि जराशी गोरी होती.

"नमस्कार भैया," ती लगेच बाजूला झाली आणि त्यांच्यासह त्या बॉक्ससाठी तिने जागा करून दिली.

आरिफनेही मान हलवून तिच्या नमस्काराचं उत्तर दिलं.

"माझी मुलगी, कविता. ती हजारीबागमध्ये इंदिरा गांधी बालिका विद्यालयात शिकते," हातातला बॉक्स अलगद खाली ठेवता ठेवता रमेश म्हणाले. आरिफने

बघितलं, तर बाल्कनीत गुलाबाच्या कुंड्या ठेवलेल्या होत्या.

''अरे वा!'' आरिफ म्हणाला. ''चला काका, मी निघतो आता.''

''अरे आरिफ, असं चहा पिऊ दिल्याशिवाय मी तुला कसा जाऊन देईन!'' एक लाल खुर्ची समोर खेचत रमेशकुमार म्हणाले.

दहा मिनिटांनी रमेशकुमार दोन कप आणि घरीच केलेले बटाट्याचे वेफर्स घेऊन बाहेर आले. तेवढ्यात बाजूच्या खोलीत फोन खणखणला. कविताने फोन उचलून हॅलो म्हटल्याचं आरिफने ऐकलं.

''मग, मुलाखतीची तयारी कशी सुरू आहे?'' रमेशकुमार यांचा प्रश्न पूर्ण होतो न होतो तोच बाजूच्या खोलीतून कविताच्या रडण्याचा आवाज ऐकू आला. रमेशकुमार धावतच बाजूच्या खोलीत गेले. आरिफही त्यांच्या मागे धावत गेला. रमेशकुमार यांनी रिसीव्हर हातात घेतला आणि ते समोरच्या माणसाशी बोलायला लागले. प्रत्येक सेकंदाला त्यांच्या चेहऱ्यावरचे भाव बदलत होते. तोपर्यंत कविता रडायला लागली होती.

''काका, काय झालंय?'' न राहवून आरिफने विचारलं.

''अरे मुंबईत हिंदू-मुस्लीम दंगे सुरू झाले आहेत. सुमित्रा तिथेच आहे. ती सकाळी बाजारात गेली होती आणि अजून परतलेली नाही. संपूर्ण शहरात संचारबंदी आणि जमावबंदी लागू केली आहे. कोणी बाहेर दिसलं, तर त्याच क्षणी गोळ्या घालण्याचे आदेश पोलिसांना दिले आहेत. सुमित्राचा पत्ताच लागत नाही.''

आता नेमकं कसं व्यक्त व्हायचं, हेच आरिफला कळत नव्हतं. त्याच्या मनातल्या भावना त्याने दाबून ठेवल्या. त्याला रडायला येत होतं; पण रमेशकुमारच्या समोर तो कसा रडणार होता. बराच वेळ तो रमेशकुमार आणि कविता यांच्या बाजूला बसून त्यांची समजूत काढत होता. संध्याकाळपर्यंत सुमित्राबद्दल काहीच कळलं नव्हतं. शेवटी तो हताश होऊन घरी आला.

संपूर्ण रात्र आरिफला झोप लागली नाही. तो एका कुशीवरून दुसऱ्या कुशीवर तळमळत होता. उशीत तोंड खुपसून रडत होता. मध्येच अल्लाकडे सुमित्रासाठी प्रार्थना करत होता.

पहाट झाली, जरासं फटफटलं तसं आरिफ उठून घराजवळच्या PCO बूथवर गेला. त्याने रमेशकुमार यांना फोन लावला. सुमित्रा परतली होती. एका मुस्लीम माणसाने तिला दंगेखोरांपासून कसं वाचवलं, तेदेखील रमेशकुमार यांनी त्याला सांगितलं. रमेशकुमार तिला आणायला मुंबईलाच निघाले होते.

आरिफने PCOचे पैसे दिले आणि तो बाहेर पडला. बाहेर आल्याआल्या त्याने सुटकेचा निःश्वास सोडला. घरी परत येताना तो शंकराच्या मंदिराबाहेर थांबला आणि त्याने हात जोडून प्रार्थना केली. समोरच्या बंद दुकानाबाहेर एक भिकारी बसला

होता. आरिफ त्याच्या जवळ गेला आणि खिशात होते नव्हते तेवढे पैसे त्याने त्या भिकाऱ्याच्या कटोऱ्यात टाकले. भिकाऱ्याने आरिफला जगभराच्या दुवा दिल्या.

आरिफ तिथून निघाला. आता त्याच्या ओठांवर किशोरकुमारचं गाणं होतं,

हमें तुमसे प्यार कितना ये हम नहीं जानते ।
मगर जी नहीं सकते, तुम्हारे बिना ।।

तीन दिवसांनी मृत्युंजयकडून त्याला कळलं की, रमेशकुमार आणि सुमित्रा परत आले आहेत; पण सुमित्राला जाऊन भेटायचा धीर त्याला झाला नाही. त्यानंतर त्याने मृत्युंजयकडे जाणंही बंद केलं. तो स्वतःला सारखं सारखं बजावत होता की, सुमित्राचं लग्न झालेलं आहे.

नऊ

सुमित्राला न भेटणं, तिचा विचार टाळणं आरिफला आता खूपच त्रासदायक वाटत होतं. खरंतर काही महिनेच झाले होते; पण त्याला युगं लोटल्यासारखं वाटत होतं. त्याच्या परीक्षेचा निकालही अजून आला नव्हता.

त्याला त्या निकालाची जेवढी प्रतीक्षा होती, तेवढीच सुमित्राला भेटण्याची! असाच एक दिवस तो रिझल्टची वाट बघत होता. खरंतर त्याला खूप अस्वस्थ वाटत होतं. याच विचारात असताना पेपरवाल्याने पेपर फेकला. आरिफने पेपर हातात घेतला, तेव्हा त्याच्या हृदयाचे ठोके वाढले होते. त्याने एक एक पान उलटायला सुरुवात केली. तो रिझल्ट छापून आलेली पानं पुन्हा पुन्हा वाचत होता; पण त्याला त्याचं नाव कुठेच दिसत नव्हतं. त्याचंच काय, मृत्युंजयचं नावही त्याला दिसत नव्हतं. तो हबकला. त्याचे ओठ थरथरायला लागले, डोळ्यांतून पाणी यायला लागलं. एवढ्या जवळ येऊन त्याला पुन्हा शून्यापासून सुरुवात करावी लागणार होती.

पुढचे दहा दिवस त्याने स्वतःला खोलीत बंद करून घेतलं. आपण का अयशस्वी झालो, हाच विचार दहा दिवस तो करत होता. आता त्याला वाटू लागलं की, ही परीक्षा आपण कधीच पास होऊ शकणार नाही. आपल्या नावापुढे IAS ही अक्षरं कधीच लागणार नाहीत.

आरिफला वाटलं होतं, तेवढं दुःख अब्बांना झालं नव्हतं. उलट ते खूपच शांत वाटत होते. आरिफला जवळ घेऊन, त्यांनी त्याची समजूत काढायचा प्रयत्नही केला होता. अपयशाने खचून जाऊ नकोस, असं ते त्याला वारंवार सांगत होते. अकराव्या दिवशी अब्बा आरिफच्या खोलीत आले आणि एक खुर्ची घेऊन त्याच्यासमोर बसले. आपला हात त्यांनी आरिफच्या डोक्यावर ठेवला.

“बेटा, मला पूर्ण कल्पना आहे की, निकालामुळे तू खूप खचला आहेस; पण

आत्मविश्वास गमावू नकोस.''

आपल्या वडिलांकडे बघून आरिफ मंद हसला. अब्बाही त्याच्याकडे बघून हसले. अब्बांनी त्याला अझीम देहलवीचा शेर ऐकवला.

गिरते हैं शहसवार ही मैदान-ए-जंग में ।
वह तिफ्ल क्या गिरेगा जो घुटनों के बल चले ।।

''तू प्रयत्न करत राहा. धीर सोडू नकोस,'' अब्बा म्हणाले. त्यांनी आरिफच्या हातात ताजं वर्तमानपत्र ठेवलं. ''हे बघ, यंदाच्या परीक्षेची जाहिरात आधीच आली आहे. पुन्हा एकदा फॉर्म भर. मला खात्री आहे, यंदा तू नक्की पास होशील.''

अब्बांच्या त्या बोलण्याने आरिफला प्रचंड धीर मिळाला. त्याचा हरवलेला आत्मविश्वास त्याला पुन्हा गवसला. त्याने त्याची निराशा मागे सारली आणि तो परीक्षेच्या तयारीचं नियोजन करायला लागला.

शनिवारी सकाळी खूप लवकर मृत्युंजय त्याच्या घरी आला. त्याच्या हातात खाकी लिफाफा होता.

''प्रिलिमचे फॉर्म्स; अरे लवकर उठून मी अशोक राजपथला गेलो होतो, हे विकत घ्यायला. तुझ्यासाठी पण एक आणला आहे.'' आरिफच्या पलंगावर बसत मृत्युंजय म्हणाला.

''थँक्स यार!''

''आणि या वर्षी परीक्षेसाठी आपण जरा वेगळे डावपेच आखू या.''

''माझ्या डोक्यातही काही वेगळ्या कल्पना आहेत. खासकरून जनरल स्टडीजच्या पेपरसाठी! आपण सायन्स आणि टेक्नॉलॉजीवर जास्त लक्ष केंद्रित केलं, तर...'' आरिफ बोलत होता, तेवढ्यात दादी खोलीत आली. तिला बघून मृत्युंजय उठला आणि तिच्या पाया पडला.

''बेटा, तुला अल्ला खूश ठेवो,'' त्याच्या डोक्यावर हात फिरवत दादी म्हणाली, ''मी तुझ्यासाठी शिरा करतेय मृत्युंजा,'' दादीला त्याचं पूर्ण नाव उच्चारता आलं नाही; पण मृत्युंजयला दादीच्या तोंडून असंच नाव ऐकायला आवडायचं.

''अरे दादी, नको. मी निघतोच आहे. पुढच्या वेळी नक्की येईन शिरा खायला. तुमच्या हातचा शिरा मला खूप आवडतो,'' मृत्युंजय दादीच्या पाया पडत म्हणाला. आरिफला अच्छा करून तो निघून गेला.

आरिफ मृत्युंजयला अच्छा करायला बाल्कनीत आला. मृत्यूंजय स्कूटर सुरू करण्याची धडपड करत होता. साधारण १५-२० वेळा किक मारल्यानंतर त्याच्या

त्या डबडा स्कूटरने उसासे टाकायला सुरुवात केली. धुराचा एक मोठा पट्टा सोडल्यावर तिच्या जिवात जीव आला.

पुन्हा खोलीत आल्यावर आरिफने एकदा घड्याळाकडे नजर टाकली. त्याला फॉर्म भरण्यासाठी डिमांड ड्राफ्ट बनवून घ्यायचा तर बँकेत जायला घाई करावी लागणार होती.

तो स्टेट बँकेच्या दाराशी पोहोचला, तेव्हा 'बंद' अशी ठळक अक्षरं लिहिलेली पाटी त्याच्या स्वागतासाठी होती. बँकेचं दार बंद होतं आणि दारापुढचं लोखंडी ग्रिल खेचून सुरक्षारक्षक बाजूच्या स्टुलावर तंबाखू मळत बसला होता.

आरिफने काचेतून समोरच्या काउंटरवर दिसणाऱ्या माणसाकडे मोठ्या आशेने बघितलं. काउंटरवरच्या माणसाने नाक मुरडलं आणि तो आरिफकडे तुच्छ नजर टाकत म्हणाला, "शनिवारी बँक फक्त साडेबारापर्यंत असते, माहीत नाही का?"

आरिफने असाहाय्यपणे बाजूच्या स्टुलावर बसलेल्या सुरक्षारक्षकाकडे बघितलं. आता तो हात झटकून तंबाखूचा बार भरण्याच्या तयारीत होता. आज काही आपलं काम होत नाही, असा विचार करून आरिफ जायला निघणार, तेवढ्यात बँकेतून त्याने एका माणसाला त्याच्या दिशेने येताना बघितलं. तो रमेशकुमार होता. त्यांनी बहुधा आरिफला ताटकळत उभं असलेलं बघितलं होतं.

"काय रे, बँकेत काही कामासाठी आला आहेस का?" रमेशकुमार यांनी आरिफला विचारलं.

"हो काका. अहो, एक डिमांड ड्राफ्ट बनवायचा होता."

"श्रीवास्तव," रमेशकुमारनी काउंटरवर बसलेल्या माणसाकडे बघून हाक मारली, "अरे, जरा एक डिमांड ड्राफ्ट बनव. –कोणाच्या नावाने बनवायचा आहे?" हा प्रश्न आरिफला होता.

"केंद्रीय लोकसेवा आयोग," आरिफ म्हणाला, "या कागदावर बाकी सगळा तपशील आहे," त्याने खिशातून एक कागद काढून रमेशकुमारच्या हातात दिला.

"पण सर, कॅशचं काम तर आधीच बंद केलं आहे." श्रीवास्तवच्या आवाजात स्पष्ट नाराजी होती.

"अरे, त्यात काय एवढं? बरं, असं कर, माझ्या अकाउंटवरून ट्रान्सफर करून घे. ड्राफ्ट झाला की, माझ्या केबिनमध्ये पाठवून दे," रमेशकुमारने तो कागदाचा तुकडा श्रीवास्तवच्या टेबलावर ठेवत सांगितलं. आरिफकडे वळून ते म्हणाले, "तू ये रे माझ्या बरोबर."

रमेशकुमार यांची केबिन छोटेखानी होती. त्यात लाकडाचं एक टेबल होतं. एक गोल फिरणारी खुर्ची होती. ती अर्थातच रमेशकुमार यांची होती. त्यांच्या समोर अभ्यागतांना बसण्यासाठी दोन खुर्च्या होत्या. त्यांवर मऊ उशा ठेवलेल्या होत्या.

रमेशकुमार आरिफला त्याची ख्यालीखुशाली विचारू लागले. घरच्यांची चौकशी करता करता दहा मिनिटं गेली. तेवढ्यात बँकेचा शिपाई केबिनमध्ये डिमांड ड्राफ्ट घेऊन आला.

आरिफने रमेशकुमार यांचे दहा वेळा आभार मानले. तो निघतच होता, एवढ्यात रमेशकुमार यांनी एक बॅग टेबलावर ठेवली.

"अरे आरिफ, तुझी हरकत नसेल आणि तुला सहज जमणार असेल, तर तू ही बॅग माझ्या बायकोला देऊ शकशील का? घरी जाऊनच द्यावी लागेल. त्याचं काय आहे, मला एका लग्नासाठी खगरियाला जायचंय. आधीच उशीर झाला आहे; त्यामुळे घरी जायला वेळ नाही."

"अहो काका, त्यात कसली हरकत?" आरिफ बोलून गेला आणि नंतर त्याने स्वतःलाच त्याबद्दल शिव्या घातल्या. *काय गरज होती हो म्हणायची?* असं त्याच्या मनात आलं; पण दुसरीकडे तोसुद्धा अनेक महिन्यांनंतर सुमित्राला भेटायला उत्सुक होता. बँकेबाहेर पडून आरिफने सायकलवर टांग टाकली, तेव्हा त्याच्या तोंडी किशोरकुमारचंच गाणं होतं.

पल पल दिल के पास, तुम रहती हो ।
जीवन मीठी प्यास, ये कहती हो ॥

~

त्या टळटळीत उन्हातही आपण सुमित्राच्या दरवाजाबाहेर कधी पोहोचलो, त्याला कळलंच नाही. तो दारावरची बेल वाजवणार इतक्यात त्याला सुमित्राचा आवाज ऐकू आला. ती चिडली होती आणि कोणाशी तरी बोलत होती.

"रमेशला त्याच्या बहिणीपेक्षा कोणीच जास्त महत्त्वाचं वाटत नाही. त्याच्यासाठी त्याची बहीण म्हणजेच सगळं काही आहे. या घरात पाऊल ठेवल्यापासून मी बघतेय. लग्नाला इतकी वर्षं झाली आमच्या; पण अजूनही तिची आमच्या संसारातली लुडबुड अजिबात कमी झालेली नाही..."

सुमित्रा बहुतेक फोनवर कोणाशी तरी बोलत असावी.

सुमित्राने फोन ठेवला की, आपण दाराची बेल वाजवू, असा विचार करून आरिफ ती बॅग हातात पकडून जवळपास १५-२० मिनिटं बाहेरच उभा होता; पण सुमित्राचं बोलणं सुरूच होतं.

"पण ती किती नालायक आहे, हे मला माहीत आहे. तिच्याशी कसं वागायचं, हेसुद्धा मला माहीत आहे..." आरिफने बेल वाजवता वाजवता सुमित्राचं हे वाक्य ऐकलं होतं.

काही सेकंदांमध्येच दरवाजा उघडला. समोर सुमित्रा उभी होती. तिच्या कपाळावर

खरंतर आठ्या होत्या; पण आरिफला बघितल्या बघितल्या कपाळावरच्या आठ्यांची जागा ओठांवरच्या प्रसन्न हास्याने घेतली. तिने लाल रंगाची शिफॉनची साडी नेसली होती. त्याला साजेल असा बिनबाह्यांचा ब्लाउझ घातला होता. तिने केस मोकळे सोडले होते आणि ते तिच्या खांद्यांवर रूळत होते. ती कमालीची सुंदर दिसत होती. आरिफने आपली नजर तिच्यापासून दूर करण्याचा निष्फळ प्रयत्न केला. त्याच्या हृदयाचे ठोके वाढू लागले. आता आपला आपल्यावरचा ताबा सुटतो की काय, असं त्याला वाटत होतं.

"रमेशकाकांनी मला ही बॅग द्यायला सांगितली होती," आरिफ कसंबसं हसत म्हणाला. खरंतर तो रमेशला काका म्हणताना अडखळला होता. *ज्याची बायको आपल्याला आवडते, त्याला काका कसं काय म्हणायचं,* असा प्रश्न त्याला चाटून गेला होता.

"अरे आरिफ, आत तर येशील की नाही?" ती अगदी मृदू आवाजात म्हणाली. घरात शिरताना आपले सॅन्डल काढता काढता आरिफचा तोल गेला. कसंबसं स्वतःला सावरत तो आत शिरला. तिने दरवाजा लोटला आणि आरिफला दिवाणखान्यात यायला सांगितलं.

'अरे, सॅन्डल काढले नसतेस, तरी चाललं असतं,' सुमित्रा म्हणाली. आरिफ फक्त हसला.

आरिफचं लक्ष भिंतींवर टांगलेल्या तीन तैलचित्रांकडे गेलं. ती अमूर्त शैलीतली चित्रं होती. तो त्या खोलीचं निरीक्षण करत होता. खिडकीचे पडदे आणि सोफा यांची रंगसंगती मिळतीजुळती होती. खोलीत एका कोपऱ्यात एका लाकडी चौरंगावर हनुमान, गणपती आणि लक्ष्मी यांच्या संगमरवरी मूर्ती होत्या. त्या मूर्तींच्या पायाशी फुलं वाहिलेली होती आणि सकाळी लावलेल्या अगरबत्तीची राखही त्या फुलांवर पडलेली दिसत होती. त्याच चौरंगावर कृष्णाचं एक सुंदर चित्र होतं. गेल्या वेळी तो रमेशकाकांबरोबर आला होता, तेव्हा सुमित्राच्या काळजीपोटी त्याचं या गोष्टींकडे लक्षच गेलं नव्हतं.

सुमित्राने त्याला एका खुर्चीवर बसायला सांगितलं आणि आत गेली. काही मिनिटांनी ती बाहेर आली, तेव्हा तिच्या हातात एक ट्रे होता. त्या ट्रेमध्ये तीन-चार ताटल्या होत्या. प्रत्येक ताटलीत बिस्किटं, काही वेफर्स, शेंगदाणे, मावा केक यांपैकी एक एक पदार्थ होता. पाण्याचा ग्लास होता आणि चहाचे दोन कप होते. तिने ट्रे टेबलावर ठेवला आणि आरिफला चहाचा कप दिला.

"माझी एक तक्रार आहे," सुमित्राने तक्रारीसाठी 'शिकवा' हा अस्खलित उर्दू शब्द वापरला होता.

"तक्रार?"

“मी मुंबईहून परतल्यानंतर तू मला भेटायला आलाच नाहीस. मी हरवल्याचा फोन माझ्या नातेवाइकांनी केला, तेव्हा तू घरी होतास, असं मला कविताने सांगितलं. मी सुखरूप आहे, हे कळल्यावर तुला आनंद होईल आणि तू मला भेटायला येशीलच, असं मला वाटलं होतं. खूप भयानक प्रसंगातून वाचले मी, माहिती आहे?”

“सुमित्राजी, सॉरी! मला वाटलं...”

“पहिली गोष्ट, माझं नाव सुमित्रा आहे. सुमित्राजी नाही,” सुमित्राने मिश्कीलपणे हसत त्याचं वाक्य अर्धवट तोडत म्हटलं.

“बरं, सुमित्रा,” सुमित्रासमोरच तिच्या नावाचा एकेरी उल्लेख करताना खरंतर आरिफला मनातून गुदगुल्या होत होत्या; पण तो थोडासा बावचळला होता. “तुमचं उर्दू एवढं कसं छान आहे? कुठे शिकलात?” विषय बदलायचा म्हणून आरिफने विचारलं.

‘मी गयेजवळच्या इमदादनगर या मुस्लीमबहुल शहरात लहानाची मोठी झाले आहे. तिथे मी उर्दू शाळेतच जात होते, तेव्हा मी खूप सारी उर्दू मासिकं आणि कादंबऱ्या वाचायचे.”

“क्या बात है!...”

तेवढ्यात कोणीतरी दोनदा दारावरची बेल वाजवली.

“सुमित्राजी,” बाहेरून एक बाई सुमित्राला हाका मारत होती.

“अं, बहुतेक मिश्रावहिनी असतील. तू बस, मी दहाच मिनिटांमध्ये परत आले,” सुमित्रा बाहेर जाता जाता म्हणाली. जाता जाता तिने दिवाणखान्याचा दरवाजा बाहेरून लावून घेतला; पण आरिफला बाहेरचं बोलणं स्पष्टपणे ऐकू येत होतं.

“अहो, जसं मला कळलं, तशी मी तडक तुमच्याकडे तुम्हाला सांगायला आले. तुम्हाला ती प्रेमलता माहिती आहे ना, सुमित्राजी? अहो, चौबेंची मुलगी हो? तिचं आणि एका खालच्या जातीच्या मुलाचं काहीतरी लफडं चाललंय म्हणे. ब्राह्मणाच्या पोरीची ही थेरं!”

“काय सांगता? माझा तर विश्वासच बसत नाही,” सुमित्रा म्हणाली.

“मग, सांगतेय काय! एवढंच कशाला? त्या श्रीनाथ सिंहच्या मुलीचा गर्भपात करून घेतला त्यांनी. तिचं लग्न झालं नाहीये आणि हे पोट वर घेऊन बसली होती. पदरचं नाही सांगत मी, देवाची शपथ!”

“आई, अगं बाबा घरी आलेत. तुला बोलावताहेत,” मिश्रावहिनींचा मुलगा त्यांना बोलवायला आला.

“चला सुमित्राजी, मी येते. उद्या बोलू सविस्तर. चल रे,” मिश्रावहिनी निघून गेल्या.

आरिफने दरवाजा लावल्याचा आवाज ऐकला आणि दोन-चार क्षणांतच सुमित्रा पुन्हा खोलीत आली. आरिफकडे बघून ती हसली आणि सोफ्यावर बसत त्याला म्हणाली, "तू खूप छान गजल लिहितोस."

"माझ्या गजला तुम्ही कुठे वाचल्यात?"

"तुझ्या डायरीत. आठवतं, तू माझ्या वडिलांना मदत केली होतीस, त्या दिवशी तुझी डायरी तू माझ्याकडे दिली होतीस." सुमित्रा हसत म्हणाली.

"ओह, थँक्स... तरीच मी ती डायरी शोधून शोधून हैराण झालो. तुम्ही माझ्या गजलांची स्तुती केलीत; पण तुमची शैली तर भन्नाट आहे." आरिफ थोडासा बिचकतच तिला म्हणाला, "तुम्ही तुमच्या काही गजल मला वाचून दाखवाल?"

"तुला खरंच माझ्या गजल ऐकायच्या आहेत?" सुमित्राने थेट त्याच्या नजरेला नजर भिडवत विचारलं.

तुझ्याकडे बघणं, म्हणजेच साक्षात गजल वाचण्यासारखंच आहे, आरिफच्या ओठांवर आलेलं हे वाक्य त्याने गिळलं. त्याऐवजी त्याने सुमित्राकडे बघितलं. ती त्याच्याकडे बघून गोड हसली. तिच्या गालावर खळी पडली. *'या अल्लाह!'* आरिफ मनातल्या मनात पुटपुटला. असंच उठावं आणि तिच्या गालावरच्या खळीचं हलकंसं चुंबन घ्यावं, अशी इच्छा त्याच्या मनात उफाळून आली; पण त्या इच्छेला दाबत तो म्हणाला,

"इरशाद, इरशाद..."

आरिफ एकटक सुमित्राकडे बघत होता. तिनेही आपली नजर त्याच्या नजरेलाच भिडवली होती.

ये मयकद-ए-इश्क़ है यहाँ जामे-ए-जुनूं मिलता है ।
गिरिया-ए-दीद-ए-कैश व क़ल्ब-ए-लैला का खूं मिलता है ।।

मग त्या दोघांची ही मैफल चांगलीच रंगली. सुमित्राने तिच्या काही गजला ऐकवल्या, आरिफनेही त्याच्या काही ऐकवल्या. काही प्रसिद्ध शायरांच्या गजलांनीही त्या दिवाणखान्याचं झुंबर सजलं. बघता बघता पाच वाजले. सुमित्राचं लक्ष तर घड्याळाकडे नव्हतंच. आरिफनेच मैफल आवरती घेतली.

"सुमित्राजी, मला एकीकडे जायचं आहे. आता मी निघू?" हे विचारताना खरंतर आरिफला खूप दुःखं होत होतं. त्याला एवढी चांगली मैफल आवरती घ्यायची नव्हती.

"अहं... सुमित्राजी नाही, सुमित्रा."

"बरं बरं, सुमित्रा!" आरिफ तिच्याकडे बघून हसला.

“उद्या माझ्याबरोबर पिक्चरला येशील? रमेश उद्या बाहेरगावी जाणार आहे आणि माझा मुलगाही त्याच्या आजोबांकडे गेला आहे. कितीतरी दिवस झाले, मला हा पिक्चर बघायचा आहे. रमेश येईपर्यंत तो थिएटरमधून जाईल आणि मग मला बघता येणार नाही.” सुमित्रा म्हणाली.

“हो, मला आवडेल” आरिफ पट्कन म्हणाला. *“आरिफ, हे तू काय करतो आहेस? लक्षात ठेव, ती एक विवाहित स्त्री आहे. या सगळ्याचा काहीच अंत नाही,’* आरिफचं दुसरं मन त्याला मागे खेचत होतं.

या दोन मनांच्या झगड्याला दाबत आरिफने विचारलं, “पण कोणता पिक्चर आहे सुमित्रा?”

“साजन” सुमित्रा म्हणाली.

“तुम्ही एकट्याच आहात?”

“हो”

“तुमची मुलगी, कविता?”

“ती हजारीबागला इंदिरा गांधी बालिका विद्यालयात शिकते. मला वाटतं, मी तुला सांगितलं होतं.”

‘हो. तुम्ही बोलला होतात.’

साजन... संजय दत्त, माधुरी दीक्षित आणि सलमान खान यांच्या प्रेमाचा त्रिकोण असलेला हा पिक्चर पटण्यात हाउसफुल गर्दीत सुरू होता. आरिफ थिएटरवर आधी जाऊन तिकिटं काढेल आणि मग सुमित्रा जाईल, असं ठरलं.

दुसऱ्या दिवशी सकाळी साडेदहा वाजता आरिफ मोना थिएटरबाहेर पोहोचला, तेव्हा तिथे तोबा गर्दी होती. दिवसभरातले सगळे खेळ हाउसफुल होते; पण त्या गर्दीत हातात काही तिकिटं घेऊन ब्लॅकमध्ये तिकीट विकणारे दोघेजण पुटपुटत फिरत होते. ‘स्टॉल ३० रुपये, बाल्कनी २० रुपये.’ आरिफने थोडी घासाघीस करून स्टॉलची ३० रुपयांची दोन तिकिटं ५० रुपयांमध्ये घेतली. खरंतर त्याच्यासाठी ते महागच होतं; पण त्याला ही संधी दवडायची नव्हती.

खरंतर तो द्विधा मनःस्थितीत होता. *सुमित्राबरोबर वेळ घालवण्यात तो काही चूक तर करत नव्हता ना?* पण त्याने त्या विचाराला लगेच कचऱ्याची टोपली दाखवली. एका महिलेबरोबर चित्रपट बघणं हा काही व्यभिचार होत नाही, त्याने स्वतःला समजावलं. तसंही तिला एकट्याने चित्रपट बघावा लागू नये, म्हणून तो तिची सोबत करत होता. मोना आणि एल्फिन्स्टन या दोन चित्रपटगृहांच्या अगदी समोर असलेल्या गांधी मैदानाच्या पूर्वेकडच्या गेटवर उभं राहून तो सुमित्राची वाट बघत होता.

शहराच्या मध्यभागी असलेलं विस्तीर्ण गांधी मैदान म्हणजे शहराचं मोठं

फुप्फुस होतं. शहरात घडलेल्या सगळ्याच बऱ्यावाईट गोष्टींचं साक्षीदार म्हणजे गांधी मैदान! १९४२च्या चले जाव चळवळीपासून ते आणीबाणीविरोधातल्या जयप्रकाश नारायणांच्या सुप्रसिद्ध ऐतिहासिक जनआंदोलनापर्यंत आणि व्यापार जत्रेपासून ते अगदी पुस्तक जत्रेपर्यंत सगळ्या महत्त्वाच्या घडामोडी या मैदानाने पाहिल्या होत्या. यातल्या अनेक चळवळींनी देशाच्या भविष्याची दिशा बदलण्यातही मोलाची भूमिका बजावली होती.

मैदानाच्या एका कोपऱ्यात उभं राहिल्यावर आरिफला मैदानाची भव्यता अधिकच जाणवत होती. कोणी त्या मैदानात आराम करायला आलं होतं, कोणी खेळायला, कोणी आंदोलन करायला, तर कोणी या भावनाशून्य शहरापासून पळ काढायला आलं होतं. मैदान सगळ्यांना सारख्याच भावनेने जवळ करत होतं. अनेकांचा दिवस या मैदानातूनच सुरू व्हायचा आणि रात्रीही ते याच मैदानाच्या आसऱ्याला यायचे.

त्या दिवशी प्रचंड गरम होत होतं. सूर्य डोक्यावर आग ओकत होता. आरिफ पिंपळाच्या झाडाच्या सावलीत असलेल्या एका बाकावर बसला होता. पिंपळाची पानं जरा सळसळली की, गरम हवेचा एक झोत आरिफला फटकारा मारून जात होता. त्याच्यापासून अगदी जवळच हस्तरेषा बघणारा एक ज्योतिषी बसला होता. त्याच्या हातात कोणाचातरी हात होता आणि तो बारकाईने त्या गिऱ्हाईकाच्या हातावरच्या रेषा पाहून काहीतरी बोलत होता. आरिफच्या डाव्या हाताला काही लोक लाल रंगाचे बावटे आणि झेंडे घेऊन उभे होते. त्यातल्या एका फलकावर लिहिलं होतं, 'संगपुरा प्रकरणातील गुन्हेगारांना फाशी द्या, गरिबांवरचा अत्याचार बंद करा; दुटप्पी लोकशाही मुर्दाबाद, इन्कलाब झिंदाबाद!'

त्या जमावामध्ये दोन महिलाही उभ्या होत्या. त्यांच्या हातात गळा चिरलेल्या दोन माणसांचे फोटो होते. ती दोन माणसं नक्षलसमर्थक होती, एवढं आरिफला माहीत होतं. जेहनाबादमध्ये काही उच्चवर्णीय जमीनदारांच्या पदरी असलेल्या गुंडांनी खालच्या जातीच्या कुटुंबातल्या ३५ जणांना जिवानिशी मारलं होतं. त्याचा निषेध करण्यासाठी हे लोक गेल्या दोन दिवसांपासून गांधी मैदानात जमत आहेत, हे आरिफने वर्तमानपत्रांमध्ये वाचलं होतं.

गांधी मैदान गोलाकार होतं. या मैदानाच्या बाजूने जाणाऱ्या रस्त्यावर खूपच तुरळक गर्दी होती. सूर्य एवढा तापला होता की, रस्त्यावरून चालायला कोणीच धजावत नव्हतं. आकाशातच नाही, तर झाडाच्या फांद्यांवरसुद्धा चिटपाखरूही नव्हतं. बहुतेक सगळेच पक्षी त्या उन्हात आपापल्या घरट्यांमध्ये आराम करत असावेत. आइस्क्रीम आणि थंड पाणी विकणारे आपल्या हातगाड्यांच्या आजूबाजूला असलेल्या माशा हाकलत होते. समोरच्या फुटपाथवर 'हैदोस'सारखी मासिकं विकणारा ठेलेवालाही गिऱ्हाईक नसल्यामुळे वर्तमानपत्राची घडी तोंडावर घेऊन बसला होता. एका झाडाच्या

बुंध्याशी बसून दोन सायकलरिक्षावाले सत्तूच्या पिठाचे गोळे फोडून ते हिरवी मिर्ची आणि कांद्याच्या चटणीबरोबर खात होते. बाकी सगळीकडे शुकशुकाट होता; पण चित्रपटगृहाजवळ मात्र मधाच्या पोळ्याजवळ माशा असाव्यात, तसे शेकडो लोक घोंघावत होते.

अर्ध्या तासाने आरिफ चित्रपटगृहाच्या गेटजवळ आला. सुमित्रा तिथे अगदी थोड्या अंतरावरच उभी होती. गुलबक्षी रंगाची साडी नेसलेल्या सुमित्राने हलकीशी पावडर लावली होती. आरिफने तिच्याकडे बघताच ती अगदी गोड हसली. तिला हसताना बघून त्या उन्हाळ्यात थंड पाण्याचा शिडकावा झाल्यासारखं आरिफला वाटलं. त्या दोघांनी एक शब्दही न बोलता इशाऱ्यानेच एकमेकांना चित्रपटगृहात चलण्याची खूण केली. सुमित्रा पुढे चालत होती आणि आरिफ अगदी तिच्या मागेच चालत होता. गेटकीपरनं सुमित्राला अडवलं तसं, तिने मागून येणाऱ्या आरिफकडे खूण केली. आरिफनेही हातातली दोन तिकिटं दाखवली. गेटकीपर सूचक हसला आणि त्याने दोघांनाही आत सोडलं.

थिएटरमधल्या अंधारात शिरल्यावर तिथल्या गारेगार हवेमुळे आरिफच्या अंगावर क्षणभर काटा आला. खरंतर हा काटा नेमका गार हवेमुळे आला की, भीतीमुळे ते त्याचं त्यालाच कळत नव्हतं. सुमित्राबरोबर इथे आपल्याला कोणी बघितलं तर... कोणी जाऊन अब्बांना काही सांगितलं तर... अशा अनेक प्रश्नाच्या इंगळ्या त्याला डसायला लागल्या. आरिफने सुमित्राकडे बघितलं. ती त्याच्याकडेच बघत होती आणि मंदशी हसत होती. तिचा चेहरा बघून प्रश्नांच्या त्या इंगळ्या कुठल्याकुठे नाहीशा झाल्या. त्याला आता थोडं बरं वाटायला लागलं.

तेवढ्यात सिनेमागृहात पूर्ण अंधार झाला आणि चित्रपट सुरू झाला. माधुरी दीक्षितकडे बघतानाही आरिफला तिचं सौंदर्य सुमित्रापुढे फिकं वाटत होतं. तेवढ्यात *'देखा है पहली बार, साजन के आँखो में प्यार'* हे गाणं पडद्यावर सुरू झालं आणि लोक बेभान झाले. लोक शिट्या वाजवायला लागले. काहीजण तर पडद्यासमोरच्या जागेत जाऊन नाचायला लागले. तेवढ्यात आरिफला जाणवलं की, सुमित्राने त्याच्या हाताला स्पर्श केला आहे. त्या स्पर्शानेच आरिफच्या अंगावर रोमांच उभे राहिले. दुसऱ्या हाताने कपाळावरचा घाम टिपत त्याने एक दीर्घ श्वास घेतला, तर सुमित्राने लावलेल्या अत्तराचा गंध त्याच्या रोमारोमांत भिनला. पुढचा पिक्चर आरिफने बघितलाच नाही. तो डोळ्यांच्या कडांमधून सुमित्रालाच बघत होता. मनात कुठेतरी त्याला खात्री होती की, सुमित्राने जाणूनबुजून त्याला स्पर्श केला.

पिक्चर संपल्यावर ते दोघे खाली उतरत होते. तेवढ्यात सुमित्राच्या सुळसुळीत साडीचा पदर तिच्या खांद्यांवरून घसरला. तिने खोल गळ्याचा ब्लाउझ घातला होता; त्यामुळे तिच्या वक्षांमधील सुंदर घळ दिसू लागली. आरिफ चपापला.

तेवढ्यात त्याला तरुणांचं एक टोळकं सुमित्राकडे एकटक बघताना आणि तिच्याबद्दल काहीतरी शेरेबाजी करताना दिसलं. त्याला ते बिलकूल आवडलं नाही.

सुमित्राकडे वळून तो त्या टोळक्याच्या आणि तिच्या मध्ये उभा राहिला. तिच्या डोळ्यांना डोळा भिडवत तो तिच्या कानात कुजबुजला, "तुम्ही बिनबाह्यांचे ब्लाउझ नका घालू, असं मला वाटतं." सुमित्राने चाचपून आरिफकडे बघितलं; पण ती काहीच बोलली नाही. तिने आपला खालचा ओठ चावला आणि ती फक्त आरिफकडे बघून हसली. तिच्या त्या हसण्याचा अर्थ आरिफला कळलाच नाही.

ते थिएटरबाहेर पडले, तेव्हा सूर्य चांगलाच तापला होता. *'सुमित्राने खरंच मला मुद्दाम स्पर्श केला का?'* मघाशी आरिफच्या मनामध्ये आलेला प्रश्न पुन्हा उफाळून वर आला. त्याच्या हृदयाची धडधड वाढू लागली. ते दोघे रिक्षा स्टॅन्डच्या दिशेने चालत होते.

"सुमित्रा, मी एका मुलीच्या प्रेमात आहे; पण तिचं लग्न झालंय," आरिफ अचानक म्हणाला. हे आपण काय बोलून गेलो, त्याचे काय परिणाम होतील, असा कोणताही विचार आरिफच्या मनात नव्हता. एवढंच कशाला, आपण सुमित्राला एकेरी हाक मारली आहे, हेसुद्धा त्याच्या लक्षात आलं नाही. अंधाऱ्या थिएटरमध्ये सुमित्राशी झालेली जवळीक त्याला चांगलीच चटका लावून गेली होती. आता त्याला आपलं मन उघड केल्याशिवाय राहवत नव्हतं.

"ओह, खरंच?" सुमित्रा अगदी सहजपणे विचारत होती. तिच्या स्वरात आश्चर्यचकित झाल्याचे कोणतेही भाव नव्हते.

"हो. आणि पुढे ऐक... तिचं नाव सुमित्रा आहे." आरिफ धीर एकवटून बोलला. सुमित्रा गर्रकन आरिफच्या दिशेला वळली आणि तिने आरिफकडे बघितलं. तिची नजर उदास होती.

"चल, ऑटोरिक्षा पकडू या. मला घरी जावंसं वाटतंय." ती झपाट्याने पुढे चालू लागली. आरिफ तिच्या मागोमाग जाऊ लागला.

ते रिक्षा स्टॅन्डपाशी पोहोचणार, तोच एक भिकारी बाई त्या दोघांसमोर आली आणि तिने सुमित्राचा रस्ता अडवला.

त्या भिकारी बाईने अगदी गलिच्छ आणि मळलेला परकर घातला होता. तिचा पोलका ठिकठिकाणी फाटला होता. त्यावर चिखलाचे आणि घाणीचे डाग दिसत होते. कित्येक दिवसांत तिने चेहरा धुतला नव्हता. तिच्या खप्पड गालांमुळे तिच्या चेहऱ्यावरची हाडं चांगलीच उठून दिसत होती. तिच्या केसांनाही बऱ्याच दिवसांमध्ये पाणी लागलं नव्हतं; त्यामुळे जटा झाल्या होत्या. डोळेही घाणीने डबडबले होती. ती जवळ आली, तशी घाणीचा एक भपकारा आला. आरिफने हातानेच नाक दाबून घेतलं. ती सुमित्राच्या अगदी जवळ आली. सुमित्राकडे ती एकटक बघत होती. जणू

काही जुनी ओळख शोधण्याचा प्रयत्न करत होती. एवढ्यात ती जोरजोरात हसायला लागली. आरिफ त्या वेडीला बघून खरंतर खूप घाबरला होता.

"ए भिकारडे, जातेस की, हाणू आता एक रट्टा," तिथे जवळच एका ठेल्यावर असलेला एक जाडगेलासा माणूस म्हणाला.

"पैसे... मला पैसे द्या थोडे. मग मी जाते," ती भिकारी बाई हसत हसत म्हणाली.

"माया, माया... हे काय करून घेतलं आहेस स्वतःचं?" सुमित्रा अचानक त्या बाईकडे बघून म्हणाली. सुमित्रा तिला ओळखत होती. तिने आपल्या पर्समधून १०० रुपयांची नोट काढली. ती त्या बाईला देणार एवढ्यात त्या मायानेच पुढे येऊन त्या नोटेवर झडप घातली. त्यानंतर ती नोट हातात घेऊन हसत हसत, वाहतुकीची पर्वा न करता ती तिथून तीरासारखी धावत निघून गेली. अगदी काही सेकंदांमध्येच ती दिसेनाशी झाली.

आरिफने तेवढ्यात एक रिक्षा पकडली आणि सुमित्राकडे बघून म्हणाला, "चला, घरी जाऊ या." काहीही न बोलता सुमित्रा रिक्षात बसली खरी; पण तिच्या डोळ्यांतून घळाघळा पाणी वाहत होतं.

~

सुमित्राबरोबर चित्रपट बघितल्यानंतरच्या गुरुवारी संध्याकाळी आरिफ आपल्या खोलीत बसला होता. पलंगावर दोन उशांना टेकून तो *'द हिंदू'* वर्तमानपत्रातलं संपादकीय वाचत होता. यूपीएससीची परीक्षा देणारा प्रत्येक विद्यार्थी अगदी बायबल-कुराण किंवा भगवद्गीतेसारखं हे संपादकीय वाचतोच. त्याच्या हातात त्याचं गुलाबी मार्कर पेनही होतं. महत्त्वाचे मुद्दे तो अधोरेखित करत होता. नंतर प्रश्नांची उत्तरं लिहिताना ते त्याला कामी येणार होते.

तेवढ्यात त्याला कोणाची तरी चाहूल लागली. त्याने वर बघितलं, तर खोलीच्या दरवाजाशी सुमित्रा उभी होती. तिने हिरव्या रंगाची साडी नेसली होती. काळ्या रंगाचा ब्लाउझ घातला होता. आरिफने बघितलं, तो ब्लाउझ पूर्ण बाह्यांचा आणि बंद गळ्याचा होता.

आरिफने तिला बघितलं. त्याला त्यांची चार दिवसांपूर्वी झालेली शेवटची भेट आठवली. त्याने तिला घरी सोडलं, तेव्हा ती रडतच होती. कसंबसं तिने आरिफला अच्छा म्हटलं आणि ती घरात गेली. आरिफ घराबाहेरच उभा राहिला. सुमित्राने त्याला आत न बोलावताच दरवाजा लावल्याने तो चक्रावला होता. घरी परतताना तो मनातल्या मनात सकाळपासून घडलेल्या प्रसंगांची उजळणी करत होता. सुमित्राने त्याला थिएटरमध्ये जाणूनबुजून स्पर्श केला होता, याची त्याला पक्की

खात्री होती. त्यानंतर झालेलं तिच्या स्तनांमधल्या घळीचं दर्शन आठवून तो उत्तेजित झाला. मग त्याला त्याने तिच्यासमोर दिलेल्या प्रेमाची कबुली आठवली आणि मग तिने त्याच्याकडे ज्या नजरेने बघितलं, ती नजरही आठवली. त्या नजरेत खेद होता. सुमित्रा खिन्न झाली होती; पण का? तिला वाईट वाटलं का? नंतर अकस्मात भेटलेली ती भिकारी बाई. बहुधा वेडीच असावी ती! पण सुमित्रा तिला कशी ओळखत होती? त्या मायाला बघून सुमित्रा एवढी अस्वस्थ का झाली? आरिफच्या मनात ते सगळे प्रसंग झरकन सरकले; पण इथे सुमित्राला समोर बघून त्याला थिएटरच्या अंधारातला तिचा मखमली स्पर्श आणि तिच्या अत्तराचा गंध आठवला.

आरिफ तिचं स्वागत करायला उठणारच होता, तेवढ्यात दोन पावलं पुढे होऊन सुमित्रानेच आपल्या ओठांवर बोट ठेवून त्याला गप्प राहण्याची खूण केली. ती आरिफजवळ आली. आरिफ आता पलंगावरून उठून उभा राहिला. आरिफच्या डोळ्यांत अगदी प्रेमाने बघत, तिने आरिफचा उजवा हात हातात घेतला. त्याच्या हातात एक लिफाफा ठेवला आणि पुढे होऊन त्याच्या गालावर एक हलकंसं चुंबन दिलं. आरिफला काही कळायच्या आत ती त्याच्या खोलीबाहेर निघून गेली होती.

आरिफला अगदी पिसासारखं हलकं वाटत होतं. आपण हलके होऊन जमिनीवर पडू, असं त्याला वाटलं आणि तो पलंगावर बसला. त्याच्या पोटात जणू फुलपाखरं उडत होती. तो उठला आणि अभ्यासाच्या खोलीत गेला. दरवाजा लावून तो शांतपणे खुर्चीवर बसला. धडधडत्या हृदयाने आणि थरथरत्या हाताने त्याने लिफाफा उघडला आणि तो एक एक अक्षर शांतपणे वाचू लागला.

प्रिय आरिफ,

किती सहजपणे तू तुझं मन मोकळं केलंस त्या दिवशी! मी थक्क झाले. माझ्यासाठी तो एवढा मोठा धक्का होता की, मी काही उत्तर देऊच शकले नाही. मी ठरवलं होतं की, तू मला गांधी मैदानात जे काही सांगितलंस ते विसरून जायचं आणि यापुढे तुला पुन्हा कधीच भेटायचं नाही; पण माझ्या अधीर मनाला ते बंधन पाळता आलं नाही. अखेर सगळे बंध झुगारून देऊन मी हे पत्र लिहीत आहे.

सगळ्यात आधी रिक्षा स्टॅन्डजवळ आपल्याला दिसलेली ती वेडी बाई कोण होती, मी तिला कशी ओळखते, तिला बघून मी रडायला का लागले, अशा अनेक गोष्टींची उत्सुकता तुला वाटत असेल; मी तुला आधी मायाबद्दल सांगते.

सहा वर्षांपूर्वी मी जमशेदपूरला राहत होते; तिथे मी माया बॅनर्जीला भेटले. तिचं ते मोहक हसणं, काजळाने भरलेले टपोरे डोळे आणि बंगाली

लहेजाचं गोड हिंदी अजूनही लक्षात आहे. कशी, माहीत नाही; पण आम्हा दोघींची मैत्री झाली. जमशेदपूरमध्ये आम्ही ज्या भागात भाड्याने घर घेतलं होतं, तिथेच मायाही राहत होती. रमेश नेहमीच त्याच्या कामाच्या व्यापात व्यग्र असायचा; त्यामुळे मी अनेकदा मायाबरोबर फिरायला जायचे. आम्ही एकत्र खरेदीला जायचो, चित्रपट बघायचो. तिच्यामुळेच मला सत्यजित रेंच्या चित्रपटांची चटक लागली. रवींद्र संगीत मला माहीत होतं; पण नजरूल इस्लामच्या गाण्यांची ओळख मायानेच करून दिली. ॲना टेलर आणि एडना ओब्रायन यांच्या कादंबऱ्यांशी माझा परिचय झाला, तोसुद्धा मायामुळेच! तिच्या हातच्या मोहरीच्या तेलात आणि मोहरीचं वाटण लावून बनवलेल्या लज्जतदार माशांची चव माझ्या जिभेवर आजही रेंगाळत आहे.

मायाशी ओळख होऊन वर्ष झालं असेल; एकदा मी माझ्या शेजारच्या दोन बायकांना तिच्याबद्दल कुजबुजताना ऐकलं. माया ही चंचल स्त्री आहे, असा त्यांचा सूर होता. माझा विश्वास बसणं अशक्य होतं. मी थेट मायालाच त्याबद्दल विचारलं. तिने तर मला उडवूनच लावलं. त्या बायका तिच्यावर जळतात आणि म्हणूनच तिच्या बाबतीत असलं काहीतरी बोलतात, असं तिचं म्हणणं होतं. ती माझी मैत्रीण होती; त्यामुळे तिच्यावर माझा विश्वास बसणं अगदी स्वाभाविक होतं; पण दोनच दिवसांनी माझ्या या विश्वासाला तडा गेला. मला कळलं की, माया माझ्याशी खोटं बोलते आहे.

माया तिच्या नवऱ्याला फसवत होती. तिचा नवरा एका औषधांच्या प्रथितयश कंपनीत मेडिकल रिप्रेझेंटेटिव्ह होता. कामानिमित्त त्याला अनेक शहरांमध्ये फिरायला लागायचं. तो जेव्हा जमशेदपूरच्या बाहेर असायचा, तेव्हा मायाकडे एक तरुण मुलगा यायचा.

एका संध्याकाळी मी तिचं पुस्तक द्यायला तिच्या घरी गेले. त्या वेळी तो तरुण तिथेच होता आणि मी त्या दोघांना अक्षरशः रंगेहाथ पकडलं. मी काहीच न बोलता घरी परतले. किती चवचाल आणि चारित्र्यहीन बाई आहे माया, असाच विचार माझ्या मनात आला होता.

पण एवढं म्हणून मी तिला माझ्या आयुष्यातून हद्दपार करू शकत नव्हते. तिने असं का केलं असेल, असा प्रश्न मला सतावत होता. काहीही झालं, तरी ती माझी मैत्रीण होती. लग्नसंस्थेनं घातलेलं बंधन झुगारून देण्यामागे मायाकडेही काहीतरी ठोस कारण असणारच, असं मला वाटत होतं. ती चांगली स्त्री होती. मला हे सगळं तिला विचारायचं होतं. मी दोन

दिवसांनी तिच्याकडे गेलेही; पण तिच्या घराला कुलूप होतं. तिच्या घरमालकांनी सांगितलं की, ते घर सोडून गेले आहेत. कुठे गेले, कधी गेले; कोणी काहीच सांगत नव्हतं. त्यानंतर अनेक महिने मी मायाची वाट बघायचे. मला तिची काळजी वाटत होती.

तिशीत असलेली एखादी लग्न झालेली बाई तिच्या मुलापेक्षा वयाने थोड्याच मोठ्या असलेल्या मुलाच्या प्रेमात कशी काय पडू शकते? हाच विचार मी इतकी वर्षं करत होते. आता मीसुद्धा त्याच मार्गावरून चालण्याचा प्रयत्न करत आहे ज्या मार्गावरून कधीकाळी माया चालत होती.

आता आपल्याबद्दल. आपण नेहरू पार्कमध्ये भेटलो, त्याच दिवशी आपली कथा सुरू झाली होती. मला ती दुपार अजूनही आठवते.

बाबूजी नुकतेच कटिहारवरून आले होते. त्यांना अस्वस्थ वाटत होतं. मी रमेशला त्याबद्दल सांगितलंही; पण त्याने थकवा आणि त्यांचं वय अशी काहीतरी कारणं देऊन थातूरमातूर उत्तरं दिली. आपण त्यांना डॉक्टरांकडे घेऊन जाऊ या, असं मी त्याला म्हटलं; पण रमेशने नकार दिला. त्याऐवजी तो गाडी घेऊन, त्याच्या बहिणीला स्टेशनला सोडायला गेला. जवळपास तासभर तो परतलाच नाही. मी संतापाने धुमसत होते. मी बाबूजींना रिक्षानेच हॉस्पिटलमध्ये नेण्याचं ठरवलं. मला मुख्य रस्त्यावर रिक्षा मिळाली नाही, म्हणून मी त्यांना म्हटलं की, आपण नेहरू पार्कच्या गेटपर्यंत चालत जाऊ या. नेहरू पार्कच्या गेटवरही रिक्षा किंवा सायकलरिक्षा काहीच नव्हतं. बाबूजींनी मला सांगितलं की, कदाचित उद्यानात गेलं की, स्वच्छ हवेत त्यांना बरं वाटेल. म्हणून मी त्यांना आत घेऊन आले. त्यानंतर काय झालं, हे तुलाही माहीत आहे.

सुरुवातीला तू मदत केलीस, त्याबद्दल माझ्या मनात उपकाराची भावनाच होती. शेवटी तू माझ्या वडिलांचा जीव वाचवला होतास. तीन दिवसांनी बाबूजींना हॉस्पिटलमधून घरी सोडलं. घरी आले आणि तुझी निळी डायरी आणि तुझं कवितेचं पुस्तक उघडलं. ते तू माझ्याकडेच विसरला होतास. मी *दिवान-ए-मोमिन* वाचायला सुरुवात केली. दोन तासांतच त्याचा फडशा पाडला. न राहवून कुतूहलापोटी मी तुझी डायरी उघडली. पहिल्याच पानावर तुझा ब्लॅक ॲन्ड व्हाइट फोटो होता. डेनिमचं जॅकेट घातलेला, अमिताभ बच्चनसारखे कान झाकणारे केस ठेवलेला. तू त्या फोटोत खूप गोंडस दिसत होतास.

पुढच्या काही पानांवर जौक़, गालिब, मोमिन, दाग, मीर आणि शाद अझिमाबादी अशा अनेक शायरचे शेर लिहिले होते. हे सगळे उर्दू शायर

माझ्याही आवडीचे आहेत.

पुढच्या काही पानांमध्ये मला सिमरन नावाच्या मुलीला उद्देशून लिहिलेल्या गजल दिसल्या. मला वाटतं, ते तुझं लहानपणीचं प्रेम होतं. सिमरनबद्दल तू लिहिलेल्या गजल उत्तम होत्या. मला त्या आवडल्या; पण खरं सांगू, त्या वाचताना मला तिचा मत्सरही वाटला. म्हणून मी जरा रागानेच तुझी डायरी मिटून टाकली.

दुसऱ्या दिवशी दुपारी मी पुन्हा तुझी डायरी उघडून वाचायला सुरुवात केली. जे पान समोर होतं, त्यावर शाद अझिमाबादीचा एक शेर होता.

खामोशी से मुसीबत और भी संगीन होती है ।
तड़प ऐ दिल तड़पने से ज़रा तस्कीन होती है ॥

शादच्या या ओळींनी माझ्यावर काहीतरी जादू केली. माझ्या मनात आणि डोक्यात एकच विचार यायला लागला होता. मला जाणीव झाली की, मला तू आवडायला लागला आहेस.

पुढचे अनेक आठवडे मी मोठ्या निग्रहाने तुझ्या डायरीला हात लावायचंही टाळलं. मी ती वाचत राहिले, तर मी तुझ्या प्रेमात पडेन, अशी भीती मला वाटत होती.

त्यानंतर एका रविवारी माझी नणंद, नीता आमच्या घरी आली. अगदी छोट्याशा गोष्टीवरून काहीतरी झालं आणि आमच्यात वादावादी सुरू झाली. वादावादीचं पर्यवसान भांडणात झालं. रमेशने नेहमीप्रमाणे तिची बाजू घेतली. माझ्या संतापाचा पारा चांगलाच चढला होता. मी आतल्या आत धुमसत होते. मी त्या खोलीतून निघाले आणि माझ्या खोलीत येऊन मला स्वतःला कोंडून घेतलं. राग निवळल्यावर मी बाहेर आले, तर घरात कोणीच नव्हतं. माझ्या डोक्यावर कोणीतरी घाव घालत आहे, असं मला वाटत होतं. डोकं शांत व्हावं म्हणून मी डिस्परिन घेतली आणि पुन्हा माझ्या खोलीत परतले. मला शांत झोप लागली. दोन तासांनी मी उठले, तर डोकेदुखी अगदी नाहीशी झाली होती. मग आलं टाकून, मस्त कडक चहा केला. एका हातात चहाचा कप आणि दुसऱ्या हातात तुझी डायरी घेऊन मी बसले. कसं कोणास ठाऊक; पण माझं डोकं दुखत होतं, तेव्हाच मी तुझी डायरी माझ्या उशाशी ठेवून झोपले होते.

एकामागोमाग एक पानं मी झपाट्याने वाचत गेले. सध्या अवतीभवती घडत असलेल्या अनेक सामाजिक प्रश्नांवर तू अगदी छोट्या छोट्या

परिच्छेदांमध्ये भाष्य केलं होतंस. महिला, धर्म, संस्कृती आणि देश या सर्व बाबतींतल्या तुझ्या मतांची मला भुरळ पडली. एका परिच्छेदात तू लिहिलं होतंस, 'महिलेचा आदर करण्यासाठी मला इतर कोणत्याही कारणाची गरज नाही. ती महिला आहे, ही एकमेव बाब तिचा आदर करायला, तिला मान द्यायला आणि तिच्यावर प्रेम करायला पुरेशी सशक्त आहे.' किती सुंदर विचार होता तो!

प्रेम, नातेसंबंध, मानवी मूल्यं यांच्या बाबतीतही तू मुक्तछंदात लिहिलं होतंस. त्या कविता माझ्या मनाला भावल्या. त्या वाचून मला खरंच खूप बरं वाटलं. तू मला आवडत तर होतासच; पण हळूहळू त्या आवडण्याची जागा आदरयुक्त कौतुकाने आणि प्रेमाने घेतली.

मी अनेकदा तुला मृत्युंजयबरोबर नेहरू पार्कमध्ये बघायचे. अनेकदा वाटायचं की, तुझ्यासमोर यावं, तुझ्याशी बोलावं; त्या दिवशी तू मला मदत केलीस, त्याबद्दल तुझे आभार मानावेत. तुझं लेखन मला किती आवडलं, हे तुला सांगावं; पण इच्छा असूनही मी यातलं काहीच करू शकले नाही. तू माझ्यासमोर आलास की, मी एखाद्या झाडामागे लपायचे किंवा उलट फिरून मागे चालायला सुरुवात करायचे.

त्यानंतरचे सहा महिने मी तुझी डायरी सारखी सारखी वाचत होते. मला जवळपास तुझं व्यसनच लागलं होतं. एक गोष्ट मला कळून चुकली की, तुझ्याबद्दल वाटणाऱ्या आदरयुक्त कौतुकाची जागा आता प्रेमाने घेतली होती. मग तुला भेटायला मी जास्तच घाबरायला लागले.

तुझ्यासमोर यायला मला जवळपास दोन वर्षं लागली. आम्ही बँक कॉलनीत नव्या घरात राहायला आलो, त्या दिवशी मी तुला मृत्युंजयच्या घराच्या बाल्कनीत बघितलं. तुला बघितलं आणि दोन वर्षं स्वतःवर ठेवलेला माझा ताबा सुटायला लागला.

मला नेहमी भीती वाटायची की, तू तुझं मन माझ्यासमोर मोकळं तर करणार नाहीस ना? तू तुझ्या प्रेमाची कबुली देणार नाहीस ना? पण त्याच बरोबर तसं व्हावं, याचीही हुरहुर लागलेली असायची. त्या दिवसाची मी आतुरतेने वाट बघत होते. तू जेव्हा जेव्हा माझ्या समोर यायचास, तेव्हा माझ्या मनात एक गोड शिरशिरी उमटायची. हृदयाच्या तारा छेडल्या जायच्या अन् मेहदी हसन साहेबांनी गायलेली ती गजल सुरू व्हायची :

यूँ जिंदगी की राह में, टकरा गया कोई ।
एक रोशनी अंधेरे में, बिखरा गया कोई ।।

आणि ज्याची भीती होती, तीच गोष्ट आता माझ्या हातून घडतेय. मी अगदी मोकळेपणे सांगते की, माझं तुझ्यावर प्रेम आहे. नितांत प्रेम! पण समाजाने घालून दिलेली चौकट मला मोडता येणार नाही. माझ्यावर काही नैतिक बंधनं आहेत, जी मला झुगारता येणार नाहीत. तुला एकच सांगायचं आहे, जे रमेशचं आहे, ते प्लीज कधीच माझ्याकडे मागू नकोस.

मला वचन दे की, आपलं हे प्रेम तू पवित्र ठेवशील. या प्रेमाला कधीही वासनेचा स्पर्श होऊन देणार नाहीस.

तुझ्या प्रेमात आकंठ बुडालेली - तुझीच,

सुमित्रा

दहा

उन्हाळ्याच्या सुट्या सुरू झाल्या होत्या. शाळा-कॉलेजं बंद झाली होती. एव्हाना जमालपुऱ्यातली परिस्थितीही सुधारली होती; त्यामुळे आरिफच्या घरचे सगळे तिथे जायला निघाले होते. आरिफने यूपीएससीच्या परीक्षेची तयारी करण्याच्या सबबीखाली तिथे जाणं टाळलं होतं. आपल्याला अभ्यासातला एकही दिवस वाया घालवायचा नाही, असं त्याने अब्बांना सांगितल्यावर अब्बांना तर अभिमान वाटला होता. एकदा अपयश येऊनही आरिफ पुढच्या परीक्षेच्या तयारीला लागला, हे बघून त्यांना बरं वाटत होतं.

आरिफच्या घरचे ज्या दिवशी जमालपुऱ्याला गेले, त्याच दिवशी मृत्युंजय आरिफला भेटायला त्याच्या घरी आला. त्याच्याही घरचे दोन दिवसांसाठी कुठेतरी बाहेरगावी गेले होते; त्यामुळे दोन दिवस तोदेखील घरी एकटाच होता. हे दोन दिवस तो VCR म्हणजेच व्हिडिओ कॅसेट रेकॉर्डर भाड्याने आणणार होता. तेच सांगायला तो आरिफच्या घरी आला होता.

"आपल्याला जरा पिक्चर वगैरे बघून मन ताजं करायची गरज आहे," मृत्युंजय आरिफला म्हणाला.

संध्याकाळी मृत्युंजयचा एक चुलतभाऊ आनंद VCR घेऊन मृत्युंजयच्या घरी आला. त्याने त्यांच्या घरातल्या रंगीत टीव्हीजवळच्या टेबलावर तो VCR मांडून ठेवला.

"काय रे, तू दरवाजा नीट लावला आहेस ना?" मृत्युंजयने विचारलं. "आजूबाजूच्यांना जरादेखील कळलं की, आपण VCR आणलाय, तर या खोलीत मासळी बाजार भरल्यासारखी गर्दी होईल. फुकटात पिक्चर बघायला मिळाले, तर कोण कशाला सोडेल? तू तो VCR आणलास कसा? शेजाऱ्यापाजाऱ्यांनी नक्कीच बघितलं असेल. त्यांच्यापैकी कोणी आलं, तर मग आजच्या संध्याकाळचा बट्ट्याबोळ

झालाच म्हणून समज.''

''अरे तू एवढी काळजी कशाला करतोस? मी हा VCR त्या बॅगेत भरून आणलाय,'' आनंदने जवळच पडलेल्या एका प्रवासी बॅगेकडे बोट दाखवत मृत्युंजयला दिलासा दिला.

''वा! हे जाम भारी झालं. बरं तू सत्तूचं पीठ आणलं आहेस ना?'' मृत्युंजयने आनंदला विचारलं.

''हे घे.'' असं म्हणत आनंदने समोरच सोफ्यावर बसलेल्या आरिफच्या दिशेने श्री कमल ब्रॅन्डचं सत्तूच्या पिठाचं पाकीट फेकलं.

मृत्युंजयने सगळी तयारी करून ठेवली होती. बाल्कनीत शेणाच्या गोवऱ्यांचे निखारे फुलवले होते. गव्हाच्या पिठाची कणीक त्याने आधीच मळून ठेवली होती. मसाले आणि आवश्यक त्या भाज्या चिरून ठेवल्या होत्या. एका मोठ्या परातीत मृत्युंजयने सत्तूचं पीठ घेतलं. त्यात हे मसाले, चिरलेल्या भाज्या, मीठ आणि मोहरीचं तेल घालून, त्याने ते पीठ अगदी व्यवस्थित मळलं. त्यानंतर कणकेचे मोठे गोळे करून त्यात सत्तूचं हे मिश्रण भरलं. मस्त लिट्टी तयार झाली होती. आता त्याने छोट्या छोट्या लिट्टी गोवऱ्यांच्या निखाऱ्यावर ठेवल्या. लिट्टी दोन्ही बाजूंनी मस्त भाजल्या जाव्यात, यासाठी मृत्युंजय दर दोन-पाच मिनिटांनी त्या उलटत होता. लिट्टीचा रंग थोडासा तपकिरी झाल्यावर मृत्युंजयने त्या निखाऱ्यांवरून काढल्या. एका फडक्याने त्या लिट्टीला लागलेली राख त्याने व्यवस्थित साफ केली. मग त्या गरमागरम लिट्टीवर घरी कढवलेलं तूप घालून तो आनंदची वाट बघायला लागला. तोपर्यंत आनंदने स्वयंपाकघरात एक वांगं आणि दोन-तीन टोमॅटोही भाजले होते. त्यांची सालं काढून, त्याचं मस्त भरीत करून त्यात लसूण, लाल मिरच्या आणि कांदा टाकला आणि आनंदने मस्त चोखाही तयार केला.

आरिफने मृत्युंजय आणि आनंद यांना काहीच मदत केली नव्हती; त्यामुळे आता तो पुढे सरसावला. त्याने ताटं घासून घेतली, मोठ्या जारमध्ये पाणी भरलं. *'जगात लिट्टी चोखासारखा दुसरा लज्जतदार पदार्थ नाही,'* तुपाची धार लागलेल्या आणि मस्त तांबूस झालेल्या लिट्टी बघून आरिफच्या तोंडाला पाणी सुटलं होतं. त्या तिघांनी मिळून १५-२० मिनिटांमध्ये लिट्टी-चोखाचा फन्ना उडवला. आरिफने तर एक ग्लासभर पाणी पिऊन मस्त ढेकर दिली आणि तो सोफ्यावर सुस्तावला.

आनंदचंही खाणं झालं होतं. त्यानेही सोफ्यावर ठाण मांडलं आणि हातात रिमोट घेत म्हणाला, ''एवढ्या लज्जतदार खाण्यानंतर आता एखादी मसालेदार फिल्म बघायला मजा येईल.''

आनंदने रिमोटने टीव्ही चालू केला आणि समोर टीव्हीच्या स्क्रीनवर अक्षरं उमटली, 'प्यासी औरतें.' ते शीर्षक वाचूनच आरिफला आता पुढे काय सुरू होणार,

याचा अंदाज आला. स्क्रीनवर आता तीन गौरांगना अत्यंत तंग कपड्यात आल्या. पुष्ट स्तनांच्या आणि सुडौल नितंबांच्या त्या ललनांनी एक एक करून अंगावरचे कपडे उतरवायला सुरुवात केली. अगदी काही क्षणांतच त्या पूर्णपणे अनावृत झाल्या. एक धष्टपुष्ट तरुण नग्नावस्थेत त्यांच्या जवळ आला आणि त्या तिघीही त्याच्या अंगाला झोंबू लागल्या. आता त्यांच्या कामलीला सुरू झाल्या.

समोरचं दृश्य बघून आरिफचं अंग तापू लागलं. त्याच्या सर्वांगात एक गोड शिरशिरी उमटली. ती दृश्यं बघून तो उत्तेजित तर होत होता; पण दुसऱ्या बाजूला त्याला एक अनामिक भीतीही वाटत होती. आरिफने ब्ल्यू-फिल्मबद्दल आपल्या अनेक मित्रांकडून ऐकलं होतं; पण या अशा चित्रपटांमध्ये सगळंच अगदी उघडउघड दाखवतात, याची त्याला जराही कल्पना नव्हती. त्याच्या घशाला कोरड पडायला लागली. त्याच्या शरीरात एक प्रकारची आग भडकली. त्याने मृत्युंजयकडे बघितलं, तर तो टीव्हीकडे एकटक बघत होता. त्याच्या कपाळावर घामाचे थेंब जमले होते. आनंदच्या चेहऱ्यावरही काही वेगळेच भाव होते.

दहा मिनिटं उलटली असतील, व्हिडिओतल्या त्या मुला-मुलींनी आपापल्या जागा बदलल्या होत्या. त्यांनी आता आपल्या तोंडाने एकमेकांना सुख द्यायला सुरुवात केली. आरिफला ते बघून मळमळायला लागलं.

न राहवून तो बोलला, ''शी, हे सगळं काय आहे? किती घाणेरडं आहे हे सगळं!''

''अरे, याला ६-९ पोझिशन म्हणतात. कामसूत्र वगैरे वाचलं नाहीस की काय,'' स्क्रीनवरच आपले डोळे खिळवून ठेवत मृत्युंजय बोलला.

काही क्षण आरिफ कसाबसा तिथे थांबू शकला. आता आपल्याला उलटी होईल, असं त्याला वाटत होतं. तो धावत बाथरूममध्ये गेला. काही वेळापूर्वीच खाल्लेला लिट्टी चोखा उलटून बाहेर पडला. त्याच्या तोंडाची सगळी चवच गेली होती. त्याने चूळ भरली. तोंडावर पाण्याचे हबकारे मारले आणि जवळ ठेवलेल्या नॅपकिनने चेहरा पुसला. बाहेर येऊन तो मृत्युंजयला म्हणाला, ''मी निघतो.''

पण मृत्युंजय काहीच ऐकण्याच्या मनःस्थितीत नव्हता. तो फिल्म बघण्यात एवढा गुंग झाला होता की, त्याने फक्त मान हलवून उत्तर दिलं. आनंदच उठला आणि इतर कोणी डोकावू नये, म्हणून त्याने पट्कन दरवाजा लावून घेतला.

आरिफ अगदी तडक बिहार मिलिटरी पोलीस कॅम्पच्या दिशेने चालायला लागला. हे आपल्याकडून काय घडलं, असा विचार त्याच्या मनात डोकावत होता. एवढी घाणेरडी फिल्म आपण बघितली, याबद्दल त्याच्या मनात स्वतःबद्दल घृणा निर्माण झाली. *'या अल्ला, मला माफ कर. मी भरकटलो होतो,'* असं पुटपुटत तो घराकडे निघाला होता.

त्या रात्री आरिफला विचित्र स्वप्न पडलं. त्याने स्वप्नात बघितलं की, सुमित्रा त्याच्या खोलीत आली आहे आणि एक एक करून अंगावरचे सगळे कपडे उतरवत त्याच्या बाजूला नग्नावस्थेत झोपली आहे. नग्नावस्थेत सुमित्रा अजूनच सुंदर आणि मादक दिसत होती. ब्ल्यू फिल्ममध्ये आरिफने जे काही बघितलं होतं, ते सगळं त्याने स्वप्नात सुमित्राबरोबर केलं.

आरिफ सकाळी उठला, तेव्हा त्याला कळलं की, त्याची लुंगी त्याच्या वीर्याने चिकट झाली आहे. त्याला रात्री पडलेलं स्वप्न आठवलं आणि त्याला स्वतःचीच लाज वाटली. त्याचं डोकं जड झालं होतं आणि नाकही चोंदलं होतं. तो कसाबसा बेडवरून उठून स्वयंपाकघरात आला. त्याने पाणी गरम केलं आणि व्हिक्सचा वाफारा घेतला. त्याला थोडंसं मोकळं वाटलं. त्याचं नाक मोकळं झालं होतं. आणखी बरं वाटावं म्हणून त्याने चहाचं आधण गॅसवर चढवलं. त्यानंतर त्याने त्यात बरंचसं आलं किसून टाकलं. चहा-आलं यांच्या वासानेच त्याला जरा तजेलदार वाटू लागलं. हळूहळू चहाचे घोट घेत घेत त्याने चहा संपवला.

घड्याळातले काटे अकराची वेळ दाखवत होते. बाहेर सूर्य आग ओकत होता. घरातही पंख्यातून फक्त गरम हवा खोलीभर पसरत होती. आरिफच्या टेबलावर पब्लिक ॲडमिनिस्ट्रेशनचं पुस्तक पडलं होतं. तो अब्राहम मस्लॉवची *'हायरार्की ऑफ नीड्स'* ही थेअरी वाचायचा प्रयत्न करत होता. या थिअरीमध्ये मस्लॉवने मानवाच्या अनेक गरजांच्या काही पातळ्या मांडल्या होत्या. त्यात शारीरिक गरजा, सुरक्षाविषयक गरजा, प्रेमविषयक आणि आपुलकीविषयक गरजा, आत्मसन्मानाची गरज, स्वयंजाणिवेची गरज, भावनिक गरज अशा अनेक गरजांचा उल्लेख होता.

मला अचानक सुमित्राच्या शरीराची ओढ का वाटली? आरिफला कालचं स्वप्न आठवलं. आतापर्यंत तर सुमित्राबद्दलची आपली ओढ ही भावनिक पातळीवरील गरजेची होती. आरिफच्या मनात सुमित्राचे विचार आले आणि तो बावचळला.

आता अभ्यासात त्याचं लक्ष लागेना! त्याने पुस्तक बंद करून ठेवलं आणि समोर पडलेला रेडिओ चालू केला. विविध भारतीवर लता मंगेशकरचं *'दिल की गिरह खोल दो, चूप ना बैठो, कोई गीत गाओ'* हे गाणं लागलं होतं. *सुमित्राबद्दल आपल्याला असंच काहीसं वाटतं,* आरिफच्या मनात आलं. त्याने रेडिओची सुई फिरवली आणि गाणं सुस्पष्ट ऐकू यायला लागल्यावर रेडिओ बाजूला ठेवला. तेवढ्यात ते गाणं संपलं आणि पुढे *'आराधना'*मधलं किशोरकुमारच्या आवाजातलं अत्यंत मादक गाणं सुरू झालं...

'रूप तेरा मस्ताना, प्यार मेरा दिवाना ।
भूल कोई हमसे ना हो जाए' ॥

आरिफच्या डोळ्यांसमोर या गाण्याचं चित्रीकरण उभं राहिलं. राजेश खन्ना आणि त्याला बिलगलेली अर्धनग्न शर्मिला टागोर! प्रणयाच्या प्रवाहात स्वतःला झोकून देण्यासाठी उत्सुक झालेले दोघंही त्याला दिसू लागले. अचानक त्याला शर्मिला टागोरच्या जागी सुमित्रा दिसायला लागली आणि राजेश खन्नाच्या जागी तो स्वतःला बघायला लागला. प्रणयाच्या प्रवाहामध्ये स्वतःला झोकून द्यायला उत्सुक झालेले दोघे...

'तोबा तोबा...' दोन्ही गालांवर मारून घेत आरिफने रेडिओ बंद केला. पब्लिक ॲडमिनिस्ट्रेशनच्या पुस्तकाच्या बाजूला पडलेलं आणखी एक पुस्तक त्याने उचललं. गेले अनेक दिवस तो ही कादंबरी वाचत होता. ती होती, गॅब्रियल गार्सिया मार्क्वेझची *'लव इन द टाइम ऑफ कॉलरा'*! त्याने पुस्तक वाचायला सुरुवात केली आणि तो एका परिच्छेदापाशी येऊन थबकला. एकदा तो परिच्छेद वाचल्यावर तो पुन्हा पुन्हा वाचावा, असं त्याला वाटत होतं.

> 'तिने आपला कशिदाकारी केलेला टाफ्टा ब्लाउझ खांद्यांवरून उतरवला आणि खोलीच्या दुसऱ्या कोपऱ्यात भिरकावला. त्यानंतर अंगातला गाउन काढून तिने जवळच्या आरामखुर्चीवर टाकला. आपल्या स्कर्टची नाडी एका झटक्यात खेचून तिने तोसुद्धा खाली सोडला. त्यानंतर तिने गार्टर बेल्ट उतरवला. मग नंबर आला फ्युनरल स्टॉकिंग्जचा. ते वस्त्रही तिने अंगावरून दूर केलं. आता खोलीभर तिचेच कपडे पडलेले होते. हे सगळं करताना तिच्या चेहऱ्यावर एक गूढ हास्य होतं. एक एक कपडा उतरवताना ती आवश्यक तेवढा वेळ थांबून उत्कंठा वाढवत होती. तिच्या या प्रत्येक हालचालीला हल्लेखोर फौजा तोफांची सलामी देत आहेत, असंच वाटत होतं. त्या तोफांमुळे शहराची तटबंदी हलायला लागली होती. फ्लोरेंतिनो अरिझाने तिच्या अंगावरच्या शेवटच्या कपड्याचे बंद काढण्यासाठी तिची मदत करण्याचा प्रयत्न केला; पण तिने मोठ्या नाजूकपणे त्याची मदत नाकारली. पाच वर्षांच्या संसारानंतर प्रणयाच्या कोणत्याही पायरीवर स्वयंपूर्ण असणं किती चांगलं असतं, हे तिला कळून चुकलं होतं. त्यानंतर तिने अगदी पातळ नाडीची एक एक गाठ सोडत, आपल्या शरीरावरची पॅन्टी उतरवली. आता ती पूर्णपणे नग्नावस्थेत होती.'

पुन्हा पुन्हा तो परिच्छेद वाचताना आरिफच्या श्वासाचा वेग वाढला होता. आता एका अनामिक वासनेने त्याचा ताबा घेतला होता. त्याने पुन्हा एकदा तो परिच्छेद वाचायला सुरुवात केली; पण या वेळी फ्लोरेंतिनो अरिझाच्या जागी त्याने स्वतःचं

नाव घातलं आणि विडो नाझरेथच्या जागी तो सुमित्राला बघू लागला.

'सुमित्राने अंगावरची साडी सोडली आणि खोलीत एका बाजूला असलेल्या आरामखुर्चीवर भिरकावली. आपला बिनबाह्यांचा ब्लाउझ गोऱ्यापान खांद्यांवरून सरकवत तिने पलंगाच्या दुसऱ्या बाजूला भिरकावला. एका झटक्यात तिने पेटिकोटची नाडी सोडली आणि तिच्या संगमरवरी खांबांसारख्या दोन पायांमधून तो पेटिकोट जमिनीवर पडला. आरिफने तिच्या ब्राचे हुक काढण्यासाठी तिला मदत करण्याचा प्रयत्न केला... मग तिने तिची काळी पॅन्टी काढून खाली सरकवली. आता ती पूर्ण नग्न होती.'

हा विचार करून आरिफच्या अंगात वासनेचा भडका उडाला. त्याच्या जांघेत एक वेगळीच शिरशिरी उमटली. त्याला कसंतरी वाटू लागलं. त्याचे श्वास अडकले. त्याने समोर पडलेला पाण्याचा ग्लास उचलला आणि एका घोटात सगळं पाणी पिऊन टाकलं.

तासाभराने आरिफ सुमित्राच्या घराच्या दाराबाहेर उभा होता. त्याने दरवाजावरची घंटी वाजवली. सुमित्रानेच दरवाजा उघडला. ती खूप ताजीतवानी दिसत होती. नुकतीच न्हायली होती. तिच्या अंगाला लिरील साबणाचा वास येत होता; त्यामुळे आरिफ आणखी उत्तेजित होत होता.

"घरी एकट्याच आहात का?" आरिफने जरा बिचकतच विचारलं?

"काय रे, 'आहात का?' हे काय लावलंयस? आहेस का, असं विचार ना," सुमित्राने त्याला चिडवत म्हटलं. "त्या दिवशी थिएटरमध्ये ओरडलास, तेव्हा कसं म्हटलं होतंस?"

"तुम्हाला वाईट वाटलं?"

"तुम्ही-तुम्ही म्हणालास, तर वाईट वाटेल."

"बरं. पण मला सांग, तू घरी एकटी आहेस का?"

"हो," सुमित्रा त्याच्याकडे बघत हसून म्हणाली.

सुमित्रा आणखी काही बोलायच्या आधी आरिफने तिला ढकलून फ्लॅटमध्ये नेलं. त्याने दार लावून घेतलं आणि तिचा हात धरून तिला तिच्याच खोलीत नेलं. आता आरिफच्या हृदयाची धडधड प्रचंड वाढली होती. ते खोलीत आल्यावर आरिफने तिचे हात हातात घेतले आणि तिच्या हातांचं चुंबन घेऊन तो म्हणाला, "आय लव्ह यू!" काही कळायच्या आतच त्याने तिचे दोन्ही खांदे पकडले आणि तिच्या गालांवर चुंबन दिलं.

"आरिफ, नको..." घटना एवढ्या वेगाने घडल्या होत्या की, सुमित्राला काही कळतच नव्हतं. ती थोडीशी घाबरली होती.

सुमित्रा आरिफला थांबवायचा प्रयत्न करत होती; पण हा प्रयत्न मनापासून

नव्हता आणि म्हणूनच तो खूप दुबळा होता. आरिफने आता तिच्या ओठांचं चुंबन घेत तिला पलंगापर्यंत ओढलं. *'आरिफ, आवर स्वतःला. हे पाप आहे,'* आरिफचं एक मन त्याला जाणीव करून देत होतं; पण सुमित्राच्या शरीराचा मादक गंध त्याला वेड लावत होता. आता सुमित्राचा प्रतिकारही बंद झाला होता. ती आता आरिफला शरण आल्यासारखी पडून होती. सुमित्राला गच्च मिठी मारून, तो अक्षरशः स्वर्गसुख घेत होता. सुमित्राच्या श्वासांची लयही वाढली होती. ते गरम श्वास त्याच्या चेहऱ्याला स्पर्श करून जात होते आणि त्याच्या शरीरातला कामाग्नी आणखी भडकवत होते. आयुष्यात पहिल्यांदाच आरिफ एखाद्या बाईच्या शरीराच्या एवढ्या जवळ आला होता; त्यामुळे आता त्याला स्वतःवर ताबा ठेवणं कठीण जात होतं. अखेर त्याचा बांध फुटला आणि त्याच्या जांघेत पुन्हा शिरशिरी यायला लागली. काही क्षणांतच त्याचा पायजमा चिकट आणि ओला झाला होता.

आता सुमित्राला त्याने मारलेली मिठी सैल झाली. तो तडक पलंगावरून उठला. सुमित्राच्या नजरेला नजर मिळवण्याचं धैर्य त्याच्या ठायी नव्हतं.

सुमित्राच्या फ्लॅटच्या बाहेर पडून, त्याने त्याची सायकल जोरात चालवायला सुरुवात केली. तेवढ्यात त्याला व्हेटर्नरी कॉलेजजवळच्या मशिदीतून दिलेली अजान ऐकू आली. ती अजान ऐकल्यावर आरिफला घाम फुटला.

'या अल्ला, हा काय गुन्हा घडला माझ्या हातून!'

आरिफने सायकलवर जोरात पॅडल मारायला सुरुवात केली. पंधरा मिनिटांमध्ये आरिफ त्याच्या बिल्डिंगखाली पोहोचला. त्याचे पाय थरथरत होते. कशीबशी सायकल लावून तो धावतच घरात गेला.

आता त्याला अंघोळ करायची होती. सचैल स्नान करून, पांढराशुभ्र पायजमा आणि कुडता घालून तो मशिदीकडे रवाना झाला.

~

मशिदीच्या गेटवर आरिफला त्याच्या अब्बांच्या ऑफिसमधले मित्र तैमूर अली भेटले. त्यांनी आरिफकडे झाकीरबद्दल चौकशी केली.

''झाकीर तर शहराबाहेर गेलाय,'' आरिफ म्हणाला.

''झाकीर शुक्रवारच्या नमाजासाठी कधीच येत नाही. मी तरी त्याला कधीच बघितलेलं नाही. मी ऐकलंय की, तो कोणत्या तरी नाटक कंपनीत वगैरे जातो. मुस्लिमांसाठी नाटक, नाच, गाणं वगैरे हराम आहे. तुझा भाऊ धर्माच्या वाटेवरून भरकटलाय. अब्दुल रशीद भाई तर धर्माच्या चौकटीत असतात; पण पोरावर त्यांचा काही ताबा नाही. तू तरी तुझ्या भावाला पाप-पुण्यातला फरक समजावून सांग.''

आरिफ काहीच बोलला नाही. तो वाद घालण्याच्या मनःस्थितीत नव्हता.

आपल्या भावाबद्दल हे असं ऐकणं त्याला अजिबात आवडत नव्हतं. तो वाया गेलाय किंवा त्याने धर्म टाकलाय, असं अजिबातच नव्हतं; पण त्याला धर्माचं अवडंबर मान्य नव्हतं आणि असंही नव्हतं की, झाकीरला धर्माचं काहीच पडलेलं नव्हतं. कोणी गेलं, तर त्याच्या जनाजाच्या नमाजासाठी झाकीर सर्वांत आधी पोहोचायचा; पण हे सगळं ऐकवायची आरिफला इच्छा नव्हती.

मशिदीमध्ये शिरता शिरता तो स्वतःशीच विचार करत होता. *'झाकीर नाही, तर मी वाईट मार्गावर चाललो आहे. पवित्र प्रेम, पवित्र प्रेम म्हणत आधी एका विवाहित महिलेच्या प्रेमात पडलो. आज तर सगळ्या सीमा पार करता करता बचावलो आहे.'* आरिफला स्वतःबद्दल प्रचंड घृणा वाटू लागली. मशिदीच्या पवित्र वातावरणात त्याला आता आत्मिक समाधान मिळू लागलं. काही मिनिटांतच इमामसाहेबांनी आपली प्रार्थना सुरू केली. या प्रार्थनेच्या स्वरांनी आरिफच्या मनात परस्परविरोधी भावना उसळल्या. त्याला भीती वाटायला लागली. नरकाबद्दल विचार करताना तर त्याचा थरकाप उडाला.

इमामसाहेबांचं भाषण सुरूच होतं, ''नफ्स-ए-अम्माराबाबत कुराण आणि हदिसमध्ये लिहिलंय की, नफ्स-ए-अम्मारा माणसाला गुन्हे करण्यासाठी प्रवृत्त करतात. जे या नफ्स-ए-अम्माराच्या फेऱ्यात अडकतात, त्यांची नक्की नरकात रवानगी होईल.'' त्यानंतर त्यांनी जिनाबद्दल बोलायला सुरुवात केली. ''जिना म्हणजे आपली बायको नसलेल्या बाईशी संग करणं. जो जिना करेल, त्याला सगळ्यात खालच्या नरकात स्थान मिळेल आणि तिथे त्याची शिक्षा असेल...'' इमामसाहेब बोलत होते; पण आरिफला आता काहीच ऐकू येत नव्हतं. त्याला वाटत होतं की, इमामसाहेब त्याला उद्देशूनच हे सगळं बोलत आहेत. शिक्षेचं वर्णन ऐकून त्याच्या अंगावर काटा आला. थोड्या वेळाने त्याने डोळे बंद केले. त्याला दिसू लागलं की, तो खरंच आगीत जळतोय. त्याने घाबरून डोळे उघडले. आता लोक उभे राहून नमाजासाठी रांग बनवत होते, असं त्याला दिसलं. आज आरिफ सुमित्राबरोबर जे काही वागला होता, ते अयोग्य होतं, नीतीला धरून अजिबात नव्हतं. आतापर्यंत सुमित्रासाठी आपल्या मनात पवित्र भावना आहेत, असं म्हणून तो स्वतःची समजूत काढत होता; पण आजच्या प्रकरणानंतर तो स्वतःच्याही मनातून उतरला. आता मी सुमित्राच्या समोर तरी कसा जाऊ? त्याच्या मनात अजूनही तेच विचार होते.

पण तरीही आपण अगदी सगळ्या सीमा ओलांडल्या नाहीत, यासाठी तो अल्लाचे आभार मानत होता.

~

पुढचे तीन आठवडे आरिफ घराबाहेर पडलाच नाही. त्याने स्वतःला अभ्यासाच्या

खोलीत कोंडून घेतलं आणि तो अभ्यास करण्याचा प्रयत्न करत होता. अनेक आठवडे त्याने आपल्या अभ्यासाकडे काहीसं दुर्लक्ष केलं होतं. आता तो ती कसर भरून काढण्याचा प्रयत्न करत होता. एका आठवड्यातच त्याने अवस्थी ॲन्ड अवस्थी यांचं लोक प्रशासनावरचं पुस्तक दोनदा वाचून काढलं होतं. मृत्युंजयकडे जाणं तर त्याने बंदच केलं होतं. न जाणो, सुमित्रा दिसली तर, अशी भीती त्याच्या मनात होती.

एके दिवशी संध्याकाळी अंधार पडल्यावर तो मृत्युंजयकडे जायला निघाला. तो मृत्युंजयच्या घराजवळच्या रस्त्यावर पोहोचला होता, तेवढ्यात त्याला दिसलं की, सुमित्राचा मुलगा राहुल त्याच्याच दिशेने येतो आहे.

राहुलने आरिफला बघितलं आणि तो मुसमुसून रडायला लागला. हुंदके देत तो आरिफला म्हणाला, ''दादा, आईला खूप बरं नाही. बाबासुद्धा घरी नाहीत. ते रांचीला गेलेत.''

''मृत्युंजय दादा घरी नाही का?'' आरिफने विचारलं.

''नाही. ते सगळेचजण शर्मा अंकलच्या मुलीच्या लग्नाला गेले आहेत. आम्हीही जाणार होतो; पण तेवढ्यात आईची तब्येत बिघडली.'' राहुल पुन्हा रडायला लागला.

''अरे ए, रडू नकोस. मी आहे ना,'' राहुलच्या खांद्यावर हात ठेवून, त्याला थोपटत आरिफ म्हणाला.

आरिफ सुमित्राच्या घरी पोहोचला, तेव्हा ती तापाने फणफणली होती. ती पलंगावर ग्लानीत झोपली होती. अशा परिस्थितीत तिला हॉस्पिटलमध्ये नेणं शक्य नव्हतं. आरिफने आपल्या स्मरणशक्तीला ताण देऊन, डॉ. गांगुलींचा नंबर आठवला. त्याला माहीत होतं की, डॉक्टर गांगुली घरी भेट देत नाहीत; पण तरीही त्याने नंबर फिरवला. सुदैवाने डॉक्टर घरीच होते. त्याने अक्षरशः हातापाया पडून डॉक्टर गांगुलींना सुमित्राकडे येण्यास भाग पाडलं.

डॉक्टरांनी येऊन सुमित्राला तपासलं. तिला खूप ताप आला होता. तिच्या डोक्यावर थोड्या थोड्या वेळाने थंड पाण्याच्या घड्या ठेवण्याची गरज होती. तिला एकटीला सोडणं आरिफला शक्यच नव्हतं आणि रात्रभर सुमित्राकडे कसं थांबायचं, हा विचारही त्याच्या डोक्यात होता; पण सुमित्राला असं सोडून आपण घरी गेलो आणि तिचं काही बरंवाईट झालं, तर आपण स्वतःला आयुष्यभर माफ करू शकणार नाही, हेसुद्धा त्याला माहीत होतं.

'कोणीही काहीही चर्चा करू दे; पण आज मी इथेच थांबणार. बदनामी झाली, तरी चालेल. सुमित्राच्या आयुष्याचा प्रश्न आहे,' आरिफ स्वतःशीच म्हणाला.

त्यानंतर त्याने आपल्या शेजाऱ्यांना फोन केला. आपल्या एका मित्राची तब्येत

अचानक बिघडली आहे आणि त्याच्याबरोबर रात्री हॉस्पिटलमध्ये थांबावं लागणार आहे, असा निरोप त्याने घरी द्यायला सांगितला. सकाळपर्यंत तो घरी येईल, असंही त्याने सांगितलं.

मग त्याने राहुलसाठी ऑम्लेट आणि टोस्ट तयार केला. राहुलला खायला दिल्यावर त्याने राहुलला झोपायला सांगितलं. मग तो सुमित्राच्या पलंगापाशी येऊन तिच्या उशाशी बसला. आरिफने सुमित्राच्या कपाळावर हात ठेवला. ती अजूनही तापाने फणफणत होती. त्याला आठवलं की, त्याला तिच्या कपाळावर थंड पाण्याच्या घड्या ठेवायच्या आहेत. तसेच दर तासाला सुमित्राचा ताप मोजायची आठवणही त्याने स्वतःला करून दिली. डॉक्टर गांगुलींनी सांगितलं होतं की, ताप उतरला नाही किंवा वाढला, तर सुमित्राला हॉस्पिटलमध्ये दाखल करावं लागेल.

पण सुमित्रा अर्धवट बेशुद्धावस्थेत होती. अशा परिस्थितीत तिच्या तोंडात थर्मामीटर ठेवून ताप तपासणं, धोकादायक होतं. चुकून तिने तो चावला असता आणि थर्मामीटर फुटला असता, तर तिच्या जिवावर बेतलं असतं. मग आरिफसमोर एकच पर्याय होता, तो म्हणजे तिच्या काखेत थर्मामीटर ठेवून ताप तपासायचा! पण त्यासाठी त्याला सुमित्राच्या ब्लाउझमध्ये हात घालावा लागणार होता. त्या शुक्रवारी जे घडलं, त्यानंतर आरिफचा स्वतःवर अजिबात विश्वास नव्हता. एकदा त्याला वाटलं की, राहुलला उठवून त्याची मदत घ्यावी; पण त्याने तो विचार डोक्यातून काढून टाकला. मग आरिफने आपले डोळे बंद केले आणि अरबी भाषेत तो काहीतरी पुटपुटायला लागला :

> जो माणूस आपल्या आत्म्याला भौतिक सुखांपासून दूर ठेवतो, अल्ला त्याला सुरक्षित ठेवतो; पण जो भौतिक सुखांमध्ये अडकतो, त्याचं आयुष्य खडतर होतं.

त्यानंतर त्याने कुराणमधल्या सुराह अल फतिहा पुटपुटायला सुरुवात केली :

> सैतानाच्या तावडीतून मी अल्लाच्या कृपेमध्ये मुक्ती शोधत आहे. अत्यंत दयाळू, कनवाळू, संपूर्ण जगाचा ईश्वर असलेला आणि कयामतीच्या दिवशी न्यायनिवाडा करणारा तो अल्ला माझ्यावर दया दाखवो. आम्ही तुझीच पूजा करतो, तुझ्याकडे मदत मागतो. आम्हाला योग्य मार्ग दाखव, असा मार्ग जो तुझ्याकडे येऊन मिळेल. असा मार्ग नाही, जो आमची विल्हेवाट लावेल.

सुराह अल्-फतिहामधल्या ओळी पुटपुटल्यावर आरिफला शांत वाटलं. त्याने आपली नजर दुसरीकडे फिरवली आणि सुमित्राच्या ब्लाउझची दोन बटणं उघडली. त्यानंतर त्याने घाई करत थर्मामीटर सुमित्राच्या काखेत ठेवला. थर्मामीटर सरकवताना त्याचा हात सुमित्राच्या ब्रेसिअरला घासून गेल्याचंही त्याला जाणवलं; पण तरीही त्याच्या मनात कोणतेही वाईट विचार आले नाहीत.

सुमित्राला १०० ताप होता.

रात्रीचे अडीच वाजले होते. सुमित्राच्या उशाशी बसून आरिफ पेंगत होता. तेवढ्यात सुमित्राने चुळबुळ केली आणि ती ग्लानीत काहीतरी पुटपुटली. आरिफने सुमित्राचा हात हातात घेतला आणि त्याने हलकेच सुमित्राचं नाव घेतलं; पण सुमित्राला पुन्हा झोप लागली होती.

सकाळी खिडकीतून उजेड आला आणि सूर्यकिरणाची एक तिरीप आरिफच्या डोळ्यांवर पडली, तशी आरिफला जाग आली. आरिफ सुमित्राला चिकटून तिच्याच पांघरुणात झोपला होता. तिचे हात त्याच्या छातीवर होते. तिचे काही केस आरिफच्या चेहऱ्यावर आले होते. तिच्या केसांचा गंध आरिफला जाणवला. सुमित्राला जाग येणार नाही, अशा बेताने हळूहळू तो सुमित्रापासून लांब झाला. मग त्याने आपला हात सुमित्राच्या कपाळावर ठेवला आणि अंग किती गरम आहे, ते बघितलं. तिचं कपाळ थंड होतं आणि ती घामाने थबथबली होती. सुदैवाने सुमित्राचा ताप उतरला होता.

स्वयंपाकघरात जाऊन त्याने स्वतःसाठी आलं घातलेला चहा बनवला. राहुलसाठी त्याने ब्रेड आणि जॅम तयार करून ठेवला. डॉक्टर गांगुलींना फोन करून, त्याने सुमित्राच्या तब्येतीबद्दल त्यांना माहिती दिली. डॉक्टरांच्या मते सुमित्राची तब्येत आता ठीक होती; पण आता पुढचे काही दिवस तिला नेमाने औषधं घ्यायला लागणार होती. तीन दिवसांनी तिला आपल्या दवाखान्यात घेऊन ये, असं त्यांनी आरिफला सांगितलं.

फोन ठेवून आरिफ पुन्हा सुमित्राच्या खोलीत आला. ती अजूनही झोपलेली होती. तिच्या चेहऱ्यावर थकावट दिसत होती; पण तरीही ती नेहमीसारखीच सुंदर दिसत होती. स्वतःवर संयम ठेवायचा आरिफने प्रचंड प्रयत्न केला; पण सुमित्राच्या कपाळावर आपले ओठ टेकवून तिचं चुंबन घेतल्याशिवाय त्याला राहवलं नाहा; पण तिची झोप अजिबातच मोडली नाही.

मग त्याने राहुलला उठवलं. सुमित्रा उठल्यावर तिला चहा, ब्रेड किंवा बिस्कीट खायला दे, असं त्याने राहुलला सांगितलं. तसंच तिला वेळेवर औषधं देण्याबाबतही बजावलं.

''तुझे बाबा घरी कधी परत येणार आहेत?'' आरिफने राहुलला विचारलं.

“आज दुपारपर्यंत येतील,” राहुल म्हणाला. आरिफने घड्याळात बघितलं, तर सव्वासात वाजले होते.

“बरं, राहुल; आता मी निघतो. आईची काळजी घे.” कागदाच्या एका तुकड्यावर एक फोन नंबर लिहून त्याने तो राहुलकडे दिला, “आणि काही वाटलं, तर या नंबरवर मला फोन कर. हा आमच्या शेजाऱ्यांचा नंबर आहे.”

“ठीक आहे आरिफ भैया.”

आरिफ निघणार तेवढ्यात त्याला काहीतरी आठवलं. तो मागे वळला आणि राहुलच्या डोक्यावर हात ठेवून म्हणाला, “अजून एक राहुल, मी रात्रभर इथे थांबलो होतो, हे कोणालाही सांगायचं नाही.”

“का रे आरिफभैया?”

“असंच! पण लक्षात ठेव. कोणालाही सांगायचं नाही. मला वचन दे की, तू ही गोष्ट कुठेही बोलणार नाहीस. अगदी तुझ्या बाबांनाही नाही.”

“नक्की भैया.”

आरिफ रस्त्यावर आला, तेव्हा रस्त्यावर चिटपाखरूही नव्हतं. समोरच्या हातपंपावर एक मध्यमवयीन माणूस ‘बम बम भोले’ असं जोरजोरात ओरडत पितळेच्या तांब्याने आपल्या डोक्यावर पाणी ओतत अंघोळ करत होता.

अकरा

आरिफ आपल्या अभ्यासाच्या खोलीत बसून सुमित्राने लिहिलेलं पत्र वाचत होता. गेल्या वेळेसारखीच ती अचानक त्याच्या खोलीत आली होती आणि चिठ्ठी देऊन निघून गेली; पण या वेळी फक्त तिने आरिफचं चुंबन घेतलं नव्हतं. या वेळचं पत्र छोटं होतं. ते तिने एका वहीच्या कागदावर खरडलं होतं. तिने पत्रात सुरुवातीलाच त्या रात्री तिची काळजी घेतल्याबद्दल आरिफचे आभार मानले होते. तसंच आपण वारंवार भेटत राहायला हवं, अशी इच्छाही तिने व्यक्त केली होती.

पत्र वाचताना आरिफच्या भावना उचंबळून आल्या होत्या. त्याला एकाच वेळी अस्वस्थही वाटत होतं आणि तो आनंदीही झाला होता. त्याच्या मनात स्वतःबद्दल पुन्हा संशय निर्माण झाला. सुमित्राकडून आपल्याला नेमक्या काय अपेक्षा आहेत, हेच त्याला कळत नव्हतं. तिच्या मुलांना आणि नवऱ्याला सोडून ती काही आपल्याशी लग्न करणार नाही, हे त्याला माहीत होतं. अगदी दोन क्षणांसाठी असं धरून चाललं की, सुमित्रा सगळं सोडून आरिफशी लग्न करायला तयार होईलही; पण आरिफच्या घरच्यांची परवानगी मिळेल का?

मग मी सुमित्राच्या एवढा मागे का लागतोय? आरिफ स्वतःलाच विचारत होता.

तेवढ्यात त्याला कोणीतरी येत असल्याची चाहूल लागली. त्याने पट्कन ती चिठ्ठी त्याच्या पुस्तकांखाली लपवून ठेवली.

पुढच्याच क्षणी मृत्युंजय त्याच्या खोलीत आला होता. त्याच्या खांद्यावर टेनिसची रॅकेट होती. न्यू पटणा क्लबमध्ये टेनिस खेळायला चल, असं सांगत तो आला होता. आरिफ लगेच तयार झाला. आरिफने टेनिसची रॅकेट हातात घेतल्याला अनेक वर्षं उलटली होती. ती रॅकेट हातात घेतल्यावर आरिफला वाटलं की, आपण आपल्या जुन्या प्रेयसीलाच भेटायला जात आहोत. एके काळी तो स्टेफी ग्राफ आणि

टेनिस या दोघांच्याही प्रेमात आकंठ बुडाला होता. न्यू पटणा क्लबमध्ये मृत्युंजयच्या वर्गात शिकणारा त्याचा जुना मित्र अजितही टेनिस खेळायला येणार होता. या वर्षीच्या IASच्या परीक्षेत तो देशात अव्वल वीसजणांमध्ये आला होता. टेनिस खेळता खेळता परीक्षेच्या तयारीसाठी काही चांगल्या टिप्स मिळतील, या विचारानेही आरिफला बरं वाटत होतं.

त्यांनी डबल्स मॅच सुरू केली. मृत्युंजय आरिफचा जोडीदार होता. अजित आणि त्याचा चुलतभाऊ दोघं एकत्र खेळत होते. आपल्या फटक्यांवर आरिफचं नियंत्रण नव्हतं; त्यामुळे त्याच्याकडून अनेक डबल फॉल्ट्स होत होते. तसंच सर्व्हिस करताना अनेकदा बॉल बेसलाइनच्या बाहेर पडल्याने फॉल्ट्स होत होते. आरिफ स्वतःवरच खूप चिडत होता. एक-दोन वेळा चुकीचे फटके खेळल्यानंतर मृत्युंजयही त्याला ओरडला. अर्थात आरिफ आणि मृत्युंजय मॅच हरले.

मॅचनंतर कोर्टजवळच्याच एका बाकावर आरिफ तोंड पाडून बसला होता.

"अरे आरिफ, हा मैत्रीपूर्ण सामना होता. एवढं वाईट वाटून घेऊ नकोस," आरिफकडे वळून अजित म्हणाला.

"अजित, मी अजिबातच अस्वस्थ झालेलो नाही."

तोपर्यंत मृत्युंजयही तिथे पोहोचला. "अजित, मला सांग, मुख्य परीक्षा आणि मुलाखत यांची तयारी करण्याचा उत्तम मार्ग कोणता आहे?" मृत्युंजयने अजितला विचारलं.

"हे बघ, IAS परीक्षेची तयारी आणि टेनिस खेळणं यात विलक्षण साम्य आहे. एकतर तुमची सर्व्हिस उत्तम असायला हवी किंवा तुमचे सर्व्हिस परतवतानाचे फटके जोरकस हवेत. फोरहॅन्ड चांगला नसेल, तर तुमचे बॅकहॅन्डचे फटके चांगले असायला हवेत. तसंच आयएएस परीक्षेची तयारी करताना ऑप्शनल विषयांपैकी एका विषयाची तयारी एकदम चोख करायला हवी." अजितने आत्ताच झालेल्या टेनिसच्या सामन्यातलंच उदाहरण दिलं.

"अरे अजितजी, काय मस्त उदाहरण दिलंत तुम्ही," आरिफ एकदम उत्साही होऊन बोलला.

"पण मुलाखतीचं काय?" मृत्युंजयने विचारलं.

"सगळ्यात आधी आपलं राज्य, आपला जिल्हा आणि आपले छंद याबाबतची चोख माहिती तयार ठेवा. बाकी सगळा नशिबाचा खेळ असतो रे बाबा."

"मी तर अभ्यासासाठी दिल्लीला जाणार आहे. पटन्यातल्या कोचिंग क्लासेसमध्ये काही राम नाही," मृत्युंजय म्हणाला.

"हा सगळ्यात उत्तम निर्णय आहे," अजित हसत हसत म्हणाला.

आरिफ थोडासा खिन्न झाला. त्याला माहीत होतं की, त्याच्या अब्बांची आर्थिक

परिस्थिती त्याला दिल्लीला पाठवण्याएवढी चांगली नाही.

ते बसले होते त्याच्यापासून थोड्याच अंतरावर असलेल्या कोर्टवर रमेशकुमार एका मध्यमवयीन माणसाबरोबर टेनिस खेळत होता.

थोडा वेळ गप्पा मारून, अजित आणि त्याचा चुलतभाऊ ॲम्बेसडर गाडीत बसून निघून गेले.

''आरिफ, अजितचे बाबासुद्धा IAS अधिकारी आहेत,'' मृत्युंजय आरिफला म्हणाला. त्याला एका कामासाठी पोस्टल पार्कला जायचं होतं. तो स्कूटरवरून निघून गेला.

आता आरिफ न्यू पटणा क्लबच्या बाहेरच्या फुटपाथवर उभा राहून, रिक्षा शोधत होता. तेवढ्यात रमेशकुमारची गाडी त्याच्या बाजूला येऊन थांबली. रमेशने आरिफला लिफ्ट देऊ केली; पण आरिफने ती नाकारली. ज्याच्या बायकोबरोबर आपले प्रेमसंबंध आहेत, त्याच्याशी गप्पा मारणं आरिफला जरा विचित्र वाटत होतं; पण रमेशकुमारने त्याचं काहीच ऐकलं नाही आणि आग्रह करून आरिफला कारमध्ये बसायला भाग पाडलं.

''कॉलेजमध्ये असताना मला लॉन टेनिसची खूप आवड होती. रॉड लीव्हर आणि विजय अमृतराज हे माझे आवडते खेळाडू होते. आता खेळायला वेळच मिळत नाही. कधीकधी मित्रांबरोबर मी इथे येतो टेनिस खेळायला,'' रमेशकुमार आपल्या कॉलेजच्या दिवसांबद्दल आरिफला सांगत होते.

''हं..'' आरिफ आपलं काहीतरी बोलायचं म्हणून बोलत होता.

''अरे बरं आठवलं. सुमित्रा मला त्या दिवशी सांगत होती की, तुझं गणित आणि इंग्रजी खूप चांगलं आहे आणि तू राहुलची शिकवणी घेण्याचंही कबूल केलं आहेस,'' रमेशकुमारने आरिफला विचारलं. ते राजा बाजारच्या पुढे आले होते आणि आशियाना मोडपर्यंत पोहोचले होते.

हे ऐकून आरिफला धक्काच बसला. सुमित्रा त्याला याबद्दल काहीच बोलली नव्हती; पण लगेच त्याच्या लक्षात आलं की, सुमित्राने रमेशकुमारला असं का सांगितलं असेल! त्याला होकार द्यायचा होता; पण त्याचं दुसरं मन त्याला तसं करण्यापासून थांबवत होतं. *सुमित्राच्या जास्त जवळ जाऊ नकोस,* असं त्याला बजावत होतं. विचारात पडलेल्या आरिफकडे पाहून रमेशकुमारने त्याला विचारलं, ''काय रे, कसला विचार करतोस?''

''अं.. काही नाही काका.'' आरिफ डोकं खाजवत म्हणाला.

''मग, कधीपासून शिकवणी सुरू करणार आहेस?''

''पुढच्या सोमवारपासून,'' आरिफ अडखळत म्हणाला. आता शिकवणीच्या बहाण्याने आपल्याला सुमित्राला रोज भेटता येईल, या विचाराने आरिफ मनोमन

सुखावला होता.

"अरे मस्तच!" रमेशकुमार खूश झाला. तोपर्यंत गाडी व्हेटर्नरी कॉलेजच्या दिशेने वळली होती.

"अहो काका, गाडी इथेच थांबवा. मी इथून चालत जाईन."

"निदान पोलीस कॉलनीच्या गेटपर्यंत तरी सोडतो तुला."

आरिफ रमेशकुमारच्या गाडीतून उतरला आणि पोलीस कॉलनीच्या गेटच्या दिशेने चालू लागला. लाल टोपी घातलेला एक पोलीस उपनिरीक्षक गेटपासून पाच-दहा फूट अंतरावर असलेल्या एका आंब्याच्या झाडाखाली खुर्ची टाकून बसला होता. चार-पाच हवालदार काठ्या हातात घेऊन पहारा देत होते. लाल रंगाच्या टोपीवरून त्याला कळलं की, हे बिहारचे जिल्हा पोलीस आहेत. जिल्हा पोलीस आणि बिहार मिलिटरी पोलीस ही दोन वेगवेगळी दलं होती. त्यात जिल्हा पोलिसांकडे जास्त ताकद होती, कारण ते कायदा आणि सुव्यवस्थेचं काम सांभाळायचे. लोकांना दमदाटी करायचे, लाच घेण्याचे अलिखित अधिकार त्यांच्या हाती होते. बिहार मिलिटरी पोलीस हे एक प्रकारचं राखीव दल होतं.

खुर्चीवर बसलेल्या एका पोलीस उपनिरीक्षकाने सिगारेटचा एक झुरका मारून आपला डावा हात वर करत आरिफला थांबायची खूण केली.

"काय झालं सर?" आरिफने थांबून विचारलं.

"पोलीस सभागृहात अतिमहत्त्वाच्या व्यक्तींची एक बैठक सुरू आहे. सुरक्षेच्या कारणांसाठी हा रस्ता बंद केलेला आहे." त्या उपनिरीक्षकाच्या आवाजात एक प्रकारचा उर्मटपणा होता.

"पण सर, मी याच कॉलनीत राहतो. माझे वडील पोलीस निरीक्षक आहेत." आरिफ त्या उपनिरीक्षकाला म्हणाला.

"तू गेट नंबर दोनमधून जा."

"पण माझं घर या गेटच्या समोरच आहे. दोन किलोमीटर चालत मी गेट नंबर दोनकडे का जाऊ?" आरिफ एवढं बोलला आणि पोलीस उपनिरीक्षकाकडे लक्ष न देता ताडताड पावलं टाकत गेटच्या दिशेने चालू लागला.

तो उपनिरीक्षक तिरीमिरीत उठला आणि त्याने पाठीमागून आरिफच्या शर्टाची कॉलर पकडली.

"ए, स्वतःला शहाणा समजतोस का? जास्त हुशारी दाखवू नकोस. चल, पळ इथून." त्या उपनिरीक्षकाने आरिफला धमकावलं.

आरिफला आता राग आला. तो मागे वळला आणि त्याने त्या पोलीस उपनिरीक्षकाची कॉलर पकडली. आता त्या दोघांमध्ये मारामारी सुरू होण्याच्या बेतात होती, तेवढ्यात कुठून तरी झाकीर तिथे आला.

"माझ्या भावाच्या अंगाला हात लावायची हिंमत कशी झाली तुमची?" झाकीर ओरडला आणि त्याने त्या पोलीस अधिकाऱ्याच्या पाठीवर दोन तडाखे जोरदार लगावले. झाकीर धडधाकट होता. तो त्या उपनिरीक्षकाला भारी पडणार हे लक्षात आल्यावर आरिफ त्याला त्या उपनिरीक्षकापासून दूर नेण्याचा प्रयत्न करायला लागला. गेटवर उभ्या असलेल्या शिपायांना दिसलं की, दोन पोरं आपल्या साहेबांशी झटापट करत आहेत. ते बघून ते धावत आले. काही कळायच्या आधीच आरिफच्या डोक्यावर काठीचा एक जोरदार तडाखा बसला होता. तो भेलकांडत गेला. त्याच्या डोळ्यांसमोर ते पोलीस त्याच्या भावाला काठीने बेदम मारत होते. झाकीरच्या डोक्यावरही एक काठी बसली आणि त्याच्या डोक्यातून रक्त यायला लागलं. झाकीर कोसळला. आता कोणताही विचार न करता आरिफ त्या पोलिसांवर तुटून पडला. त्याने एका हवालदाराला खेचून जमिनीवर आपटलं. तेवढ्यात हिरवी टोपी घातलेले बिहार मिलिटरी पोलिसांचे काही जवान त्यांच्या दिशेने धावत येत असल्याचं आरिफने बघितलं.

"अरे, ही तर खान साहेबांची मुलं आहेत. आपल्या कॅम्पसमध्ये येऊन आपल्याच पोरांना हात लावायची या जिल्हा पोलिसांची हिंमतच कशी झाली?" एका मध्यमवयीन पोलिसाने रागारागाने म्हटलं.

आता या प्रकरणाला बिहार मिलिटरी पोलीस आणि जिल्हा पोलीस यांच्यातल्या लढाईचं स्वरूप आलंय, हे आरिफच्या लक्षात आलं. तेवढ्यात कोणीतरी पुन्हा त्याच्या डोक्यावर काठीचा तडाखा दिला आणि त्याच्या डोळ्यांसमोर अंधारी आली.

आरिफचे डोळे उघडले, तेव्हा तो हॉस्पिटलच्या बेडवर पडला होता. त्याच्या डोक्यावर पट्टी बांधलेली होती आणि त्याचं डोकं दुखत होतं. अब्बा त्याच्या पलंगाजवळच उभे होते. त्यांच्या चेहऱ्यावर चिंतेची छटा होती.

"अब्बा, झाकीर कसा आहे?" आरिफने घाबरून विचारलं.

"झाकीर आयसीयूमध्ये आहे. त्याला अंतर्गत जखमा झाल्या आहेत." अब्बांचा स्वर कातर होता.

आरिफ गप्प झाला. त्याला रडू यायला लागलं. आपल्यामुळे झाकीरला एवढं लागलं, याचं त्याला वाईट वाटत होतं. आपण त्या पोलीस अधिकाऱ्याशी भांडलो नसतो, तर हे सगळं घडलंच नसतं. *'झाकीरला काही झालं, तर मी स्वतःला कधीच माफ करू शकणार नाही.'*

आरिफ आणि झाकीर लहान असतानाचा एक प्रसंग त्याला आठवला. जमालपुऱ्याला असताना तिकडच्या मदरशातल्या शिक्षकांनी आरिफच्या कानाखाली मारली होती, तेव्हाही झाकीर चिडून त्या शिक्षकांवर तुटून पडला होता. त्या वेळी तर तो फक्त पाच वर्षांचा होता. शिक्षकांची छडी घेऊन, त्याने त्यांनाच मारायला सुरुवात केली

होती. मारता मारता तो ओरडत होता, ''अबे साल्या, माझ्या भावाला का मारलंस तू?''

''बाबूजी,'' हा त्याच्या अम्मीचा आवाज होता. तिच्या चेहऱ्यावरून कळत होतं की, ती खूप रडली आहे.

''मी ठीक आहे अम्मी. तू फक्त झाकीरसाठी प्रार्थना कर,'' आरिफ हुंदके देत म्हणाला.

तेवढ्यात दादी तिथे आली आणि आरिफच्या पलंगावर त्याच्या उशाशी बसून तिने कुराणातल्या आयता वाचायला सुरुवात केली.

आरिफचा आवाज कापरा झाला होता. तो बोलताना अडखळत होता. त्याने डोळे बंद केले. त्याच्यासमोर सहा-सात वर्षांचा तो स्वतः आणि पाच वर्षांचा झाकीर उभा राहिला. त्याला दिसलं की, ते दोघं लपाछपी खेळत आहेत. तेवढ्यात झाकीर अचानक गावाबाहेर जाणाऱ्या रस्त्यावर धावायला लागला. आरिफ त्याच्या मागे धावत धावत ओरडत होता, 'झाकीर थांब, झाकीर थांब...' आरिफने एवढ्या हाका मारूनही झाकीर थांबला नाही आणि त्याच्या डोळ्यांसमोरून गायब झाला.

''आरिफ, काय झालं? काय बडबडतोयस,'' एक परिचित आवाज त्याच्या कानी पडला. त्याचे डोळे उघडले आणि त्याला कळलं की, ते एक स्वप्न होतं.

अब्बा समोर उभे होते. ते हसत होते. ''अरे तू झोपेतल्या झोपेत 'झाकीर, जाऊ नकोस, थांब,' असं ओरडत होतास.'' अब्बांच्या मागे अम्मी, दादी आणि त्याच्या बहिणी उभ्या होत्या. आरिफ अब्बांना काही विचारणार, त्याआधी अब्बाच म्हणाले, ''खुदाचे आभार आहेत, झाकीरच्या जिवाचा धोका आता टळला आहे.''

''या अल्ला! तुझे खूप खूप आभार आहेत,'' आकाशाच्या दिशेने हात उंचावून आरिफने देवाला अभिवादन केलं. ''आमच्यावर हल्ला करणाऱ्या त्या पोलीस अधिकाऱ्याबद्दल काही कळलं का?'' आरिफने अब्बांना विचारलं.

''शास्त्रीनगर पोलीस स्टेशनला तक्रार तर नोंदवली आहे. एकदा तू आणि झाकीर हॉस्पिटलमधून सुखरूप घरी या. मग त्या नालायकाला मी नक्कीच धडा शिकवेन,'' अब्बांच्या डोळ्यांत अंगार फुलला होता.

अर्ध्या तासाने अब्बा, अम्मी आणि आरिफच्या बहिणी झाकीरला बघायला गेल्या. दादी तिथेच थांबली होती. जनरल वॉर्डच्या एका कोपऱ्यात ती नमाज अदा करत होती. तेवढ्यात आरिफला बाजूच्या खोलीतून काही बायकांच्या रडण्याचे आवाज यायला लागले.

'अम्मी आणि आपल्या बहिणी तर रडत नाहीत ना,' आरिफच्या मनात अशुभ विचार आले. तो त्याच तिरीमिरीत उठला आणि आपल्या लंगडत्या पायाची पर्वा न करता वॉर्डच्या बाहेर आला.

प्रतीक्षालयात दोन बायका स्ट्रेचरवर ठेवलेल्या एका मृतदेहासमोर उभ्या राहून रडत होत्या. मृतदेहावर हॉस्पिटलमध्ये ओढतात, तशी पांढरी चादर ओढली होती. एक वॉर्ड बॉय त्यांच्याजवळ उभा होता; पण त्याच्या चेहऱ्यावरचे भाव निर्विकार होते. आपल्या मनात जे आलं, तसं काही घडलेलं नाही, हे बघून आरिफने सुटकेचा निःश्वास सोडला; पण लगेच त्याच्या मनात त्या बायकांचा विचार डोकावला. त्यांच्यासाठी त्याला वाईट वाटलं. तो त्याच्या वॉर्डमध्ये परत येत होता, तेवढ्यात त्याला अब्बा दिसले. ते स्वागत कक्षाजवळ उभे राहून फोनवर कोणाशी तरी बोलत होते. प्रतीक्षालयात सुमित्रा आरिफच्या बहिणींबरोबर बसली होती. अब्बांनी आरिफला बघितलं आणि धावतच त्याच्याकडे आले.

"बेटा, तू पलंगावर पडून राहा. तुला लागलंय," अब्बा म्हणाले.

"अब्बा, मला झाकीरला भेटायचं आहे."

"तुला झाकीरकडे नेईन; पण तो आयसीयूमधून बाहेर तर येऊ दे," अब्बा म्हणाले.

मग आरिफला आधार देत अब्बा त्याला पलंगापर्यंत घेऊन आले. थोड्या वेळाने सुमित्रा त्याच्या पलंगापाशी आली. तिच्या चेहऱ्यावरून स्पष्ट कळत होतं की, ती रडली आहे. आरिफच्या अस्वस्थ जिवाला तिच्या येण्याने जरासा आराम मिळाला.

काही वेळाने मृत्युंजयचे वडील प्रेमप्रकाश पांडे आरिफला भेटायला आले. "मृत्युंजय दिल्लीला गेलाय. तिथल्या कोचिंग क्लासमध्ये त्याने प्रवेश घेतलाय. तू हॉस्पिटलमधून घरी गेलास की, तो तुझ्याशी फोनवर बोलेल, असं म्हणालाय तो," ते आरिफला म्हणाले.

थोडा वेळ तिथे बसल्यावर निघताना त्यांनी आरिफच्या अब्बांना विचारलं, "अजून किती दिवस हॉस्पिटलमध्ये ठेवणार, असं डॉक्टरांनी सांगितलंय?"

"आरिफला दोन-तीन दिवसांत सोडतील; पण झाकीरला डिस्चार्ज मिळायला अजून २०-२५ दिवस लागतील, असं डॉक्टर म्हणताहेत." अब्बा म्हणाले.

~

महिनाभरानंतर झाकीर घरी परतला. एका दुपारी तो त्याच्या पलंगावर उशीचा आधार घेऊन बसला होता. आरिफ त्याच्या बाजूलाच बसून होता, तर दादी समोरच्या खुर्चीवर बसली होती. हॉस्पिटलमधून परत आल्यापासून दर दिवशी झाकीर दादीकडून एक गोष्ट ऐकायचा. लहानपणीही झाकीर दादीकडून हट्टाने दररोज झोपताना एक गोष्ट ऐकायचा. शेख चिल्ली, चाचा चौधरी यांच्याशिवाय दादीला कुराण आणि हादिसमधल्याही अनेक रंजक कथा अगदी तोंडपाठ होत्या. प्रत्येक गोष्ट सांगायला सुरुवात करण्याआधी दादी बिस्मिल्ला म्हणायची. आताही घसा खाकरून दादीने

गोष्ट सांगायला सुरुवात केली.

"खूप जुनी गोष्ट आहे. त्या वेळी भारतावर अकबर बादशाहचं राज्य होतं. काबूलला राहणारा एक तरणाबांड गडी, बख्तियार युसुफझई दिल्लीला आला. दिल्लीला आल्यावर तो हजरत निझामुद्दीनच्या दर्ग्यावर प्रार्थनेसाठी गेला. परत येताना त्याने बघितलं की, लांब पांढरीशुभ्र दाढी असलेल्या एका म्हाताऱ्या माणसाला दोन हट्टेकट्टे तरुण मारहाण करत आहेत. त्या दोन्ही तरुणांनी आपली तोंडं फडक्याने झाकलेली होती. त्या दोघांपैकी एकाने आपल्या कंबरेपाशी खोचलेला खंजीर काढला आणि तो त्या म्हाताऱ्याला मारणार, एवढ्यात बख्तियार त्या दोघांवर तुटून पडला. त्याने त्या दोघांना चांगलाच चोप दिला. बख्तियार सच्चा पठाण होता. तो हिंमतवान तर होताच, पण धडधाकटही होता. शेवटी ते दोघं बाजूच्या गल्लीत पळून गेले.

तो म्हातारा माणूस चांगलाच जखमी झाला होता; त्यामुळे बख्तियार त्याला एका हकिमाकडे घेऊन गेला. त्यानंतर हकिमाकडून एक टांगा करून त्याने त्या माणसाला त्याच्या घरापर्यंत पोहोचवलं. त्या माणसाचं घर म्हणजे एक आलिशान महालच होता. अकबर बादशाहच्या दरबारात तो म्हातारा खूप वरच्या हुद्द्यावर होता.

बख्तियारचं धैर्य आणि त्याचं धाडस यावर खूश होऊन त्या वृद्ध माणसाने आपल्या मुलीचा निकाह बख्तियारशी लावून दिला. एवढंच नाही, तर बादशाही सैन्यात त्याने आपल्या जावयाला चांगली मनसबही मिळवून दिली.

कालौघात बख्तियारला एक मुलगा झाला. त्याचं नाव जमालुद्दीन ठेवण्यात आलं. आपला मुलगाही आपल्यासारखाच बादशाहच्या फौजेत यावा आणि आत्ताचा सेनापती बैरम खान याच्यासारखाच सेनापती बनावा, अशी बख्तियारची इच्छा होती; पण जमालुद्दीनला या सगळ्या गोष्टींमध्ये बिलकूल रस नव्हता. त्याला अध्यात्म, सुफी तत्त्वज्ञान यामध्ये रुची होती. तो दिल्लीतल्या एका प्रसिद्ध पिराचा शिष्य बनला. जास्तीतजास्त वेळ तो त्यांच्याबरोबर काढायला लागला. उरलेला वेळ तो नमाजपठणात घालवू लागला.

जमालुद्दीनच्या पालकांना वाटत होतं की, त्याने लग्न करून संसार थाटावा; पण जमालुद्दीनची त्याला मान्यता नव्हती. तो ४२ वर्षांचा होता, त्या वेळी त्याचे वडील बख्तियारखान यांचा नाव उलटून अपघाती मृत्यू झाला. आपल्या नवऱ्याच्या आकस्मिक मृत्यूने जमालुद्दीनच्या आईने अन्नपाणीच टाकलं. एके दिवशी रात्री झोपेतच तिचाही मृत्यू झाला.

जमालुद्दीनचं सर्वस्व गेलं होतं. त्याने शेवटी प्रार्थनेत आणि नमाजपठणात आपलं मन गुंतवायला सुरुवात केली. एके रात्री त्याने स्वप्नात एका म्हाताऱ्याला बघितलं. त्याच्या चेहऱ्यावर तेज होतं. त्याची दाढी पूर्ण पांढरीशुभ्र होती. त्या

माणसाने त्याला पूर्वेकडे जाऊन इस्लामची शिकवण द्यायचा संदेश दिला.

दुसऱ्याच दिवशी जमालुद्दीन त्या स्वप्नातल्या म्हाताऱ्याने दिलेल्या संदेशाप्रमाणे प्रवासाला निघाला.

जवळपास एका महिन्याच्या प्रवासानंतर तो बिहारच्या मोतिहारी परगण्यात पोहोचला. तिथे त्याला स्वप्नात आणखी एक दृष्टान्त झाला आणि तो आणखी पुढे प्रवास करायला निघाला. कुठे जायचं आहे, हे त्याला माहीत नव्हतं; पण एक अज्ञात शक्ती त्याला प्रेरणा देत होती. फिरता फिरता तो एके ठिकाणी पोहोचला. ती एक भग्न जागा होती. तिथे एक जुना महाल होता. एक रात्र काढण्यासाठी त्याने त्या जुन्या महालातच आसरा घेतला. महालाच्या व्हरांड्यातला एक कोपरा त्याने स्वच्छ केला आणि तिथेच त्याने आपला बिछाना घातला. एक बिछाना, एक तांब्या, नमाजासाठीची चटई आणि काही सुकलेले खजूर सोडले, तर त्याच्याकडे काहीच नव्हतं. आपल्याकडची झोळी त्याने भिंतीवरच्या एका खुंटीवर टांगून ठेवली. एक चटई अंथरून तो तिथे पहुडला.

सकाळी जमालुद्दीनला जाग आली, तेव्हा शेकडो लोक त्याच्याकडे एकटक बघत होते. ते सगळे लोक शेजारच्या गावांमध्ये राहणारे होते. त्यांच्या चेहऱ्यावर आश्चर्याचे भाव होते. त्यांना जमालुद्दीन फकिराच्या चेहऱ्यावर जणू खुदाचं प्रतिबिंब दिसत होतं. भूत-प्रेत-वेताळ यांचा वास असलेल्या या जुन्या महालामध्ये या माणसाने रात्र काढली, ही काही सोपी गोष्ट आहे का? त्या महालातल्या एका खजिन्याचं रक्षण करण्याचं काम ती भुतं करायची, अशी वदंता होती. रात्रीच्या वेळी त्या महालात जाणारा माणूस दुसऱ्या दिवशी जिवंत परत येत नाही, असंही बोललं जायचं. पन्नास वर्षांपूर्वी इथल्या राजाने आपल्या काही सैनिकांना या गोष्टीचा छडा लावायला पाठवलं होतं; पण दुसऱ्या दिवशी ते सैनिकही मेलेल्या अवस्थेत आढळले होते.

हा फकीर खरंच मोठा माणूस आहे, नाहीतर एक रात्र या महालात कशी काढू शकला असता? गावकरी कुजबुजत होते. त्याच्या दाढीवरून आणि टोपीवरून त्यांच्या हे लक्षात आलं की, तो फकीर मुस्लीम आहे. म्हणजेच तो सुफी संत असणार! तसंही साधू-संतांना धर्माचं बंधन कुठे असतं! अल्पावधीतच लोक हजरत साहेबांच्या दर्शनासाठी लांबवरून यायला लागले. त्यांच्या आशीर्वादामध्ये जादू आहे, लोक म्हणायचे.

हजरत जमालुद्दीन रहमतुल्ला अलैहे यांची ही कीर्ती तिथल्या स्थानिक राजपूत जमीनदाराच्या कानांवर गेली. जमीनदार धडधाकट होता, देखणा होता. तो त्याच्या कुटुंबकबिल्यासह जमालुद्दीन यांच्या दर्शनासाठी आला. पीरसाहेबांच्या वागण्याने तो एवढा भारावून गेला की, तो त्यांचा भक्तच बनला. काही महिन्यांनंतर जमीनदाराने

आपल्या संपूर्ण कुटुंबासह इस्लामची दीक्षा घेतली.

त्या जमीनदाराची कन्या हजरत जमालुद्दीन साहेबांच्या प्रेमात पडली. त्यांचं सौंदर्य, त्यांचं आत्मिक सौंदर्य या गोष्टींनी ती भारावून गेली होती. लग्न करेन, तर पीरसाहेबांशीच! अशी खूणगाठही तिने मनाशी बांधली होती. जमीनदारानेही खूप मिन्नतवाऱ्या केल्यानंतर पीरसाहेब लग्नासाठी तयार झाले. त्या महालासमोरच आता पीरसाहेबांची झोपडी तयार झाली. लग्नानंतर त्यांना तीन मुलं झाली. त्या तिघांचं कुटुंब मोठं होत होत आपलं जमालपुरा गाव वसलं.

पीरसाहेबांच्या निधनानंतर त्या झोपडीतच त्यांना दफन केलं गेलं. ती झोपडी पीरसाहेबांचा दर्गा या नावाने ओळखली जाऊ लागली. अनेक वर्षांनंतर त्यांच्याच वारसदारांनी त्याच जागी दगडाची एक इमारत बनवली. त्या इमारतीला चार मिनार होते आणि एक हिरवा घुमटही होता.

हजरत जमालुद्दीन पीर हे फक्त आपल्या गावचे संतच नाहीत, ते आपले पूर्वजही आहेत. आपल्या धमन्यांमधून त्यांचंच रक्त वाहतंय.'' दादीची कहाणी संपली.

आरिफने ही कथा अनेकदा दादीच्याच तोंडून ऐकली होती; पण आपल्या कुटुंबाची मूळकथा ऐकून आरिफला आज खूपच भरून आलं. कहाणी सांगायची दादीची पद्धत, तिचा आवाज यात एक वेगळीच जादू होती.

भिंतीवरच्या घड्याळाकडे एक नजर टाकत दादी उठली. ''नमाजाची वेळ झाली होती,'' खोलीबाहेर जाता जाता ती म्हणाली.

झाकीरही आता जांभया देत होता. आरिफने मदत करून त्याला पलंगावर नीट झोपवलं आणि त्याच्या अंगावर सिल्कची भागलपुरी चादर पांघरली.

झाकीरला बरं व्हायला तीन महिने गेले. तो कॉलेजला जायला लागल्यावर आरिफचंही दैनंदिन आयुष्य सुरळीत सुरू झालं. एवढ्या दिवसांत त्याने अभ्यासाच्या पुस्तकांना हातही लावला नव्हता. सुमित्राच्या घरी राहुलची शिकवणी घ्यायला जायचं तर लांबच राहिलं.

आज राहुलच्या शिकवणीचा पहिलाच दिवस होता. त्याने दार वाजवलं, तर सुमित्राच्या मुलीने, कविताने दरवाजा उघडला. सुमित्रा सौंधात बसली होती आणि सुपामध्ये मटार घेऊन, ते ती सोलत होती. आरिफला बघून तिच्या चेहऱ्यावरचा आनंद स्पष्ट दिसत होता. हातातलं काम बाजूला टाकून, तिने आतून दोन खुर्च्या आणि एक टेबल आणलं. मग तिने राहुलला हाक मारली.

राहुलची शिकवणी सुरू झाली.

दुसऱ्या दिवशी कविता दिसली नाही. आरिफने सुमित्राला विचारलं, तर ती म्हणाली, ''ती हजारीबागला गेली; तिच्या हॉस्टेलवर. काही दिवसांनी तिची परीक्षा

आहे; पण त्यानंतर ती येईल परत पटण्यात,'' डोळे मिचकावत सुमित्रा म्हणाली.

आरिफ आठवड्यातले सहा दिवस राहुलला शिकवायला जायचा. शिकवणी संपली की, राहुल शेजारच्या मुलांबरोबर खेळायला जायचा.

राहुल गेल्यानंतर मग सुमित्रा आणि आरिफ दोघं एकटेच असायचे. मग ते सुमित्राच्या खोलीत बसून खूप गप्पा मारायचे. एकमेकांना शेर-कविता ऐकवायचे. एखाद्या पुस्तकावर चर्चा व्हायची. आरिफ अनेकदा सुमित्राच्या दोन्ही हातांचं चुंबन घ्यायचा. अशा वेळी सुमित्रा डोळे बंद करून घ्यायची. मग आरिफ तिच्या गालांची पापी घ्यायचा. आपण याच्याही पुढचं पाऊल उचलावं, असं आरिफला नेहमी वाटायचं; पण कसं तरी तो स्वतःला आवरायचा.

एक दिवस आरिफने सुमित्राला विचारलं, ''प्रेम करून काय फायदा सुमित्रा?''

''काय विचारतोस, प्रेम करून काय फायदा? मग असं सांग, फायद्याचा काय फायदा?'' सुमित्राने शेर रचून आरिफला उत्तर दिलं.

प्रेमात पडताना कोणीच नफा-तोट्याचा विचार करत नाही... आरिफला सुमित्राचं म्हणणं पटलं.

कधीकधी रमेश घरी असायचा. तो आरिफला कॉफी पीत पीत बुद्धिबळाचा डाव खेळायला बोलवायचा. आरिफ अनेकदा काहीतरी कारणं सांगून तिथून निघायचा; पण अनेकदा त्याला बुद्धिबळाचा डाव खेळावाच लागायचा. सुमित्रा तिथे आली की, आरिफला कसंतरीच व्हायचं. आपल्या नजरेत असलेलं सुमित्रासाठीचं प्रेम रमेशपासून कसं लपवायचं, हे त्याला कळायचं नाही. *रमेशला आपल्या मनातल्या भावना कळल्या, तर?* या विचाराने तो सुमित्राकडे बघणंच टाळायचा.

बारा

काहीतरी महत्त्वाचं बोलायचंय, असं सांगून झाकीरने आरिफला गच्चीत बोलावलं, तेव्हा आरिफला आश्चर्य वाटलं. गच्चीत गेल्यावर रबिया आणि नाझनीन या दोघींना तिथे बघून तर तो आणखी हैराण झाला.

"झाकीर, काय झालं?" आरिफने विचारलं.

"रबियाला तुला काहीतरी सांगायचं आहे." झाकीर म्हणाला.

"भैया..." रबियाने बोलायला सुरुवात केली आणि ती मध्येच थांबली, "नाझनीन, तू सांग ना.." अडखळत ती नाझनीनला म्हणाली.

"अगं, काय झालं? अशी चाचपडू नकोस. सांग बघू," आरिफ म्हणाला.

"बँक कॉलनीत राहणारी माझी एक मैत्रीण मला म्हणत होती... तिला कोणीतरी सांगितलं की, तुझं आणि सुमित्राकाकूचं काहीतरी प्रकरण सुरू आहे. ती असंही म्हणाली की, सुमित्राकाकूचं चालचलन काही ठीक नाही. आणि..."

"हे तुला कोणी सांगितलं?" आरिफने मध्येच तिला तोडलं. त्याचा चेहरा पांढराफटक पडला होता.

"सॉरी भैया, मी तिचं नाव नाही सांगू शकत. तू असं काही करणार नाहीस, याची आम्हाला पूर्ण खात्री आहे. सुमित्राकाकूसुद्धा अशी बाई असेल, यावर आमचा विश्वास नाही. मला ती खूप आवडते; पण तू आमचा भाऊ आहेस. तुझ्याबद्दल काय बोललं जातं, हे सांगणं आमचं कर्तव्य आहे."

"अगं, त्यात सॉरी काय! खरंतर हे तू मला आधीच सांगायला हवं होतंस."

"मी प्रयत्न केला होता. अनेकदा मी तुला तसं सूचितही केलं होतं. तू तिच्या घरी जाणं बंद करावंस. आपल्या कुटुंबाच्या प्रतिष्ठेचा विचार कर. तिच्या प्रतिष्ठेचा विचार कर," रबिया म्हणाली.

"ही अफवा अब्बा आणि अम्मीच्या कानांवर गेली आहे का?" आरिफच्या

आवाजात चिंता होती.

"सुदैवाने नाही."

"ठीक आहे. मी राहुलची शिकवणी लगेच थांबवतो. जेणेकरून तिच्या घरी जाण्याचा प्रश्नच येणार नाही," आरिफ असं म्हणाला खरा; पण त्याच्या आवाजात अनिश्चितता होती.

"रबिया, नाझनीन... अरे कुठे आहात तुम्ही दोघी? गच्चीवर काय करताय?" अम्मी त्या दोघींना हाक मारत होती.

"भैया, आम्ही जातो. अम्मी बोलावतेय."

त्या दोघी खाली गेल्या, तरी झाकीर आरिफकडे एकटक बघत होता. "भैया, अगदी खरं खरं सांगशील?"

"काय खरं?"

"काही वर्षांपूर्वी तू मला ज्या बाईबद्दल सांगितलं होतंस, ती बाई म्हणजे सुमित्राकाकूच आहे का?"

"हो."

"या अल्ला! माझा विश्वासच बसत नाही. मला वाटलं, तू आतापर्यंत तिला विसरला असशील. मीसुद्धा तुझ्याकडे तो विषय पुन्हा काढला नाही. म्हटलं, उगाच परत तुला तिची आठवण करून द्यायला नको."

"विश्वास ठेव, मी विसरायचा खूप प्रयत्न केला. पण..."

"पण काय?"

"काही नाही."

"मग आता पुढे काय?"

"पुढे काय? काही नाही. हे बघ मी काहीच केलेलं नाही. अरे, मी तिच्यात भावनिकदृष्ट्या गुंतलोय; पण मी खरं सांगतो, त्या भावनेतून बाहेर पडण्याचा नक्की प्रयत्न करेन."

"माझा तुझ्यावर विश्वास आहे भैया. तू काही चुकीचं करणार नाहीस, हे मला पक्कं ठाऊक आहे; पण विचार कर, ही अफवा समजा सर्वदूर पसरली, तर काय होईल? आपल्या नातेवाइकांपर्यंत पोहोचली, तर आपल्या बहिणींची लग्नं ठरणंही कठीण होऊन बसेल. अब्बा-अम्मीबद्दल विचार कर. ते तर या धक्क्यानेच मरून जातील."

"झाकीर, मला हे सगळं कळतंय... जाऊ दे, हा विषय सोडून दे. मी वचन देतो की, सुमित्राबरोबरचे सगळे संबंध मी तोडून टाकेन. आपण काहीतरी दुसऱ्या विषयावर बोलू या."

सुमित्राबरोबर चाललेल्या आपल्या प्रेमप्रकरणाची दखल लोकांनी घेतली आहे,

या धक्क्यातून सावरायला आरिफला वेळ लागत होता. वाईट गोष्ट म्हणजे, त्याच्या दोन्ही लहान बहिणींच्या कानांवरही ती गोष्ट आली होती.

"हं... बरं, मला सांग, त्या गोल्डन कोचिंग क्लासचं काय झालं?" झाकीरने विचारलं.

"लवकरच कळवतो, असं त्यांनी सांगितलंय; पण झाकीर, मी क्लासमध्ये शिकवायला जाणार आहे, हे प्लीज अब्बांना सांगू नकोस," आरिफ म्हणाला.

"काळजी करू नकोस. मी नाही सांगणार," झाकीर.

"अरे झाकीर, बघ, मी तुला सांगायला विसरलोच. गुलशनकुमार एक टॅलेंट हंट स्पर्धा घेणार आहे. त्याच्या नवीन चित्रपटासाठी त्याला काही अभिनेते हवे आहेत."

"काय सांगतोस?"

"अरे या महिन्याच्या *'प्रिया'*च्या अंकात माहिती दिलेली आहे. मासिकात अर्जसुद्धा आहे. मी वाचला आणि तेव्हाच ठरवलं की, हे तुला सांगायला हवं. तुझी निवड झाली, तर गुलशन कुमार तुला हिरो म्हणून संधी देईल."

"ही खरंच चांगली संधी आहे रे," झाकीरच्या आवाजातली उत्सुकता लपत नव्हती.

"चल खाली. मी तुला तो अर्ज देतो."

पायऱ्या उतरता उतरता त्यांना वाटणारी काळजीही कमी झाली होती.

~

हजारीबागवरून कविता पुन्हा पटण्याला परतली होती. शाळेनंतर तिने पटण्याच्या महिला महाविद्यालयात प्रवेश घेतला होता. सुमित्राला तिच्या घरी भेटणं आता शक्यच नव्हतं.

पटण्यासारख्या शहरात प्रेमी युगुलांना एकमेकांना भेटायला खूप जोखीम उचलावी लागणं भाग होतं. बदनामीची भीती तर होतीच; पण अनेकदा जिवावरही बेतायचं. शहरात संजय गांधी बायालॉजिकल पार्क नावाचं विस्तीर्ण उद्यान होतं. लोक या उद्यानाला झू किंवा प्राणिसंग्रहालय या नावाने जास्त ओळखायचे. बेली रोडवरच्या या विस्तीर्ण उद्यानातल्या अनेक झुडपांमागे, झाडांखाली आणि रोझ गार्डनमध्ये अनेक जोडपी बसलेली असायची. एकान्तातले काही क्षण एकमेकांच्या बाहुपाशात घालवण्याची आस त्यांना असायची; पण एखादी मिठी किंवा पुसटसं चुंबन घेतल्यावर अनेक लोकांचे जळजळीत कटाक्ष आणि बोचरे टोमणे झेलावे लागायचे. अनेकदा तर अशा प्रेमी युगुलांना पोलीसच हटकायचे.

दुसरी जागा होती ती म्हणजे पटण्यातल्या वस्तुसंग्रहालयाची मागची बाजू! इथे

तुरळक गर्दी असायची आणि सुंदर हिरवळ होती; पण बेली रोडपासून गांधी मैदानापर्यंत रिक्षा चालवणारे अनेक रिक्षाचालक तिथे नेहमीच पहुडलेले असायचे. तसेच तिथे अनेक रिक्षांचीही वर्दळ असायची; त्यामुळे तुम्हाला तुमच्या प्रेमिकेबरोबर एखाद्या ओळखीच्या माणसाने बघण्याची शक्यता खूप जास्त होती. तसं झालं की, मग पटण्यात कंड्या पिकायला वेळ लागायचा नाही. तसंही पटण्यामध्ये एक मुलगा दुसऱ्या एखाद्या मुलीबरोबर दिसला की, कंड्या पिकण्यासाठी तेवढं कारण पुरेसं होतं.

मौर्य काळातील कुमराहर या प्राचीन जागेच्या भग्नावशेषांच्या सावलीतही प्रेमी युगुलं एकमेकांना भेटायची; पण आता पुरातत्त्व विभागाचे कर्मचारी खूप सतर्क झाले होते. ते प्रेमी युगुलांना पळवून लावण्याचा प्रयत्न करायचे; त्यामुळे या तीनही जागी भेटणं आरिफ आणि सुमित्राला अशक्य होतं.

मग एकमेकांशी बोलण्यासाठी त्यांनी चिठ्ठ्या लिहायला सुरुवात केली. मासिकं आणि पुस्तकं यांची देवाणघेवाण करण्याच्या बहाण्याने ते एकमेकांपर्यंत या चिठ्ठ्या पोहोचवायचे. त्या उर्दूत लिहिलेल्या असायच्या. महिन्यातून एक-दोन वेळा रमेशकुमार पटण्याबाहेर जायचा. ती संधी साधून आरिफ सुमित्राला पटणा जंक्शनला भेटायचा. मग तिथून ते दोघे रिक्षाने गंगा नदीच्या दुसऱ्या तीरावर हाजिपूरला जायचे. मग गणेश चित्र मंदिर या थिएटरच्या एका कोपऱ्यात बसून सामोसे आणि कोल्ड्रिंक यांचा आस्वाद घेत दोघंही हळूहळू आवाजात एकमेकांशी गप्पा मारायचे. मध्येच एकमेकांना निसटते स्पर्श करण्याचंही सुख घ्यायचे.

"तुझ्याबरोबर असताना मला संपूर्ण जगाचा, सगळ्या व्यथांचा विसर पडतो सुमित्रा. दुःखं, ताणतणाव माझ्या आसपासही फिरकत नाहीत. असं म्हण की, तुझ्याबरोबर असताना मला स्वर्गसुख मिळतं."

"तुझ्या खांद्यावर डोकं ठेवून, डोळे बंद करून बसले की, मलाही खूप शांत वाटतं."

आरिफ आणि सुमित्राची प्रेमकहाणी सुरूच होती.

तेरा

मुसळधार पावसाचा एक हबकारा आरिफच्या चेहऱ्यावर बसला आणि आरिफला आणखी मजा वाटायला लागली. तो घराच्या सौंधात उभा राहून पावसाची मजा लुटत होता. हवेचा झोत एवढा जोरदार होता की, पावसाचे थेंब सौंधात येत होते. समोरच्या इमारतीसुद्धा पुसट दिसतील, एवढा पावसाचा जोर होता. कॉलनीत पाणी तुंबलं होतं. दोन इमारतींमधल्या जागाही पाण्याखाली गेल्या होत्या. अशा रस्त्यातून वाट काढत, छत्री घेतलेला एक माणूस त्याच्याच इमारतीच्या दिशेला येताना आरिफने बघितला. तो माणूस जवळ आला, तेव्हा आरिफला कळलं की, हा झाकीर आहे.

जवळपास उड्या मारतच झाकीर जिने चढून येत होता. घरात आल्याआल्या त्याने पाण्याने ओलिचिंब झालेली छत्री एका कोपऱ्यात फेकून दिली आणि तशीच आरिफला मिठी मारली.

"भैया, गुलशन कुमारच्या पुढच्या पिक्चरच्या स्क्रीन टेस्टसाठी माझी निवड झाली आहे," झाकीर जवळपास ओरडतच म्हणाला. आपल्या जॅकेटच्या आतल्या खिशातून त्याने एक लिफाफा काढला आणि आरिफला द्यायचा प्रयत्न केला. जवळच खुर्चीत पडलेला एक टॉवेल उचलून आरिफने आपलं डोकं आणि हात कोरडे केले आणि मगच तो लिफाफा हातात घेतला. लिफाफा उघडून आतलं पत्र काढत आरिफने ते जोरजोरात वाचायला सुरुवात केली. ४० हजार मुलांमधून पहिल्या २० जणांमध्ये त्याच्या भावाची निवड झाली होती.

प्रिय झाकीर,

आमच्याकडे आलेल्या ४० हजार अर्जांमधून आम्ही २० अर्जांची निवड केली आहे. कळवण्यास अत्यंत आनंद होतो की, त्या २०

अर्जांमध्ये तुमच्या अर्जाचाही समावेश आहे. आता मुंबईला होणाऱ्या स्क्रीन टेस्टसाठी आम्ही तुम्हाला आमंत्रित करत आहोत.

तारीख : १२ ऑगस्ट १९९५. वेळ : ११:३० वाजता.
स्थळ : मेहबूब स्टुडिओ, हिल रोड, वांद्रे (पश्चिम),
मुंबई, महाराष्ट्र - ४०००५०.
फॉर सुपर कॅसेट्स इंडस्ट्रीज
रितिका ओबेरॉय.

आरिफचं पत्रं वाचून झालं. तोपर्यंत झाकीर त्याच्या बाजूला आला होता. आरिफने झाकीरला पुन्हा एकदा घट्ट मिठी मारली.

"अब्बा, मला परवानगी देतील?" झाकीरच्या आवाजात अनिश्चितता होती.

"अरे, मी बोलेन अब्बांशी. तू काळजी करू नकोस," आरिफने झाकीरला दिलासा दिला.

"भैया, राहू दे. आत्ताच अब्बांना काही सांगू नकोस. मी मुंबईला जाईन, तेव्हा सांग. माझ्या नाटकाच्या ग्रूपमधल्या एका मित्राला मी मुंबईचं तिकीट काढायला सांगितलं आहे. मी शुक्रवारी निघतोय. विचार कर ना, अशी संधी नेहमी चालून येत नाही."

"बरं ठीक आहे," आरिफ हे बोलला खरं; पण त्याला कळत नव्हतं की, नक्की काय बोलावं! झाकीर मुंबईला गेला, ही बातमी अब्बांना कळली, तर त्यांची प्रतिक्रिया काय असेल, याचा अंदाज बांधणं आरिफला कठीण जात होतं. "अरे, पण खर्चासाठी तुला काही पैसे तर लागतील ना?"

"गेल्या महिन्यातल्या नाट्य महोत्सवामध्ये दोन हजार रुपयांचं बक्षीस मिळालं होतं. मला वाटतं, तेवढे पुरतील. कमी पडले, तर काहीतरी काम करेन. तसंही माझी निवड झाली नाही, तर नोकरीच करावी लागेल," झाकीर आत्मविश्वासाने म्हणाला.

शुक्रवारी सकाळी सकाळी आरिफने झाकीरच्या हाती आणखी दोन हजार रुपये ठेवले. पैसे बघून झाकीर चमकला. "भैया, हे पैसे कुठून आले?"

"कुठून आले, कसे आले याची चिंता तू करू नकोस. तू फक्त हे पैसे स्वतःकडे ठेव."

"तरीही..."

"अरे, मी आता गोल्डन कोचिंग क्लासमध्ये शिकवतो. तिथून काही रक्कम आगाऊ घेतली आहे."

"पण भैया, तुला तर हिंदीसाठी शिकवणी लावायची होती ना?"

“अरे, त्याची काळजी तू नको करूस. मी करेन काहीतरी. तसंही बलराम तिवारींकडे या बॅचमध्ये जागा नव्हती. पुढची बॅच सुरू होईपर्यंत काही ना काही तजवीज होईलच. तसंही एकदा तू स्टार बनलास की, आपल्याला पैशांची काय कमी असेल?”

“इन्शाल्ला!” हसत हसत झाकीर म्हणाला.

“बरं, मला सांग, मुंबईत गेल्यावर राहायची सोय काय?”

“एका महाराष्ट्रीय कुटुंबाबरोबर भाड्याने राहणार आहे. आमच्या नाटकाच्या ग्रूपमधला एक मुलगा आधीपासून त्यांच्याकडे राहतोय. त्याच्याशी माझं बोलणं झालं आहे.”

“ठीक आहे. मुंबईला पोहोचलास की, मृत्युंजयच्या घरी फोन करून कळव. संध्याकाळी सातच्या सुमारास फोन कर. मी तिथेच असेन.”

“बरं. येतो आता,” झाकीर निघाला तसं आरिफच्या डोळ्यांत पाणी आलं. मोठ्या प्रयत्नांनी त्याने ते रोखलं.

रात्री उशिरापर्यंत झाकीर घरी आला नाही, तशी अम्मीची काळजी वाढू लागली. शेवटी आरिफला सांगावंच लागलं. त्याने कसंतरी झाकीर मुंबईला गेल्याचं अम्मीला सांगितलं. ही बातमी ऐकून तर अम्मीच्या पायाखालची जमीन सरकली. अम्मीनेच ही बातमी अब्बांना दिली. आता आरिफला वाटलं की, अब्बांचा भडका उडणार; पण सगळ्यांच्या अपेक्षेविरुद्ध अब्बा खूप शांत होते. उलट त्यांनी आरिफकडे झाकीरचा मुंबईचा पत्ता मागितला. त्यांना त्याला मनिऑर्डर पाठवायची होती.

दुःख

चौदा

नया मोड इथे मिनीबस थांबली आणि आरिफ उतरला. त्याने चोहीकडे नजर टाकली; पण त्याला सायकलरिक्षा किंवा रिक्षा यांचा मागमूसही दिसेना.

ती १९९६ च्या उन्हाळ्यातली एक रणरणती दुपार होती. एखाद्या भट्टीतून यावी, तशी गरम हवा येत होती. आता हवेच्या वावटळी उठत होत्या. त्यात प्लॅस्टिकच्या पिशव्या, सुकलेली पानं, केसांची गुंतवळ अशा गोष्टीही उडत होत्या. नया मोड भागातली सगळी दुकानं बंद होती. रस्त्यावर चिटपाखरूही नव्हतं. पोलीस कॉलनीच्या गेट नंबर दोनकडे जाणारा रस्ताही सुनसान पडला होता.

नया मोडपासून आरिफच्या कॉलनीपर्यंत चालत जायला अर्धा तास लागला असता. एवढ्या टळटळीत उन्हात चालायचा आरिफला प्रचंड कंटाळा आला होता; त्यामुळे रिक्षाचा मागमूस दिसत नसूनही आरिफने रिक्षासाठी थांबायचा निर्णय घेतला. एका झाडाखाली असलेल्या सिमेंटच्या बाकावर हातातलं वर्तमानपत्र पसरून तो वाट बघत बसला. पहिल्याच पानावर अटलबिहारी वाजपेयी पंतप्रधानपदाची शपथ घेतानाचं छायाचित्र होतं.

आरिफ आपल्याच विचारांमध्ये तल्लीन होता, तेवढ्यात त्याला एका मुलीची किंकाळी ऐकू आली. आवाजाच्या दिशेने त्याने बघितलं. त्याच्यापासून अगदी २०-२५ फुटांवरच ती मुलगी उभी होती. एक तरुण मुलगा तिला आपल्याकडे खेचायचा प्रयत्न करत होता. आपल्या जागेवरून आरिफ उठला आणि त्यांच्या दिशेने चालायला लागला, तेव्हा ती मुलगी पुन्हा जोरात ओरडली. या वेळी आरिफला तिचा चेहरा दिसला. ती सुमित्राची मुलगी कविता होती.

"अरे साल्या, थांब," आरिफ ओरडला. बाजूलाच पडलेला विटेचा एक तुकडा घेऊन, तो त्या तरुणाच्या अंगावर धावून गेला.

"आरिफ भैया," आरिफला येताना बघून कविता जोरात ओरडली.

एव्हाना तो माणूस कविताला सोडून बाजूलाच उभ्या असलेल्या आपल्या यामाहा मोटरसायकलवर बसला होता. आरिफ तिथे पोहोचणार, त्याआधीच त्याने मोटरसायकल दामटली होती. आरिफ तिथे पोहोचला आणि त्याने त्या मोटरसायकलच्या दिशेने विटेचा तो तुकडा जोरात भिरकावला; पण तोपर्यंत तो मोटरसायकलस्वार दूर गेला होता. आरिफ आता कविताच्या दिशेने वळला. ती पूर्ण थरथरत होती आणि तिला रडणं आवरणं शक्य होत नव्हतं.

"कविता, आता रडू नकोस. मी आहे ना," आरिफच्या मनात कविताबद्दल अचानक वात्सल्य उफाळून आलं. एका बापाला मुलीबद्दल वाटतं तसंच! काहीही झालं तरी, तो ज्या सुमित्रावर प्रेम करत होता, तिची मुलगीच तर होती कविता! तेवढ्यात त्याला एक रिक्षा येताना दिसली. त्याने रिक्षा थांबवली. कविताला मदत करत त्याने तिला रिक्षात बसवलं. कविता अजूनही रडत होती. 'बँक कॉलनी' आरिफने चक्रावलेल्या रिक्षावाल्याकडे बघून त्याला सांगितलं.

~

"काय झालं?" कविताचा रडवेला आणि पांढराफटक पडलेला चेहरा बघून सुमित्राने काळजीने विचारलं.

आईला बघून कविता तिला बिलगली आणि ढसाढसा रडायला लागली. सुमित्राने चिंतेने आणि प्रश्नार्थक मुद्रेने आरिफकडे बघितलं. आरिफने तिला नया मोडजवळ घडलेला प्रसंग थोडक्यात सांगितला.

"देवा, तुझी कृपा आहे रे..." सुमित्रा कविताला जवळ घेत म्हणाली, "त्यानेच आरिफला तिथे जायची सुबुद्धी दिली. तो तिथे नसता, तर कोणास ठाऊक काय झालं असतं?"

त्यानंतर दोघी माय-लेकी एकमेकींना मिठी मारून बराच वेळ रडत होत्या.

~

नया मोड इथे घडलेल्या प्रसंगानंतर चार-पाच दिवसांनी सकाळी आरिफ उठला, तर त्याला दिसलं की, कविता त्याच्या बहिणींबरोबर हॉलमध्ये बसली आहे. तिच्या हातात नफिसा हैदर यांचं *'फंडामेंटल ऑफ ऑरगॅनिक केमिस्ट्री'* हे पुस्तक होतं. तिने करड्या रंगाचा स्कर्ट आणि दुधी रंगाचा कुडता घातला होता.

"मला तुमच्याकडून रसायनशास्त्र शिकायचं आहे," कविता मंद हसत म्हणाली. मग आपल्या चेहऱ्यावरून केसांची एक बट मागे सारत ती म्हणाली, "तुम्ही शिकवाल ना?"

"हो, नक्की शिकवेन," आरिफ हसत हसत म्हणाला, "चला, माझ्या

अभ्यासाच्या खोलीत जाऊन बसू.''

अम्मी त्याच खोलीमध्ये बसून भाजी निवडत होती. ''ही कविता अचानक आपल्या घरी कशी आली,'' हा प्रश्न तिच्या चेहऱ्यावर स्पष्ट दिसत होता. रबियाच्या चेहऱ्यावरचे भावही आता बदलले होते. कविता इथे का आली असेल, असा विचार ती करत होती.

''अं, असं करू या, आपण इथे बाल्कनीत बसूनच अभ्यास करू या,'' अम्मी आणि रबियाच्या चेहऱ्यावरच्या भावना वाचून आरिफ कविताला म्हणाला.

त्या दिवसापासून कविता आरिफकडे नेमाने रसायनशास्त्राचा अभ्यास करायला यायला लागली.

कविता आणि आपल्यात काहीतरी चाललंय, अशी अम्मीला शंका आहे, ही जाणीव व्हायला आरिफला वेळ लागला नाही. अम्मी त्याला काही बोलली नव्हती; पण आरिफला ते जाणवत होतं. सुमित्रासुद्धा कविता आणि त्याच्या या नात्याकडे जरा संशयाने बघत होती. तिने तर एक-दोन वेळा तसं सुचवलंही होतं; पण त्यांच्याबद्दल त्यांच्या आई-वडिलांना वाटणाऱ्या भावना कवितापर्यंत कशा पोहोचवायच्या, हे आरिफला कळत नव्हतं. कविता इथे नेहमी का येते, हेसुद्धा त्याला नीटसं माहीत नव्हतं; पण आपल्या घरी यायला तिला मनाई करावी, असंही त्याला वाटत नव्हतं.

काही महिन्यांनी रक्षाबंधनाचा सण आला. कविता आरिफच्या घरी राखी घेऊन आली आणि तिने आरिफच्या मनगटावर राखी बांधली. आता ते दोघं बहीण-भाऊ झाले होते.

त्या दिवसापासून कविताकडे बघण्याच्या अम्मीच्या दृष्टिकोनातही बदल झाला. अम्मी तेव्हापासून तिला 'बेटी, बेटी' म्हणून तिचं कौतुक करू लागली. आता राखी बांधल्यानंतर तर संशयाला काही जागाच नव्हती.

कविता आरिफला 'भैया' म्हणायची, तेव्हा ते ऐकताना आरिफला कसंतरी व्हायचं. *ज्या बाईवर आपण प्रेम करतो, तिची मुलगी आपली बहीण कशी होईल? आपण ग्रीक नाटकातलं एखादं पात्र आहोत,* असं त्याला वाटायचं.

आता कविता आरिफकडे नियमित यायला लागली, त्यालाही अनेक महिने उलटले होते. हळूहळू ते दोघं रसायनशास्त्र सोडून इतर विषयांवरही गप्पा मारायला लागले. त्यांच्यात जवळीक वाढली. कविता अनेक खासगी गोष्टीही आरिफला सांगायला लागली.

एक दिवस तिने अशी गोष्ट सांगितली की, आरिफचं डोकं भंजाळलं. ती आरिफला म्हणाली की, ती मंझर अली नावाच्या एका मुस्लीम तरुणाच्या प्रेमात पडली आहे. आपल्या पुस्तकातून पोस्टकार्डाच्या आकाराचा एक फोटो काढून, तिने

आरिफला दाखवला. तो एक ठेंगणासा आणि गुटगुटीत मुलगा होता. त्याने काळ्या रंगाचा पठाणी सूट घातला होता. रबिया किंवा नाझनीन आपल्याकडे येऊन म्हणाल्या की, त्यांचं एका हिंदू मुलावर प्रेम आहे, तर आपण काय म्हणू, असा विचार तो करायला लागला.

कविता गेली, तरीही आरिफ़च्या डोक्यातलं हे विचारचक्र काही थांबेना! त्याला मंझर अली हे नाव आणि त्या तरुणाचा चेहरा, दोन्ही ओळखीचं वाटत होतं.

हाच विचार करत आरिफ रात्री पलंगावर आडवा पडला होता, तेव्हा अचानक त्याला आठवलं. अगदी दीड-दोन वर्षांपूर्वीच मंझर अली हे नाव आणि त्याचा फोटो आरिफने एका स्थानिक वर्तमानपत्राच्या पहिल्या पानावर बघितला होता. पटण्यातल्या एका श्रीमंत मारवाड्याच्या मुलीबरोबर त्याचं लफडं होतं. त्याच्यापासून ती गर्भवती राहिली, तेव्हा त्याने तिला झिडकारलं. तिने आत्महत्या केली होती. त्या मुलीच्या कुटुंबीयांनी पोलिसांमध्ये तक्रारही दाखल केली; पण मंझरचे वडील लब्धप्रतिष्ठित होते आणि राजकीय वर्तुळात त्यांच्या अनेक ओळखी होत्या; त्यामुळे मंझरला काहीही न होता तो त्यातून सहीसलामत बाहेर पडला. तो मंझर अली हाच आहे, अशी आरिफला खात्री होती. आता आरिफला लवकरात लवकर त्याला भेटायचं होतं.

शेवटी ते दोघं संजय गांधी बायालॉजिकल पार्कमध्ये असलेल्या मयूर रेस्तराँमध्ये भेटले. मंझरने पांढरा सफारी सूट घातला होता. त्याचे चामड्याचे पांढरे बूट त्याच्या सफारी सुटला मॅचिंग होते. त्याची उंची साधारण मध्यम होती. गाल चांगलेच गोबरे होते आणि तो एखाद्या इंग्रजासारखा गोरा होता.

"अस्सलाम आलेकुम भाईजान," मंझरने आरिफचं स्वागत केलं. त्याच्या आवाजात विशेष आपुलकी होती.

आरिफला तो अजिबातच आवडला नाही. त्याच्या डोळ्यांतलं कपट आरिफला साफ दिसत होतं.

"कविता, तू इथेच थांब. आम्ही जरा जाऊन आलोच," आरिफ कविताला म्हणाला आणि मंझरसह हॉटेलच्या बाहेर पडला.

"कविताने मला सांगितलं की, तिचा भाऊ मला भेटायला येणार आहे, तेव्हा मला थोडीशी काळजी वाटली होती. मग तिने मला तुझ्याबद्दल सांगितलं आणि माझी काळजी दूर झाली," मंझर गालातल्या गालात हसला, "कविताशी लग्न करण्यासाठी तू मला मदत केलीस, तर तुला दोन गोष्टींचं समाधान मिळेल. पहिलं म्हणजे आपल्या बहिणीचं लग्न लावून दिल्याचं आणि दुसरं म्हणजे एका हिंदू मुलीला मुस्लीम बनवल्याचं."

"पण कविताचं लग्न मी तुझ्याबरोबर होऊ देईन, हे तुला कोणी सांगितलं?"

आरिफने विचारलं.

"का? माझ्यात काय कमी आहे?" मंझरने आश्चर्याने विचारलं.

"पटण्यात तुझी काय कीर्ती आहे, हे सगळ्यांना माहीत आहे. मी काही नव्याने सांगू का?" आरिफचा आवाज टोकदार झाला होता.

"आरिफसाहेब, अहो लोकांना काय, ते काहीतरी कंड्या पिकवत असतात. आता हेच बघा ना. कविताच्या आईबाबतही मी अनेक अफवा ऐकल्या आहेत," आपल्या केसांतून हात फिरवत मंझर बेफिकिरीने म्हणाला, "तुमच्या माहितीसाठी, माझा एक मित्र राहतो बँक कॉलनीत."

मंझर अचानक बोलायचा थांबला आणि त्याने थेट आरिफच्या नजरेला नजर भिडवली. त्याच्या ओठांवर छद्‌मी हास्य परतलं होतं. "कविताला मी काही सांगितलं नाही. उगाच अफवांवर विश्वास ठेवून काही करणं मला पटत नाही," मंझर शांतपणे म्हणाला.

कोणीतरी आपल्या कानांमध्ये उकळतं तेल ओततंय, असं आरिफला वाटलं. *हा डुक्कर माझ्याशी या भाषेत कसं काय बोलू शकतो?*

"मला तुझ्याशी अजिबात एक शब्दही बोलायचा नाही. चालता हो आणि तुला हवं ते कर," आरिफचा भडका उडाला होता; पण स्वतःला कसंबसं आवरून तो म्हणाला आणि तिथून चालता झाला.

"भैया, काय झालं?" कविता त्याच्या मागेच उभी होती.

आरिफला अपेक्षा होती की, मंझरचं आणि त्याचं बोलणं कविताने ऐकलं नसेल. त्यानंतर तो ठाम आवाजात तिला म्हणाला, "कविता, घरी चल. मला मंझरबद्दल तुला काहीतरी सांगायचंय."

थोडा वेळ दोघंही काहीच न बोलता चालत होते.

"भैया, आई-बाबांना प्लीज मंझरबद्दल काही सांगू नकोस." कविता खरंच घाबरली होती. आरिफला तिची दया आली.

"एका अटीवर," आरिफ म्हणाला.

"कोणती?" कविताला आश्चर्य वाटलं.

"या हरामखोराला तू पुन्हा भेटणार नाहीस."

"पण भैया, काय झालं?"

"मंझर हा एक नंबरचा हरामखोर मुलगा आहे. आतापर्यंत त्याने अनेक मुलींची आयुष्यं उद्‌ध्वस्त केली आहेत," आरिफ धुमसत होता.

"मंझरने? मला नाही खरं वाटत..."

"तुझ्या आयुष्याची वाट लावून घ्यायची तयारी असेल, तर बिनदिक्कत लग्न कर त्याच्याशी," आरिफला आता राग अनावर होत होता. बाजूने जाणारी सायकलरिक्षा

थांबवत तो तिथून निघून गेला.

~

त्याच दिवशी संध्याकाळी आरिफने सुमित्राला कविता आणि मंझरबद्दल सांगितलं. ते ऐकून कविता हादरली होती.

"माझ्या मुलीचं एका मुस्लीम मुलाबरोबर लफडं आहे, हे मला पटतच नाही. मुलगा पण कसा, तर हा असा लौकिक असलेला! ते फक्त भेटतात की, त्यांच्यात काही आणखीही झालंय?" आपलं डोकं दोन्ही हातांनी गच्चं दाबून धरून सुमित्राने आरिफला विचारलं.

'आणखीही काही' म्हणजे सुमित्राला काय म्हणायचं आहे, हे आरिफला कळलं.

'पण तिने लफडं का करू नये? मी वयाच्या ३९व्या वर्षी लफडं करू शकते, तर तिने काय घोडं मारलंय? निदान अफेअर करायचं तिचं वय तरी आहे,' ती आता स्वतःशीच बोलत होती. 'मला हे रमेशच्या कानावर घालायला हवं.'

सुमित्रा आतल्या खोलीत गेली. जरा वेळाने ती तावातावाने बोलत असल्याचा आरिफला आवाज आला. ती फोनवर रमेशकुमारशी बोलत होती. ती थोड्या वेळाने बाहेर आली.

"आता तू काय करणार आहेस? मंझर अलीला भेटणार आहेस का तू?" ती बाहेर आल्या आल्या आरिफने तिला विचारलं.

"त्या माणसाला मी कशाला भेटायचं? तसंही कविताला बोलायला तिनेही काय शिल्लक ठेवलंय? एका मुस्लीम मुलाशी अफेअर करून तिने आमच्या कुटुंबाची इज्जत धुळीला मिळवली आहे. हे मुस्लीम सगळे एकसारखेच असतात. सुरुवातीला एका हिंदू मुलीला प्रेमाच्या जाळ्यात ओढतात आणि मग तिला धर्मांतर करायला भाग पाडतात."

"सुमित्रा, हे काय बोलते आहेस तू? सगळेच मुस्लीम काही वाईट नसतात," आरिफ म्हणाला.

"पण मला सांग ना, नेहमी हिंदू मुलीच का मुस्लीम मुलाबरोबर पळून जातात? एखादी मुस्लीम मुलगी का नाही हिंदू मुलाबरोबर पळून जात?" सुमित्रा वैतागाने म्हणाली.

"असं काही नाही. मुस्लीम मुलीही हिंदू मुलांबरोबर पळून गेल्याची अनेक उदाहरणं आहेत. आपलं प्रेमप्रकरणही एका कटाचा भाग आहे, असंही तुला वाटेल. मी काय एका हिंदू स्त्रीला बाटवायला आलेला जिहादी आहे का?" आरिफ म्हणाला.

"कोणास ठाऊक?" क्षणाचाही विलंब न करता सुमित्रा उत्तरली.

कोणीतरी आपल्या कानात धगधगती लोखंडी कांब टाकली आहे, कोणीतरी एका कड्यावरून आपल्याला खोल दरीत लोटलं आहे, असं आरिफला वाटलं. सुमित्रा असं काही बोलेल, असं आरिफला वाटलंच नव्हतं. यावर काय उत्तर द्यावं, हेसुद्धा त्याला सुचत नव्हतं. तो खूप दुखावला गेला होता. शेवटी काहीच न बोलता तो सुमित्राच्या घराबाहेर पडला.

~

सुमित्राशी शेवटची भेट होऊन आता एक महिना लोटला होता; पण आरिफच्या कानात अजूनही सुमित्राचे ते शेवटचे शब्द घुमत होते. सुमित्राने आपल्याला ओळखलंच नाही, ही भावना त्याच्या मनात डंख मारत होती. *'माझ्याबद्दल ती असा विचार कसा काय करू शकते,'* आरिफला आता स्वतःचीच कीव यायला लागली. सुमित्राबरोबरचं त्याचं प्रेम संपलं होतं की तो पुन्हा तिला भेटणार होता?

यंग बिहार सायबर कॅफेबाहेर आपला नंबर येण्याची वाट बघत आरिफ थांबला होता. राजा बाजार भागातला इंटरनेटची सुविधा असलेला तो एकमेव सायबर कॅफे होता. म्हणूनच तिथे खूप गर्दी असायची. तिथे उभा राहून तो झाकीरचा विचार करत होता. गेल्या दोन महिन्यांमध्ये झाकीरने एकदाही फोन केला नव्हता किंवा त्याचा काही निरोपही आला नव्हता. झाकीरला मुंबईत जाऊन आता जवळपास एक वर्ष उलटलं होतं. झाकीर ज्यांच्या घरात राहत होता, त्यांच्याकडे आज सकाळीच आरिफने फोन केला होता; पण त्या बाईंनी आरिफला सांगितलं की, आता झाकीर तिथे राहत नाही आणि त्याच्या नव्या घराचा पत्ता त्यांना माहीत नाही. झाकीर ते घर सोडून गेल्यापासून तो एकदाही त्यांना भेटलेला नाही. आता आरिफच्या घरच्यांना काळजी वाटायला लागली होती. पुढच्या दहा दिवसांमध्ये झाकीरशी काही संपर्क प्रस्थापित झाला नाही, तर स्वतः मुंबईला जाऊन त्याचा तपास घ्यायचा, असं आरिफने ठरवलं होतं. पटण्याच्या बाहेर गेल्यानंतर झाकीर अनेकदा दर आठवड्याला फोन करायचाच, असं नाही; पण या वेळी दोन महिन्यांपेक्षा जास्त काळ लोटला होता.

आरिफच्या घरी फोन नव्हता; त्यामुळे झाकीरला त्यांच्या शेजाऱ्यांकडे फोन करावा लागायचा; साहजिकच झाकीर पत्रं लिहिणं पसंत करायचा. 'त्या वर्मांना कशाला त्रास द्यायचा,' झाकीरचा युक्तिवाद होता.

झाकीर मुंबईला पोहोचल्यानंतर महिन्याभराने त्याचं पहिलं पत्र आलं. त्या स्क्रीन टेस्टमध्ये त्याची निवड झाली नाही. स्क्रीन टेस्ट घेणाऱ्या साहाय्यक दिग्दर्शकाने झाकीरच्या उच्चारांची खिल्ली उडवत, त्याला एखाद्या नौटंकीत काम

करण्याचा सल्ला देऊन बाहेरचा रस्ता दाखवला होता.

सुरुवातीला झाकीर आरिफला सातत्याने पत्रं पाठवून आपली खुशाली, त्याला मुंबईत अभिनेता म्हणून स्थान मिळवण्यासाठी करावा लागणारा संघर्ष याबद्दल लिहायचा. त्या दरम्यान झाकीरने चार वेळा फोनही केला होता; पण फोनवरचं बोलणं अगदीच त्रोटक होतं. ख्यालीखुशाली विचारण्यापर्यंतच ते मर्यादित होतं.

वर्षभराने राजा बाजारमध्ये एक इंटरनेट कॅफे सुरू झाला आणि झाकीरच्या पत्रांची जागा ई-मेलने घेतली. पटण्यात इंटरनेट ही नवलाई होती आणि ते वापरण्यासाठी पैसेही खूप लागायचे; त्यामुळे आरिफ दोन आठवड्यांतून एकदा जायचा. १५ मिनिटांच्या इंटरनेट वापरासाठी त्याला २० रुपये द्यावे लागायचे. तेवढ्या पैशात तो आठवडाभर शहरात फिरू शकत होता.

आजही त्याच्या इनबॉक्समध्ये जाहिरातींचे ई-मेल वगळता एकही नवीन ई-मेल आला नव्हता. चाळा म्हणून त्याने झाकीरचे जुने मेल वाचायला सुरुवात केली.

From : zakirkhan_actor@hotmail.com
Date : 21 June 1997
To : Arif Khan arif1970@rediffmail.com
प्रिय भैया,
अस्सलाम आलेकुम!
पटण्यात सगळं काही नीट आहे, अशी आशा आहे. काही दिवसांपूर्वी मलकानी नावाच्या एका मॉडेल को-ऑर्डिनेटरसह एका कामानिमित्त माझी भेट झाली. यश चोप्रांच्या एका पिक्चरमध्ये भूमिका देण्याचं वचन त्यांनी दिलंय. यश चोप्रांसारख्या महान चित्रपटकर्त्याला प्रत्यक्ष भेटायची उत्सुकता आहे.
पुढच्या मेलमध्ये आणखी लिहीनच.
दादी आणि अम्मीला सलाम!
नाझनीन, रबिया आणि हुमाला खूप सारं प्रेम.
तुझा भाऊ,
झाकीर

Date : 11 July 1997
प्रिय भैया,
अस्सलाम आलेकुम!
मला माहिती आहे की, हे वाचून तू निराश होशील; पण यश चोप्रांबरोबरची

ती भेट कधी झालीच नाही. मलकानी हा माणूस भामटा निघाला. त्याने माझ्यासारख्या अनेक नवोदित नटांकडून पैसे घेतले आणि तो फरारी झाला; पण आता मात्र मी सावधपणे वागेन आणि लोकांवर विश्वास ठेवणार नाही.

दादी आणि अम्मीला सलाम!

नाझनीन, रबिया आणि हुमाला खूप सारं प्रेम.

तुझा भाऊ,

झाकीर

Date : 2 February 1998

प्रिय भैया,

अस्सलाम आलेकुम!

माझ्या काही नाटकांमधल्या मित्रांनी सुचवल्याप्रमाणे मी आता पृथ्वी थिएटरला नेमाने जायला लागलोय. पृथ्वीराज कपूर, राज कपूर, शम्मी, शशी, ऋषी अशा एकापेक्षा एक भन्नाट अभिनेत्यांच्या कपूर घराण्याच्या मालकीचं हे थिएटर आहे. सगळेच म्हणतात की, या ठिकाणी अनेक प्रसिद्ध दिग्दर्शक आणि निर्माते येतात. इथे तुम्ही येत असलात, तर तुमच्याकडे त्यांचं लक्ष सहज जातं.

आता भविष्यात काय वाढून ठेवलं आहे, ते बघू या.

तुझा भाऊ,

झाकीर.

त्यानंतरचा ई-मेल २४ फेब्रुवारीला आला होता. त्यात त्याने लिहिलं होतं की, त्याने एका कंपनीत अर्धवेळ नोकरी करायला सुरुवात केली आहे; त्यामुळे आता त्याला पैसे पाठवायची गरज नाही. तो त्याचा शेवटचा ई-मेल होता.

ई-मेल वाचत असतानाच आरिफच्या इनबॉक्समध्ये एक नवीन ई-मेल येऊन पडला. तो मेल राजीब मोहंती या आरिफच्या मुंबईतल्या नव्या मित्राने पाठवला होता. काही दिवसांपूर्वी झाकीरने आयुष्याबद्दल प्रेरणा देणारा एक ई-मेल त्याच्या अनेक मित्रांना पाठवला होता. त्यातून आरिफला त्याच्या मुंबईतल्या दोन-तीन मित्रांचे ई-मेल आयडी मिळाले होते. त्यांना ई-मेल पाठवून आरिफने झाकीरबद्दल त्यांच्याकडे चौकशी केली होती. त्यातल्याच एकाने हा ई-मेल पाठवला होता. आरिफने धडधडत्या हृदयाने तो ई-मेल उघडला.

From : rajeeb.mohanty@yahoo.com
Date : 23 April 1998
Subject : Zakir
To : Arif Khan arif1970@rediffmail.com

आरिफभाई,

सलाम!

झाकीर तिरोडकर कुटुंबीयांकडे पेइंग गेस्ट म्हणून राहायला आला, तेव्हा माझी आणि त्याची पहिली भेट झाली. मीसुद्धा त्यांच्याकडे पेइंग गेस्ट म्हणून राहत होतो. मी ओडिशामधून मुंबईत पटकथा लेखन करायला आलो होतो.

झाकीरने भेटवस्तूंच्या एका दुकानात अर्धवेळ नोकरी धरली होती. त्याला महिन्याचे दोन हजार रुपये मिळत होते; पण मुंबईसारख्या मोठ्या शहरात एवढ्या तुटपुंज्या रकमेत काहीच होऊ शकत नाही. घरभाडं आणि जेवणाचा खर्च एवढं दिल्यावर त्याच्या हातात काहीच शिल्लक राहायचं नाही. एवढीही रक्कम त्याच्या हाती नव्हती की, तो निर्मात्यांच्या ऑफिसच्या चकरा मारू शकेल. त्याला तुमच्यावर ओझं टाकायचं नव्हतं म्हणून त्याने तुला लिहिलं की, त्याला इथे छोटीमोठी कामं मिळत आहेत आणि त्या मोबदल्यात त्याचं भागेल. मलकानीने त्याला दहा हजारांचा गंडा घातला होता. ते त्याने मनाला लावून घेतलं होतं. त्याने आमच्या तीन मित्रांकडून काही रक्कम कर्जाऊ घेतली होती. त्याला तीदेखील परत करायची होती. तो काम करत असलेलं दुकान दोन महिन्यांपूर्वी अचानक बंद पडलं. त्याला कामाची खूप गरज होती. दुकानात काम करून मिळालेल्या शेवटच्या पगारात त्याने घरभाडं चुकवलं आणि तो तिथून बाहेर पडला. चित्रपटात काम करण्याच्या त्याच्या स्वप्नात अजूनही धुगधुगी आहे. पटण्यातल्या तुझ्याबरोबरच्या अनेक आठवणींबद्दल तो आमच्याशी भरभरून बोलायचा. त्याच्या बोलण्यावरून एक गोष्ट लक्षात आली की, भावापेक्षाही तुमच्यात मैत्रीचं नातं आहे. त्याला तुझी खूप काळजी वाटायची आणि तो तुझ्याबद्दल खूप विचारही करायचा.

मी शेवटचं त्याला भेटलो, तेव्हा तो ज्युनिअर आर्टिस्ट असोसिएशनच्या अस्लम भाई या एका अधिकाऱ्याबरोबर होता. आपल्याला चित्रपटांमध्ये छोट्यामोठ्या भूमिका करायला लागत आहेत, हे सांगताना त्याच्या डोळ्यांत पाणी होतं. तो मुंबईला येताना उराशी दिलीप कुमार, अमिताभ बच्चन किंवा शाहरुख खान होण्याचं स्वप्न बाळगून आला होता. आता

तो चित्रपटांमध्ये भिकारी, कुष्ठरोगी किंवा व्हिलनच्या हाताखालचा एखादा गुंड अशा अत्यंत छोट्या भूमिका करत आहे. आठ तासांच्या पाळीसाठी त्याला दोनशे ते पाचशे रुपये मेहेनताना मिळतो.

खरं सांगतो, त्याच्यासाठी मला खूप वाईट वाटतं; पण मी तरी काय करू? या स्वप्ननगरीत मीसुद्धा हातातोंडाची जुळवणी करताना थकून गेलो आहे. ही नगरी यशाची स्वप्नं दाखवून आमच्यासारख्या अनेकांना आपल्या मायाजालात ओढते; पण लवकरच आमच्यातला जीवनरस शोषून कचऱ्याच्या पेटीत फेकून देते. गेला दीड महिना मी झाकीरला बघितलंही नाही. या लोकांच्या गर्दीत तो मला भेटला, तर मी त्याला नक्कीच तुझ्याशी संपर्क साधायला सांगेन.

तुमचं काही बोलणं झालं, तर त्याला प्लीज पटण्याला परतायला सांग. पुढच्या तीन महिन्यांमध्ये माझे ग्रह बदलले नाहीत, तर मीसुद्धा घरी परतणार आहे, असं वचन मी माझ्या वडिलांना दिलंय.

माझं पत्रं वाचून तुला जरा तरी दिलासा मिळेल, अशी आशा आहे.

काळजी घे.

राजीब.

पंधरा

१९९८च्या उन्हाळ्यातली ती एक थंड सकाळ होती. आरिफ त्यांच्या बाल्कनीत ठेवलेल्या जुन्या सोफ्यावर रेलून टाइम्स ऑफ इंडियामधली स्पोर्ट्सची पानं वाचत होता. तेवढ्यात कोणीतरी दार ठोठावलं. अब्बा एका खुर्चीवर बसून कोणती तरी फाइल चाळत होते. आरिफ उठून दरवाजा उघडणार त्याआधी अब्बांनीच दरवाजा उघडला. दरवाजावर खादीचे पांढरेशुभ्र कपडे घातलेला, पान-तंबाखू खाऊन दात खराब झालेला एक काळा माणूस उभा होता. त्या माणसाने अब्बांना नमस्कार केला आणि रस्त्याकडे बोट दाखवून तो त्यांच्या कानात काहीतरी कुजबुजला.

"रूह अफ्जा सरबताचे चार-पाच ग्लास घेऊन खाली ये," त्या खादीधारी माणसाबरोबर खाली जात अब्बा आरिफला म्हणाले.

त्यांच्या इमारतीबाहेरच्या रस्त्यावर आरिफने एक नजर टाकली. समोर एक पांढरी टाटा सुमो, निळ्या रंगाची महिंद्रा कमांडो जीप आणि पांढरी मारुती-८०० अशा तीन गाड्या उभ्या होत्या. अब्बा सुमोच्या बाहेर उभं राहून, आतल्या माणसाशी काहीतरी बोलत होते.

आरिफ सरबताचे ग्लास घेऊन खाली गेला. गाडीतल्या प्रत्येकाला त्याने सरबत दिलं. जाडजूड सोनसाखळी गळ्यात घातलेला एक जाडगेलासा माणूस गाडीच्या मागच्या सीटवर बसला होता. त्याने हिरव्या फ्रेमचा रे-बॅन गॉगल घातला होता. त्या माणसाने एक ग्लास उचलला आणि सरबताचा एक घोट घेत तो आरिफच्या अब्बांना म्हणाला, "हे बघा खान साहेब, मुस्लीम-यादव या समीकरणांमुळे आतापर्यंत तुम्हाला कोणी हातही लावला नाही; पण तुमचं हे वागणं असंच कायम राहिलं, तर मग तुम्ही संकटात याल. ददन रॉय कोण आहे, माहीत आहे? तो माझा मित्र तर आहेच; पण मुख्यमंत्र्यांशी त्याचे थेट संबंध आहेत," हळूहळू सरबताचे घोट घेत तो अब्बांशी बोलत होता. बोलताना तो आपल्या डाव्या हाताने आपलं

डोकंही खाजवत होता. तो ज्या पद्धतीने बोलत होता, त्यावरून सहज लक्षात येत होतं की, तो अब्बांना धमकावतोय.

अब्बांचा चेहरा चिंतातुर झाला होता. हे बोलणं नेमकं कशाबद्दल चाललं आहे, याची आरिफला साधारण कल्पना आली.

अब्बा गेली दहा वर्षं बिहार मिलिटरी पोलिसांच्या मुख्यालयात कार्यरत होते. बिहारमध्ये सुरू असलेल्या ISIच्या कारवायांबद्दल गुप्तचर खात्याने पाठवलेल्या अहवालावर पुढे काम करण्याची जबाबदारी अब्बांच्या विभागावर होती. त्याशिवाय भ्रष्टाचाराचे आरोप लागलेल्या IPS अधिकाऱ्यांच्या फायली अब्बांकडेच यायच्या. पोलीस निरीक्षक आणि त्या वरच्या सगळ्या पदांवरच्या बदल्यांच्या फायलींवरही इथूनच निर्णय व्हायचा. अब्बांच्या आधी तिथे असलेल्या अधिकाऱ्याने या बदल्यांच्या प्रकरणात खूप पैसे कमावले होते. पश्चिम बिहारमधल्या कोळशाच्या खाणींच्या भागात आपली बदली करून घेण्यासाठी एखादा पोलीस उपअधीक्षक ५०-६० हजार रुपये आरामात देऊ शकायचा. त्याला माहीत होतं की, दोन आठवड्यांत तो एवढी रक्कम सहज कमावू शकतो.

अब्बा या विभागाचे प्रमुख म्हणून आले आणि त्यांनी ही लाचखोरी पूर्णपणे बंद केली. सगळ्या बदल्या या सरकारी नियमांनुसारच होतील, याकडे अब्बांचं कटाक्षाने लक्ष असायचं; पण वरची कमाई बंद झाल्याने अब्बांच्या हाताखाली काम करणारे अनेकजण त्यांच्यावर नाराज होते आणि चिडलेही होते. अब्बांचे साहेब म्हणजे बिहार मिलिटरी पोलिसांचे प्रमुख हे अब्बांच्या या कामावर खूश होते; त्यामुळे अब्बांना आतापर्यंत काहीच अडचण आली नव्हती; पण आता नवीन पोलीस महासंचालक आले आणि सगळं वातावरणच बदलून गेलं. त्यांनी एका मंत्र्यांच्या शिफारशीने ददन रॉय नावाच्या एका पोलीस उपनिरीक्षकाला अब्बांच्या विभागात आणलं. पहिल्या दिवसापासूनच ददन अब्बांचा रागराग करायला लागला. त्याला माहीत होतं की, अब्बा असेपर्यंत 'वरची कमाई' करण्याचा त्याचा बेत तडीला जाणार नाही. काहीही करून त्याला अब्बांना त्या जागेवरून हटवायचं होतं. अब्बाही त्याच्या सगळ्या गोष्टींवर बारकाईने लक्ष ठेवून होते.

ते लोक निघून गेले; पण अब्बा खूप चिंतेत होते. आरिफला माहीत होतं की, काहीही झालं, तरी अब्बा आपल्या तत्त्वांशी तडजोड करणार नाहीत.

या घटनेला जेमतेम तीन-चार दिवस झाले असतील, बिहार मिलिटरी पोलिसांच्या मुख्यालयातून त्यांची बदली पाचव्या बटालियनमध्ये करण्यात आल्याचा आदेश आला. उपनिरीक्षक असूनही ददन रॉय अब्बांच्या विभागाचा प्रमुख बनला. आपल्या नवीन जागी जाण्यासाठी अब्बा दुसऱ्याच दिवशी पोलीस लाइनच्या पाचव्या बटालियनच्या कार्यालयात पोहोचले. तीन दिवसांनी त्यांना जेहानाबादच्या एका नक्षली भागात

पाठवल्याचे आदेश त्यांच्या हाती ठेवण्यात आले. कोणीतरी आधीच ठरवल्याप्रमाणे हे सगळं खूप झपाट्याने घडलं.

अगदी महिन्याभरापूर्वीच नक्षलवाद्यांनी पोलिसांच्या एका छावणीवर हल्ला केला होता. काही तासांनी बचाव पथकं तिथे पोहोचली, तेव्हा त्यांना पाच हवालदारांचे मृतदेह सापडले. त्यांचा गळा चिरला गेला होता. इतर पोलिसांचे मृतदेह सापडलेही नाहीत. या घटनेची आठवण सगळ्यांच्याच मनात ताजी होती. अब्बांनी ही बदली नाकारावी आणि त्याने काही झालं नाही, तर निदान स्वेच्छानिवृत्ती घ्यावी, अशी गळ अम्मीने अब्बांना घातली.

अब्बा त्यामुळे चांगलेच वैतागले. "हमिदा, मी एक पठाण आहे. एका पळपुट्यासारखा मी माझ्या कर्तव्यापासून पळ काढू शकत नाही. हजारो पोलीस नक्षलग्रस्त भागात आपलं कर्तव्य बजावत आहेत. तसंही जीवन आणि मृत्यू अल्लाच्या हातात असतो," अब्बांनी अम्मीला तत्त्वज्ञानही ऐकवलं. या तत्त्वज्ञानाच्या भक्कम भिंतीआड आणि पठाणपणाच्या आवेशामागे आपल्या कुटुंबाचं पोट भरण्यासाठी आपलं आयुष्यही पणाला लावायला तयार झालेला एक माणूस होता.

अब्बा जेहानाबादला जाऊन जेमतेम एक आठवडा उलटला होता. आज अम्मी खूप घाबरीघुबरी झाली होती. सकाळपासून हातात जपमाळ घेऊन ती येरझारा घालत होती. सकाळीच तिला तिच्या खोलीच्या खिडकीवर एक कावळा बसलेला दिसला होता. तो दोन-तीन वेळा 'काव-काव' असं ओरडून उडून गेला. "आरिफ, हा तर मोठा अपशकून आहे," अम्मी म्हणाली. "ए खुदा, माझ्या कुटुंबाला वाकड्या नजरेपासून वाचव रे," अम्मी नंतर प्रार्थना करत होती. थोडा वेळ येरझारा घातल्यानंतर अम्मी नमाजाची चटई घालून प्रार्थनेला बसली.

आरिफही थोडासा अस्वस्थ होता. अनेक दिवस झाले, तरी झाकीरचा फोन आला नव्हता. राजीबने मात्र आणखी एक मेल पाठवून आरिफला झाकीरची खुशाली कळवली होती. तो झाकीरला भेटला होता आणि त्याने लिहिलं होतं की, झाकीर व्यवस्थित आहे. *'अब्बा सुट्टीवर आले की, मी एकदा मुंबईला जाऊन झाकीरला भेटून येईन,'* आरिफने मनाशीच विचार केला. अब्बांचा विचार डोक्यात आल्यावर आरिफला अधिकच अस्वस्थ वाटू लागलं. नक्षलग्रस्त भागात काम करणं अब्बांना किती कठीण जात असेल, असे विचार त्याच्या मनात येत होते. नक्षलवाद्यांनी पोलिसांना किती क्रूरपणे मारलं आहे, याचे अनेक किस्से त्याने ऐकले होते.

अब्बा जेहानाबादला गेल्यापासून अम्मीला धड झोप लागली नव्हती. ती खूप अस्वस्थच असायची. काळजीमुळे ती पाच वेळा नमाज पढायची. त्याशिवाय ती तहज्जुदही करत होती आणि मध्यरात्रीही नमाज पढत होती. दररोज ती दादीबरोबर उठायची. एके रात्री आरिफही जागा होता. त्याच्या खोलीत बसून तो अभ्यास करत

होता, तेव्हा त्याला अम्मी आणि दादी प्रार्थना करताना दिसल्या. दूरवर कुठेतरी बाराचे टोल ऐकू आले. मध्यरात्र झाली होती.

मी आणि झाकीर काहीच कामाचे नाही, म्हणूनच अब्बांना त्यांचा जीव धोक्यात घालावा लागतोय. आम्ही आमच्या कुटुंबासाठी दोन वेळचं व्यवस्थित कमावू शकलो असतो, तर अब्बांना अशी नोकरी करण्याची काहीज गरज नव्हती. दिवसातले आठ तास त्या कोचिंग क्लासमध्ये शिकवूनही मला अगदीच तुटपुंजी रक्कम मिळते. या वेळी मला आणखी मेहनत घेऊन IAS च्या परीक्षेत पास व्हायलाच हवं. निदान अब्बा आणि अम्मीसाठी तरी...

पुस्तकांच्या मांडणीमधून *'ॲडमिनिस्ट्रेटिव्ह थिंकर्स'* हे पुस्तक काढता काढता आरिफचा विचार सुरूच होता. हर्बर्ट सिमन्स यांचं *'डिसिजन-मेकिंग'* हे प्रकरण त्या दिवसांत त्याला काहीही करून संपवायचं होतं.

त्याला चहा पिण्याची तल्लफ आली. तो हळूच चालत स्वयंपाकघरात गेला. दूध नासलं होतं. एवढ्या उकाड्यात फ्रिजशिवाय दूध ठेवणं हे अशक्य होतं; पण तीन-चार वेळा दूध उकळूनही ते नासतंच; त्याला अम्मी तरी काय करणार! अब्बांच्या तुटपुंज्या पगारात फ्रिज घेणं त्यांना परवडणार नव्हतं.

ओट्यावर त्याला लिंबाचा एक तुकडा दिसला. आलं घातलेल्या चहाऐवजी लेमन-टीवर भागवू असं त्याने ठरवलं.

चहा घेऊन तो त्याच्या खोलीत परत आला. त्याचा चहा संपेपर्यंत दादीचा नमाज पढून झाला होता. ती तिच्या खोलीत झोपायला गेली होती. अम्मी मात्र अजूनही चटईवर बसली होती. तिचे डोळे बंद होते आणि ती प्रार्थना पुटपुटत होती.

आरिफ खोलीत आला आणि थोड्याच वेळात त्यांच्या घराची बेल दोनदा वाजली. *'एवढ्या रात्री कोण आलं?'* असा विचार करत आरिफ दरवाजा उघडायला गेला; पण तोपर्यंत अम्मीने दरवाजा उघडला होता. ती एका हवालदाराशी बोलत होती.

जेहानाबादमध्ये अब्बांच्या तुकडीवर नक्षलवाद्यांनी हल्ला केला होता. या हल्ल्यात किती पोलीस जखमी झालेत किंवा कितीजण ठार झालेत, याबद्दल अजून तरी माहिती मिळाली नव्हती. तो हवालदार अगदी यांत्रिकपणे ही माहिती देत होता. झोपमोड झाल्यामुळे येणाऱ्या जांभया त्याला अनावर होत होत्या. तो हवालदार जाईपर्यंत अम्मी गप्प होती. जसा तो हवालदार गेला, तशी अम्मीने हंबरडा फोडला आणि संपूर्ण घर जागं झालं.

दादी, नाझनीन, रबिया, हुमा सगळ्याच अम्मीच्या भोवती कोंडाळं करून रडायला लागल्या. आरिफला काही क्षण काहीच सुचत नव्हतं. थोड्या वेळासाठी तर त्याची वाचाच बंद झाली. फक्त त्याच्या गालांवरून अश्रू ओघळत होते. आतापर्यंत

हल्ल्याची बातमी शेजाऱ्यापाजाऱ्यांपर्यंत पोहोचली होती. त्यातच या पाचजणींचा रडण्याचा आवाज ऐकून, तर शेजारीही आरिफच्या घरी यायला लागले होते. कॉलनीतले इतरही काही पुरुष अब्बांबरोबरच जेहानाबादलाच ड्युटीवर होते; त्यामुळे त्या घरांमधूनही बायकांचे हंबरडे ऐकू येत होते.

"अम्मी, रडू नकोस. असा धीर सोडू नका. अब्बांना काहीच झालं नसेल. मी एक काम करतो, मी पोलीस मुख्यालयात जाऊन काही ताजी माहिती मिळतेय का ते बघतो," भानावर येत आरिफ म्हणाला. मग तो दादीच्या दिशेने वळला आणि तिला म्हणाला, "दादी, अल्लाकडे प्रार्थना कर की, तुझा मुलगा सुखरूप असेल." दादी अजूनही हुंदके देत होती.

आरिफ सॅन्डल घालून खाली उतरला, तर पोलीस कॉलनीतल्या रस्त्यांवर स्त्री-पुरुषांचे घोळके दबक्या आवाजात हल्ल्याचीच चर्चा करत होते. त्याच्या शेजारी राहणारे दोघेजण जीपमधून पोलीस मुख्यालयात जायच्या तयारीत होते. आरिफही त्यांच्या बरोबरच निघाला.

त्याने कशीबशी अम्मीची आणि दादीची समजूत काढली होती; पण खरं सांगायचं, तर त्याच्याही पोटात भीतीचा गोळा आला होता. आपलाही बांध कधीही फुटेल अशी त्याला भीती वाटत होती. *'अब्बांचं काय झालं असेल? कोणास ठाऊक!'* त्याच्या मनात भलेबुरे विचार येत होते. *'अल्ला, अब्बांना सुखरूप ठेव,'* नकळत त्याचे हात जुळले गेले.

दोन तासांनी आरिफ घरी परतला, तेव्हा पोलीस कॉलनीतलं शोकाकुल वातावरण निवळलं नव्हतं. तरीही आरिफच्या चेहऱ्यावर एक समाधान होतं. हल्ल्यातून आश्चर्यकारकरीत्या बचावलेल्या पाचजणांमध्ये आरिफच्या अब्बांचाही समावेश होता. नक्षलवाद्यांची एक गोळी त्यांच्या खांद्याला चाटून गेली होती. अब्बांना उपचारासाठी पटणा मेडिकल कॉलेजमध्ये आणणार होते.

ही बातमी ऐकून अम्मीने लगेच प्रार्थनेसाठी चटई पसरली आणि ती प्रार्थना करायला लागली. दादी आणि आरिफच्या बहिणींनीही चटई पसरून नफिल नमाज पढायला सुरुवात केली.

अब्बा बचावल्याची बातमी ऐकून आरिफने सुटकेचा निःश्वास सोडला असला, तरी आजूबाजूच्या घरांमधून ऐकू येणारे हंबरडे आरिफच्या काळजाला घरं पाडत होते. *'उद्या कॉलनीतून अनेक जनाजे उठतील,'* या विचारानेच आरिफ खिन्न झाला.

"बेटा, आपण हॉस्पिटलमध्ये कधी जायचं? त्यांनी किती वाजता बोलावलंय," चटई गुंडाळत अम्मीने आरिफला विचारलं, "आणि हो, झाकीरला कळवायला विसरू नकोस," तिने त्याला आठवण करून दिली.

~

दुसऱ्या दिवशी अब्बा हॉस्पिटलमध्ये आले आणि आरिफ घर-हॉस्पिटल-घर या चक्रात अडकला. तिसऱ्या दिवशी त्याला झाकीरला कळवायला कसाबसा वेळ मिळाला. झाकीरला ई-मेल पाठवल्यानंतर दुसऱ्या दिवशी तो कॅफेमध्ये जाऊन ई-मेल चेक करत होता. सुदैवाने झाकीरचं उत्तर आलं होतं. तो रविवारी पटण्याला परतत होता.

दोन-तीन महिन्यांपूर्वी आरिफने झाकीरला शाहरुख खानच्या एका चित्रपटात बघितलं होतं. झाकीरने एका भिकाऱ्याची भूमिका केली होती. भूमिका म्हणावी, एवढीही ती लांब नव्हती. तो जेमतेम एक मिनिट स्क्रीनवर दिसला होता. मृत्युंजयने सांगितल्यावर आरिफने आणखी एक चित्रपट बघितला. त्यात झाकीर मुख्य गुंडाच्या हाताखाली काम करणारा एक गुंड होता. त्यात तो चांगली पाच मिनिटं पडद्यावर दिसला होता. राजीब मोहंतीच्या बोलण्यात तथ्य होतं तर! आरिफ एक्स्ट्रा म्हणून कामं करत होता. हा विचार करून आरिफला झाकीरसाठी खूप वाईट वाटत होतं.

झाकीरला आत्ता कसं वाटत असेल, हा विचारही त्याला करवत नव्हता. आपण शिपाई म्हणून जिल्हाधिकाऱ्याच्या ऑफिसमध्ये कामाला लागलो आहोत आणि एखाद्या IAS अधिकाऱ्याचं टेबल पुसून देत आहोत, असा विचार तर तो करूच शकत नव्हता. *'अच्छा, म्हणूनच झाकीरने मला फोन करायचंही बंद केलं! मुंबईत गाठीशी आलेल्या अपयशाची त्याला लाज वाटत असणार आणि रिकाम्या हाताने पटण्यात परतायचा विचारही तो करू शकत नसेल,'* झाकीरचा विचार करून आरिफला रडायला यायला लागलं.

रविवारी आरिफ झाकीरला घ्यायला अगदी वेळेवर स्टेशनवर गेला; पण गाडीच उशिराने येणार होती. दोन तासांच्या दिरंगाईनंतर गाडी स्टेशनमध्ये आली. आरिफ उतरणाऱ्या गर्दीत झाकीरला शोधत होता. त्याचा स्वतःच्या नजरेवर विश्वासच बसत नव्हता. पटण्याहून मुंबईला गेलेला झाकीर आणि आत्ता गाडीतून उतरून त्याच्या समोर असलेला झाकीर यात ऊस आणि उसाचं चिपाड एवढा फरक होता. झाकीरची तब्येत पूर्ण उतरली होती. तो बारीक झाला होता. त्याचे डोळे खोल गेले होते आणि गालफडं वर आली होती. झाकीरला डोळ्यांत साठवत आरिफने त्याला गच्च मिठी मारली. दोघंही काहीच बोलले नाहीत.

हॉस्पिटलमध्ये एक आठवडा उपचार घेतल्यानंतर अब्बांना सोडण्यात आलं. त्यांची जखम अजून पूर्णपणे भरली नव्हती; त्यामुळे त्यांचा खांदा प्रचंड दुखायचा; पण डॉक्टर म्हणाले की, ही जखम भरायला वेळ लागेल.

आता एवढ्यात तरी अब्बांना नक्षलग्रस्त भागात पाठवणार नाहीत, याची आरिफला पूर्ण खात्री होती; पण ज्या दिवशी डॉक्टरांनी अब्बांना तंदुरुस्तीचं प्रमाणपत्र दिलं, त्याच दिवशी अब्बांच्या हाती पालमू जिल्ह्यात जाऊन ड्युटी स्वीकारण्याचे

आदेश पडले. या वेळी अम्मीने कोणाचंच काही ऐकायचं नाही, असं ठरवलं होतं. ती अक्षरशः अब्बांच्या पायाच पडली. तिच्या समाधानासाठी अब्बा बटालियनच्या कमांडन्टला जाऊन भेटले. आरिफही त्यांच्यासह गेला होता. अब्बांनी कमांडन्टला विनंती केली की, त्यांना नक्षलग्रस्त भाग सोडून कुठेही पाठवावं.

"रशिद, मलाही तुला पुन्हा एकदा नक्षलग्रस्त भागात पाठवायचं नाही; पण हे आदेश आपल्या नवीन उपमहासंचालकांच्या शहझाद अली यांच्या कार्यालयातून आलेत. तुला त्यांच्याशीच बोलावं लागेल."

"ठीक आहे, सर."

शहझाद अलींनी असे आदेश का दिले आहेत, याचं कारण आरिफला नेमकं ठाऊक होतं. काही वर्षांपूर्वी शहझाद अली हजारीबागमध्ये पोलीस अधीक्षक म्हणून कार्यरत होता. त्या वेळी तो लैंगिक छळवणुकीच्या एका प्रकरणात अडकला होता. त्या प्रकरणाची फाइल अब्बांकडे होती, तेव्हा तो अब्बांकडे मदतीची याचना करत आला होता; पण अब्बांना त्याचा लौकिक माहीत होता आणि म्हणूनच त्यांनी त्याला मदत करायला नकार दिला होता. त्याचाच बदला शहझाद अली घेत होता.

शेवटी अब्बांनी त्यांच्या मनाविरुद्ध स्वेच्छानिवृत्ती स्वीकारली. ते बदलीच्या ठिकाणी कामावर रुजू व्हायला तयार होते; पण या वेळी अम्मीने त्यांचे पाय धरले. भरीत भर म्हणून दादीनेही त्यांना ही बदली न स्वीकारण्याची गळ घातली.

स्वेच्छानिवृत्ती घेऊन आपण आपल्याच पायांवर धोंडा पाडून घेत आहोत, हे अब्बांना पक्कं ठाऊक होतं. त्यांच्या पूर्ण पगारातसुद्धा कुटुंबाच्या किमान गरजाही भागवणं शक्य नव्हतं. आता तर फक्त निवृत्तिवेतन घरात येणार होतं. त्यात घरखर्च कसा भागणार होता? पन्नाशीत आलेल्या माणसाला आता या वयात दुसरी चांगली नोकरी मिळणंही अवघड होतं.

'माझं कुटुंब उपाशी राहतंय, हे बघण्यापेक्षा एखाद्या जंगलात त्या नक्षलवाद्यांच्या गोळ्या खात मरण स्वीकारणं कधीही पत्करेल मला,' अब्बा एकदा त्वेषाने आरिफला सांगत होते.

यावर काय बोलायचं, हे आरिफला कळत नव्हतं. तो गप्पच राहिला. अब्बांनी आपली नोकरी स्वीकारून पालमूला जावं, असं त्यालाही वाटत नव्हतं. अब्बांना त्यांचा स्वेच्छानिवृत्तीचा अर्ज मागे घ्यायचा होता; पण तो पुढे गेला होता. एवढंच नव्हे, तर क्षणाचाही विलंब न लावता शहझाद अलीने तो मंजूरही केला होता.

~

अम्मी बाल्कनीतल्या कठड्याला रेलून उभी होती. ती खूपच काळजीत दिसत होती. आरिफला अम्मीच्या चेहऱ्यावरची ती काळजी बघवत नव्हती.

"अम्मी, एवढा कसला विचार करतेस?" न राहवून आरिफने विचारलं.

"तुझ्या अब्बांच्या तुटपुंज्या पेन्शनच्या पैशांमध्ये घर कसं चालवायचं, हेच मला कळेनासं झालं आहे. नाझनीनला MA करायचं आहे, असं ती म्हणतेय. खरंतर मुलगी ग्रॅज्युएट झाली, हेच खूप झालं..." अम्मी बोलायची थांबली. "रबिया २५ वर्षांची झाली आहे. त्यात लग्नाचा खर्च काही कमी असतो का... या अल्ला! त्यात पुढच्या दोन-तीन महिन्यांमध्ये आपल्याला हे सरकारी घरही सोडावं लागेल. मग भाड्याने घर घ्यावं लागेल; म्हणजे भाड्याचा खर्च वाढला..." अम्मीला पुढची संकटं दिसत होती.

"अम्मी, तू एवढी काळजी करू नकोस. मी जास्त क्लासमध्ये शिकवत जाईन. झाकीरही छोटीमोठी नोकरी शोधतो आहे."

"अरे बेटा, तू आधीच तुझ्या अभ्यासाचा खूप वेळ कोचिंग क्लासमध्ये घालवत आहेस. आता आणखी वेळ क्लास घेणार म्हटल्यावर तुझ्या अभ्यासावर त्याचा परिणाम होईल ना," अम्मी काळजीने म्हणाली.

"अगं दोन्ही गोष्टी एकत्र करता येतील, तू नको काळजी करू." आरिफ अम्मीला म्हणाला खरं; पण त्यालाही माहीत होतं की, गोल्डन कोचिंग क्लासमधली ही अर्धवेळ नोकरीही त्याच्या अभ्यासातला बराच वेळ खात होती.

यंदाची संधी त्याची चौथी आणि शेवटची संधी होती. परीक्षेचीच नाही, तर घरच्यांची आणि स्वतःची स्वप्नं पूर्ण करण्याचीही शेवटची संधी! यंदा त्याला काहीही करून ही संधी हातातून घालवायची नव्हती. इन्शाअल्लाह!

पण या वेळीही यश नाही मिळालं तर?

त्यांच्या शेजारच्याच कॉलनीतला एक मुलगा चारही संधींमध्ये ही परीक्षा पास होण्यात अपयशी ठरला होता. त्याने गंगेत उडी मारून आत्महत्या केली होती. तीन दिवसांनी त्याचा फुगलेला आणि माशांनी ठिकठिकाणी खाल्लेला मृतदेह नदीतून बाहेर काढला होता.

'आपल्यावरही तशीच वेळ येईल का?' आरिफ विचार करत होता. त्याच्या डोळ्यांसमोर तो फुगलेला मृतदेह होता.

"बाबूजी, अरे कसला विचार करतो आहेस?" अम्मीच्या प्रश्नाने आरिफ भानावर आला.

"काही नाही अम्मी..." आरिफ म्हणाला. अम्मी त्याच्याकडे बघून हसली. तिचा हसरा चेहरा बघून आरिफच्या मनातून आत्महत्येचे विचार कुठल्या कुठे पळून गेले. दादीही तिथेच होती; पण अम्मी आणि आरिफ बोलताना ती त्यांच्या संभाषणात सहभागी झाली नव्हती. सोफ्यावर बसून ती प्रेषित मोहम्मदाच्या शिकवणींचं पुस्तक वाचत होती. तिचा चष्मा तिच्या नाकावर घसरला होता. आरिफ तिच्या बाजूला

जाऊन बसला, तसं त्याच्याकडे बघून ती हसली आणि तिनं पुन्हा पुस्तकात डोकं घातलं. आरिफ तिथेच बसून होता. थोड्या वेळाने तिने पुस्तक मिटलं आणि ती उठून आत गेली.

तेवढ्यात बेल वाजली.

"अब्दुल रशिद भाई घरी आहेत का?" आरिफने आवाज ओळखला. ते त्याचे मामा शमिमुल्ला खान होते. ते बिहार सरकारमध्ये वरिष्ठ लेखापाल होते. नुकतेच निवृत्त झाले होते. निवृत्तीनंतर ते समनपुऱ्याला राहायला गेले होते. आरिफने आपल्या मामांचा आवाज ऐकून दरवाजा उघडला.

"अरे भाईसाहेब, या ना..." तोपर्यंत अम्मीही आरिफच्या मागे आली होती. तिने साडीचा पदर डोक्यावरून घेतला होता.

"आरिफचे अब्बा कुठे आहेत?" शमिमुल्ला खान यांनी विचारलं.

"ते राजा बाजारला गेलेत." अम्मी म्हणाली.

"बरं," असं म्हणत ते बाल्कनीतल्या जुन्या सोफ्यावरच बसले.

"भाईजान, तुमच्यासाठी लेमन टी करू का?" अम्मीने विचारलं.

"अगं नाही, चहा वगैरे सगळं बंद केलंय. मधुमेहाने त्रास द्यायला सुरुवात केली आहे; त्यामुळे साखर बंद झाली आहे आणि साखरेशिवाय चहा घेणं मला अजिबात आवडत नाही; त्यामुळे तू उगाच त्रास करून घेऊ नकोस," हे बोलता बोलता त्यांनी हातातल्या पिशवीतून पिवळ्या रंगाचा एक लिफाफा बाहेर काढला. त्यात एका तरुणाचा पोस्टकार्डाच्या आकाराचा फोटो होता.

"अरे वा! हा चिकनाचिट्टा नौजवान कोण आहे?" अम्मीने कौतुकाने विचारलं.

"आझाद खान. माझ्या मित्राचा, कासीम खानचा मुलगा. तो स्टेट बँकेत अधिकारी आहे. गेल्या महिन्यात आलियाचं लग्न झालं ना, त्या लग्नात आझादच्या अम्माने आपल्या रबियाला बघितलं. तिला रबियाला सून करून घ्यायचं आहे," शमिमुल्ला खान यांनी तिथे येण्याचं कारण अगदी थोडक्यात सांगितलं.

"या अल्ला! तुझे आभार मानावेत तेवढे थोडे आहेत," अम्मीने वर बघत हात जुळवले. तिच्या चेहऱ्यावर आनंद अगदी स्पष्ट दिसत होता.

"पण हुंड्याचं काय?" थोडंसं चिंतातुर होऊन तिने विचारलं.

"छे, छे! अगं ते अल्लाला घाबरणारे लोक आहेत. तुम्ही राजीखुशीने जे द्याल, तेवढ्याने त्यांचं समाधान होणार आहे."

आपल्या भावाच्या तोंडून हे वाक्य ऐकून तर अम्मी हरखूनच गेली. आरिफ तिच्या चेहऱ्याकडे बघून हसला. ही एवढी आनंदाची बातमी अगदी अचानकपणे घरात येऊन धडकली होती. त्या बातमीने सगळ्या घराचा नूरच पालटून गेला.

आपल्या होणाऱ्या जावयाच्या थाटाला साजेसा दणका आपण लग्नात उडवून

देऊ, असं अब्बांनी अगदी आनंदाने जाहीर केलं. संपूर्ण घर आनंदात होतं. अम्मीच्या चेहऱ्यावर, तर अगदी समाधान होतं. दादीही गालातल्या गालात हसत होती. रबिया त्या मुलाचा फोटो हातात घेऊन, चोरून चोरून त्याच्याकडे बघायची आणि नाझनीन व हुमा तिला चिडवायच्या.

जसजशी लग्नाची तारीख जवळ आली, तसतसे आरिफचे नातेवाईक घरी यायला लागले. घर नातेवाइकांनी अगदी भरून गेलं. आणखी पाहुण्यांसाठी अब्बांनी पोलीस कॉलनीच्या बाहेरच असलेलं एक दुमजली घरही आठवडाभरासाठी भाड्याने घेतलं.

आता लग्नाला चारच दिवस उरले होते. आरिफ, अब्बा आणि झाकीर लग्नातल्या जेवणाबद्दल चर्चा करत होते. तेवढ्यात मुलाच्या वडिलांकडून एक पत्र घेऊन, एक मध्यमवयीन माणूस त्यांच्या घरी आला. त्याने ते पत्र आरिफच्या अब्बांच्या हाती ठेवलं आणि ताबडतोब घराबाहेर पडला. अब्बांनी त्याला जेवणासाठी थांबायचा आग्रह केला; पण त्याने मागे वळूनही बघितलं नाही. अब्बांना ते थोडंसं विचित्र वाटलं.

लिफाफा फाडून अब्बांनी ते पत्र वाचायला सुरुवात केली आणि त्यांच्या चेहऱ्यावरचे रंग बदलायला लागले. पत्र संपता संपता त्यांचा चेहरा भीतीने पांढराफटक पडला होता.

त्या पत्रात हुंड्यापोटी काय काय हवं आहे, त्याची लांबलचक यादी लिहिलेली होती. त्या यादीत गाडीचीही मागणी केली होती.

घरात चाललेलं संगीत अचानक थांबलं. रबियाच्या हातापायांना हळद-चंदनाचा लेप लावणाऱ्या मुलीही आश्चर्यचकित होऊन थांबल्या आणि कुजबुजायला लागल्या. अम्मीला तर रडू आवरतच नव्हतं. दादीला काय बोलावं हे सुचत नव्हतं.

अब्बा संतापाने धुमसत होते. त्यांच्या मते ही फसवणूक होती. त्यांनी तर सगळ्या नातेवाइकांसमोर आणि पाहुण्यांसमोर हे लग्न मोडत असल्याची घोषणाच केली. "त्यांच्या मागण्या पूर्ण करायच्या, तर मला आयुष्यभराची मिळकत मोडावी लागेल. मला आणखी दोन मुलींनाही उजवायचं आहे. आणि या अशा लोभी लोकांशी मला कोणतंही नातं जोडायचं नाही," ते हातातलं पत्र नाचवत अब्बा म्हणाले.

अम्मी यावर काहीच बोलली नाही. दादी अब्बांना अडवेल, या अपेक्षेने तिने दादीकडे बघितलं.

"अब्बा, लग्नाला जेमतेम चार दिवस उरले आहेत. या वेळी हे लग्न मोडणं बरं नाही दिसणार; त्यामुळे आपल्या घराण्याची बदनामी होईलच; पण रबियासाठी दुसरा मुलगा शोधणं अशक्य होऊन बसेल, ते वेगळंच!" आरिफ थोडा धीर

एकवटून बोलला. झाकीरनेही आरिफच्या म्हणण्याला दुजोरा दिला.

"अरे पण..." बोलावं की नाही, या पेचात अब्बा म्हणाले.

"अब्बा, तुमच्या मुलांच्या कर्तृत्वावर भरवसा ठेवा. आमच्या इतर बहिणींसाठी आम्ही नक्कीच काहीतरी करू ना. जास्तीतजास्त काय होईल, आपल्याला आपली जमीन आणि बापजाद्यांचं घर विकावं लागेल ना," आरिफ अब्बांची समजूत काढत म्हणाला.

"रशिद, आरिफ आणि झाकीर म्हणत आहेत, ते बरोबर आहे. हा रबियाच्या भविष्याचाही प्रश्न आहे," दादी अब्बांजवळ येत म्हणाली.

शेवटी अब्बांचा नाईलाज झाला. त्यांनी हे लग्न मोडणार नसल्याचं जाहीर केलं आणि अम्मीच्या चेहऱ्यावर पुन्हा हसू उमटलं.

"बेटा, अल्ला थोर आहे. त्याने तीन मुली दिल्या आहेत, त्यांची काळजीही तोच उचलेल," दादी अब्बांना म्हणाली.

अब्बा तिच्याकडे बघून हसले.

हे वादळ कसंबसं शांत झालं आणि अम्मी नमाज अदा करायला आतल्या खोलीत गेली.

~

रबियाचं लग्न थाटात पार पडलं. त्या संपूर्ण काळात आरिफला पुस्तकांना हात लावायलाही वेळ मिळाला नव्हता. आता तो खुर्चीत बसून मुक्तिबोधचं *'चांद का मुख तेढा है'* हे पुस्तक वाचत होता. तेवढ्यात त्याला नाझनीनच्या हसण्याचा आवाज आला. ती विचित्र हसत होती. तो मागे वळला. त्याच्या समोरच्या खोलीतच नाझनीन पलंगावर बसली होती आणि हसत होती. अम्मी आणि हुमा तिच्या बाजूलाच बसल्या होत्या. नाझनीनला हसताना बघून त्या चक्रावल्या. नाझनीनच्या हसण्याचा आवाज वाढत होता. आता ती वेड लागल्यासारखी हसत होती. मग अचानक ती एकदम शांत झाली आणि रडायला लागली.

अम्मीच्या चेहऱ्यावर भीतीची छाया पसरली. तिने नाझनीनला पकडलं आणि गदागदा हलवत विचारलं, "नाझनीन बेटी, काय होतंय?"

"दीदी, काय झालं?" हुमाच्या आवाजातही काळजी डोकावत होती.

नाझनीन मात्र जोरजोरात रडत होती.

आरिफने पुस्तक खाली ठेवलं आणि तो धावतच खोलीत शिरला. "काय झालं?" नाझनीनच्या गालावर थापट्या मारत आरिफने अम्मीला विचारलं.

नाझनीनचं रडणं सुरूच होतं.

"आरिफ, जा लवकर आणि डॉक्टरांना बोलावून आण."

आरिफ तातडीने निघाला. पोलीस हॉस्पिटलमधून डॉक्टरांना घेऊन घरी येईपर्यंत त्याला अर्धा तास लागला. तोपर्यंत नाझनीन रडायची थांबली होती. ती पलंगावर बेशुद्ध अवस्थेत पडली होती. तिचा श्वास जोरजोरात सुरू होता. अम्मी जवळच्याच एका मासिकाने तिला वारा घालत होती. दादी कुराणातल्या आयता वाचत होती आणि थोड्या थोड्या वेळाने नाझनीनच्या दिशेने फुंकर मारत होती.

डॉक्टरांनी नाझनीनची नाडी तपासली. तसेच स्थेथोस्कोप लावून तिच्या हृदयाचे ठोकेही मोजले.

''काळजीचं काही कारण दिसत नाही. तिची तब्येत तर व्यवस्थित वाटत आहे. कदाचित कोणत्या तरी गोष्टीचा खूप त्रास करून घेतला असेल,'' डॉक्टर म्हणाले. बाजूच्या टेबलावर ठेवलेला ग्लास उचलून त्यांनी नाझनीनच्या तोंडावर थोडंसं पाणी शिंपडलं.

नाझनीनने डोळे उघडले.

''अम्मी, काय झालं?'' नाझनीनने विचारलं. तिच्याभोवती एवढे लोक जमलेले पाहून ती गोंधळली होती.

''काही नाही बेटा. कदाचित उन्हामुळे तुला चक्कर आली होती,'' अम्मीने तिचा हात हातात घेत तिला दिलासा दिला.

डॉक्टर जायला उठले. अम्मी आणि आरिफ त्यांना दरवाजापर्यंत सोडायला गेले. डॉक्टरांनी अम्मीला सांगितलं की, नाझनीनला एखाद्या मानसोपचारतज्ज्ञाकडे घेऊन जायला हवं.

डॉक्टरांनी नाझनीनला कोणाकडे न्यायला सांगितलं आहे, हे अम्मीला कळलं नव्हतं. तिने आरिफला त्याबद्दल विचारलं. आरिफने तिला समजावून सांगितलं, तर ती संतापलीच.

''माझ्या मुलीला वेडं म्हणायची त्या डॉक्टरची हिंमतच कशी झाली?'' अम्मीने डॉक्टरचा मुद्दा निकालातच काढला.

''हमिदा, अगं, आजकाल हे वारंवार व्हायला लागलं आहे. आठवतं का, गेल्या वेळी तिला असं झालं होतं, तेव्हा तुझे भाऊ, हकीमसाहेब इथे होते. त्यांनी नाझनीनला काय झालंय, ते सांगितलं होतं; पण मला मेलीला ते काही आठवतच नाही,'' दादी म्हणाली.

''हिस्टेरिया,'' आपल्या मामांनी नाझनीनच्या या अवस्थेचं काय निदान केलं होतं, ते आरिफला पक्कं आठवत होतं. त्यापुढे ते म्हणाले होते, ''एखाद्या मुलीच्या शारीरिक गरजा पूर्ण होत नसतील, तर तिला हा आजार होतो. त्यावर एकच उपाय म्हणजे तिचं लग्न लावून देणं.''

आरिफला माहीत होतं की, हिस्टेरिया हा काही आजार नाही.

“वेड्या लोकांवर उपचार करणाऱ्या डॉक्टरांपेक्षा आपण एखाद्या युनानी हकिमाला दाखवू या,” दादीचं मत पडलं.

अम्मी तर आधीपासूनच त्या डॉक्टरांच्या विरोधात होती. “मी आजच हकीमसाहेबांना विचारते. तेच माझ्या मुलीला बरं करतील,” ती म्हणाली.

दोन दिवसांनी हकीमसाहेब पटण्याला आले. त्यांनी नाझनीनला तपासून हिस्टेरियाच असल्याचं निदान केलं. तसेच त्यांनी मागच्या वेळी सुचवला होता, तोच उपाय सुचवला. “एकदा का हिचं लग्न झालं की, सगळं व्यवस्थित होईल.” अम्मी आपल्या भावाशी सहमत होतीच; पण अब्बांना मात्र शंका वाटत होती. “आपण एकदा मानसोपचारतज्ज्ञांकडे जाऊन त्यांना विचारायला हवं का?” अब्बांनी मनातली शंका बोलून दाखवली.

“काही एक गरज नाही. हकीमसाहेब म्हणतात, तसंच करू या. तसंही नाझनीन आता तेवीस वर्षांची झाली आहेच,” अम्मीने अब्बांना खडसावलं.

“हमिदा आपाचं बरोबर आहे. लग्नानंतर नाझनीन अगदी व्यवस्थित होईल बघा, इन्शाअल्लाह! पण मी आत्तापुरती ही औषधं देतो ती द्या,” हकीमसाहेबांनी आपल्या बॅगेतून एक बरणी काढली. त्यातून औषध काढून त्याची पुडी बांधून त्यांनी अम्मीच्या हातावर ठेवली. आरिफने बरणीवरचं औषधाचं नाव तेवढं वाचलं होतं. त्या बरणीवर उर्दूत लिहिलं होतं, ‘खमीरा गौजवान अंबरी जादवर उद सलीब’.

“रबियाच्या लग्नात माझी होती नव्हती, तेवढी सगळी मिळकत खर्च झाली आहे. नाझनीनच्या हुंड्याचा बंदोबस्त करायला मला थोडा तरी वेळ लागेल,” अब्बांनी आपली हनुवटी खाज़वत मनातली गोष्ट बोलून दाखवली.

“रशिद, आपल्याला जमिनीवर राहून थोडा विचार करावा लागेल. रबियाचं लग्न ज्या थाटात लावलं, त्या थाटात आपण नाझनीनचं लग्न करू शकत नाही; त्यामुळे आपण साध्या घरातला एखादा साधासा मुलगा बघू.”

अब्बांनी होकार दिला खरा; पण त्यांच्या चेहऱ्यावरची चिंता आरिफला स्वच्छपणे वाचता येत होती.

नाझनीनसाठी मुलगा बघताना हुंड्याची रक्कम, हीच मोठी अडचण ठरणार, याची कल्पना आरिफला होती. आपण अब्बांना काहीच मदत करू शकत नाही, अशी खंत आरिफला वाटत होती.

~

आरिफ या वेळीही IASची परीक्षा उत्तीर्ण होऊ शकला नाही. या शेवटच्या संधीचं आरिफ नक्की सोनं करेल, असा विश्वास अब्बांना वाटत होता.

अम्मा, नाझनीन आणि हुमा तिघीही काहीच बोलल्या नाहीत; पण त्यांच्या

मौनातूनच त्यांची निराशा आरिफला जाणवत होती.

"सगळा नशिबाचा खेळ असतो रे पोरा," दादी आरिफचं सांत्वन करत म्हणाली, "अल्ला जे करतो, त्यामागे काही ना काही कारण असतं."

"आपल्या स्वप्नांचा चुराडा होतो, तेव्हा कसं वाटतं, हे मला चांगलंच माहीत आहे. भैया, खूप कठीण असतं ते; पण तू हरू नकोस," झाकीर आरिफला धीर देत होता.

आरिफला कोचिंग क्लासमध्ये शिकवायला जावं असं वाटतच नव्हतं. तो दिवसभर घरातच बसून असायचा. बहुतांश वेळ आपल्या खोलीत पलंगावर पडून राहायचा. कधी बाल्कनीत बसून आकाशाकडे एकटक बघत राहायचा. आता आपल्या आयुष्याला काही अर्थच उरला नाही, असं त्याला वाटू लागलं होतं.

'या वर्षी मी का पास झालो नाही? या वेळी तर मला सगळेच पेपर्स मागच्या वर्षीपेक्षा चांगले गेले होते. मुलाखतही चांगली झाली होती. काहीतरी गडबड आहे किंवा मग मी मुस्लीम आहे, म्हणून तर मला नापास केलं नाही ना.'

दिवसभर आरिफ असल्याच विचारांमध्ये असायचा. काही दिवसांनी त्याने *टाइम्स ऑफ इंडिया*चा अंक बघितला आणि त्याचं दुःख दसपटींनी वाढलं. पहिल्याच पानावर त्याच्या मित्राचा, मृत्युंजयचा फोटो झळकला होता. मृत्युंजय देशात सातवा आला होता. त्याला नक्कीच IAS कॅडर मिळेल, याबाबत आरिफला शंकाच नव्हती.

संध्याकाळी आरिफने मृत्युंजयला फोन करून, त्याचं अभिनंदन केलं. ते दोघं बराच वेळ बोलत होते. आरिफ या वर्षी उत्तीर्ण झाला नाही, याचं मृत्युंजयला दुःख झालं होतं. त्याने आरिफला बिहार पब्लिक सर्व्हिस कमिशनची परीक्षा देण्याचं सुचवलं. "अरे, राज्य लोकसेवा आयोगाच्या परीक्षा देऊनही नंतर लोक IAS कॅडरमध्ये येतात," आरिफचं सांत्वन करायचं म्हणून मृत्युंजय बोलला.

आरिफला एका गोष्टीची मजा वाटली. एके काळी आरिफ मृत्युंजयला पब्लिक ॲडमिनिस्ट्रेशन या विषयाची तयारी करायला मदत करायचा. आज मृत्युंजय आरिफला राज्य लोकसेवा आयोगाची परीक्षा देण्याचा सल्ला देत होता. आरिफला स्वतःचीच दया आली. त्याने फार काही न बोलता फोन ठेवला.

~

हे असे दीड-दोन महिने उलटले. एक दिवस शुक्रवारी मशिदीत जुम्म्याचा नमाज अदा करायला जाताना वाटेत अब्बा आरिफला म्हणाले, "बेटा, असा निराश होऊ नकोस. IASची परीक्षा पास होणं, खरंच खूप कठीण असतं. लाखो लोकांमधून काही मोजकी मुलं निवडली जातात. आपली परिस्थितीही बेतास बात आहे. त्यातही

तू खूप चांगला प्रयत्न केलास. एक लक्षात ठेव, ही परीक्षा नापास झालास, म्हणजे आयुष्य संपलं नाही. तुला पुढे जायला अजून खूप संधी आणि खूप वाटा आहेत.''

आरिफला अब्बांच्या मिठीत शिरून रडावंसं वाटलं; पण तो काहीच बोलला नाही. आता आणखी काही नवीन करण्याची ताकद त्याच्या अंगी उरली नव्हती, हे त्याला जाणवत होतं.

'माझ्या घरच्यांसाठी तरी मला बिहार राज्य लोकसेवा आयोगाची परीक्षा द्यावीच लागेल,' आरिफ स्वतःशीच पुटपुटला.

सोळा

आता घरात नाझनीनच्या लग्नाची गडबड सुरू झाली होती. खास पटण्यातल्या मुस्लिमांसाठी असलेल्या विवाह संस्थेतून अब्बांनी चांगली स्थळं मागवली. अब्बांनी त्यातली तीन स्थळं निवडली. एक मुलगा मुझफ्फरपूरमध्ये बँकेत कॅशिअर म्हणून कामाला होता; पण त्याच्या वडिलांनी प्रचंड हुंड्याची मागणी केली.

"एवढा हुंडा देणं आपल्याला परवडणार नाही. हे स्थळ आपल्या आवाक्याबाहेरचं आहे. प्रॉव्हिडंट फंडातून आणि ग्रॅच्युइटीमधून मिळालेले सगळे पैसे रबियाच्या लग्नात खर्च झाले आहेत. आता मी जमालपुऱ्यातलं आपलं वडिलोपार्जित घर विकलं, तरीही या माणसाच्या मागण्या पूर्ण करू शकणार नाही. हे दरभंग्याचे आणि मुझफ्फरपूरचे लोक खूपच लोभी असतात. त्यांची हुंड्याची मागणी अवास्तव असते. या कॅशिअर पोरासाठी त्याचा बाप पाच लाख रुपयांचा हुंडा मागतोय. रबियाच्या लग्नातही आपण एवढा खर्च केला नव्हता," त्या कॅशिअर मुलाचा फोटो बाजूला ठेवत अब्बा म्हणाले.

दुसरा मुलगा गयेचा होता. तो जाडजूड; पण देखणा होता. बिहार सरकारच्या सिंचन विभागात तो साहाय्यक म्हणून कामाला होता. मुलाच्या वडिलांची मागणीही फार मोठी नव्हती; पण या स्थळामध्ये एक खोट होती. मुलाचे वडील पठाण असले, तरी मुलाची आई पठाण नव्हती. ती खालच्या जातीची होती. विणकर समाजातल्या जुलाहा जातीची होती.

"पण आजकाल कोण जात-पात मानतंय. मला वाटतं, हे स्थळ चांगलं आहे. आपण हे पसंत करायला हवं," आरिफ अब्बांना म्हणाला. झाकीरनेही त्याला रुकार दिला.

"मला समाजात राहायचं आहे आणि म्हणूनच मला समाजाने आखून दिलेले नीतिनियम पाळावे लागतील. काहीही झालं, तरी अजून हुमाचं लग्नही करायचं

आहे,'' अब्बांनी त्या दोघांचं म्हणणं धुडकावून लावलं. बाप-लेकांच्या या वादात अम्मी काहीच बोलली नाही.

तिसरा मुलगा मात्र अस्सल पठाण होता. त्याचे वडील सिवान जिल्ह्यातले युसुफझाई पठाण होते आणि आई दरभंगा जिल्ह्यातली शेरवानी पठाण होती. अब्बा मुलाच्या आईच्या वडिलांना ओळखत होते. आईकडून मुलाचं नातं दरभंग्याच्या राजघराण्याशी लागत होतं. मुलगा स्वतः बिहार इन्स्टिट्यूट ऑफ लॉमधून एलएल.बी. झाला होता. पटणा उच्च न्यायालयातल्या एका प्रसिद्ध वकिलाच्या हाताखाली तो प्रॅक्टिस करत होता.

''मुलगा थोडासा काळा आहे नाही,'' अम्मी बोलली. अब्बांना आवडलेल्या स्थळात ही अशी खोट काढलेली त्यांना आवडेल की नाही, याची तिला खात्री नव्हती; म्हणूनच तिने एक सर्वसाधारण विधान केलं होतं.

''पोराच्या जातीला थोडं सावळं असलेलं चांगलं असतं,'' अब्बा अधिकारवाणीने बोलले. आता चर्चेला काही जागाच उरली नाही.

आरिफने फोटो हातात घेतला आणि तो हादरलाच. तो मुलगा दिसायला कुरूप होता. कपाळावरून होणारी केसांची पीछेहाट, काळा वर्ण, जाड मिशा आणि सुटलेलं पोट या सगळ्यावरून तो तिशीपुढचा किंवा कदाचित चाळिशीचाही असेल, असं आरिफला वाटलं.

आरिफने काहीही न बोलता तो फोटो झाकीरच्या हाती दिला. झाकीरने फोटो बघितला आणि त्याला राहवलं नाही. ''या अशा मुलाशी नाझनीनचं लग्न लावून देण्यापेक्षा तिला गंगेत का नाही ढकलून देत?'' तो बोलला.

''या घरातला कर्ता पुरुष तू नाहीस, मी आहे. तुझ्या बहिणीच्या हुंड्यासाठी एक छदाम देण्याची तरी तुझी लायकी आहे का? तुझ्या डोक्यातलं अभिनयाचं खूळ जोपासायचं सोडून तू घरासाठी काहीतरी केलं आहेस का? तुझं काय म्हणणं आहे की, मला माझ्या मुलीसाठी काय चांगलं आणि काय वाईट हे कळत नाही? हे बघ, मला माझी औकात माहिती आहे. तुझ्यासारखा मी दिवास्वप्नं बघत नाही आणि त्यांच्या मागे तर नक्कीच धावत नाही,'' अब्बा झाकीरवर चांगलेच भडकले.

अब्बांच्या या रुद्रावताराने झाकीर वरमला. एक शब्दही न बोलता तो तिथून बाहेर चालता झाला. अब्बा झाकीरवर एवढे भडकतील, असं आरिफला स्वप्नातही वाटलं नव्हतं. बाहेर जाणाऱ्या झाकीरकडे बघतानाच अब्बांना चांगलाच ठसका लागला. अम्मीने हुमाला हाक मारून पाणी आणायला सांगितलं. तेवढ्यात बाजूच्या खोलीतून नाझनीन धावत आली. तिच्या लग्नाबद्दल चाललेली ही बोलणी तिने नक्कीच ऐकली असणार. आत्ता काहीही बोलण्यात अर्थ नाही, अशी खूणगाठ आरिफने आपल्या मनाशी बांधली.

“अब्बांच्या निर्णयावर शंका घेण्याचा हक्क कोणालाही नाही. ते जे काही करतील, ते माझ्या भल्याचा विचार करूनच करतील, याची मला पूर्ण खात्री आहे. आणि ते जो निर्णय घेतील, तो मला मान्य आहे,” नाझनीनच्या डोळ्यांमध्ये पाणी आलं होतं.

एवढं झाल्यावर आरिफही त्या खोलीतून बाहेर पडला. आता त्याला झाकीरला शोधायचं होतं. सुदैवाने झाकीर घरातच होता. तो त्याच्या अभ्यासाच्या खोलीच्या खिडकीत उभा राहून, बाहेर डोकावत होता. आरिफ शांतपणे त्याच्या बाजूला जाऊन उभा राहिला. झाकीरच्या खांद्यावर हात ठेवून आरिफ म्हणाला, “काळजी करू नकोस, सगळं नीट होईल.”

“भैया, अब्बांचं बरोबर आहे. नाझनीनबरोबर जे काही होतंय, त्यासाठी आपण जबाबदार आहोत,” झाकीरचा कंठ दाटून आला होता.

आरिफने झाकीरला घट्ट मिठी मारली. त्यालाही आपल्या घशात काहीतरी अडकल्यासारखं झालं होतं. त्याला मोठ्याने रडायचं होतं. UPSC परीक्षेत आलेलं अपयश पचवणं त्याला सोपं होतं; पण एक मोठा भाऊ या नात्याने तो त्याच्या बहिणीसाठी काहीच करू शकत नव्हता, ही बाब त्याला जास्त डाचत होती. बराच वेळ ते दोघंही एकमेकांना मिठी मारूनच उभे होते.

~

नाझनीनचं स्थळ मनापासून स्वीकारायला झाकीर आणि आरिफला आठवडाभराचा अवधी लागला. आता ते त्यांच्या अब्बांना लग्नाच्या तयारीत मदत करू लागले. आरिफला राहून राहून जमालपुऱ्यातली एक जुनी गोष्ट आठवत होती. अनेक वर्षांपूर्वी जमालपुऱ्यातल्या सगळ्यात सुंदर मुलीचं, नगमाचं लग्न तिच्या घरच्यांनी एका मध्यमवयीन विधुराशी लावून दिलं होतं. चांगल्या स्थळाला हुंडा देण्याची त्यांची ऐपत नव्हती. त्या वेळी आरिफने शेरा मारला होता, ‘हिच्या भावांना लाज वाटली पाहिजे. आपल्या बहिणीपेक्षा दुप्पट वयाच्या माणसाशी ते तिचं लग्न कसं होऊन देत आहेत? मी तिचा भाऊ असतो, तर मी हे असं अजिबात होऊ दिलं नसतं.’ आता आरिफच्या बहिणीबरोबर, नाझनीनबरोबर नेमकं तेच घडत होतं आणि तिचा नवरा तर दिसण्याच्या बाबतीत नगमाच्या नवऱ्यापेक्षा वाईट होता आणि आरिफकडे फक्त बघ्याची भूमिका होती. त्याला त्याने मारलेला शेरा टोचायला लागला होता.

नाझनीनच्या लग्नाच्या तीन दिवस आधी बिहार मिलिटरी पोलिसांच्या पाचव्या बटालियनच्या कमांडन्टने बजावलेली एक नोटीस घरी येऊन थडकली. सरकारी घर रिकामं करण्याची ती शेवटची मुदत होती. अब्बांना निवृत्त होऊन, एक वर्षापेक्षा

जास्त काळ लोटला होता. नियमानुसार निवृत्तीनंतर सरकारी क्वार्टरमध्ये सहा महिने राहता येत होतं. याआधीही त्यांना काही नोटिसा आल्या होत्या.

हा नियम अनेकांनी पायदळी तुडवला होता; पण त्या सगळ्यांचे लागेबांधे वरपर्यंत होते. बब्बन यादव तीन वर्षांपूर्वी उपनिरीक्षक म्हणून निवृत्त झाले होते; पण ते अजूनही सरकारी घरातच राहत होते. बब्बन यादवांची मुख्यमंत्र्यांकडे ऊठबस होती. राजनाथ सिंह यांची मुंगेरला बदली होऊनही दीड वर्ष त्यांनी पटण्यातल्या आपल्या घराचा ताबा सोडला नव्हता; पण बटालियनच्या कमांडन्टप्रमाणे ते राजपूत होते.

या दोन्हीपैकी अब्बांकडे काहीच नव्हतं. ना त्यांची मुख्यमंत्र्यांशी ओळख होती, ना ते राजपूत होते; त्यामुळे घर रिकामं करण्यासाठी आणखी थोडा वेळ द्यावा, अशी विनंती करायला ते कमांडन्टच्या ऑफिसमध्ये गेले. आरिफलाही त्यांनी बरोबर नेलं होतं.

कमांडन्ट आधीच चिडले होते. ''तुम्हाला नोटीस मिळाली की, नेहमी तुम्ही काही ना काही कारणं काढून येता. आधी तुमच्या बायकोचं आजारपण, मग तुमच्या मुलीचं लग्न आणि आता तुम्ही सांगत आहात की, तुमच्या दुसऱ्या मुलीच्या लग्नानंतर तुम्ही फ्लॅटचा ताबा सोडाल! अब्दुल रशिद साहेब, अहो यंत्रणेचे काही कायदे-नियम असतात. प्रत्येकाला ते पाळावे लागतात. मी ठरवलं आहे की, यापुढे मी तुम्हाला जास्त वेळ देऊ शकत नाही. दोन दिवसांत तुम्ही ते घर रिकामं केलं नाहीत, तर मला बळाचा वापर करावा लागेल.''

एके काळी हाच माणूस अब्बांना भाई अशी हाक मारायचा. त्याच्याविरोधात भ्रष्टाचाराची तक्रार दाखल झाली, तेव्हा तो मदतीसाठी अब्बांकडेच धावत आला होता. महासंचालक आणि अब्बा यांचे चांगले संबंध आहेत, हे त्याला माहीत होतं. अब्बांनी शब्द टाकला असता, तर पोलीस महासंचालक त्यांचं म्हणणं नाकारू शकले नसते.

''सर, प्लीज मला एका आठवड्याची मुदत द्या. माझ्या मुलीचं लग्न झालं की, आठवडाभरात मी फ्लॅट रिकामा करेन,'' अब्बा गयावया करत म्हणाले.

अब्बांना असं कोणासमोर तरी हात पसरताना बघून आरिफच्या काळजाचे तुकडे तुकडे झाले.

''सॉरी, नियम म्हणजे नियम,'' अधिकारी निग्रहाने म्हणाला.

अब्बांच्या चेहऱ्यावरची अजिजी जाऊन त्यांचा चेहरा काळजीने ग्रासला गेला. ते परत जायला वळले. एवढ्यात त्या अधिकाऱ्याने पुन्हा हाक मारली, ''अब्दुल रशिद, थांब.''

आरिफ आणि अब्बा मागे वळले, तेव्हा तो अधिकारी छद्मीपणे हसत होता,

''तीन महिने देतोय; पण यापुढे आणखी एक नोटीस पाठवायला लावू नका.''

''शुक्रिया सर!'' अब्बांच्या चेहऱ्यावरची काळजी पळाली, ''तीन महिने खूप झाले. मी वचन देतो की, त्याआधीच मी फ्लॅट रिकामा करेन. तुम्हाला पुन्हा नोटीस पाठवायला लागणार नाही.''

केबिनमधून बाहेर पडेपर्यंत अब्बा वाकून वाकून त्या कमांडन्टचे आभार मानत होते. केबिनबाहेर पडताना आरिफचं लक्ष दारावरच्या पाटीकडे गेलं. आर. पी. सिंह, IPS असं ठळक अक्षरात एका पाटीवर लिहिलेलं होतं. त्यातली ती शेवटची तीन अक्षरं बघून आरिफच्या काळजाला घरं पडली. आज आपण सनदी अधिकारी असतो, तर या अधिकाऱ्याची आपल्या अब्बांबरोबर असं बोलायची हिंमत झाली असती का? आरिफने काहीही न सुचल्याने हाताचे तळवे रागारागाने एकमेकांवर घासायला सुरुवात केली.

ते ऑफिसच्या बाहेर आले, तेव्हा मैदानात अगदी ५० यार्डांच्या अंतरावरच नव्याने भरती झालेल्या हवालदारांची पासिंग आउट परेड सुरू होती. शेकडो पाय एकाच लयीत, एकाच तालात जमिनीवर आपटत होते आणि त्यांचा आवाज मैदानभर घुमत होता. त्या आवाजाच्या वर 'लेफ्ट-राइट-लेफ्ट' हा आवाजही सातत्याने येत होता. परेड ग्राउंडच्या भोवती असलेल्या झाडांवरच्या हजारो पक्ष्यांची किलबिलही सुरू झाली आणि आरिफला अस्वस्थ वाटायला लागलं. अब्बांना त्यांचे काही जुने मित्र भेटले. आरिफ आपल्या फ्लॅटच्या दिशेने झपाझप चालायला लागला.

~

नाझनीनच्या लग्नाचा थाट रबियाच्या लग्नासारखा नव्हता. तो तसा नसणारच होता. अब्बांनी त्यांच्या वडिलोपार्जित जमिनीचा अर्धा हिस्सा लग्नासाठी विकला होता. आरिफने आपल्या कोचिंग क्लासमधून आगाऊ पगाराची रक्कम म्हणून २० हजार रुपये उभे केले. अब्बांनी फक्त जवळच्या नातेवाइकांनाच लग्नाचं आमंत्रण दिलं होतं. रबियासुद्धा तिच्या नवऱ्याबरोबर लग्नाच्या फक्त दोन दिवस आधीच आली. रबियाच्या नवऱ्याने, आझादने अब्बांना मदतीपोटी काही पैसे स्वतःहून देऊ केले; पण स्वाभिमानी अब्बांनी ते नाकारले.

लग्नासाठी मृत्युंजयही आला होता. त्याने येताना नाझनीनसाठी बनारसी साडी भेट म्हणून आणली होती. पोलीस कॉलनीतल्या अनेकांना मृत्युंजय परीक्षेमध्ये उत्तीर्ण झाल्याचं माहिती होतं; त्यामुळे ही संधी साधून अनेकजण त्याचं अभिनंदन करण्यासाठी त्याच्या भोवती जमले होते. अब्बांनीही मृत्युंजयला मिठी मारून, आवर्जून लग्नाला आल्याबद्दल त्याचे आभार मानले. मृत्युंजयला भेटून अब्बा आरिफकडे वळले आणि आरिफला अब्बांच्या चेहऱ्यावर पराभूत पित्याचे भाव

दिसले. मृत्युंजय आल्यामुळे अब्बांच्या जखमेवरील खपली निघाली होती. त्यांना त्यांच्या मुलाच्या अपयशाची आठवण झाली होती. लग्नानंतर मृत्युंजय लगेचच निघाला.

''पुढच्या महिन्यात मौर्य हॉटेलमध्ये बिहारमधून निवडलेल्या IAS अधिकाऱ्यांसाठी पार्टी आहे. प्रत्येकाला त्याच्या एका मित्राला बोलावण्याची परवानगी आहे. मला वाटतं, तू यावंस. प्लीज! मी तुला तारीख आणि वेळ कळवेनच,'' गाडीत बसता बसता मृत्युंजय आरिफला म्हणाला.

''नक्की.''

~

आरिफला पिसासारखं हलकं वाटत होतं. तो पक्ष्यासारखा हवेत उडत होता; पण गंमत म्हणजे, त्याला पंख नव्हते. त्याला चंद्र एखाद्या मोठ्या दिव्यासारखा दिसत होता आणि तारे एखाद्या अजस्र छताला लटकवलेल्या छोट्या छोट्या दिव्यांच्या माळेसारखे! अचानक एका वेगळ्याच भीतीने त्याला जखडून टाकलं. त्याचा श्वास अडकला आणि तो विमानातून खाली उडी मारणाऱ्या माणसासारखा जोरात खाली पडायला लागला. त्याच्या पाठीवर पॅराशूटही नव्हतं. जसजसा तो जमिनीच्या जवळ येऊ लागला, तसं जिवाच्या आकांताने हवेत तरंगण्याची धडपड करू लागला; पण ते त्याला शक्य होत नव्हतं. शेवटी धप्पकन आवाज होऊन तो जमिनीवर आदळला.

आरिफला दचकून जाग आली. तो घामाने डबडबला होता. रस्त्यावरून येणाऱ्या दिव्याच्या प्रकाशाशिवाय संपूर्ण खोलीत अंधार होता. त्याने दिवा लावला आणि आरशात बघितलं. एखाद्या दारुड्यासारखे त्याचे डोळे लाल झाले होते. तो खिडकीपर्यंत चालत गेला आणि तिथे ठेवलेल्या तांब्यातून तो पाणी प्यायला. थोडा वेळ तो खिडकीतच उभा होता. बाहेर रस्त्यावरच्या दिव्याभोवती किडे नाचत होते.

त्याने एक दीर्घ श्वास घेऊन बाहेर सोडला. या लोकांनी नाझनीनबरोबर काय केलं? त्यांनी तिच्यापेक्षा पंधरा वर्षांनी मोठ्या असलेल्या एका कुरूप माणसाबरोबर तिचं लग्न लावून दिलं. दहावीत असताना त्याने इंग्लिशच्या पुस्तकात *'ब्यूटी अ‍ॅन्ड द बीस्ट'* ही गोष्ट वाचली होती. या गोष्टीत एक परी एका सैतानाचं चुंबन घेते आणि तो सैतान एक सुंदर राजकुमार बनतो; पण नाझनीनच्या बाबतीत तसं काहीच घडणार नव्हतं. त्याच्या डोळ्यांसमोर अब्बांचा पडलेला चेहरा आला. कुटुंबप्रमुख म्हणून त्यांना पार पाडाव्या लागणाऱ्या जबाबदाऱ्या केवळ आर्थिक विवंचनेमुळे पार पाडणं त्यांना शक्य होत नव्हतं; त्यामुळे त्यांना वाटणारी असुरक्षितपणाची भावना आरिफला समजत होती. याच विचारांमुळे अब्बांना रक्तदाबापासून गॅस्ट्रायटिसपर्यंत अनेक आजार जडले होते.

"आयएएस एके आयएएस करत बसण्याऐवजी मी आणखी काही केलं असतं, निदान प्रयत्न तरी केला असता, तर आज मी माझ्या वडिलांना मदत करण्यालायक तरी बनलो असतो," पश्चात्तापाने आरिफला रडायला येत होतं.

टेबलावर नाझनीनच्या लग्नाचा अल्बम पडला होता. त्याने तो चाळायला सुरुवात केली. नाझनीनच्या पाठवणीच्या वेळचा तिचा आणि तिच्या नवऱ्याचा फोटो! तिचा नवरा खूप आनंदी दिसत होता. जाडजूड ओठांमागे त्याचे दात दिसत होते. आपल्या बहिणीला या माणसाबरोबर संपूर्ण आयुष्य घालवावं लागणार आहे, या विचारानेच त्याला शिसारी आली. दुसरा फोटो होता रबिया आणि आझादचा. त्यांचा जोडा खूप छान होता. आझाद क्रीम कलरच्या सूटमध्ये तर एखाद्या हिरोपेक्षा कमी दिसत नव्हता.

आरिफला खूपच खिन्न वाटायला लागलं.

पुढच्या फोटोत मृत्युंजय आणि झाकीर एकमेकांच्या बाजूला बसले होते. मृत्युंजयच्या बसण्यातच त्याचा आत्मविश्वास आणि अभिमान झळकत होता.

अल्लाने मला माझ्या पापांची शिक्षा दिली आहे. खासकरून एका विवाहित महिलेवर प्रेम करण्याच्या पापाची, आरिफ बराच वेळ विचार करत, अल्बम हातात घेऊन उभा होता.

~

दुसऱ्याच दिवशी आरिफ सुमित्राला भेटायला गेला. त्या दोघांमध्ये झालेल्या भांडणानंतर ते भेटलेच नव्हते. कविताचं लग्न अमेरिकेत राहणाऱ्या एका NRI मुलाशी झाल्याचं दोन महिन्यांपूर्वीच त्याच्या कानावर आलं होतं. सुमित्राने मृत्युंजयमार्फत आमंत्रणही पाठवलं होतं; पण आरिफला जावंसंच वाटलं नाही.

नाझनीनच्या लग्नात आरिफला सुमित्रा गर्दीत दिसली होती. अगदी काही क्षणांसाठी ती त्याच्या जवळ आली होती आणि तिने त्याच्या हातात एक कागद सरकवला होता. त्या कागदावर मोठ्या अक्षरात 'सॉरी' असं लिहिलं होतं. तिला माफ करण्याशिवाय दुसरा पर्याय तरी कुठे होता आरिफसमोर!

नाझनीनचं लग्न आपण त्या राक्षसाशी होऊ दिलं, ही गोष्ट आरिफला कुठेतरी खात होती. सुमित्राच्या सहवासात आपल्याला निदान या गोष्टीचा तरी विसर पडेल, असं आरिफला वाटत होतं. *'माझ्या सगळ्या अपयशासाठी मी सुमित्राबद्दल मला वाटणाऱ्या प्रेमाला कारणीभूत ठरवतोय आणि त्याच वेळी तिच्या सहवासात मी आनंद शोधतोय, किती परस्परविरोधी भावना आहेत या. खरंच माझा धिक्कार आहे,'* सुमित्राकडे निघाला, तेव्हा आरिफच्या मनात हाच विचार सुरू होता.

तिचा तनुगंध, तिचे मुलायम केस, तिच्या हळुवार स्पर्शातली ऊब आणि

प्रेम... सुमित्राला कुरवाळत हलकेच तिची चुंबन घेत, ते दोघं एकाच पलंगावर झोपले आहेत, अशी कल्पना आरिफ रंगवत होता.

'छे, छे! माझ्या अपयशात सुमित्राचा काय दोष! उलट ती नेहमीच मला आणखी मेहनत करायला प्रोत्साहन देते. तिने आतापर्यंत माझ्यावर फक्त निरपेक्ष प्रेमाचा वर्षाव केला आहे. तिच्या सहवासात मला शांतता मिळते,' आरिफ मनाशीच म्हणाला आणि त्याने सायकलवर आणखी जोरात पॅडल मारायला सुरुवात केली.

तो बँक कॉलनीत पोहोचला आणि त्याच्या सायकलचे एक टायर पंक्चर झाले. धक्का मारत तो त्याची सायकल जवळच्याच एका सायकलवाल्याकडे घेऊन गेला. सायकलवाला दुसऱ्या एका सायकलीच्या कामात व्यग्र होता. 'थोडा वेळ लागेल, बसा,' तो आरिफला म्हणाला. आरिफने त्याच्याकडे सायकल ठेवली आणि बाजूच्याच चहाच्या टपरीवर तो चहा घ्यायला गेला. चहाची ऑर्डर देत, त्याने जवळच पडलेलं एक हिंदी वर्तमानपत्र उचललं. आरिफ पहिल्या पानावरच्या बातम्या चाळत होता, तेवढ्यात त्याच्या कानावर एक वाक्य पडलं.

"ती एक नंबरची चालू आंटी आहे."

आरिफच्या डाव्या बाजूला काही मुलं कोंडाळं करून गप्पा मारत होती.

"काय सांगतोस?" जाड भिंगाचा चष्मा लावलेला एक जाडगेलासा मुलगा आश्चर्याने म्हणाला.

"अरे, मग काय? काही दिवसांपूर्वीपर्यंत एक मुस्लीम मुलगा नेहमी तिच्या घरी यायचा," कुरळ्या केसांचा एक मुलगा सांगू लागला, "पण गेल्या काही महिन्यांपासून मी त्याला बघितलेलं नाही."

"अरे, तिला दुसरा कोणीतरी मिळाला असेल रे. तुलाही चान्स घेऊन बघायचं आहे का?"

ते सगळे हसायला लागले.

"बिचारा तिचा नवरा. नाव काय रे त्याचं? हां... रमेशकुमार. तो घरी नसताना त्याच्या बायकोचे काय धंदे चालतात, याची त्या बिचाऱ्याला कल्पनाही नाही."

ते शेवटचं वाक्य ऐकून आरिफचं डोकं सटकलं. सुमित्राबद्दल असं काही बोलायची त्यांची हिंमत तरी कशी होते? आरिफ धुमसत होता. कसाबसा तो स्वतःच्या रागावर ताबा मिळवण्याचा प्रयत्न करत होता.

त्या मुलांच्या कुचाळक्या सुरूच होत्या.

"अरे, मी तिला आणखी काही पुरुषांबरोबर बघितलं आहे. एवढंच कशाला, आजच मी एका माणसाला तिच्या घरी जाताना बघितलं."

"अरे, तिचा नवीन यार असेल." तिघंही एकमेकांना टाळ्या देऊन हसायला लागले.

"अरे, खड्ड्यात गेली ती. चला निघू या. भारताची बॅटिंग सुरू होईल."

ते तिघं उठून त्याच्या बाजूने गेले, तेव्हा आरिफने नकळत आपला चेहरा वर्तमानपत्राआड लपवला. त्या मुलांच्या प्रत्येक गोष्टीचा त्याला राग येत होता; पण दुसऱ्या बाजूला त्याचं मन शंकेने घेरलं होतं. *या लोकांना आपल्या आणि सुमित्राबद्दल माहिती आहे, म्हणजे इतर पुरुषांबरोबर तिची लफडी आहेत, ही त्यांची माहितीही खरीच असणार! सुमित्रा खरंच एक कुलटा स्त्री आहे का? एखादी बाई आपल्या एवढ्या चांगल्या नवऱ्याला धोका देऊ शकते, तर प्रियकराला का नाही देणार!*

आरिफला मग अनेक गोष्टी आठवू लागल्या. काही महिन्यांपूर्वी मृत्युंजयची आई आणि त्यांच्या शेजारी राहणाऱ्या एका बाईचं संभाषणही त्याला आठवलं. "वहिनी, अहो, मी जमशेदपूरमध्ये सुमित्राच्या शेजारीच राहायचे. माया नावाची एक बाई नेहमी तिच्याकडे यायची. त्या भागात सगळ्यांना माहीत होतं की, माया ही चांगल्या चालीची बाई नाही. मायाबद्दल मी सुमित्राला एक-दोनदा सांगितलंही होतं; पण तिला कशाला काही फरक पडतोय! नंतर मला कळलं की, सुमित्राही मायासारखीच बाई आहे."

पण मायाबद्दल तर सुमित्राने आरिफला आधीच सांगितलं होतं.

आरिफला काहीच सुचत नव्हतं. चहावाल्याने त्याच्यासमोर आणून ठेवलेला चहाही तोपर्यंत थंड झाला होता. एका घोटात त्याने तो चहा संपवला.

एकीकडे सुमित्रावर पूर्ण विश्वास आणि दुसऱ्या बाजूला इतर पुरुषांबरोबर तिची लफडी असल्याचा संशय, चहाच्या टपरीवरून निघताना आरिफच्या मनामध्ये अशा परस्परविरोधी भावना होत्या. तो सायकलवाल्याकडे पोहोचला, तेव्हा त्याच्या सायकलचं काम झालं होतं.

पाचच मिनिटांमध्ये तो सुमित्राच्या घराबाहेर होता. दरवाजा फक्त लोटला होता. दरवाजा ढकलून तो आत गेला. आतल्या खोलीमध्ये एका खुर्चीवर एक गुलाबी लिफाफा, एक डायरी आणि हेल्मेट होतं. याचा अर्थ घरात कोणीतरी होतं.

दबक्या पावलांनी आरिफ हॉलमध्ये आला, तर त्याला बाजूच्या खोलीतून एका पुरुषाच्या हसण्याचा आवाज आला. तो रमेशचा आवाज नव्हता. तो खोलीच्या दिशेला वळला आणि त्याने खोलीच्या खिडकीच्या तावदानातून आत बघण्याचा प्रयत्न केला. आत सुमित्रा एका माणसाला मिठी मारत होती. त्या चहाच्या टपरीवरच्या त्या मुलांचं बोलणं आरिफला आठवलं. *'अच्छा, सध्या या माणसाबरोबर सुमित्राचं लफडं सुरू आहे तर...'* सुमित्राच्या घरातून बाहेर पडताना आरिफचा चेहरा रागाने लालबुंद झाला होता. त्याचे डोळेही लाल झाले होते. तो माणूस घराबाहेर पडेपर्यंत आरिफ रस्त्यावरच थांबून राहिला. भारत आणि ऑस्ट्रेलियाचा वर्ल्डकपमधला सामना असल्याने रस्ते ओस पडले होते. अध्येमध्ये आजूबाजूच्या घरांमधून येणारे

टाळ्यांचे किंवा ओरडण्याचे आवाज ऐकून भारत चांगली फलंदाजी करत होता, एवढंच कळत होतं.

काही वेळातच सुमित्राच्या घरातून तो माणूस बाहेर आला. तो साधारण चाळिशीच्या आसपासचा होता. कुरळ्या केसांचा, गोरा आणि उंच होता. तो आरिफच्या बाजूने एक हिंदी गाणं गुणगुणत गेला. त्याने आपली स्कूटर समोरच्या आंब्याच्या झाडाखाली लावली होती. ती स्कूटर काढून तो आरिफच्या अगदी जवळून तिथून गेला.

आता आरिफचा संताप अनावर झाला. त्याचा जळफळाट होत होता. सुमित्रा एक वाईट चारित्र्याची बाई आहे आणि तिने एकाच वेळी अनेक मुलांना आणि पुरुषांना आपल्या जाळ्यात फसवलंय, याबद्दल त्याच्या मनात जराही शंका उरली नाही. त्याला काहीही करून, तिच्याशी ताबडतोब बोलायचं होतं; तिला जाब विचारायचा होता. तो तिच्या घराकडे निघाला, तेवढ्यात दोन बायका तिच्या घरात शिरल्या. चरफडत तो पुन्हा बाहेर येऊन रस्त्यावर थांबला. आता तो त्या बायका बाहेर पडण्याची वाट बघत होता; पण बराच वेळ त्या बायका बाहेरच आल्या नाहीत. खूप वेळ वाट बघितल्यावर आरिफ तिथून निघाला.

परतीच्या वाटेवर आरिफ संतापाने धुमसतच होता. रागाने त्याच्या डोळ्यांतून पाणी येत होतं. त्याने एका PCO बूथजवळ सायकल थांबवली. बूथचा मालक त्याच्या छोट्या टीव्हीवर मॅच पाहण्यात दंग होता. ग्लेन मॅक्ग्रा बॉलिंग टाकत होता आणि मोहम्मद अझहरुद्दीन त्याचा सामना करत होता. मॅक्ग्राचा एक उसळता चेंडू अझरला तटवता आला नाही आणि बॅटची कड घेऊन तो स्टीव्ह वॉच्या हाती विसावला. हताश अझहर तंबूत परतत होता.

''हट् साला,'' आरिफच्या तोंडातून खरंतर अस्खलित शिवीच निघणार होती. भारताचा स्कोअर होता १७ धावांवर चार विकेट्स!

''आता काय आपण ही मॅच जिंकत नाही,'' बूथवाल्याने अस्सल गंगावेशीची एक शिवी हासडून टीव्ही बंद केला.

''लोकल कॉल,'' आरिफ त्याच्याकडे बघून म्हणाला.

बूथवाल्याने एका रिकाम्या बूथकडे बोट दाखवलं. आरिफ आत गेला आणि त्याने सुमित्राच्या घरचा नंबर फिरवला.

'हॅलो,' पलीकडून सुमित्राचा गोड आवाज ऐकून, आरिफ क्षणभरासाठी आपला राग विसरला होता; पण त्याला गेल्या दोन तासांमध्ये त्याने ऐकलेल्या आणि प्रत्यक्ष स्वतःच्या डोळ्यांनी पाहिलेल्या गोष्टी आठवल्या. त्यानंतर त्याने सुमित्राला शिव्यांची लाखोली वाहायला सुरुवात केली. आपण एवढ्या घाण घाण शिव्या सुमित्राला देतोय, यावर त्याचा स्वतःचाही विश्वास बसत नव्हता. तो माणूस कोण होता,

आपण एवढे का चिडलोय याबाबत काहीही त्याने सुमित्राला सांगितलंच नाही. तो त्या मनःस्थितीतच नव्हता; पण आरिफचं अद्वातद्वा बोलणं ऐकून, सुमित्रा तर रडायलाच लागली. तिचं रडणं ऐकून आरिफच्या रागाच्या तटबंदीला सुरुंग लागत होते; पण मग त्याने स्वतःलाच बजावलं. 'अश्रू हे स्त्रियांकडचं जालीम अस्त्र असतं, ते त्या शतकानुशतके पुरुषांना मूर्ख बनवायला वापरतात, हे घरातल्या मोठ्या माणसांचे उद्‌गार त्याला आठवले.' त्याने आपल्या शिव्यांचा ओघ चालूच ठेवला. 'रांड साली,' हे शब्द उच्चारून त्याने रागाने फोन आपटला.

अचानक आरिफचा घसा खूप दुखायला लागला. त्याने एक-दोन वेळा घसा खाकरला. टेलिफोनचे पैसे चुकते करून, त्याने सायकलवर टांग टाकली. तो घराकडे निघाला, तेव्हा रस्त्यावर अंधार पसरायला सुरुवात झाली होती. तो घराजवळच्या त्याच पिंपळाच्या झाडाजवळ थांबला. सुमित्राच्या धोक्याच्या खेळात हे झाडही सामील आहे, असं त्याला वाटलं. अचानक त्याला काहीतरी आठवलं. त्याने आपलं पाकीट बाहेर काढलं. पाकिटात त्याने सुमित्राचे दोन फोटो लपवून ठेवले होते. तेदेखील त्याने बाहेर काढले. सुमित्रावरचा सगळा राग त्याने त्या फोटोंवर काढायला सुरुवात केली. त्या फोटोंचे तुकडे तुकडे करून त्याने बाजूच्या गटारात टाकले, तेव्हा त्याला शांत वाटलं.

सतरा

सहस्त्रकाने आपली कूस बदलली होती. २००० सालच्या एका शुक्रवारच्या संध्याकाळी आरिफ कोचिंग क्लासमधून घरी आला. घरात शिरल्या शिरल्या नाझनीनच्या हसण्याचा आवाज ऐकून, त्याला धक्काच बसला. राक्षसासारख्या दिसणाऱ्या त्या टकल्या वकिलाशी लग्न झाल्यानंतर नाझनीनच्या आयुष्यात फक्त दुःखच असेल, अशी खूणगाठ त्याने आपल्या मनाशी बांधली होती. तो खोलीत शिरला आणि हसऱ्या चेहऱ्यानेच नाझनीनने त्याचं स्वागत केलं. आरिफला तिला बघून खूप आनंद झाला. त्याने तिला जवळ घेतलं आणि तिच्या कपाळावर हलकेच ओठ टेकवले.

"कशी आहेस?"

"मी मस्त आहे भैया."

'भैया, आनंदाच्या एक नाही, दोन-दोन बातम्या आहेत," हुमा खोलीत आली. तिच्या हातात लाडूचा बॉक्स होता.

"आम्हाला पण सांगा," आरिफ म्हणाला.

"भैया, लवकरच तू मामा होणार आहेस. नाझनीन ताईकडे न्यूज आहे." हुमा म्हणाली तशी नाझनीन लाजली.

आरिफने नाझनीनला पुन्हा एकदा जवळ घेतलं. 'आणि दुसरी बातमी?' त्याने हुमाला विचारलं.

"आणि जिजूंची निवड बिहार ज्युडिशिअल सर्व्हिससाठी झाली आहे; त्यामुळे नाझनीन दीदी जज्जसाहिबा झाली आहे," आता हुमाही हसायला लागली.

"माशाल्ला, माशाल्ला!" आरिफने नाझनीनच्या डोक्यावर हात ठेवला. त्याने आपले आनंदाश्रू शर्टाच्या बाहीने पुसले आणि तो नाझनीनला म्हणाला, "चल, माझ्या अभ्यासाच्या खोलीत बसून बोलू या."

ते दोघंही काही खासगी बोलायला म्हणून आरिफच्या अभ्यासाच्या खोलीत गेले.

"भैया, मला माहिती आहे की, माझं लग्न शफिकशी झालं म्हणून तू स्वतःला दोष देतोस. ते माझ्यासाठी योग्य नाहीत, त्यांचा आणि माझा जोडा शोभत नाही, असं तुला वाटतं; पण दिसणं एवढं महत्त्वाचं नसतं, भैया. माणूस म्हणून ते खूप चांगले आहेत," नाझनीन त्याला म्हणाली. "माझे सासू-सासरे तर मला अगदी त्यांच्या पोटच्या मुलीसारखं वागवतात. घरात कोणताही महत्त्वाचा निर्णय घ्यायचा असेल, तर मामंजी माझ्या सल्ल्याशिवाय तो घेत नाहीत. माझा दीर रफिक, तो तर अगदी झाकीर आणि तुझ्यासारखा..."

नाझनीन बोलतच होती. "आपली बहीण किती मोठी आणि किती समजूतदार झाली आहे," तिचं बोलणं ऐकताना आरिफ विचार करत होता. तिचं बोलणं संपेपर्यंत आरिफच्या मनातले सगळे किंतु-परंतु विरघळून गेले होते. त्याला आता खूप हलकं वाटत होतं.

"अस्सलाम आलेकुम! भाईजान," नाझनीनचा नवराच आरिफच्या अभ्यासाच्या खोलीच्या दरवाजात उभा होता. लग्नातल्यापेक्षा आता तो बारीक दिसत होता. तसेच त्याने आता त्याच्या मिश्या काढल्याने तरुणही वाटत होता.

"वालेकुम अस्सलाम, वालेकुम अस्सलाम... अभिनंदन!" आरिफ जागेवरून उठला आणि त्याने शफिकला घट्ट मिठी मारली. "आमच्या नाझनीनला एवढं आनंदात ठेवलंत तुम्ही... खरंच तुमचे आभार आहेत." शफिकने आरिफच्या पाठीवर थोपटलं आणि तो फक्त समजूतदारपणे हसला.

तेवढ्यात हुमाही तिथे आली. तिच्या हातात मोबाइल फोन बघून आरिफ आश्चर्यचकित झाला. 'हा मोबाइल कोणाचा आहे?'

"अरे, जिजूंनी आपल्यासाठी बंगलोरवरून आणलाय," हुमा मोबाइल हातात नाचवत म्हणाली.

तो नोकियाचा ३५१५ हा फोन होता.

"अरे शफिकबाबू, एवढी महागडी वस्तू आणायची काहीच गरज नव्हती." आरिफ शफिकला म्हणाला.

"भाईजान, तुम्हाला वाटतो तेवढाही महागडा मोबाइल नाही हा," शफिक म्हणाला.

"थँक्स," आरिफ हसला आणि त्याने उत्तर दिलं. निळ्या आणि चंदेरी रंगाचा तो मोबाइल आरिफने हातात घेतला. एकदा मृत्युंजयला फोन करण्याचा विचार त्याच्या डोक्यात आला होता; पण मग त्याने तो विचार बाजूला सारला. फोनची बटणं दाबत बराच वेळ आरिफ बसून होता.

~

स्पर्धा परीक्षेत आलेलं अपयश आणि सुमित्राने दिलेला धोका या दोन गोष्टी आपल्या आयुष्यातल्या सगळ्यात त्रासदायक आणि भयानक गोष्टी असतील, असं आरिफला वाटत होतं; पण नियतीने त्याच्या आयुष्यात आणखी भयानक योजलं होतं. झाकीरच्या दिल्लीवारीने तर त्यांच्या अख्ख्या कुटुंबाला आणखी संकटात लोटलं होतं.

नाझनीनचं लग्न झाल्यानंतर लगेचच एका संध्याकाळी झाकीरने कामाच्या शोधात तो दिल्लीला जाणार असल्याचं जाहीर केलं. जमालपुऱ्यातला त्याचा एक लहानपणीचा मित्र दिल्लीत होता. अब्बांनीही संमती दर्शवली. मुंबईच्या अपयशी अनुभवानंतरही झाकीर नव्याने सुरुवात करण्याचा प्रयत्न करतो आहे, हे पाहून आरिफही सुखावला. झाकीर अभ्यासात चांगला असता, तर आरिफने त्याला आणखी परीक्षा द्यायचा सल्ला दिला असता; पण आपल्या भावाला अभ्यासामध्ये फारशी गती नाही, हे त्याला माहीत होतं; त्यामुळेच आरिफनेही झाकीरला अडवलं नाही.

आरिफनेही दुसऱ्या एका कोचिंग क्लासमध्ये शिकवायला सुरुवात केली होती. इथे पगार आधीच्या तुलनेत बरा होता; पण शिकवण्याचे तासही जास्त होते. घरातला मोठा मुलगा या नात्याने अब्बांच्या आर्थिक जबाबदाऱ्यांचं ओझं उचलणं, हे तसंही त्याचं कर्तव्य होतं. IAS होण्याचं त्याचं लहानपणापासूनचं स्वप्न कधीच भंगलं होतं. आता वयाच्या ३१व्या वर्षी काही नवीन करण्याचा आत्मविश्वासही त्याच्यात उरलेला नव्हता.

"भैया, कम्प्युटर ॲप्लिकेशनच्या या कोर्सचा मला दिल्लीत नोकरी शोधताना नक्की फायदा होईल, असं मला वाटतंय. निदान हुमाच्या लग्नात तरी मला अब्बांना मदत करायची आहे," झाकीर म्हणाला. "पण भैया, तू तुझा एवढा वेळ कोचिंग क्लासमध्ये शिकवण्यात खर्च करावास, असं मला वाटत नाही. त्यापेक्षा बिहार राज्य लोकसेवा आयोगाच्या परीक्षेची तयारी कर. या वेळी तू नक्की पास होशील, असा मला विश्वास आहे." झाकीर आरिफला म्हणाला.

झाकीरला दिल्लीला जाऊन जेमतेम दोन महिने झाले असतील, दिल्लीत साखळी बॉम्बस्फोट झाले. करोल बागमधल्या गफर मार्केटमध्ये एका स्कूटरमध्ये ठेवलेल्या बॉम्बचा स्फोट होऊन अनेक दुकानं उद्ध्वस्त झाली. त्या एका स्फोटातच जवळपास ५० जण ठार झाले. नवी दिल्ली रेल्वे स्टेशनच्या बाहेर एका गाडीत स्फोटके ठेवून स्फोट घडवण्यात आला, त्यात २५ लोकांचा जीव गेला. नेहरू प्लेसमध्ये झालेल्या बॉम्बस्फोटात २१ जण दगावले. दिल्ली पोलिसांच्या बॉम्बविरोधी पथकाने दोन बॉम्ब निकामी केले. हे दोन्ही बॉम्ब इंडिया गेट आणि पालिका बाजार या अत्यंत संवेदनशील आणि गर्दीच्या ठिकाणी ठेवले होते. या स्फोटांनी राजधानी

दिल्लीच नाही, तर संपूर्ण देश हादरला.

आरिफच्या घरीही तणावाचं वातावरण होतं. या सगळ्या गोंधळात झाकीरची ख्यालीखुशाली कळली नव्हती. अब्बांनी झाकीरच्या मित्राला फोन करण्याचा प्रयत्न केला; पण दिल्लीतल्या लोकांना असे हजारो फोन येत असतील; त्यामुळेच कदाचित दिल्लीत नेटवर्क जॅम झालं होतं. कोणतेही फोन लागत नव्हते.

शेवटी अनेकदा फोन लावण्याचा प्रयत्न केल्यानंतर त्याच रात्री बोलणं झालं. झाकीर स्वतः फोनवर होता. ''अब्बा, मी माझ्या फ्लॅटवरच आहे. काहीही काळजी करू नका. सगळं व्यवस्थित आहे.'' झाकीर म्हणाला होता.

रात्री साडेबाराला अचानक आरिफच्या घरचा मोबाइल फोन खणखणू लागला. आरिफ दचकून जागा झाला. त्याने फोन बघितला, तर झाकीरचा फोन होता. रात्रीच बोलणं झाल्याने आरिफला आश्चर्य वाटलं. त्याने काहीशा आश्चर्यानेच फोन उचलला. आरिफ काही बोलणार, एवढ्यात समोरून झाकीरचाच आवाज आला. ''भैया, पोलिसांनी मला, माझ्या मित्रांना आणि माझ्या खोलीतल्या इतर जोडीदारांना उचललं आहे. दिल्लीत झालेल्या बॉम्बस्फोटांच्या मागे आमचा हात आहे, असं ते म्हणत आहेत. आम्हाला मेहरौली भागातल्या एका फार्म हाउसवर ठेवलंय. हे आम्हाला मारून टाकतील. भैया, प्लीज आम्हाला वाचवा. अब्बांना दिल्लीला यायला सांग. ते आले, तरच आमचा जीव वाचेल.''

आरिफ काही बोलणार एवढ्यात त्याला झाकीरची किंकाळी ऐकू आली. त्यापाठोपाठ हरयानवी भाषेत कोणीतरी बोलत होतं, ''अरे दाहिया, तू या सगळ्यांची झाडाझडती घेतली आहेस ना? अरे मादरचोद, तुझ्यामुळे आपण सगळेच अडकू. हे बघ, हा पोरगा आत्ता मोबाइलवर बोलत होता.'' त्यानंतर आरिफला एक जोरदार आवाज आला आणि मोबाइल थंड पडला.

पक्षाघाताचा झटका आल्याप्रमाणे आरिफचं अंग लुळं पडलं. मोबाइल फोन अजूनही त्याच्या कानालाच होता. तो कोसळलाच असता, तेवढ्यात अब्बा पुढे झाले. आरिफ आत्ता काही बोलेल, मग काही बोलेल ही वाट बघत असलेल्या अब्बांनी त्याला हलवलं, तेव्हा कुठे आरिफ धक्क्यातून जागा झाला. तो रडायलाच लागला. अब्बांना काहीच कळेना. त्यांनी कसंबसं आरिफला शांत केलं. आरिफने रडत रडतच झाकीरने सांगितलेली सगळी गोष्ट पुन्हा अब्बांना सांगितली. तोपर्यंत घरातले सगळेच जागे झाले होते. एकच हलकल्लोळ उडाला; पण अब्बा बराच वेळ काहीच बोलले नाहीत.

झाकीरसारख्या स्वप्नाळू आणि शांत मुलावर कोणी दहशतवादाचे आरोप कसे काय लावू शकतं? झाकीर नेहमीच हिंसा आणि टोकाचा धार्मिकपणा यांच्या विरोधात होता.

पण भारतात दहशतवाद्याचा शिक्का लागण्यासाठी एखाद्या मुस्लीम तरुणाला फार काही करावं लागतं असं नाही. कोणताही दहशतवादी हल्ला झाला की, पोलीस आधी ठरावीक भागातल्या सगळ्या मुस्लीम तरुणांना ताब्यात घेतात. त्यांच्यापैकी काहीजण या जगातून कायमचेच नाहीसे होतात आणि उरलेल्यांची अख्खी हयात कोर्टाच्या पायऱ्या चढण्या-उतरण्यात जाते.

मुस्लिमांबद्दल असलेल्या पोलिसांच्या पूर्वग्रहाचा फटका झाकीरला बसला असणार, आरिफला वाटलं.

दुसऱ्याच दिवशी अब्बा आणि आरिफ श्रमजीवी एक्सप्रेस पकडून दिल्लीला रवाना झाले. खचाखच भरलेल्या त्या ट्रेनमध्ये अब्बांनी शौचकुपाजवळच्या पॅसेजमध्ये कशीबशी आपली चादर पसरली आणि दोघंही त्या चादरीवर बसून राहिले. १६ तासांच्या त्या थकवणाऱ्या प्रवासात ते दोघंही एकमेकांशी खूपच कमी बोलले. दोघांनाही झाकीरची चिंता सतावत होती.

त्यांची गाडी दिल्लीला पोहोचल्यानंतर ते सर्वांत आधी शाहीन बागमधल्या झाकीर राहत असलेल्या घरी गेले. झाकीर राहत असलेली तीनमजली इमारत एका छोट्याशा गल्लीत होती. त्या गल्लीच्या दुतर्फा गटारे वाहत होती आणि रस्त्यात कचरा पडला होता.

घरमालक तळमजल्यावर राहत होता. तो स्वतः घरी नव्हता; पण त्याची बायको होती. तिने या दोघांना आत घेतलं. ते दोघे छोट्याशा हॉलमधल्या सोफ्यावर बसले. अब्बांनी स्वतःची आणि आरिफची ओळख करून दिली. तिने अब्बांना सांगितलं की, दोन दिवसांपूर्वी मध्यरात्री त्यांच्या घरासमोर खूप साऱ्या गाड्या थांबल्या. त्या गाड्यांच्या आवाजानेच ती उठली. त्यांच्या घराच्या पहिल्या मजल्यावर राहणाऱ्या चार मुलांना पोलिसांनी एका पांढऱ्या गाडीमध्ये डांबून नेल्याचं तिने बघितलं होतं.

''मी आणि माझ्या मुली, आम्हीच घरात होतो. मी इतकी घाबरले होते की, माझ्या खोलीच्या बाहेरच आले नाही,'' दरवाजाला लावलेल्या पडद्यामागे उभं राहून त्या बाईने माहिती दिली. ''मी एका पोलीस अधिकाऱ्याचा चेहरा बघितला. त्याच्या गालावर जखमेचा व्रण होता.''

''ते त्यांना कोणत्या पोलीस स्टेशनला घेऊन गेले?'' अब्बांनी विचारलं.

''मला नीटसं माहीत नाही; पण जामियानगर पोलीस स्टेशन, असं बोलताना मी त्यांना ऐकलं होतं,' ती म्हणाली. 'झाकीर खरंच खूप चांगला मुलगा आहे. मला वाटतं, पोलिसांचा नक्कीच काहीतरी गोंधळ झाला असेल. काही प्रश्न विचारून ते त्यांना सोडतील, इन्शाअल्लाह!''

पण तिच्या या शब्दांनी अब्बा किंवा आरिफ दोघांनाही फारसा दिलासा मिळाला

नाही. अब्बा स्वतः ३५ वर्षं पोलिसात होते. हे पोलीस कोणत्या थराला जाऊ शकतात, याची त्यांना पूर्ण कल्पना होती. नक्षलवादी चळवळीशी संबंध असल्याचा ठपका ठेवून आदिवासी तरुणांची खोटी एन्काउंटर्स कशी होतात, याच्या अनेक गोष्टी आरिफने अब्बांच्याच तोंडून ऐकल्या होत्या आणि हे सगळं शौर्य पदकं मिळवण्यासाठी अधिकारीच घडवून आणतात, हेसुद्धा आरिफला अब्बांनी सांगितलं होतं.

''तुमच्या नवऱ्याशी मला बोलता येईल का?'' अब्बांनी विचारलं.

''ते आज रात्री परत येतील. तुम्ही उद्या सकाळी आलात, तर ते तुम्हाला भेटतील,'' ती बाई म्हणाली.

''तुम्हाला आणखी एकच त्रास देतो. तुम्ही मला झाकीरची खोली दाखवू शकाल का?'' अब्बा.

''हो, का नाही?'' ती म्हणाली.

ती आत गेली आणि चाव्यांचा एक जुडगा घेऊन बाहेर आली. मग अब्बा आणि आरिफ तिच्या मागोमाग एका अरुंद जिन्यातून वरच्या मजल्यावर गेले. पहिल्या मजल्यावर गच्ची होती आणि त्या गच्चीतून एका खोलीत जायला जागा होती. त्या खोलीच्या दरवाजाला कुलूप लावलं होतं. त्या बाईने चाव्यांच्या जुडग्यातून एक चावी काढून त्या कुलपाला लावली आणि दार उघडलं.

अब्बा आणि आरिफ आत गेले. ती खोली १५ फूट लांब आणि १० फूट रुंद होती. एवढ्याशा खोलीत चार खाटा ठेवलेल्या होत्या. खोलीतील प्रत्येक गोष्ट व्यवस्थित आपापल्या जागी होती. या खोलीत धक्काबुक्की किंवा झटापट झाल्याच्या काहीच खुणा नव्हत्या. एका पलंगाच्या मागे भिंतीवर आमीर खान आणि सलमान खान या दोघांचं पोस्टर लावलं होतं. हाच झाकीरचा पलंग, हे ओळखायला आरिफला क्षणाचाही विलंब लागला नाही. त्या पलंगावर बसून अब्बा संपूर्ण खोलीचं बारकाईने निरीक्षण करायला लागले; पण झाकीर बेपत्ता होण्यामागे काय कारण आहे, याचा काहीच अंदाज त्यांना येत नव्हता.

बाजूच्या पलंगासमोरच्या भिंतीवर काही पोस्टर्स होती. त्यावर अरेबिक भाषेत काहीतरी लिहिलं होतं. त्यांपैकी एका पोस्टरवर लिहिलं होतं, 'नसरून मिनल्लाहे फतहन करीब' म्हणजेच 'अल्ला विजय मिळवून देण्यास नक्कीच मदत करेल.'

अब्बा जायला उठले, तसं ती बाई म्हणाली, ''भाईसाहेब, नाश्ता तर करून जा.''

''धन्यवाद! पण आम्हाला गेलं पाहिजे.'' अब्बांनी हसूनच नकार दिला.

वीस मिनिटांनंतर ते जामियानगर पोलीस स्टेशनला पोहोचले होते. पोलीस स्टेशनमधील स्टेशन हाउस ऑफिसर दिसायला अत्यंत भयानक होता आणि

त्याच्या गालावर जखमेचा व्रण होता. दोन दिवसांपूर्वी झाकीरला अटक केल्याबद्दल अब्बांनी विचारायला सुरुवात केली, तशी त्याची वागण्याची पद्धत बदलली. तो अरेरावी करू लागला. आपणही निवृत्त पोलीस अधिकारी आहोत, असं सांगत अब्बांनी त्याला त्यांचं ओळखपत्रंही दाखवलं; पण त्याच्या वागण्यात काडीचाही फरक पडला नाही. शेवटी अब्बांनी घरमालकिणीशी झालेलं त्यांचं बोलणं आणि तिने गालावर जखमेचा व्रण असलेल्या अधिकाऱ्याचं केलेलं वर्णन या गोष्टीही त्या अधिकाऱ्याला सांगितल्या. नकळत त्या अधिकाऱ्याने आपल्या गालावरचा व्रण लपवण्यासाठी डावा हात गालावर नेला.

"चला, चालते व्हा इथून," तो स्टेशन हाउस ऑफिसर अक्षरशः खेकसला.

अब्बा काहीही न बोलता आरिफला घेऊन पोलीस स्टेशनच्या बाहेर पडले. त्यांनी एका ऑटोरिक्षाला हात दाखवला. रिक्षात बसल्यानंतर ते आरिफला म्हणाले, 'आपल्याला जैनसाहेबांची मदत घ्यावी लागणार.' अब्बांनी ऑटोरिक्षावाल्याला 'नोएडा,' असं सांगितलं. जैन हे बिहारचे माजी पोलीस महासंचालक होते. अब्बांनी त्यांच्या हाताखाली पाच वर्षं काम केलं होतं.

दोन तासांनी अब्बा आणि आरिफ जामियानगर पोलीस स्टेशनला परत आले. या वेळी त्यांच्यासह जैनसाहेबही होते. जैनसाहेबांनी स्टेशन हाउस ऑफिसरला त्यांची ओळख करून दिली. आता तो अधिकारी जरा नरमाईने बोलत होता; पण झाकीरच्या बेपत्ता होण्यामागे पोलिसांचा काही हात आहे, ही बाब मान्य करायला तो तयारच नव्हता. तो, अब्बा, जैनसाहेब आणि आरिफ झाकीर राहत असलेल्या घरीदेखील गेले. तोपर्यंत तो घरमालकही परत आला होता. त्याने किंवा त्याच्या बायकोनेही झाकीर किंवा इतर कोणत्याही मुलाला अटक होताना बघितल्याचं मान्य करायलाच त्याने नकार दिला. अब्बा त्याला म्हणाले की, त्याच्या बायकोनेच अब्बांना सांगितलं आहे. त्यावर तो म्हणाला, "भाईसाहेब, काहीतरी गैरसमज झालाय. माझी बायको पडद्यात असते आणि ती कधीच कोणत्याही अनोळखी माणसाशी बोलत नाही."

"अरे माणसा, तू खरं का बोलत नाहीस? अल्लाला घाबर. पोलिसांना नाही," अब्बा अक्षरशः ओरडून म्हणाले. आता त्यांच्या अश्रूंचा बांध फुटला होता.

तो पोलीस अधिकारी जैनसाहेबांकडे वळून म्हणाला, "हे सगळं खोटं आहे, हे मला माहीत होतं; पण तरीही तुमच्या समाधानासाठी मी इथपर्यंत आलो." आता तो अब्बांकडे वळला, "खानसाहेब, माझ्या भावना तुमच्याबरोबर आहेत. तुमचा मुलगा बेपत्ता आहे. तुम्ही पोलिसात तक्रार नोंदवा. आमच्याने जेवढं होईल, तेवढा तपास आम्ही नक्कीच करू." तो अधिकारी निघून गेला.

"अब्दुल रशिद, आता मीसुद्धा निघतो. मी पोलीस आयुक्तांशी बोलायचा

नक्की प्रयत्न करेन; पण मी आता एक निवृत्त पोलीस अधिकारी आहे. माझ्यावरही काही मर्यादा आहेत, हे तुम्हालाही माहीत असेल," जैनसाहेब म्हणाले. त्यांनी आपल्या ड्रायव्हरला गाडी काढायला सांगितली आणि ते गेले.

पुढचे चार दिवस अब्बा आणि आरिफ पोलीस आयुक्तालय, विविध माध्यमांची कार्यालयं, अल्पसंख्याक आयोग आणि वेगवेगळ्या सेवाभावी संस्था इथे खेटे मारत होते; पण झाकीरच्या बेपत्ता होण्यामागे पोलिसांचा हात आहे, हे ते कोणालाही पटवून देऊ शकले नाहीत. कोणीच त्यांचं ऐकायला तयार नव्हतं.

चौथ्या दिवशी जामा मशिदीच्या इमामांनी पहाटेच्या नमाजाची घोषणा केली, तेव्हाच आरिफला जाग आली. त्याने त्या मागोमाग बांग ऐकली आणि तो उठून बसला. अब्बा वुजू करत होते.

"आरिफ, नमाज पढायला येतोस का?" अब्बांनी आपल्या लाल-निळ्या चौकडीच्या पंचाने डोळे पुसत आरिफला विचारलं.

"हो," आरिफ घोगऱ्या आवाजात म्हणाला.

जामा मशिदीजवळच्याच अल्-मदिना लॉजच्या अरुंद जिन्यावरून ते खाली उतरले. हा लॉज दिल्लीतल्या अनेक लॉजच्या मानाने स्वस्त होता. तिथे दिवसाचं भाडं ५० रुपयेच होतं. शहाजहानच्या काळापासून उभी असलेली जामा मशीद अगदी समोरच होती. इथे उतरल्यापासून अब्बा दर दिवशी पहाटे नमाज अदा करायला जामा मशिदीत जायचे. आज आरिफही त्यांच्यासह गेला. परत येताना आरिफला आजूबाजूच्या अनेक ढाब्यांवर गोमांसाचा खिमा तळत असल्याचा वास यायला लागला. आपल्या कुडत्याच्या खिशातून रुमाल काढून, त्याने आपलं नाक झाकलं.

लॉजच्या समोरच असलेल्या एका वर्तमानपत्राच्या ठेल्याजवळ अब्बा थांबले आणि त्यांनी एक हिंदी वृत्तपत्र विकत घेतलं. त्यांनी पहिलं पान बघितलं आणि त्यांचा चेहरा पांढराफटक पडला. त्यांच्या डोळ्यांतली भीती आरिफला स्पष्टपणे वाचता येत होती. दिल्लीत तीन वेगवेगळ्या ठिकाणी तीन मुलांचे मृतदेह सापडले होते. त्यांच्या मृत्यूचं कारण अजूनही कळायचं होतं; पण त्या तिघांचीही नावं छापली होती. ते तिघंही बिहारचेच होते. त्यांची नावं होती अल्ताफ, कामिल आणि अब्दुल वहाब. ते झाकीरच्या खोलीतले त्याचे मित्र होते.

आता अब्बांचे पाय लटपटायला लागले. "झाकीरला पण त्यांनी मारलं का?" अब्बा जोरात ओरडले आणि अवसान गळाल्यागत भर रस्त्यातच त्यांनी बसकण मारली. त्यांच्या डोळ्यांतून पाणी ओघळत होतं. आरिफची स्थितीही फार वेगळी नव्हती. आपल्या अवतीभवतीचं जग गरागरा फिरतंय आणि कोणत्याही क्षणी त्या जगाचे तुकडे होतील, असं त्याला वाटत होतं. त्या वर्तमानपत्राच्या चिंध्या करून

आरिफने ते तुकडे गटारात फेकून दिले. अब्बांच्या खांद्याला धरत त्याने त्यांना उठवलं. दोघंही एकमेकांच्या मिठीत शिरून रडायला लागले. येणारे-जाणारे त्यांच्याकडे सहानुभूतीने बघत होते; पण त्यांच्याशी बोलायला कोणीच थांबत नव्हतं.

दिवसभर आरिफ आणि अब्बा दोघंही लॉजच्या खोलीत सुन्न बसून होते. दुपारचं जेवणही त्यांनी कसंबसं ढकललं. संध्याकाळी त्यांनी जामियानगर पोलीस स्टेशनला जायचा निर्णय घेतला. तिथे पोहोचले, तेव्हा तोच अधिकारी समोर होता. अब्बांनी त्याला बनावट चकमकींबद्दल प्रसारमाध्यमांकडे दाद मागण्याची धमकी दिली.

या वेळी त्या अधिकाऱ्याचं माथं भडकलं, "अबे खान, तुमच्या दुसऱ्या मुलाचं बघा. नको त्या बाबतीत पोलिसांबरोबर वाद घालण्याचे परिणाम तुम्हाला माहीत आहेत का?" तो क्षणभर थांबला आणि अत्यंत नाटकी पद्धतीने म्हणाला, "अरे, मी तर विसरलोच होतो. तुम्हीसुद्धा निवृत्त पोलीस अधिकारी आहात ना!"

अब्बा यावर काहीच बोलले नाहीत. डबडबल्या डोळ्यांनी ते पोलीस स्टेशनच्या बाहेर पडले.

"अब्बा, आता आपण करायचं तरी काय? मला खात्री आहे की, हा पोलीस अधिकारी आपल्यापासून काहीतरी लपवतो आहे."

अब्बांना नाझनीनच्या नवऱ्याची आठवण झाली. "आपण शफिकबाबूंना फोन करू या," अब्बा जवळच्या टेलीफोन बूथकडे जात आरिफला म्हणाले. अब्बांनी बूथमध्ये जाऊन फोन फिरवला. आरिफ बाहेरच थांबला.

दहा मिनिटांनी अब्बा बाहेर आले. आरिफच्या चेहऱ्यावरचं प्रश्नचिन्ह पाहून ते त्याला म्हणाले, "शफिकबाबू पटण्यात नाहीत. नाझनीन होती. झाकीरबद्दल विचारत होती. आता तिला काय सांगणार! काहीतरी सांगून वेळ मारून नेली. तिला म्हटलं की, झाकीर दोन दिवसांत घरी परत येईल."

"मग आता?"

"मी पटणा हायकोर्टातल्या एका वकिलाशी बोललोय. माझ्या ओळखीचाच आहे. त्याने मला नॅशनल लीगल फोरम फॉर ह्युमन राइट्सच्या माहताब आलम नावाच्या एका माणसाची भेट घ्यायचा सल्ला दिला. त्याने पत्ताही दिला आहे." अब्बा म्हणाले.

त्यांनी तडक रिक्षा पकडली आणि ते दक्षिण दिल्लीतल्या एका मोडकळीला आलेल्या इमारतीपाशी उतरले. अब्बांच्या हातातल्या पत्त्यात त्याच इमारतीचं नाव लिहिलेलं होतं. माहताबही बिहारचाच निघाला. ३६-३७ वर्षांच्या माहताबने छोटी दाढी राखली होती. मध्यम चणीच्या, सावळ्या माहताबच्या चेहऱ्यातून आपुलकी झळकत होती. त्याने आरिफ आणि अब्बा यांचं म्हणणं शांतपणे ऐकून घेतलं. ते ऐकताना त्याच्या समोरच्या एका डायरीत तो सर्व तपशील नोंदवून घेत होता. त्यांचं

बोलून झाल्यावर माहताबने पुन्हा एकदा डायरीतल्या सगळ्या नोंदी तपासून पाहिल्या. अब्बा आणि आरिफ त्याच्याकडेच बघत होते. ते त्याच्या लक्षात आलं. झाकीरचा ठावठिकाणा शोधण्यासाठी आपण वाट्टेल ते करू, असा दिलासा त्याने त्यांना दिला. तोसुद्धा त्यांच्याबरोबरच बाहेर पडला आणि त्याने त्या दोघांना निरोप दिला.

संध्याकाळी उशिरा अब्बांना माहताबचा फोन आला. तो जामियानगर पोलीस स्टेशनला गेला होता आणि त्याच अधिकाऱ्याशी त्याची बाचाबाची झाल्याचं त्याने अब्बांना सांगितलं. झाकीर बेपत्ता होण्यामागे त्या अधिकाऱ्याचा हात असल्याचा संशयही त्याने बोलून दाखवला. आता पुढे काय करायचं, याबद्दल त्याला त्याच्या इतर सदस्यांशीही चर्चा करायची होती.

दुपारचं जेवण व्यवस्थित झालं नव्हतं; त्यामुळे आरिफ त्या दोघांसाठी काहीतरी खायला आणायला लॉजमधून बाहेर पडला. तो मुख्य रस्त्यावर जेमतेम १५-२० मीटर पुढे गेला होता. तेवढ्यात लाल रंगाची एक मारुती ओम्नी गाडी त्याच्या बाजूला थांबली. त्या गाडीचा मागचा दरवाजा उघडला गेला आणि कोणीतरी त्याला त्याच्या नावाने हाक मारली. आत्ता इथे आपल्याला ओळखणारं कोण आहे, या विचाराने आश्चर्यचकित होऊन आरिफने मागे वळून बघितलं, तर एक उंच माणूस गॉगल घालून उभा होता. आरिफला काही कळायच्या आत त्या माणसाने आणि त्याच्या साथीदारांनी आरिफला गाडीत खेचून घेतलं. आरिफ झटापट करायला लागला; पण त्यांनी त्याच्या तोंडावर एक फडकं दाबलं आणि आरिफची शुद्ध हरपली.

आरिफ शुद्धीवर आला, तेव्हा तो एका छोट्याशा खोलीत होता. खोलीला लागूनच बाथरूम होतं. खोलीत एक लाकडी पलंग, त्यावर चादर आणि एक उशी होती. आरिफचं डोकं जड झालं होतं. डोकं दाबून तो उठला आणि दरवाजाकडे गेला. त्याने दरवाजा उघडायचा प्रयत्न केला; पण तो बाहेरून बंद होता. आता आरिफ चांगलाच घाबरला होता. त्याने दारावर जोरजोरात तडाखे द्यायला सुरुवात केली; पण बाहेरून काहीच प्रत्युत्तर आलं नाही. हताश होऊन तो पुन्हा पलंगावर येऊन बसला. त्याने खोलीचं निरीक्षण करायला सुरुवात केली. एका भिंतीवर त्याला खिडकी असलेली दिसली. ती खिडकी बंद होती. मोठ्या आशेने तो खिडकीकडे गेला आणि त्याने खिडकीची खिट्टी उघडली. सगळी ताकद लावून आरिफने ती खिडकी उघडायचा प्रयत्न केला; पण त्या खिडकीच्या पलीकडे खिडकीला लागूनच भिंत असावी, अशा पद्धतीने खिडकी जागची हललीच नाही. आता मात्र आरिफचं अवसान गळून पडलं. तो जमिनीवर बसला आणि रडायला लागला. किती तासांनी ते माहीत नाही, पण दरवाजा उघडला आणि स्टेनलेस स्टीलचं ताट आत सरकलं. दरवाजा लगेच बंदही झाला. ताटात तीन रोट्या आणि फ्लॉवर-बटाट्याची भाजी होती.

असेच दिवस जात होते. आता एकटेपणामुळे आरिफला वेड लागायची वेळ आली होती. त्या छोट्याशा खोलीमध्ये त्याचं वास्तवाचं भानही सुटत चाललं होतं. सुरुवातीला त्याने दिवस मोजायचा प्रयत्न केला; पण त्या खोलीत उजेडच येत नसल्याने दिवस-रात्र त्याला कळतच नव्हती. आता तर त्याला तो नेमका किती दिवस या खोलीत आहे, हेच आठवेनासं झालं. कदाचित एक आठवडा, कदाचित दोन आठवडे किंवा अगदी महिनासुद्धा झाला असेल. त्याला अगदी भ्रमिष्टासारखं वाटायला लागलं.

एक दिवस अचानक दरवाजा उघडला गेला. जेवणाचं ताट सरकवायला जेवढा तो किलकिला व्हायचा, त्याच्यापेक्षा कितीतरी जास्त दरवाजा उघडला आणि बुरखा घातलेली दोन माणसं आत आली. त्यांना बघून आरिफ त्वेषाने पलंगावरून उठला. तो त्यांना काही करणार किंवा ओरडणार त्याच्या आधीच त्यांनी आरिफच्या तोंडावर एक बोळा ठेवला. आरिफच्या नाकात कसला तरी उग्र दर्प शिरला आणि त्याची शुद्ध हरपली.

~

आरिफला जाग आली, तेव्हा तो रस्त्याच्या कडेला फुटपाथवर होता. रात्रीची वेळ होती आणि रस्त्यावर चिटपाखरूही नव्हतं. त्याचं डोकं खूप जड झालं होतं आणि गरगरत होतं. त्याला स्पष्ट दिसतही नव्हतं. त्याच्या नाकात अजूनही तो भयानक वास बसला होता. समोरच्या दारूच्या दुकानावरच्या पाटीकडे त्याने निरखून बघितलं आणि त्याला धक्का बसला.

त्या पाटीवर दुकानाचं नाव लिहिलं होतं आणि पुढे पत्ता होता, 'फ्रेझर रोड, पटणा, ८०० ००१'.

आरिफचा स्वतःच्या डोळ्यांवर विश्वासच बसत नव्हता. आपण पटण्यात कसे पोहोचलो, याचा अंदाजच त्याला येत नव्हता. त्याने आजूबाजूला पाहिलं. जवळपास ५० मीटर अंतरावर पाण्याचा एक सार्वजनिक नळ त्याला दिसला. तो लडखडत उठला. त्याच्या अंगात त्राणच नव्हतं. कसंबसं ठेचकाळत, तो त्या नळापर्यंत चालत गेला. नळ सोडून त्याने नळाखाली आपलं डोकं धरलं. मग त्याने चेहऱ्यावर पाण्याचे हबकारे मारले. जोरजोरात नाक शिंकरून, नाकातून तो घाण वास काढण्याचा प्रयत्न केला. चार-पाच वेळा खळखळून चूळ भरल्यानंतर त्याला जरा तरतरी आली. एक दीर्घ श्वास घेतल्यानंतर त्याला बरं वाटलं.

अब्बांचं काय झालं, झाकीर कुठे आहे, आपण इथपर्यंत कसे पोहोचलो... अशा अनेक प्रश्नांनी त्याच्या मनात फेर धरला. या सगळ्या विचारांनी आपलं डोकं फुटेल की काय, असं त्याला वाटायला लागलं. त्याने पुन्हा एकदा चेहऱ्यावर थोडं

पाणी मारलं. ओंजळीत पाणी घेऊन डोक्यावर ओतलं.

रात्रीचे किती वाजले होते, हे समजायला मार्ग नव्हता. रस्त्यावर कोणतंही वाहन नव्हतं. आरिफने आसपास नजर फिरवली, तर एका झाडाखाली त्याला एक सायकलरिक्षा उभी दिसली. आरिफ त्या रिक्षापर्यंत चालत गेला. सायकलरिक्षावाला त्या रिक्षातच अंगाचं मुटकुळं करून झोपला होता. आरिफने त्याला उठवायचा प्रयत्न केला; पण दिवसभर लोकांची ओझी ओढून, तो दमून गाढ झोपला होता. शेवटी आरिफने त्याला गदागदा हलवून उठवलं. काहीशा त्रासिकपणेच तो उठला. सुखाची झोप सोडून कुठेही येण्यास तो रिक्षावाला तयार नव्हता. आरिफने गयावया केली, तरीही तो बधत नव्हता. शेवटी राजा बाजारपर्यंत सोडायचे शंभर रुपये देतो, असं म्हटल्यावर त्याचे डोळे लकाकले. काहीशा निरुत्साहानेच तो आरिफला सोडायला तयार झाला.

आता आरिफ पोलीस कॉलनीतल्या आपल्या घरासमोर उभा होता, तेवढ्यात व्हेटर्नरी कॉलेजजवळच्या मशिदीतल्या मुअझ्झीनने पहाटेच्या नमाजाची बांग दिली. म्हणजे पहाट झाली होती, आरिफने मनाशी विचार केला. रिक्षावाला त्याच्या शेजारीच उभा होता. आरिफने कसंबसं त्याला वर यायला राजी केलं होतं. आरिफने दारावरची बेल वाजवली, तसं लगेचच दार उघडलं गेलं. जणू काही तो येणार आहे, ही बातमी घरी कळलीच होती. दरवाजात अब्बा उभे होते.

अब्बांनी आरिफला बघितलं आणि त्यांचा बांध फुटला. त्यांनी आरिफला मिठीत घेतलं आणि ते रडायला लागले. अब्बांच्या रडण्याचा आवाज ऐकून अम्मी, दादी आणि हुमाही आतल्या खोलीतून बाहेर आल्या. तिघींनीही अब्बा आणि आरिफला वेढा घातला. रिक्षावाला वेड्यासारखा बघतच होता.

थोडा वेळ सगळ्या कुटुंबाच्या पुनर्मिलनाचा सोहळा बघितल्यानंतर त्या रिक्षावाल्याने दारावर हलकेच थाप देऊन त्याच्या भाड्याची आठवण करून दिली. आरिफने डोळे पुसत, त्या रिक्षावाल्याकडे बघून अब्बांना त्याचे पैसे चुकते करायला सांगितलं. अब्बांनी पन्नास-पन्नासच्या दोन नोटा रिक्षावाल्याच्या हाती ठेवल्या. रिक्षावाल्याने आरिफकडे बघून पन्नास रुपयांची एक नोट अब्बांच्या हातात परत कोंबली आणि त्यांना पुढच्या दिवसांसाठी शुभेच्छा देऊन तो निघून गेला. रिक्षावाला गेल्यानंतर संपूर्ण कुटुंब एकमेकांना मिठी मारून पुन्हा एकदा रडायला लागलं.

थोड्या वेळाने आवेग ओसरल्यानंतर सगळेच पलंगावर बसले. अम्मी स्वयंपाकघरात जाता जाता आरिफला म्हणाली की, ती त्याच्यासाठी काहीतरी खायला बनवत आहे. आरिफला तिने त्याच्या बाजूला बसायला हवं होतं; पण मुलगा भुकेला आहे, हे तिला जाणवत होतं. अब्बा खुर्चीवर बसून आरिफकडे डोळे भरून बघत होते. त्यांचे हात थरथरत होते. दादी आरिफच्या शेजारीच बसली होती. तिचे थरथरते हात

त्याच्या केसांमधून फिरत होते. हुमा आरिफजवळ उभी होती. तिने आरिफचा एक हात आपल्या हातात धरून ठेवला होता. तिच्या गालांवरून ओघळणारे अश्रूंचे थेंब आरिफच्या हातावर पडत होते.

"त्यांनी तुला मारलं का रे?" शेवटी अब्बांच्या तोंडून शब्द फुटले.

"त्यांनी म्हणजे? अब्बा, तुम्हाला कसं कळलं..." आता आरिफला काही सुचेनासं झालं.

"मला माहीत आहे," अब्बा शांतपणे म्हणाले. "मला सांग, त्यांनी तुला कोणत्याही प्रकारची इजा केली का?"

"नाही अब्बा. मी लॉजमधून बाहेर पडलो, तशी एक गाडी माझ्या बाजूला येऊन थांबली. कोणीतरी मला गाडीत खेचलं. त्यांनी मला गुंगीचं औषध हुंगवलं. मला शुद्ध आली, तेव्हा मी एका खोलीत होतो. दरवाजाच्या फटीतून ते जेवणाचं ताट सरकवायचे; पण मी कधीच कोणाचा चेहरा बघितला नाही. मी त्याच खोलीत होतो. किती दिवस, ते आठवतही नाही."

"पंधरा दिवस," अब्बा म्हणाले. पण ते आरिफकडे बघून बोलत नव्हते.

"अब्बा, मला कोणी पळवलं होतं, तुम्हाला माहीत आहे का? हे काय चाललं आहे? झाकीर कुठे आहे? तुम्ही दिल्लीहून कधी परत आलात? झाकीर कुठे आहे?" आरिफने प्रश्नांची सरबत्ती केली.

अब्बांच्या डोळ्यांच्या कडा पुन्हा एकदा पाणावल्या. त्यांनी आपल्या कपाळावर आणि छातीवर जोरजोरात मारत रडायला सुरुवात केली. दादी आणि हुमाही रडायला लागल्या; पण त्या अब्बांना सावरण्याचा प्रयत्न करत होत्या. अम्मीही स्वयंपाकघरातून धावत आली. सगळं कुटुंब पुन्हा रडायला लागलं. आरिफही रडत होता; पण मनामध्ये त्याचा गोंधळ उडाला होता. आपला भाऊ कुठे आहे, हे त्याला जाणून घ्यायचं होतं. त्याने अब्बांचे खांदे धरून, त्यांना पकडलं आणि विचारलं, "अब्बा, काय झालं? झाकीर कुठे आहे?"

"तू लॉजमधून गेलास आणि पंधरा मिनिटांनी मला एक फोन आला. समोरच्या माणसाने मला सांगितलं की, तू त्याच्या ताब्यात आहेस. मी झाकीरचा शोध घेण्याचा किंवा त्याच्याबद्दल चौकशी करण्याचा प्रयत्न केला, तर परिणाम वाईट होतील, अशी धमकी त्याने दिली. माहताबची मदत घ्यायची नाही, असंही तो म्हणाला. झाकीरबद्दल आणि तुझ्याबद्दल फारशी चौकशी न करता मी पटण्याला गेलो, तर तो तुला सहीसलामत सोडेल, असं वचन त्याने मला दिलं."

"मग?"

'मला काही सुचतच नव्हतं. माझी दोन्ही मुलं बेपत्ता झाली होती. एकाचं तर अपहरण झालं होतं, हे नक्की! दिल्लीसारख्या नव्या शहरात माझ्या काही ओळखीही

नव्हत्या. पोलिसात जायचीही भीती वाटत होती. मी माहताबला फोन केला. त्याने मला पोलिसात तक्रार दाखल करण्याचा सल्ला दिला; त्यामुळे तुझ्या अपहरणाची नोंद झाली असती आणि मला फोन करणाऱ्यांचे फोनही रेकॉर्ड झाले असते. मी पोलीस स्टेशनला जाऊन तातडीने तक्रार दाखल केली. पुढे काय करायचं, हे काहीच कळत नव्हतं. शेवटी हताश होऊन मी पुन्हा लॉजवर आलो. निदान माहताब मला तिथे येऊन भेटू शकला असता. मी खोलीत शिरल्या शिरल्या मला पुन्हा त्याच अनोळखी माणसाचा फोन आला. मी पोलिसांशी संपर्क साधला, तर तुला जिवानिशी मारण्याची धमकी त्याने दिली. ते माझ्यावर पाळत ठेवून होते. त्याने फोन ठेवला आणि थोड्या वेळाने मला माहताबचा फोन आला. मी त्याला म्हटलं की, मी त्याला फोन करेन आणि फोन ठेवून दिला. मला माझा दुसरा मुलगाही गमवायचा नव्हता. मी पोलीस स्टेशनला गेलो. तू परतला आहेस, असं खोटंच सांगून मी माझी तक्रार मागे घेतली.

त्यानंतर मी लगेच पटण्याला परतण्याचा निर्णय घेतला. जसजसे दिवस पुढे सरकत होते, तशी आम्हाला भीती वाटत होती की, आम्ही आमचा दुसरा मुलगाही गमावला आहे. मी माहताबला फोन करण्याचाही विचार केला होता. मला कळत नव्हतं काय करावं. एकदा वाटायचं की, मी तक्रार मागे घ्यायला नको होती. त्यांनी माझ्या मुलांबरोबर काय केलं असेल, त्यांनी झाकीरचं काय केलं असेल... असे अनेक विचार मनात येत होते.''

''अब्बा, आता मी परत आलो आहे. काळजीचं काहीच कारण नाही; पण झाकीर कुठे आहे? तुम्हाला फोन करणाऱ्या माणसाने त्याच्याबद्दल काही सांगितलं का?''

''मला वाटतं, झाकीर आता आपल्यात परतणार नाही आणि मला आता पुन्हा तुला गमवायचं नाही,'' अब्बा हुंदके देत म्हणाले. त्यांचं सर्वांग थरथरत होतं. आरिफ त्यांच्या जवळ गेला आणि त्याने अब्बांना मिठीत घेतलं. तो स्वतःच्या भावनांना आवर घालण्याचा निष्फळ प्रयत्न करत होता. अम्मीही दोघांच्या जवळ आली आणि तिने दोघांनाही मिठी मारली.

''हमिदा,'' अब्बा अम्मीकडे वळून घोगऱ्या आवाजात म्हणाले. त्यांनी शर्टाच्या बाहीने आपले डोळे पुसले. ''आपण आपला झाकीर गमावलाय. पोलिसांनी त्याला ठार मारलं आहे. आपल्या देशामध्ये न्यायाला जागा नाही. पोलिसांनी आपल्याला त्याचे अंत्यसंस्कारही करून दिले नाहीत. आपण अगतिक आहोत. काय करणार आपण? पण अल्ला महान आहे. त्याने निदान आपल्या आरिफला तरी मृत्यूच्या दाढेतून परत पाठवलं आहे.''

अम्मीने अब्बांचा आधार घेतला. तिने आपले ओठ आवळून धरले होते; पण

तिच्या डोळ्यांतली आसवं आटली होती.

एवढा वेळ दादी पलंगावर बसून कुराण वाचत होती. तिच्याही गालांवरून अश्रू ओघळत होते आणि कुराण भिजवत होते. हुमा जमिनीवर उकिडवी बसली होती. तिने आपला चेहरा दोन्ही गुडघ्यांमध्ये लपवला होता. तीसुद्धा रडत होती.

आरिफला अचानक मळमळायला लागलं. त्याच्या घशात काहीतरी गरम गरम जाणवत होतं. तो धावत बाथरूममध्ये गेला आणि त्याने भडाभडा उलटी केली.

पुढचा महिनाभर त्यांच्या घरी अनेक लोक आरिफला बघायला आणि अम्मी-अब्बांना भेटायला येत होते. त्यातल्या एकाने झाकीरचे अंत्यविधी आणि शेवटचा नमाज उरकून घेण्याचा सल्ला दिला. तो सल्ला ऐकून अम्मीने हंबरडा फोडला. शेवटी आरिफ आणि अब्बांना आधार देऊन तिला आतल्या खोलीत न्यावं लागलं. त्यानंतर कोणीही घरात झाकीरचा विषय काढला नाही. झाकीर मेला आहे, याची खात्री त्यांना पटली होती; पण त्याचे अंत्यविधी करून त्या विचारावर शिक्कामोर्तब करण्याचं धाडस त्यांच्याच्याने होत नव्हतं. त्याच्या मृत्यूचा शोक करण्याचं भाग्य (?) ही त्यांच्या वाट्याला नव्हतं.

अब्बा आणि आरिफने दिल्ली पोलिसांविरोधात खटला भरावा, असं शफिकने सुचवून बघितलं; पण अब्बांना त्यात स्वारस्य नव्हतं. या अशा खटल्यांमधून त्यांचा वेळ, पैसा आणि ऊर्जा खर्च होण्यापलीकडे काहीच साध्य होणार नाही, याची त्यांना कल्पना होती.

एक दिवस बटालियन कमांडन्टच्या ऑफिसमधून एक पत्र आलं.

प्रिय अब्दुल रशिद खान,
कळवण्यास आनंद होतो की, तुमच्या घराचा ताबा आणखी बारा महिन्यांसाठी वाढवण्यात आला आहे. तुम्हाला दरमहा १०० रुपये भाडं भरावं लागेल. ३० एप्रिल २००१च्या आधी ही जागा रिकामी करावी, असं तुम्हाला सुचवण्यात येत आहे.
आपला,
आर. पी. सिंह
११ एप्रिल २०००

अठरा

दिवस कासवाच्या गतीने पुढे सरकत होते; पण झाकीर नाहीसा झाल्याच्या दुःखाची छाया आरिफच्या कुटुंबावर कायमच राहिली.

नोव्हेंबर २००० मध्ये बिहारचं विभाजन झालं. झारखंड या नव्या राज्याच्या स्थापनेचा आनंद साजरा करण्यासाठी लोक रांचीच्या रस्त्यांवर उतरले. घरातल्या ब्लॅक-अॅन्ड-व्हाइट टीव्हीसमोर ब्लँकेटची ऊब घेत आरिफ तो सोहळा बघत होता; पण त्याच्या डोक्यात झाकीरचेच विचार होते. झाकीरचं मत बिहारच्या विभाजनाच्या विरोधात होतं.

कधीकधी आरिफला जमालपुऱ्यातले दिवस आठवायचे. अशाच थंडीतल्या एखाद्या सकाळी आरिफ आणि झाकीर कोणालाही न सांगता घरातून बाहेर पडायचे. गावाबाहेर एका टेकाडीवरून कांचनगंगा शिखर दिसायचं. सकाळचं कोवळं उन्ह त्या शिखरावर पडलं की, ते खूप सुंदर दिसायचं. खरंतर ते शिखर खूपच लांब होतं; पण थंडीत आकाश मोकळं असलं की, आकाशाला जणू भगदाड पाडायला ते आकाशाशी स्पर्धा करायचं.

''भैया, हा पर्वत किती उंच आहे?'' झाकीर आरिफला विचारायचा. आरिफ काही बोलायच्या आधीच झाकीर उत्तर द्यायचा, ''पण अल्ला या डोंगरापेक्षा उंच असणार, कारण त्यानेच हे शिखर बनवलं आहे ना.''

मग आरिफला तो प्रसंगही आठवला. पोलिसांबरोबर झालेल्या मारामारीचा! आरिफसाठी झाकीरने त्या पोलीस उपनिरीक्षकाला बदडलं होतं. त्या वेळी झाकीरच्या जिवावर बेतलं असतं; पण आपल्या भावासाठी भांडताना त्याने मागेपुढे बघितलं नव्हतं. आरिफसाठी झाकीर फक्त भाऊ नव्हता. भावापलीकडेही त्या दोघांमध्ये मैत्रीचं नातं होतं.

आरिफने ड्रॉव्हर उघडला आणि तो ड्रॉव्हरमध्ये गोळ्या शोधू लागला. एक

गोळी तोंडात टाकून त्याने पाण्याबरोबर गिळली. आजकाल झोप येण्यासाठी त्याला या गोळ्या खाव्या लागत होत्या.

दादीने गोळ्यांऐवजी अल्लाची प्रार्थना करण्याचा आणि कुराण वाचण्याचा मार्ग पत्करला होता. एका कोपऱ्यात बसून तिचं कुराण वाचणं चालू असायचं. कुराण वाचता वाचता ती रडत असायची. तिने घरातल्यांशी बोलणं तर बंदच केलं होतं. अगदी थोडंसं खायची. अनेकदा तर तिला जेवणाचीही शुद्ध नसायची.

आजकाल आरिफही पाच वेळा नमाज अदा करायला लागला होता. दररोज मशिदीत जायला लागल्याने त्याच्या मनाला थोडंसं समाधान मिळत होतं.

एका शुक्रवारी मशिदीतल्या इमामसाहेबांनी तकरीर केली. त्यात त्यांनी आयुष्याची क्षणभंगुरता आणि आपलं कोणी गमावल्यानंतर आपल्याला होणाऱ्या दुःखातला फोलपणा यावर भाष्य केलं. 'जन्माला येणाऱ्या प्रत्येकाचा मृत्यू अटळ आहे.'

मशिदीतून घरी आल्यावर आरिफ आपल्या पलंगावर पडून विचार करत होता, 'झाकीर आता कायमचा गेला. त्याच्यासाठी रडल्याने गोष्टी काही सुधारणार नाहीत. मला घराचा विचार करायला हवा. आता अब्बा थकले आहेत. हुमाचं लग्न लावायचंय. तिच्या हुंड्यासाठी पैसे लागणार आहेत. मला चांगली नोकरी मिळवायलाच हवी. मी आता राज्य लोकसेवा आयोगाची परीक्षा तर देईनच; पण त्याच बरोबर एक चांगली नोकरीही बघेन.'

आरिफला मनोमन समाधान वाटलं. हा निर्धार पक्का झाला आणि त्याने *कॉम्पिटिशन सक्सेस रिव्ह्यूचा* एक जुना अंक उचलला. त्या अंकाच्या मुखपृष्ठावर आमीर सुभानीचा फोटो होता. १९८६ मध्ये आमीर सुभानी देशात अव्वल आला होता. त्याच्याकडून प्रेरणा घेऊनच आरिफसारखे हजारो बिहारी मुस्लीम UPSC परीक्षेसाठी आपलं नशीब अजमावू लागले होते. अब्बा आरिफला नेहमी सांगायचे, 'आमीर सुभानीही तुमच्यासारखा सामान्य कुटुंबातला आहे; पण त्याने कष्ट करून हे असामान्य यश मिळवलं आहे.' तेव्हापासून *कॉम्पिटिशन सक्सेस रिव्ह्यूच्या* मुखपृष्ठावर आपला फोटो झळकलाय, असं स्वप्न आरिफने बघितलं होतं. आता ते स्वप्न फक्त स्वप्नच राहणार होतं. काळाचं चक्र मागे फिरवून काही वर्षं मागे सरकवता यायला हवी होती. मी पुन्हा एकदा ती परीक्षा पूर्ण तयारीनिशी दिली असती, आरिफ स्वतःशीच बोलत होता; पण मग त्याच्या मनात झाकीरचा विचार आला आणि जखमेवरची खपली निघाली. *'या अल्ला, मला आयुष्यात बाकी काहीही नको; पण प्लीज, माझा भाऊ मला परत मिळवून दे.'* आरिफने मुक्यानेच प्रार्थना केली. तो त्याच्या अभ्यासाच्या टेबलाजवळच्या भिंतीसमोर उभा राहिला. त्या भिंतीवर अल्लामा इक्बाल या तत्त्वज्ञ आणि कवीच्या दोन ओळी चिकटवल्या होत्या. आरिफला जेव्हा जेव्हा खचल्यासारखं वाटायचं, तेव्हा तो त्या ओळी मोठ्याने

म्हणायचा. आजही त्याने त्या ओळी एखाद्या मंत्रासारख्या जोरजोरात म्हटल्या,

'खुदी को कर बुलंद इतना की, हर तकदीर से पहले
खुदा बंदे से खुद पूछें, बता तेरी रजा क्या है?'

पण आज त्याच्या चित्तवृत्ती प्रफुल्लित झाल्या नाहीत. आरिफ स्वतःशीच पुटपुटायला लागला. 'आरिफ, स्वतःची दुःखं विसर, आतापर्यंत आलेलं अपयश मागे टाक. तुझी स्वप्नं आता बासनात गुंडाळ. आता तुला तुझ्या कुटुंबासाठी संघर्ष करायचा आहे. तुला तुझ्या कुटुंबासाठी जगायचं आहे.'

हे असं तो स्वतःलाच बजावू लागला. मग मोठ्या निग्रहाने तो अभ्यासाच्या टेबलापाशी येऊन *'जनरल स्टडीज'* या विषयाचं पुस्तक उघडून बसला. त्या पुस्तकात त्याला किरमिजी रंगाच्या चौकड्या असलेला पांढरा रुमाल सापडला. तो रुमाल त्याला सुमित्राने भेट दिला होता. सुमित्राची आठवण झाल्यावर आरिफच्या कपाळावर आठ्या पसरल्या. त्याचं तोंड कडवट झालं. तो उभा राहिला आणि त्याने तो रुमाल खिडकीबाहेर फेकून दिला. *'रुमालाचं ठीक आहे; पण सुमित्राला मी माझ्या मनातून बाहेर काढू शकतो का?'* आरिफने स्वतःच्या मनालाच हा प्रश्न विचारला. उत्तर नकारार्थी आलं. त्याला सुमित्राला भेटावंसं वाटत होतं. तिच्या खांद्यावर डोकं ठेवून त्याला खूप रडावंसं वाटत होतं.

खिडकीतून त्याला पोलीस विश्रामगृहाच्या हिरवळीवर बिहारचे दोन माजी मुख्यमंत्री चकरा मारताना दिसत होते. एक होते लालूप्रसाद यादव आणि दुसरे होते जगन्नाथ मिश्रा! त्यांना ९५० कोटींच्या चारा घोटाळ्यात अटक झाली होती आणि त्यांना या विश्रामगृहात डांबून ठेवलं होतं.

पुन्हा अभ्यासाला बसायच्या आधी त्याने खोलीचा दरवाजा लावून घेतला. संध्याकाळपर्यंत कोणत्याही अडथळ्याविना अभ्यास करायचा त्याचा विचार होता. त्याला सुमित्राच्या आठवणीही आपल्या मनातून बाहेर काढायच्या होत्या. तो पुस्तकाची पानं चाळत होता, तेवढ्यात बाहेरून कोणीतरी जोरजोरात दरवाजा ठोठावायला लागलं. ती हुमा होती आणि ती ओरडत होती, "भैया, दरवाजा उघड; दादीला बघ काय झालंय." तेवढ्यात त्याला अम्माची किंकाळी ऐकू आली.

आरिफ घाबरला. त्याने तडकाफडकी दरवाजा उघडला आणि तो धावत दादीच्या खोलीत गेला. दादी तिच्या पलंगावर झोपली होती. ती निपचित पडली होती. अम्मी तिला जोरजोरात हलवत होती. हातात दादीचं मनगट घेऊन नाडी तपासत होती.

"अम्माजी, अम्माजी... आम्हाला अशा सोडून का गेलात?" अम्मीने हंबरडा

फोडला आणि ती दादीच्या उरावर डोकं ठेवून रडायला लागली. हुमानेही अम्मीच्या बाजूला बसून, भोकाड पसरलं. तो आक्रोश ऐकून, आरिफच्या काळजाला घरं पडली. आपल्या हृदयात कोणीतरी असंख्या सुया टोचतंय, असं त्याला वाटायला लागलं.

अब्बाही तोपर्यंत राजा बाजारमधून परतले होते. ते दादीचे पाय पकडून गुडघ्यावर बसले होते. त्यांच्या डोळ्यांतून घळाघळा पाणी वाहत होतं. अम्मी उठली आणि अब्बांच्या मागे जाऊन उभी राहिली. अब्बांचं सांत्वन करायला तिने आपले दोन्ही हात अब्बांच्या खांद्यांवर ठेवले. अब्बांनी आपलं डोकं अम्मीच्या हातावर टेकवलं आणि काही क्षण ते रडतच राहिले.

पोलीस कॉलनीतले लोक दिवसभर आरिफच्या घरी येत होते. हिंदू बायकांनी दादीच्या प्रेताला नमस्कार करून, अंत्यदर्शन घेतलं. त्या बायकांच्या घोळक्यात सुमित्रा कुठे दिसते का, याकडे आरिफचं लक्ष होतं. *'आमच्यामध्ये काहीही झालं असलं, तरी दादीच्या मृत्यूची बातमी कळल्यावर ती नक्की भेटायला येईल,'* असं आरिफला वाटत होतं.

पण सुमित्रा आली नाही.

सुमित्राचा विचार मागे सारून, आरिफ भानावर आला. त्याच्या डोळ्यांसमोर त्याच्या लाडक्या दादीचा चेहरा होता. एखादं लहान मूल झोपल्यानंतर जसं शांत दिसतं, तशीच दादी दिसत होती. तो तिच्याकडे एकटक बघत होता, एवढ्यात एक किंकाळी ऐकू आल्यामुळे तो दचकला. दादीची लांबची पुतणी खाजपुऱ्यावरून आली होती. हळूहळू सगळे नातेवाईक जमले.

समनपुऱ्याला राहणारे अब्बांचे सहकारी जमील खानही आले होते. ते अब्बांच्या जवळ आले आणि दादीच्या अंत्यविधीबद्दल बोलायला लागले. ''अब्दुल रशिद भाई, मी माझ्या इथल्या माणसांशी बोललोय. चाचीजानचा दफनविधी व्हेटर्नरी कॉलेजच्या कब्रस्तानमध्ये करण्याची परवानगीही मिळेल. काळजीचं काही कारण नाही.'' अब्बांनी शांतपणे मान हलवली.

तेवढ्यात हे बोलणं ऐकणारी अम्मी अब्बांजवळ गेली आणि तिने जमील खान यांना मध्येच तोडलं. ''जमालपुऱ्यातल्या कब्रस्तानात आपला दफनविधी व्हावा, अशी अम्माजींची इच्छा होती. तिथेच त्यांचे पूर्वजही चिरनिद्रा घेत आहेत.'' अम्मीच्या आवाजात थोडासा राग होता.

''काही हरकत नाही. भाभीजान, मी चाचीजानचा मृतदेह जमालपुऱ्याला घेऊन जाण्यासाठी गाडीची व्यवस्था करतो,'' जमील खान म्हणाले.

त्याच दिवशी संध्याकाळी फाइव्ह-टनर नावाने ओळखला जाणारा पोलिसांचा पिकअप-ट्रक आरिफच्या इमारतीसमोर येऊन उभा राहिला. ट्रकच्या मागच्या बाजूला

बर्फाची मोठी लादी ठेवली. त्यावर दादीला ठेवण्यात आलं. ट्रकवर लष्करी गणवेशाच्या गर्द हिरव्या रंगाची ताडपत्री होती. आरिफ आणि त्याचं संपूर्ण कुटुंब, त्यांच्या जवळचे तीन नातेवाईक आणि अब्बांचे दोन सहकारी असे दादीच्या बाजूला बसले होते. अब्बांचा एक कनिष्ठ सहकारी मंगनी मंडल ड्रायव्हरबरोबर पुढे बसला.

ते सगळे संध्याकाळीच निघाले. हाजिपूरपर्यंतचा रस्ता चांगला होता; पण त्यापुढचा रस्ता प्रचंड खराब होता. गाडी खड्ड्यांमध्ये उडायला लागली. आरिफ आणि हुमाने दोन्ही बाजूंनी, दोन्ही हातांनी दादीला आधार दिला होता. आरिफचे हात भरून आले होते, त्याला नीट बसताही येत नव्हतं; पण या शारीरिक वेदनेपेक्षा त्याच्या मनाला लागलेल्या बोचणीमुळे तो कष्टी झाला होता.

'झाकीर गायब झाल्यामुळेच दादी खचली. त्या कारणामुळेच आज काळाने तिला हिरावून नेलं आहे. झाकीरला नोकरीसाठी दिल्लीला जायची काय गरज होती? घरातला सर्वांत मोठा मुलगा म्हणून मी अब्बांची आणि पर्यायाने सगळ्या कुटुंबाची जबाबदारी माझ्या खांद्यावर घ्यायला हवी होती; पण मी त्यात पुरा पडलो नाही,' आरिफच्या मनात विचारांचा एक वेगळाच ट्रक हिंदकळत चालला होता.

तोपर्यंत त्यांनी मुझफ्फरपूर ओलांडलं होतं. मुझफ्फरपूरहून मोतिहारीला जाणारा रस्ता तुलनेने चांगला होता; त्यामुळे गाडीनेही लय पकडली होती. आता दादीच्या शरीराला आधार द्यायची गरज नव्हती. आरिफ मागच्या आसनावर डोकं टेकून बसला. आदल्या दिवशीपासूनच्या दगदगीमुळे आणि मानसिक तणावामुळे त्याला थकायला झालं होतं. त्याचे डोळे कधी मिटले, त्यालाही कळलं नाही. त्याला डुलकी लागली. त्यातही त्याला दिसलं की, दादी आपल्या बाजूला बसून आपल्याला प्रेषित मोहम्मदाच्या, कुराणातल्या गोष्टी सांगत आहे. त्यांच्या कुटुंबाच्या इतिहासाची गोष्टही दादी पुन्हा सांगत आहे, असं स्वप्न त्याला पडलं.

अचानक ट्रक ड्रायव्हरने करकचून ब्रेक दाबला आणि आतल्या सगळ्या प्रवाशांना झटका बसला. त्या झटक्यानेच आरिफ उठला. सुरुवातीला त्याला काहीच कळत नव्हतं; पण समोर दादीला बघून आरिफला परत भरून आलं. हुमा उकिडवी बसून रडत होती. तिचे डोळे सुजले होते. पुढे रस्त्यावर असलेल्या एका छोट्या पुलाचं काम सुरू होतं आणि त्यामुळे रस्ता बंद होता. ड्रायव्हर खाली उतरला आणि कामाच्या ठिकाणी जाऊन चौकशी करून आला. पहाटे चारपर्यंत रस्ता असाच बंद राहणार होता. आता मंडळी पाय मोकळे करायला खाली उतरली. बराच वेळ त्या ट्रकमध्ये बसून सगळ्यांचं शरीर आंबलं होतं. आरिफ आणि हुमा मात्र दादीजवळच बसून राहिले.

आरिफ दादीच्या आयुष्याबद्दल विचार करायला लागला. दादीचं आयुष्य म्हणजे संघर्षाची एक कहाणी होती. दादी ही त्याच्या आजोबांची दुसरी बायको होती.

पहिली बायको पैगंबरवासी झाल्यानंतर त्यांनी दुसरं लग्न केलं होतं. फाळणीच्या वेळी दादी जेमतेम २१ वर्षांची होती. फाळणीनंतर आरिफच्या आजोबांचं निधन झालं आणि दादी एकटी पटली. अब्बा हे तिच्या पोटी जन्माला आलेले एकुलते एक होते. आजोबांच्या निधनानंतर नातेवाइकांनी त्यांची जमीन हडपायला सुरुवात केली. अशा वेळी दादीने खमकेपणाने आपल्या वाट्याला आलेल्या जमिनीचा ताबा घेतला. अब्बा आणि दादीचा सावत्र मुलगा म्हणजे अब्दुल्लाचाचा यांना वाढवण्यासाठी तिने खूप खस्ता काढल्या होत्या. तिचे अनेक नातेवाईक फाळणीनंतर पाकिस्तानात गेले. तिचा सख्खा भाऊ हा तिच्यासाठी आधार होता; पण तोदेखील पाकिस्तानला गेल्यामुळे ती एकटी पडली. आरिफचं लग्न झालेलं बघावं, ही दादीची इच्छा होती. आपण दादीची इच्छा पूर्ण करू शकलो नाही, याचं त्याला खूप वाईट वाटायचं. अशा कितीतरी आठवणी आरिफच्या मनात दाटून येत होत्या. ट्रकमध्ये तो आणि हुमा रात्रभर दादीच्या आठवणींना उजाळा देत रडत बसले होते.

दुसऱ्या दिवशी सकाळी साडेअकराच्या सुमाराला त्यांचा ट्रक जमालपुऱ्याला पोहोचला. जवळपास सगळं गाव त्यांच्या घराजवळ जमलं होतं. ट्रक येताना बघून अब्दुल्लाचाचा धावत आले आणि अब्बा ट्रकमधून उतरल्या उतरल्या त्यांनी अब्बांना मिठी मारली. अब्बा आणि अब्दुल्लाचाचा, दोघंही धाय मोकलून रडत होते. अब्दुल्लाचाचा दादीचा सावत्र मुलगा होते; पण दादीने कधीच त्यांना सावत्र वागणूक दिली नव्हती. उलट दादीला अनेकदा अब्बांपेक्षा अब्दुल्लाचाचांची जास्त काळजी वाटायची. चाचीदेखील अम्मी आणि हुमाच्या गळ्यात पडून रडायला लागली. त्यांच्या मागे गावातल्या अनेक बायका हुंदके देत होत्या.

नाझनीन आणि तिचा नवरा आल्यानंतर दादीच्या अंत्यसंस्काराची तयारी सुरू झाली. रबिया आणि तिचा नवरा बंगळुरूला होते आणि तिथून यायला त्यांना वेळ लागणार होता.

दादीच्या प्रेताला अंघोळ घालण्यात आली. त्यानंतर तिच्या अंगावर कफन घालून तिला एका खाटेवर ठेवण्यात आलं. आरिफ, मुनीर, अब्दुल्लाचाचा आणि अब्बा यांनी चार बाजूंनी ती खाट उचलली आणि दादीचा या जगातला शेवटचा प्रवास सुरू झाला. खाट उचलल्यानंतर बायकांनी एकच आक्रोश केला. जामा मशिदीच्या समोर जनान्याचा नमाज अदा केला जाणार होता. दादीच्या अंत्यदर्शनासाठी आजूबाजूच्या गावांतले अनेक लोक आले होते. लोकांनी नमाजासाठी रांग करायला सुरुवात केली तसे हकीमसाहेब ओरडून म्हणाले, ''थांबा, थांबा... सहा नाही, सात रांगा बनवा. रांगा समान नसाव्यात.''

जामा मशिदीच्या इमामसाहेबांनी सगळ्यांना जनान्याच्या नमाजाची पद्धत सांगितली आणि 'अल्ला हो अकबर' म्हणत नमाज सुरू केला.

कब्रस्तानात हकीमसाहेब आणि अब्दुल्लाचाचा कबरीत उतरले. त्यानंतर त्यांनी दादीचा मृतदेह हातात घेऊन तिला कबरीत झोपवलं. दादीच्या शेवटच्या दर्शनासाठी हकीमसाहेबांनी दादीच्या चेहऱ्यावरची चादर बाजूला केली आणि अब्बांच्या अश्रूंचा बांध पुन्हा एकदा फुटला. आरिफही रडू लागला. त्यांच्या आसपासचे लोक त्यांना शांत करण्याचा प्रयत्न करत होते. अब्दुल्लाचाचा आणि हकीमसाहेब कब्रस्तानमधून बाहेर आले. त्यानंतर कबरीवर बांबूच्या काठ्या टाकून ती झाकण्यात आली. मग वरून चटई टाकण्यात आली. इमामसाहेबांनी अब्बांना मूठमाती द्यायला सांगितली. अब्बांनी रडत रडत, तीन वेळा मूठभर माती उचलून कबरीवर टाकली. मग सगळ्या लोकांनी दादीला मूठमाती दिली. सगळ्यांची माती देऊन झाल्यावर मग कबर खोदणाऱ्यांनी फावड्याने माती टाकायला सुरुवात केली. माती टाकल्यानंतर, ती हाताने सारखी केल्यावर त्यावर बाभळीच्या काटेरी फांद्या टाकण्यात आल्या. रात्री कोल्ह्यांनी कबर उकरू नये, म्हणून ही काळजी घेतली जायची.

अंत्यविधी करून सगळे घरी आले. कोणाचंच मन कशात लागत नव्हतं. रात्र झाली, तसा आरिफ आपल्या हवेलीच्या एका खांबाला टेकून दादीबद्दल विचार करत बसला होता. रात्रभर त्याच्या डोळ्याला डोळा लागला नव्हता. चांदण्या रात्री मजारीचा घुमट दिसत होता. दादी हजरत जमालुद्दीन रहमतुल्लाह औलिया यांचा उल्लेख पीरसाहेब याच नावाने करायची. तिच्या मते ते फक्त पीर नव्हते, तर त्यांचे पूर्वजही होते. दादी कधीही मजारीच्या आत जायची नाही. बायकांनी मजारीच्या आत जाणं इस्लामला मान्य नाही, असं ती म्हणायची. झाकीर छोटा होता, तेव्हा तो दादीचा हात पकडून मजारीच्या नक्षीदार दरवाजापर्यंत जायचा. मग आत जाऊन इतरांकडे बघून, त्यांच्यासारखं वागत मजारीवर प्रार्थना करायचा. झाकीरची आठवण झाली आणि जुन्या जखमेवरची खपली निघून, जखम भळभळायला लागली. आधी झाकीर आणि आता दादी, अल्लाने या दोघांना आपल्यापासून का वेगळं केलं?

तो घरातून बाहेर पडला आणि मजारीच्या पायऱ्यांवर येऊन बसला. रात्रीचे तीन वाजले होते. आकाश चांदण्यांनी भरलं होतं. इथे आपण झाकीर आणि दादी या दोघांबरोबर शेवटचं कधी आलो होतो, हे तो आठवत होता. जुन्या आठवणींनी त्याच्या जिवाची कालवाकालव होऊ लागली. या मजारीबद्दल दादीने सांगितलेली गोष्टही त्याला आठवत होती. अशा अनेक आठवणींची त्याच्या मनात गर्दी झाली. त्याचे डोळेही जडावले होते. तो तिथे पायरीवरच झोपला.

"अरे, मी तुला सकाळपासून शोधतोय. चल आणि काहीतरी खाऊन घे. दोन दिवसांपासून तू काही खाल्लं नाहीस," अब्बा नाक शिंकरत आरिफला म्हणत होते. आरिफने डोळे उघडले, तेव्हा अब्बा त्याच्याकडे बघून हसत होते. आरिफही त्यांच्याकडे बघून हसला. मग अब्बांनी त्याला हात देऊन उठवलं आणि ते दोघे

घराच्या दिशेने चालायला लागले. बराच वेळ आरिफने अब्बांचा हात आपल्या हातात धरून ठेवला होता.

~

जमालपुऱ्याहून परतल्यावर अब्बांनी सरकारी घर रिकामं केलं. ते समनपुरामध्ये एका भाड्याच्या घरात राहायला गेले. पोलीस कॉलनीतलं घर मोकळं होतं. हवेशीर होतं. त्या घराला दोन बाल्कनी होत्या. तसंच आजूबाजूला भरपूर झाडं होती; त्यामुळे उन्हाळ्यात सकाळी त्या झाडांमुळे घरात हवा येत राहायची आणि थंडीमध्ये खोलीत सूर्यप्रकाश रेंगाळत राहायचा. अनेकदा आरिफ बाल्कनीत खुर्ची टाकून उन्हं खायला बसायचा. पावसाळ्यात तिथे उभं राहून पावसाचे थेंब अंगावर घ्यायचा.

समनपुऱ्यातल्या या भाड्याच्या घरात दोनच खोल्या होत्या. दोन्ही खोल्यांमध्ये दोन पलंग मावतील, एवढीच जागा होती. पडदे लावून व्हरांड्याचाच हॉल केला होता. आरिफच्या घरापासून मुख्य रस्त्याला जाणाऱ्या गल्लीत दुतर्फा गटारं वाहत होती. त्या गटारांमधून येणारी दुर्गंधी कधीकधी इतकी असह्य व्हायची की, मळमळायला लागायचं. घरमालकाने स्वतःसाठी एक वेगळंच प्रवेशद्वार ठेवलं होतं. ते थेट मुख्य रस्त्यावर उघडायचं. आरिफच्या तळमजल्यावरच्या घराच्या उजव्या बाजूला एक तीनमजली इमारत होती; त्यामुळे सकाळच्या वेळीही घरात सूर्यप्रकाश येणं कठीण व्हायचं. घरात मोकळी हवा खेळणं तर अशक्यच होतं. खोल्या खूप छोट्या आहेत, अशी कुरकुर अम्मीने एकदा करून बघितली.

"१८०० रुपयांच्या भाड्यात हे असंच घर मिळू शकतं. बंगला नाही मिळणार आपल्याला," अब्बा तुटकपणे म्हणाले होते.

घर छोटं असलं, तरी त्या घरात दोघांसाठी नेहमीच जागा होती. खरंतर त्या घराला दोघांची प्रतीक्षा होती. दादी आणि झाकीर! त्यातली दादी कधीच परतणार नव्हती. झाकीरचा काहीच पत्ता नव्हता. सगळंच कसं बदलून गेलं होतं. अब्बा आता तापट बनत चालले होते. आपल्याला होणाऱ्या दुःखामुळे हुमा आणि अम्मी शांत बसायला शिकल्या होत्या. पूर्वी आरिफला अभ्यास करायला प्रोत्साहन देणारे अब्बा आता आरिफ अभ्यास करत नसला, तरी त्याला काहीच बोलत नव्हते. आरिफला जेवणात काय आवडेल, हे विचारणंही हुमाने बंद केलं. अगदी वर्षभरापूर्वी हसतखेळत असणारं हे कुटुंब अचानक विस्कळित झालं होतं.

आरिफही बदलला होता... तो जास्तीतजास्त वेळ राजा बाजारमधील कोचिंग क्लासमध्ये शिकवण्या घेण्यात घालवायला लागला होता.

एकोणीस

२००१ मध्ये रमझानचा महिना १६ डिसेंबरला संपला. दुसऱ्या दिवशी ईद होती. पटण्यातल्याच नाही, तर देशभरातल्या मुस्लीम वस्त्यांमध्ये उत्साहाचं वातावरण होतं; पण आरिफच्या घरी मात्र एवढा मोठा सण असूनही ना उत्साह होता ना काही तयारी!

मशिदीत जाण्यासाठी आरिफने जुनाच पांढरा कुडता आणि पांढरा पायजमा घातला होता. अब्बांनीही खूप जुना कुडता, पायजमा आणि त्यावर जॅकेट घातलं होतं. अब्बांनी घातलेला कुडता-पायजमा अनेक वर्षांपूर्वी झाकीरनेच आणला होता. अम्मी आणि हुमा तर अजून तयारही झाल्या नव्हत्या. त्या आदल्या दिवशीच्याच कपड्यांमध्ये घरातली कामं करत होत्या. झाकीरशिवायची ती पहिलीच ईद होती. आरिफने पहाटे पहाटेच एक रिवाज म्हणून घरातल्या सगळ्यांना ईदच्या शुभेच्छा दिल्या होत्या. त्या शुभेच्छा देताना त्याला 'मुबारक'सारखं काहीच वाटत नव्हतं. त्याने अम्मीला शुभेच्छा दिल्या, तेव्हाच तिचा चेहरा सुजल्यासारखा झाला होता. तिचे डोळे लाल झाले होते. बहुधा तीसुद्धा रात्रभर रडत असावी.

"ईद मुबारक बेटा," आरिफला मिठी मारत, त्याच्या कानात कुजबुजत अब्बा म्हणाले. त्यांनी आपल्या खिशातून मजमुआ-९६ या अत्तराची छोटीशी बाटली काढली. त्यातलं एक थेंब अत्तर त्यांनी आरिफच्या मनगटावर आणि कानामागे लावलं. आरिफला खरंतर वासाची अलर्जी होती; पण आज ईद असल्याने त्याला अब्बांना नाही म्हणायचं नव्हतं. अत्तरावरून त्याला पुन्हा झाकीरची आठवण आली. झाकीर तर ईदच्या दिवशी अक्षरशः परफ्युमने अंघोळ केल्यासारखं अत्तर लावायचा. अनेकदा अम्मी त्याला ओरडायची, "झाकीर, अरे या परफ्युममध्ये अल्कोहोल वगैरे असतं. आपल्या इस्लामसाठी ते हराम आहे. तुझा नमाज अल्ला स्वीकारणार नाही." पण हे ऐकेल, तर तो झाकीर कसला?

आरिफला क्षणभरासाठी वाटलं की, आता झाकीर टॉवेल गुंडाळून अंघोळ करून बाथरूममधून बाहेर येईल आणि घर डोक्यावर घेत अम्मीला आवाज देईल, "अम्मी, अगं माझा कुडता-पायजमा कुठे आहे. नमाजासाठी अर्धा तासच उरलाय. उशीर झाला, तर आपल्याला मशिदीत जागा मिळणार नाही." ईदच्या दिवशी झाकीर नेहमीच उशिरा तयार व्हायचा. झाकीरच्या या आठवणींनी आरिफला एकीकडे हसायला आलं, तर दुसरीकडे त्याच्या डोळ्यांच्या कडा ओलावल्या. *'ईद मुबारक झाकीर,'* आरिफने पालथ्या मुठीने आपले डोळे पुसत, मनोमन झाकीरला शुभेच्छा दिल्या.

"चल आरिफ," अब्बांनी आरिफला हाक मारली, तसा आरिफ भानावर आला. अब्बांनी आरिफच्या हातात जाळीवाली पांढरी टोपी दिली. ती घालून आरिफ बाहेर पडला.

आरिफ आणि अब्बा मशिदीतून परतल्यानंतर सगळेजण एकत्र जेवायला बसले. अम्मीने शेवयांची खीर, चिकन करी आणि पुलाव बनवला होता. शेजाऱ्यांनी त्यांना दावतचं आमंत्रण दिलं होतं; पण कोणीही कुठेच गेलं नाही. जेवण झाल्यानंतर आरिफ पलंगावर पहुडला होता. अब्बा व्हरांड्यात बसून सकाळी आलेलं वर्तमानपत्र वाचत होते. आरिफ अब्बांकडे बघत होता. पोटभर जेवण झाल्यामुळे आरिफचा डोळा लागला. त्याला स्वप्न पडलं. स्वप्नात त्याने बघितलं की, झाकीर परतलाय आणि अब्बा, अम्मी, हुमा त्याला मिठी मारून रडत आहेत. आरिफ मात्र एका कोपऱ्यात उभा आहे. तेवढ्यात अब्बांनी त्याला हाक मारली. तो आवाज ऐकून आरिफची झोप उडाली. झोपेतून जागं झाल्यावर आरिफच्या लक्षात आलं की, अब्बा खरंच त्याला हाक मारत होते. तो डोळे चोळतच पलंगावरून खाली उतरला आणि आपल्या पायात चपला अडकवून बाहेर आला.

बाहेर अब्बा पोलीस खात्यातले त्यांचे जुने मित्र जनार्दन गुप्ता यांच्यासह गप्पा मारत होते. त्यांच्यासमोर काचेचा एक रिकामा बाउल, त्यात चमचा आणि अर्धवट भरलेला ग्लास होता.

"नमस्कार काका," आरिफने हात जोडत, त्यांचं स्वागत केलं.

"खूश राहा पोरा," गुप्ता म्हणाले. "अभ्यास कसा चालू आहे?"

"ठीक चाललाय."

"बिहार लोकसेवा आयोगाची परीक्षा तू याच वर्षी देणार आहेस का?"

"हो काका."

"चांगलं आहे. माझा मुलगाही यंदा पहिल्यांदाच त्या परीक्षेला बसणार आहे."

"अरे वा!" डोकं खाजवत आरिफ म्हणाला.

"खानसाहेब, चला मी निघतो आता. ईद मुबारक!" त्यांनी अब्बांशी हस्तांदोलन

केलं आणि ते गेले.

गुप्ता गेल्यानंतर अब्बांनी आरिफला आपल्या बाजूला बसवलं आणि त्याच्या हातात निळ्या रंगाचं एक इनलॅन्ड पत्र ठेवलं.

"बघ, जरा कोणाचं पत्र आहे ते? माझा चष्मा सकाळपासून मिळत नाही."

आरिफने पत्र उघडलं आणि वाचायला सुरुवात केली.

प्रिय खानसाहेब,
अल्लाच्या कृपेने तुमचा मुलगा झाकीर सुखरूप आहे. पुढच्या सहा-सात महिन्यांनी तो घरी परत येईल. त्याच्या अशा अचानक गायब होण्याचं कारण मी तुम्हाला सांगू शकत नाही. तुमच्या कुटुंबीयांशिवाय इतर कोणालाही या पत्राबद्दल काहीही सांगू नका.
तुमचा हितचिंतक

पत्रावर तारीख नव्हती. पोस्ट ऑफिसचा ठसाही अत्यंत पुसट होता; पण तरीही ते पत्र दिल्लीतल्या हौज खास पोस्ट ऑफिसमधून पाठवण्यात आलं आहे, हे आरिफला कळत होतं. ते पत्र काही महिन्यांपूर्वी टाकल्याचं दिसत होतं.

अब्बा आनंदाने ओरडले. त्यांनी हाका मारून अम्मी आणि हुमा या दोघींना बोलावून घेतलं; पण या पत्रावर कसं व्यक्त व्हावं, हे आरिफला कळत नव्हतं. नाक घासत आणि डोकं खाजवत तो मख्खासारखा उभा होता. ते पत्र त्याला बनावट वाटत होतं. कोणीतरी मुद्दाम पाठवल्यासारखं! *'कोणीतरी आपली मस्करी करत आहे. हे असं का करावं? कोणी पाठवलं असेल हे पत्र? आणि पत्र पाठवणाऱ्या माणसाला झाकीरच्या परतण्याबद्दल कशी माहिती मिळाली?'* अशा अनेक शंका त्याच्या मनात दाटून आल्या; पण त्याच वेळी एका अपेक्षेने तो उत्तेजित झाला, हेदेखील तेवढंच खरं होतं.

अब्बा न थांबता हसत होते. अम्मी आणि हुमा दोघीही गोंधळून अब्बांकडे बघत होत्या. आरिफ आपल्या विचारांच्या तंद्रीतून जागा झाला आणि त्याने अम्मी आणि हुमाला त्या पत्राबद्दल माहिती दिली.

अम्मी, हुमा आणि अब्बा यांच्या चेहऱ्याकडे बघून आरिफला शेवटी आनंद झाला आणि तोसुद्धा त्यांच्या हसण्यात सहभागी झाला. ते तिघंही हसत होते. त्यांचे डोळे डबडबले होते. तेवढ्यात त्याला कोणाच्या तरी पावलांचा आवाज ऐकू आला. आरिफने आवाजाच्या दिशेने वळून बघितलं, तर ६०-७० वर्षांचा एक दाढीवाला म्हातारा त्यांच्या गल्लीत येत होता. त्याच्या अंगावरचे कपडे अस्वच्छ होते. तसंच खांद्यावर एक मळकी झोळी अडकवलेली होती. तो त्यांच्याच घराकडे चालत येत होता.

"अल्ला तुम्हारी हर मुराद पुरी करें, अल्ला तुमचं घर आनंदाने भरून टाको," तो भिकारी जोरात ओरडला. आरिफने खिशात हात टाकला आणि हाताला लागलेली सगळी नाणी त्या भिकाऱ्याच्या कटोऱ्यात टाकली.

"थांबा," भिकारी जायला वळला, तसं अम्मीने त्याला थांबवलं. आत जाऊन अम्मीने एका ताटात पुलाव, चिकन करी आणि शेवयांची खीरही आणली. त्या भिकाऱ्याने तिथेच ठाण मांडलं आणि दहा मिनिटांमध्ये सगळं ताट चाटूनपुसून साफ केलं. ढेकर देताना त्याच्या तोंडून 'अल्ला!' हे शब्द सहज फुटले. आरिफच्या कुटुंबाला भरभरून आशीर्वाद देत तो तिथून निघाला.

त्या भिकाऱ्याचे शब्द अल्ला खरे करो, आरिफच्या मनात आलं.

अम्मीकडे वळून आरिफ हसला. अम्मीही हसली. दोघंही रडायला लागले. कोण्या अनामिक हितचिंतकाने पाठवलेल्या त्या पत्रामुळे अनेक महिन्यांनी आरिफच्या कुटुंबाला हसण्यासाठी काहीतरी कारण सापडलं होतं. आरिफच्या मनातही आशेचा एक छोटा किरण जागा झाला होता.

त्या दिवसापासून तो आणि त्याचं संपूर्ण कुटुंब झाकीरची वाट बघत झुरायला लागलं.

नियती

वीस

त्या ईदला चार महिने नाही, तर चार वर्षं उलटली; तरीही झाकीर परत आला नाही. आरिफ आणि त्याच्या घरच्यांनी आता झाकीर परत येण्याची आस सोडून दिली. कोणीतरी ते पत्र पाठवून आरिफच्या कुटुंबीयांबरोबर अत्यंत खालच्या दर्जाचा विनोद केला होता, यावर आरिफचा विश्वास बसला होता.

या चार वर्षांमध्ये आरिफ आणि त्याचं संपूर्ण कुटुंब या प्रचंड दुःखाच्या ओझ्याखाली जगायला शिकलं होतं. अगदी रडायला येत असलं, तरी त्याही परिस्थितीत कसं हसायचं, हे त्यांना कळून चुकलं होतं. इच्छा नसताना ते चौघंही आपलं दुःखं हृदयात खोलवर दडपून ठेवायची कला शिकले होते.

'काळ हे सगळ्यावरचं औषध असतं,' आरिफने हा सुविचार अनेकदा ऐकला होता. तो खरा असतो, याचं प्रत्यंतर त्याला आता येत होतं. झाकीरला गमावण्याचं दुःखं अजिबात गेलं नव्हतं आणि दादीलाही तो विसरला नव्हता; पण गेल्या दोन वर्षांमध्ये या दोघांसाठीचं दुःख बाजूला सारून, आता घरी आपण कमावणारे एकटेच आहोत, या जबाबदारीच्या भावनेने आरिफच्या मनात घर केलं होतं.

आरिफने तीन वेळा बिहार लोकसेवा आयोगाची परीक्षा दिली. तीनही वेळा त्याच्या पदरी अपयश आलं. आता त्याच्याकडे फक्त एकच संधी होती आणि तो त्यासाठीच तयारी करत होता; पण आता ही परीक्षा पास व्हायची, या ध्येयाने तो झपाटलेला नव्हता आणि त्यासाठी तासन्‌तास अभ्यास करण्याएवढी ताकदही त्याच्यात उरलेली नव्हती. आता आरिफने वयाची तिशी ओलांडली होती; त्यामुळे तो अनेक सरकारी नोकऱ्यांसाठी अपात्र ठरत होता. सकाळी राजा बाजारातल्या कोचिंग क्लासमध्ये शिकवून आणि दुपारच्या वेळी आसपासच्या चार मुलांच्या शिकवण्या घेऊन आरिफ दरमहा पाच हजार रुपये कमावत होता. अब्बांची पेन्शन आणि हे पैसे एवढ्यात पटण्यामध्ये एका कनिष्ठ मध्यमवर्गीय कुटुंबाच्या किमान

गरजा सहज भागत होत्या.

किमान गरजा भागत असल्या, तरी ते तेवढं पुरेसं नव्हतं. पैशांअभावी हुमाला तिचं शिक्षण अर्ध्यात सोडावं लागलं होतं. दोन वर्षांपूर्वी अम्मीची तब्येत बिघडली, तेव्हा तिच्यावर खासगी रुग्णालयात उपचार करण्यासाठी अम्मीचे उरलेले दागिने विकावे लागले होते. आता हुमाच्या लग्नाचा प्रश्न होताच. किमान थाटात लग्न करायचं, तरी तीन ते चार लाख रुपयांची गरज होतीच.

'हुमाच्या हुंड्याची सोय मलाच करावी लागणार आहे,' २००५ च्या मे महिन्यातल्या एका संध्याकाळी जगदेव पथावरच्या राहुल मॅगझिन सेंटरमध्ये वेगवेगळ्या नोकऱ्यांसाठीचे अर्ज चाळत, आरिफ विचार करत होता. अधूनमधून कपाळावर येणारा घाम आपल्या रुमालाने पुसत होता.

अर्ज चाळता चाळता आरिफला पटणा जिल्हाधिकारी कार्यालयात लिपिक पदासाठीचे अर्ज दिसले. त्या पदासाठीची वयोमर्यादा ३५ होती. पाच जागांसाठी अर्ज मागवले होते. दोन रुपये देऊन आरिफने अर्ज विकत घेतला आणि दुसऱ्याच दिवशी तो अर्ज भरून त्याने पोस्टाने पाठवून दिला.

"आरिफ, मला वाटत नाही की, ही नोकरी तुला मिळेल. भरती प्रक्रिया चालवणाऱ्या माझ्या एका ओळखीच्या माणसाकडे मी चौकशी केली. तू अर्ज भरलेल्या पदासाठी एक तर मंत्र्यांची चिठ्ठी तरी हवी किंवा तीन-चार लाख रुपयांची लाच देण्याची तयारी तरी हवी," अब्बा निराशेने आरिफला म्हणाले. आरिफ नुकताच कोचिंग क्लासमधून घरी आला होता. त्याच्या हातामध्ये *हिंदुस्तान* हे वर्तमानपत्र होतं.

"अब्बा, पण प्रयत्न करायला आपलं काय जातं? असं म्हणतात की, विश्वासावर तर दुनिया चालते." आरिफ पेपर टेबलावर ठेवत म्हणाला. तेवढ्यात पंखा फिरायचा थांबला.

"छे! परत लाइट गेले," आपला शर्ट काढून समोरच्या खुंटीवर टांगत आरिफ पुटपुटला. पेपर वाचता वाचता अब्बा अचानक उत्साही स्वरात म्हणाले, "आरिफ, अरे, ही बातमी बघ जरा."

ती बातमी आरिफचा मित्र मृत्युंजयच्या बाबतीत होती. आतापर्यंत तो आरा जिल्ह्याचा जिल्हा दंडाधिकारी होता आणि नुकतीच त्याची पटण्याला बदली झाली होती.

"अरे, मृत्युंजय तर तुझा जुना मित्र आहे. त्याला जाऊन भेट एकदा. तो तुला नक्की मदत करेल," अब्बा म्हणाले. त्यांच्या स्वरात आशा होती.

आरिफने काही उत्तर दिलं नाही. तो त्याच्याच विचारांमध्ये दंग होता. "आपण मृत्युंजयला भेटावं का? मी काय करतो, असं त्याने विचारलं, तर माझ्याकडे काय

उत्तर आहे? मृत्युंजय त्याच्या बायकोशी आपली ओळख कशी करून देईल? हा माझा मित्र आरिफ, हा काहीच करत नाही, असं सांगेल का तो त्याच्या बायकोला?''

मृत्युंजय आणि त्याची शेवटची भेट पाच वर्षांपूर्वी झाली होती. मृत्युंजयने त्याला मौर्य हॉटेलमध्ये पार्टीसाठी बोलावलं होतं. त्याला ती संध्याकाळ चांगलीच आठवत होती, कारण त्या संध्याकाळी आरिफचा खूप मोठा अपमान झाला होता.

जीन्स पॅन्ट आणि शर्ट घालून आरिफ अगदी वेळेत हॉटेलवर पोहोचला होता. त्या पंचतारांकित हॉटेलमधल्या वातावरणात तो थोडासा गांगरलाच होता. पार्टी हॉलमध्ये पोहोचल्यावर त्याला कळलं की, मृत्युंजय अजून पोहोचलेलाच नाही. एका कोपऱ्यात उभं राहून तो पार्टीला आलेल्या लोकांकडे बघत होता. सगळेजण कडकडीत इस्त्रीचे शर्ट घालून आले होते. तर महिला आणि मुलींनी सुंदर कपडे घातले होते. ते वाइनचा ग्लास हातात धरून, एकमेकांशी गप्पा मारत हसत-खिदळत होते. रंग उतरलेली जीन्स, चौकड्यांचा शर्ट आणि रेक्झिनचे सॅन्डल या अवतारातल्या आरिफचं वेगळेपण त्या गर्दीत उठून दिसत होतं.

पांढरा शर्ट आणि त्यावर काळं जॅकेट घातलेले वेटर खान-पान सेवा पुरवत होते. एक वेटर त्याच्या दिशेने आला, तेव्हा आरिफला आपण काय करावं, हे समजलंच नाही. त्याने लिंबू सरबताचा एक ग्लास उचलला. तेवढ्यात हॉलच्या दुसऱ्या कोपऱ्यात त्याला गोंधळ चालल्याचं दिसलं. दोन आगंतुक पार्टीत घुसले होते आणि तिथे उभं राहून व्हिस्कीचा आस्वाद घेत होते. पार्टीच्या संयोजकांनी त्यांना शिव्या घालून, मारहाण करत बाहेर काढलं. आता आरिफला जाणवलं की, त्याच्या बाजूला उभा असलेला एक माणूस त्याच्याकडेही संशयाने बघतोय; त्याने वेटरला जवळ बोलावून त्याच्या कानात काहीतरी सांगितलं.

थोड्याच वेळात दोन माणसं त्याच्या समोर आली आणि त्यांनी त्याला अगदी विनम्रपणे विचारलं, ''कोणती बॅच, सर?''

''बॅच'' आरिफ गोंधळला.

''तुम्ही IAS अधिकारी नाही का?'' दुसऱ्या माणसाने त्याला जरा कठोर स्वरात विचारलं.

''नाही.''

''अरे या माणसाचे कपडे तर बघा. हासुद्धा नक्कीच पार्टीत घुसलाय. यालाही हाकलून द्या.'' एक धडधाकट माणूस आता त्यांच्या दिशेने येत होता. त्याने निळ्या रंगाचा सूट घातला होता.

दोन वेटरनी आरिफचे खांदे पकडले आणि ते त्याला मागे खेचू लागले.

''मला मृत्युंजय पांडे यांनी बोलावलं आहे,'' वेटरच्या तावडीतून सुटण्यासाठी धडपड करत आरिफ म्हणाला. त्यांच्यापैकी एका वेटरचा तोल गेला आणि तो

खाली पडला. दुसऱ्या वेटरलाही कोणीतरी कॉलरला धरून बाजूला केलं. तो मृत्युंजय होता.

"माझ्या मित्राला हात लावायची तुमची हिंमत तरी कशी झाली," मृत्युंजय त्या वेटरच्या अंगावर ओरडत म्हणाला.

तो निळ्या सूटमधला माणूस आता काहीतरी बोलायला पुढे सरसावला, तर मृत्युंजयने त्याचीही कॉलर पकडली. आता इतर लोकही पुढे आले. त्यांनी मृत्युंजयला त्या निळ्या सूटवाल्यापासून वेगळं केलं.

"अरे मृत्युंजय, जाऊ दे. काहीतरी गैरसमज झाला. हे तुझे मित्र आहेत, हे इथे कोणालाच माहीत नव्हतं," करड्या रंगाचा सूट घातलेले एक म्हातारेसे गृहस्थ मृत्युंजयला म्हणाले.

तेवढ्यात खाली पडलेला वेटरही चट्‌कन उभा राहिला आणि त्याने आरिफ आणि मृत्युंजयची माफी मागायला सुरुवात केली. आरिफच्या तोंडाची चव पूर्ण गेली होती. आता त्याला एक क्षणही तिथे थांबावंसं वाटत नव्हतं. दोन मिनिटं मृत्युंजयशी बोलून आरिफ ताबडतोब तिथून निघाला.

दुसऱ्या दिवशी सकाळी सकाळी मृत्युंजय आरिफच्या घरी आला. रात्री घडलेल्या प्रसंगाबद्दल त्याने आरिफची माफी मागितली. तसेच ते सगळं विसरून जाण्याबद्दल सुचवलं. आपली हजारीबागला बदली झाली आहे, असंही त्याने निघताना सांगितलं. एका कागदावर त्याने आपला नंबर लिहून आरिफला दिला.

तीन महिन्यांनंतर मृत्युंजयची बदली रांचीला झाल्याचं आरिफला वर्तमानपत्रातल्या बातमीवरून समजलं. वर्षभराने अब्बांच्या जुन्या पत्त्यावर आरिफला त्याच्या मित्राच्या लग्नाची आमंत्रणपत्रिकाही आली होती. त्याचं लग्न लखनौच्या एका वरिष्ठ आयएएस अधिकाऱ्याच्या मुलीबरोबर ठरलं होतं. लग्न दिल्लीला होणार होतं. आपल्या मित्राच्या लग्नाला आपण जायलाच हवं, असं आरिफला राहून राहून वाटत होतं; पण तरीही तो गेला नाही. मृत्युंजयच्या थाटाला साजेल अशी भेटवस्तू घेण्याइतके पैसेही त्याच्या खिशात नव्हते आणि दुसरी गोष्ट म्हणजे मृत्युंजयची होणारी पत्नी आणि तिच्या घरचे आपल्याला कसं वागवतील, याबद्दलही त्याच्या मनात साशंकता होती. तसंच लग्नात सगळेच IAS-IPS अधिकारी असतील. आपण उगाच कशाला त्यांच्यासमोर जायचं, हा विचारही त्याला सतावत होता.

आरिफ लग्नाला गेला नाही आणि त्यानंतर मृत्युंजयनेही आरिफला कधी फोन केला नाही. आरिफ आणि त्याचे कुटुंबीय पोलीस कॉलनीतलं घर सोडून समनपुऱ्याला राहायला आले आहेत, हेसुद्धा त्याने मृत्युंजयला कळवलं नव्हतं.

आता इतक्या वर्षांनंतर मृत्युंजय आपल्याला मित्र मानतो की सत्तेच्या पटावर काही घरं चालल्यानंतर तोसुद्धा बदलला आहे, याची आरिफला शाश्वती नव्हती.

“अरे तुला नसेल वाटत, तर नको भेटूस त्याला,” अब्बा आरिफच्या चेहऱ्याकडे बघून म्हणाले.

“मी भेटेन मृत्युंजयला,” आरिफ मोठ्या निर्धाराने म्हणाला. शेवटी त्याच्या अहंकारापेक्षाही कुटुंबाची गरज जास्त मोठी होती.

श्रीकृष्ण सायन्स सेंटरजवळ आरिफने ऑटोरिक्षा सोडली आणि तिथून तो बिस्कोमान टॉवरच्या दिशेने चालू लागला. हा टॉवर म्हणजे पटण्यातली सर्वांत उंच इमारत होती. गांधी मैदानाच्या पश्चिमेला आणि सेंट झेवियर्स हायस्कूलसमोर असलेल्या या टॉवरच्या बाजूलाच जिल्हाधिकाऱ्यांचा बंगला होता. तो खूप मोठा बंगला होता. बंगल्याला लोखंडाचं गेट होतं. गेटवर गणवेशातला एक शिपाई उभा होता. आरिफने त्याला सांगितलं की, त्याला जिल्हाधिकारी साहेबांना भेटायचं आहे. त्याच वेळी आरिफला वाटलं की, आपण इथे यायलाच नको होतं.

“आज साहेबांचं काहीतरी बिनसलं आहे. त्यांनी मला आधीच सांगितलंय की, आज संध्याकाळी ते कोणालाही भेटणार नाहीत,” शिपायाने अगदी आखडून सांगितलं.

“पण मी त्यांचा मित्र आहे,” आरिफ.

त्या शिपायाने आरिफकडे संशयास्पद नजरेनं बघितलं.

“म्हणजे ते मला ओळखतात,” ती नजर ओळखून आरिफने लगेच योग्य तो बदल केला. आपल्यासारखा फाटका माणूस एका जिल्हाधिकाऱ्याचा मित्र कसा काय असू शकतो! त्याने आपल्या खिशातून एक कागद काढून, त्या कागदावर स्वतःचं नाव लिहिलं आणि तो कागद शिपायाच्या हातात ठेवला.

“तुम्ही ही चिठ्ठी फक्त त्यांच्यापर्यंत पोहोचवू शकता का?” आरिफने त्या शिपायाला विचारलं.

शिपायाने नकार दिला. “हे बघा, तुम्हाला काही अर्ज वगैरे द्यायचे असतील, तर जिल्हाधिकारी कार्यालयात जाऊन भेटा.”

“प्लीज, त्यांना कळवा तरी. त्यांना माहीत आहे की, मी कोण आहे ते,” आरिफने त्या शिपायाला मनवण्याचा एक शेवटचा प्रयत्न केला; पण शिपाई ठाम होता.

तेवढ्यात गेटसमोर आलेल्या गाडीने हॉर्न वाजवला. शिपाई गेट उघडण्यासाठी धावला. आरिफला आता पांढरी ॲम्बेसडर गाडी दिसायला लागली. आरिफच्या मनात आता पुन्हा थोडीशी आशा पालवली. मृत्युंजयने आपल्याला बघितलं, तरी तो आपल्याला ओळखेल, असं त्याला वाटलं.

"अरे बाजूला हो, साहेबांची गाडी येतेय," शिपाई आरिफच्या अंगावर खेकसला; पण आरिफ जागचा हलला नाही. खरंतर त्याला त्या शिपायाचं म्हणणंच ऐकू येत नव्हतं. त्याचे डोळे बंगल्याच्या दारावर खिळले होते; पण तोपर्यंत शिपाई धावत तिथे आला आणि त्याने आरिफला मागे ढकललं. आरिफ स्वतःला सावरू शकला नाही आणि खाली पडला.

शिपायाने गेट उघडलं. गाडी त्याच्या जवळून जाताना त्याने एक सलाम ठोकला. आता गाडी आरिफच्या जवळ येऊन थांबली. आरिफला वाटलं की, आता मृत्युंजय दरवाजा उघडून बाहेर येईल आणि आपल्याला मिठी मारेल. का नाही ओळखणार मृत्युंजय मला, शेवटी आम्ही लहानपणापासूनचे मित्र आहोत, आरिफ विचार करत होता; पण तसं काहीच झालं नाही. गाडी चालू झाली आणि धुरळा उडवत तिथून निघून गेली.

आरिफ हात झटकत उठला आणि त्याने बघितलं की, त्याचा मित्र गाडीत काहीतरी पुस्तक वाचत बसला आहे. शिपायाने ठोकलेला सलामही त्याने न बघताच स्वीकारला आहे. त्याच्या बाजूला बॉबकट केलेली एक सुंदर महिला बसली होती. तिच्या चेहऱ्यावरून स्पष्ट दिसत होतं की, ती नाराज आहे. आपण मृत्युंजयला एकदा हाक मारावी, असंही आरिफला वाटलं; पण त्याच्या घशातून आवाजच फुटला नाही.

काळाचा महिमा बघून आरिफ थक्कं झाला. मृत्युंजयसारखा तोदेखील दिल्लीला गेला असता, तर आज तोदेखील असाच अधिकारी बनून, एखाद्या बंगल्यात राहत असता. त्यालासुद्धा गेटवर उभ्या असलेल्या शिपायाने असाच सलाम ठोकला असता. नोकरीसाठी त्याला असं वणवण फिरावं लागलं नसतं. अब्बांच्या जिवालाही शांतता लाभली असती. आरिफ विचार करत होता आणि हसत होता. थोड्या वेळाने त्या हसण्याची जागा खिन्नतेने घेतली. अब्बांकडे आपल्याला दिल्लीला पाठवण्याएवढे पैसे होते कुठे?

आरिफने बघितलं की, आता गेटवरचा शिपाई त्याच्याकडे रागारागाने बघत होता. त्याच्या साहेबांनी या कफल्लक माणसाला ओळखलं असतं, तर हाच शिपाई आपल्याशी अदबीने बोलला असता, हे त्याला जाणवलं; पण आता मात्र तो शिपाई त्याच्याकडे संशयाने बघत होता. त्याने अगदी उद्धटपणे त्याला तिथून चालतं व्हायला सांगितलं.

गांधी मैदानाच्या दिशेला जाताना आरिफला एक शेंगदाणेवाला दिसला. त्याने दोन रुपयांचे शेंगदाणे घेतले आणि तो जवळच्या एका सिमेंटच्या बाकावर बसला. त्याला उमराव जान चित्रपटातलं गाणं आठवत होतं.

तमाम उम्र का हिसाब मांगती है जिंदगी ।
ये मेरा दिल कहे तो क्या, ये खुद से शर्मसार है ॥

आरिफने घड्याळात वेळ बघितली आणि तो उठून उभा राहिला. त्याने जांभई देत आळस दिला. जांभई देताना उघडलेलं तोंड झाकण्यासाठी आपसूकच त्याचा डावा हात त्याच्या तोंडावर आला. त्याला दादीचं बोलणं आठवलं. दादी नेहमी सांगायची, 'जांभई देताना नेहमी आपला डावा हात आपल्या तोंडावर ठेवायचा आणि तीन वेळा तोबा अस्तगफार असं म्हणायचं. नाहीतर सैतान तुमच्या तोंडात लघवी करेल.' दादीचं हे बोलणं आठवून, आरिफ हसला आणि त्याला दादीची आठवण आली.

थोड्या वेळाने आरिफ ऑटोरिक्षाच्या स्टॅन्डवर आला. तो रिक्षा बोलावणार तेवढ्यात त्याच्या खांद्यावर मागून कोणीतरी हात ठेवला. आरिफने मागे वळून पाहिलं, तर रमेशकुमार होता. रमेशचं वय वाढल्यासारखं वाटत होतं. त्याचे केस पांढरे व्हायला लागले होते.

''नमस्कार काका,'' आरिफ हसून म्हणाला.

''आरिफ, कसा आहेस? किती वर्षांनी दिसलास?'' रमेशकुमारला आरिफला बघून आनंद झाला होता.

''मी चांगला आहे.'' आरिफ.

''सध्या काय चाललंय?''

''एका कोचिंग क्लासमध्ये शिकवतोय आणि बिहार लोकसेवा आयोगाच्या परीक्षेची तयारी करतोय,'' कसंनुसं हसत आरिफ म्हणाला. आपण काहीतरी सन्माननीय करत आहोत, हे ठसवण्यासाठी आरिफने मुद्दाम त्या परीक्षेचा उल्लेख केला होता.

''का रे, IASचं काय झालं?'' रमेशकुमारने विचारलं.

''गाडं मुलाखतीच्या फेरीत अडकलं.''

''हं! काळजी करू नकोस. प्रयत्न करत राहा. अरे, बँकेच्या परीक्षा तुलनेने सोप्या असतात; त्याही बघ.''

''अहो, मी आता ३५ वर्षांचा झालोय. आता मी बँकेच्या परीक्षा देऊ शकत नाही.''

''अरे, हो की, मी विसरलोच. किती वर्षांनी भेटतोय आपण! पण अगदी कालच भेटलो होतो, असं वाटतंय.''

''खरंच काका.'' सुमित्राची चौकशी करण्याची प्रबळ इच्छा आरिफने दाबून ठेवली.

"झाकीरबद्दल कळलं रे. खूप वाईट वाटलं."

"हं! काय करणार? सगळं काही अल्लाच्या हातात असतं." आरिफ म्हणाला. झाकीरचा विषय निघाला, तसं त्याला अश्रू आवरणं कठीण झालं. रमेशकुमारच्या लक्षात आलं. विषय बदलायचा म्हणून तो म्हणाला, "अरे माझी बदली बेगुसरायला झाली. पुढच्या महिन्यात मी पटण्याला येईन, असं वाटतंय. मग भेटू या," त्याने खिशातून पाकीट काढलं आणि व्हिजिटिंग कार्ड काढून, त्याच्या मागे काहीतरी खरडलं. "हे माझं कार्ड. मागे माझा आणि सुमित्राचा मोबाइल नंबर लिहिलाय. कधीही कॉल कर. बोलू या. संध्याकाळी केलास, तर सुमित्राच्या नंबरवर कर. मी माझा ऑफिसचा मोबाइल संध्याकाळी बंद ठेवतो." रमेशकुमार म्हणाला.

सुमित्राचा उल्लेख झाल्यावर आरिफच्या हृदयात एक बारीकशी कळ गेली.

"राहुल आणि कविता कसे आहेत?"

"कविता न्यू जर्सीत आहे. गेल्याच वर्षी तिला मुलगा झाला. राहुल आयआयटी, खरगपूरमध्ये मेकॅनिकल इंजिनिअरिंग करतोय."

"अरे व्वा!... दोघांनाही मी विचारलंय म्हणून सांगा." आरिफ म्हणाला.

आरिफने रमेशकुमारचं कार्ड खिशात ठेवलं, तेवढ्यात त्यांच्या दिशेने येणाऱ्या एका माणसाला पाहून, अचानक आरिफ चपापला. रमेशच्या खांद्यावर हात ठेवून तो माणूस म्हणाला, "रमेश चला, निघू या."

'अरे, हा तोच माणूस आहे, ज्याला अनेक वर्षांपूर्वी सुमित्राच्या घरात तिला मिठी मारताना आपण बघितलं होतं. त्याच्या मिशा विसरणं शक्यच नाही; पण हा साला इथे काय करतोय. हा माणूस रमेशच्या पाठीमागे सुमित्राबरोबर काय करतो, हे रमेशला माहीत आहे का,' आरिफ गोंधळून बघत होता. तेवढ्यात रमेशकुमारनेच ओळख करून दिली. "हा माझा मेव्हणा ज्ञानप्रकाश. सुमित्राचा मोठा भाऊ."

~

आपल्या कानात कोणीतरी जळजळीत लाव्हा ओतावा, तसं आरिफला वाटलं. काय बोलावं, हे त्याला कळतच नव्हतं. रमेश आणि तो माणूस निघून गेले, तरी आरिफ त्याच जागी खिळून उभा होता. काही वर्षांपूर्वी आपण सुमित्राचा किती अपमान करून, तिच्याशी सगळी नाती तोडली होती, ते त्याला आठवलं. *'सुमित्रा आपल्या सख्ख्या भावाला मिठी मारत होती आणि मी काय विचार करत होतो!'* हा विचार करून, तर आरिफला खूपच शरमल्यासारखं वाटत होतं. आपण सुमित्राला फोन करून तिची माफी मागावी, अशी तीव्र इच्छा त्याच्या मनात होती; पण आपण तर तिला 'रांड' म्हणालो होतो. ते ती विसरेल का? ती पुन्हा आपल्याशी बोलेल तरी का? त्यांच्यात पुन्हा तसंच नातं प्रस्थापित होऊ शकेल का? आणि त्या नात्यामुळे

त्या दोघांचं भलं होईल का, असे हजारो प्रश्न आरिफच्या डोक्यात पिंगा घालत होते.

~

पुढच्याच आठवड्यात आरिफ पब्लिक टेलिफोन बूथवर तीन वेळा गेला; पण सुमित्राला फोन लावण्याचं धैर्य त्याला झालं नाही. एकदा तर त्याने रिसीव्हर उचलला. *'सुमित्राच्या जवळही जाऊ नकोस. तुझं आयुष्य आधीच गुंतागुंतीचं आहे. त्यात आणखी गुंता वाढवू नकोस,'* असं स्वतःलाच बजावून, रिसीव्हर खाली ठेवून तो मागे फिरला.

आठव्या दिवशी न राहवून त्याने सुमित्राचा नंबर लावला. दुपारची वेळ होती. पलीकडून सुमित्राने फोन उचलला. ती बहुधा झोपली असावी, कारण तिचा आवाज झोपेतून उठल्यासारखा येत होता. ''मी आरिफ,'' तो कसंबसं म्हणाला आणि थांबला. सुमित्राच्या उत्तराची वाट बघत असताना त्याला जाणवलं की, फोन कट झाला आहे. त्याने पुन्हा फोन लावण्याचा प्रयत्न केला; पण फोन स्वीच ऑफ असल्याचं सांगत होता.

दोन दिवसांनी त्याने पुन्हा त्या नंबरवर फोन लावला. सुमित्राने फोन उचलला आणि ती बोललीही. ''माझ्याकडून काय हवंय तुला?'' तिने विचारलं.

मग आरिफने तिला सगळा प्रकार सांगितला. त्याने कसं त्या मुलांना तिच्याबद्दल बोलताना ऐकलं होतं, तो घरी आला, तेव्हा कसं त्याला ती तिच्या भावाला मिठी मारताना दिसली, हे सगळं त्याने तिला सांगितलं. शेवटी आरिफ तिला म्हणाला, ''माझी चूक झाली सुमित्रा.'' काही सेकंद कोणीच काही बोललं नाही. मग आरिफनेच विचारलं, ''आपण भेटू शकतो का?''

'आरिफ, तू पुन्हा एकदा सापळ्यात उतरतो आहेस. सुमित्राला जगू दे. तिच्या आयुष्यात जाऊ नकोस. तिचं सुखी कुटुंब उद्ध्वस्त करू नकोस. तुझंही आयुष्य पणाला लावू नकोस,' त्याचं एक मन त्याला सांगत होतं.

सुमित्रा बराच वेळ काहीच बोलली नाही. मग ती शांत आवाजात उत्तरली, ''मला विचार करू दे.''

पुढच्या वेळी तो सुमित्राशी बोलला, तेव्हा त्याने पुन्हा तिची माफी मागितली. सुमित्रा फक्त त्याचं बोलणं ऐकत होती आणि 'हो-नाही' या दोन शब्दांमध्येच उत्तरं देत होती. असं १०-१२ वेळा झाल्यानंतर १३ व्या कॉलपासून सुमित्रा जरा व्यवस्थित बोलायला लागली. जणू त्या दोघांमध्ये काहीच घडलं नाही, एवढ्या व्यवस्थितपणे बोलत होती. तिने त्याला सांगितलं की, सध्या ती तिच्या वडिलांच्या घरी कटिहारमध्ये आहे.

''पुढच्या रविवारी मी बिहार लोकसेवा आयोगाची प्रिलिम परीक्षा द्यायला

कटिहारला येतोय. भेटशील?''

"अं, चालेल. आपण कटिहारला भेटू या,'' सुमित्रा म्हणाली.

का माहीत नाही; पण आरिफला वाटत होतं की, या वेळी तो परीक्षेत नक्की पास होईल. गेल्या सहा महिन्यांपासून त्याने खूप मेहनत केली होती. IASसाठी तो करायचा, त्याच ध्येयाने झपाटून तो अभ्यासाला लागला होता. IAS नाही तर नाही, निदान ही परीक्षा पास होऊन आपण पोलीस उपअधीक्षक किंवा सर्कल ऑफिसरपर्यंत नक्की मजल मारू, याची खात्री त्याला होती. एवढं मिळवलं, तरी आरिफच्या आयुष्यात स्थैर्य आलं असतं.

२२ मे २००५ रोजी कटिहारच्या डी. एस. कॉलेजमध्ये परीक्षा होती. तो सुमित्राला खूप वर्षांनी बघणार होता. डोळे बंद करून तो सुमित्राचा चेहरा आठवत होता. त्याला गालावरून मोरपीस फिरवल्यासारखं वाटलं. तिचा मधासारखा गोड आवाज आरिफच्या कानात रुंजी घालत होता. पीसीओ बूथमधून बाहेर पडताना आरिफच्या तोंडावर शीळ रुळली होती.

~

शनिवारी संध्याकाळी आरिफ कटिहारला जायला निघाला, तेव्हा त्याच्या खिशात ३३० रुपये होते. जनरल क्लासने प्रवास केला, तर कटिहारला जाऊन परत येण्यासाठी एवढी रक्कम पुरेशी होती. तसंही तो विनातिकीट प्रवास करणार होता. विद्यार्थ्यांनी खच्चून भरलेल्या डब्यात तिकिटं तपासायला येण्याची हिंमत कोणताही तिकीट तपासनीस करणार नाही, हे आरिफला माहीत होतं. परीक्षेला जथ्थ्याने जाणारे विद्यार्थी त्यांच्या मनात येईल, त्या डब्यातून प्रवास करायचे. अनेकदा तर ते आरक्षित डब्यांमध्ये घुसून तिथेही बसायचे. खरंतर लोक आरक्षण करताना परीक्षेच्या तारखा बघून त्या वगळूनच मग आरक्षण करायचे. सुरुवातीला आरिफ तिकीट घेण्यासाठी आग्रही असायचा; पण ते आदर्शवत दिवस कधीच मागे पडले. आता काही पैसे वाचवणं हे तत्त्वापेक्षा महत्त्वाचं होतं. पैसे वाचवले, तर त्याचा थेट फायदा कुटुंबाला होईल, एवढं सोपं गणित आरिफला कळत होतं.

आरिफ रिक्षाने स्टेशनला पोहोचला. जत्रा भरावी, तसं स्टेशन माणसांनी फुललं होतं. त्यात बहुतांश विद्यार्थीच होते. प्लॅटफॉर्मवर उभं राहायलाही जागा शोधणं अवघड होतं. आरक्षित तिकिटं असलेले प्रवासी एकतर तिकीट खिडकीसमोर त्यांची तिकिटं रद्द करण्यासाठी रांग लावून उभे होते, नाहीतर गर्दीत धक्के खात आपली जागा आपल्यालाच मिळेल का, ही चिंता करत होते.

तासाभराने गाडी प्लॅटफॉर्ममध्ये शिरली आणि एकच गोंधळ उडाला. गाडी पूर्ण थांबण्याआधीच प्लॅटफॉर्मवरच्या विद्यार्थ्यांनी धावत गाडीत शिरायला सुरुवात केली

होती. आरिफ कसाबसा जनरल डब्यात घुसला आणि त्याला आणखी दोन मुलांबरोबर वरच्या बर्थवर बसायला जागा मिळाली. त्यांच्या डब्यात चढलेल्या इतर काही मुलांनी आरिफ बसला होता, त्या वरच्या बर्थवर जागा पटकावण्याचा प्रयत्न केला; पण आरिफच्या बाजूला बसलेल्या एका धडधाकट मुलाने त्यांना दमदाटी करून खाली उतरवलं. इतर बर्थवर चार-चार मुलं बसली आहेत, याकडे खालच्या मुलाने लक्ष वेधलं, तसं त्या धडधाकट मुलाने मघई भाषेत अस्सल शिव्या हासडल्या. शेवटी तो मुलगा दुसऱ्या आसनावर बसला.

अगदी छोट्या छोट्या गोष्टींसाठी दुसऱ्याला धमकावण्याची पद्धत बिहारमध्ये खालच्या स्तरातल्या लोकांपासून अगदी उच्च वर्गातल्या लोकांपर्यंत रूढ होती; पण आरिफला ही कला अवगत झाली नव्हती.

खालच्या बर्थवरही दोनजण जागेसाठी एकमेकांशी भांडत होते. उन्हाळा होता आणि गच्च भरलेल्या गाडीत तर जीव कासावीस होत होता. आरिफचा घसा सुकला होता. त्याने बॅगेतून पाण्याची बाटली काढली आणि एक घोट पाणी प्यायलं.

"भाई, मला थोडं पाणी देतोस का?" त्या धडधाकट मुलाने आरिफला विचारलं.

"अरे घे ना," आरिफने हात पुढे केला.

त्या मुलाने बाटली घेऊन तोंडाला लावली आणि घटाघटा जवळपास सगळंच पाणी संपवलं.

"मी पुढच्या स्टेशनला भरून आणतो," त्या मुलाने काहीसं वरमून आरिफला म्हटलं.

"अरे, ठीक आहे रे," आरिफ म्हणाला.

त्या मुलाने स्वतःचं नाव उनैब खान आहे, असं सांगितलं.

"अस्सलाम आलेकुम!" आरिफने त्याच्याशी हस्तांदोलन करत आपलंही नाव सांगितलं.

"वालेकुम अस्सलाम!" उनैबने मोठ्या जोशात आरिफशी हस्तांदोलन केलं. थोडा वेळ इथल्या-तिथल्या गप्पा झाल्यावर दोघंही दुसऱ्या दिवशीच्या परीक्षेबद्दल चर्चा करू लागले. उनैबनेही पब्लिक ॲडमिनिस्ट्रेशन हाच विषय ऑप्शनल विषय म्हणून निवडला होता. आरिफ त्या विषयावर भरभरून बोलायला लागला. शेवटी उनैबला झोप आली. आरिफचेही डोळे जडावले होते; पण उकाड्यामुळे त्याला झोप लागत नव्हती. त्याचा शर्ट घामाने चिकट झाला होता. ट्रेनमधल्या पंख्यातूनही गरम हवाच बाहेर येत होती. तेवढ्यात त्याला सुमित्राची आठवण झाली आणि थंडगार झुळूक यावी, तसं त्याला झालं; पण त्याला वाटलं की, सुमित्राला भेटण्याचा निर्णय योग्य नाही. एक मन सुमित्राला भेटायला उत्सुक होतं, तर दुसरं मन त्याचे पाय

खेचत होतं. त्यालाच कळत नव्हतं काय करावं! विचारांच्या या गर्दीत त्याचा कधी डोळा लागला, त्यालाही कळलं नाही.

डब्यात चाललेल्या गडबड गोंधळामुळे आरिफला जाग आली. मनगटावरच्या घड्याळात त्याने बघितलं, तेव्हा पहाटेचे पाच वाजले होते. सकाळच्या थंड हवेमुळे जरा बरं वाटत होतं. गाडी कटिहार जंक्शनच्या बाहेर सिग्नलला थांबली होती. अचानक अनेक विद्यार्थी गाडीतून खाली उतरले आणि ट्रॅकवरच लघवी करायला उभे राहिले. आपणही जरासं हलकं व्हावं, असं आरिफला वाटलं आणि तो बर्थवरून खाली उतरला. खाली दोन बर्थच्या मध्ये दोन तरुण झोपले होते. आरिफला त्याच्या दोन सॅन्डलपैकी एक मिळाला. दुसरा सॅन्डल मात्र एका जाड बॅगेखाली दबला होता. खूप मेहनतीने त्याने तो सॅन्डल काढला; पण तोपर्यंत ट्रेन सुरू झाली होती. ट्रॅकवर उतरलेली मुलं गडबड गोंधळ करत पुन्हा ट्रेनमध्ये चढण्याची धडपड करत होती; त्यामुळे बाथरूमपर्यंत जाणाऱ्या मार्गावर पुन्हा गर्दी झाली. आता कटिहार जंक्शनला उतरूनच बाथरूमला जाऊ, आरिफने विचार केला.

कटिहार जंक्शनला उतरल्यावर आरिफ आणि उनैबने थोडा वेळ झोप काढायचा निर्णय घेतला आणि दोघांनीही आपल्याकडच्या चादरी प्लॅटफॉर्मवर पसरल्या. खांद्यावरची बॅग उशाला ठेवून ते दोघं झोपले. ते उठले, तेव्हा सकाळचे आठ वाजले होते. सुलभ शौचालयासमोर मोठी रांग होती. *'बिहारचं हे एक चांगलं आहे. बाकी काही नसलं, तरी शौचालयं आहेत. एक वेळ राज्यातल्या लोकांकडे पुरेसं खाणं नसेल; पण एक रुपया देऊन हगण्याची सोय आहे,'* शौचालयाच्या रांगेत उभं राहून आरिफ विचार करत होता.

परीक्षा छान झाली. आरिफला पेपर चांगले गेले होते. तो परीक्षागृहातून बाहेर आला, तेव्हा त्याच्या चेहऱ्यावर हास्य होतं. कॉलेजच्या बाहेर येऊन त्याने सुमित्राला फोन केला. दोन रिंग वाजल्या आणि फोन उचलला गेला. समोरून एका माणसाचा आवाज आला. आरिफने फोन कट् केला. दुसऱ्यांदाही असंच झालं. आरिफने फोन ठेवला आणि तो बाजूच्या चहावाल्याकडे जाऊन बसला. त्याने चहा प्यायला. तिथे पडलेलं वर्तमानपत्र तो चाळत बसला. साधारण तासाभराने त्याने पुन्हा सुमित्राला फोन लावला. या वेळी सुमित्रानेच फोन उचलला.

"सुमित्रा, मी आरिफ बोलतोय."

"परीक्षा कशी झाली?" सुमित्राने ताबडतोब विचारलं.

"खूप छान!"

"अरे वा!" सुमित्रा म्हणाली.

"आपण कधी भेटणार आहोत?" आरिफने अधीरपणे विचारलं.

"उद्या. मी दुपारी अडीचच्या कटिहार-पटणा एक्सप्रेसने एकटीच बेगुसरायला

जाणार आहे. माझे वडील मला सोडायला येतील. तू जनरल क्लासचं तिकीट काढ आणि सेकंड एसीच्या ए-२ डब्यात ३५व्या सीटजवळ ये. मी तुझं तिकीट अपग्रेड करून घेईन. या ट्रेनमध्ये नेहमीच रिकाम्या सीट्स असतात.''

''चालेल.'' सुमित्रा समोर उभी असल्यासारखं आरिफ मान हलवून म्हणाला.

''बरं, कुठे राहणार आहेस?'' तिने विचारलं.

''स्टेशनजवळच्या एका हॉटेलमध्ये,'' तो खोटं बोलला. हॉटेलमध्ये राहण्याइतकेही पैसे आपल्याजवळ नाहीत, हे आरिफने सुमित्राला सांगितलं असतं, तर तिला नक्कीच दुःखं झालं असतं.

त्याने फोन ठेवला आणि हसतच टेलिफोन बूथबाहेर आला. बूथच्या बाहेरच फुटपाथवर एक गाडी उभी होती. त्या गाडीवर एक माणूस पुऱ्या तळत होता. कढईत उकळत्या तेलात त्या सोनेरी रंगाच्या पुऱ्या खूप छान दिसत होत्या. समोरच्या एका पातेल्यात लाल रश्श्यातली बटाट्याची भाजी होती. त्यावर टाकलेल्या कोथिंबिरीमुळे ती आणखी चांगली दिसत होती. आरिफच्या तोंडाला पाणी सुटलं. त्याने एक प्लेट पुरी-भाजीची ऑर्डर दिली. पोट भरल्यानंतर तो रिक्षाने स्टेशनवर आला.

स्टेशनवर खूप गर्दी होती. प्रतीक्षालयापासून प्लॅटफॉर्मपर्यंत पाय ठेवायलाही जागा नव्हती. सगळेच विद्यार्थी घरी जायला ट्रेनची वाट बघत होते. पटण्याला जाणारी ट्रेन रात्री साडेनऊला प्लॅटफॉर्मवर आली आणि ती गच्चं भरली. काही विद्यार्थी वातानुकूलित डब्यांमध्येही चढले. शेवटी त्यांना उतरवण्यासाठी पोलिसांना बोलवावं लागलं. पोलीस आणि विद्यार्थी यांच्यात बाचाबाची सुरू झाली. शेवटी पोलिसांना लाठीमार करावा लागला. विद्यार्थ्यांची गर्दी पांगली. आरिफ लांब उभं राहून हे सगळं बघत होता. गरज पडली, तर तो पळ काढण्याच्या तयारीत होता. तीन तासांनी बरीचशी गर्दी निघून गेली.

आरिफ परत प्लॅटफॉर्मवर आला, तेव्हा त्याला पुस्तकांच्या एका स्टॉलजवळ झोपायला जागा मिळाली. आरिफने बॅगेतून चादर काढली, तर ती ओली होती. आरिफला आठवलं की, सकाळी त्याने अंग पुसून ओला टॉवेल तसाच बॅगमध्ये कोंबला होता. सुदैवाने त्याने इस्त्री केलेल्या कपड्यांचा एक जोड जुन्या वर्तमानपत्रात गुंडाळून बॅगेत सगळ्यात खाली ठेवलेला होता. त्याने एक पेपर बाहेर काढला. तो पेपर खाली अंथरून आरिफ त्यावर अंग टाकणार, तोच त्याला पेपरमधली एक बातमी दिसली.

> नवी दिल्ली : अमेरिका सरकारने गुजरातचे मुख्यमंत्री नरेंद्र मोदी यांना अमेरिकेचा व्हिसा नाकारला आहे. भाजपच्या या मोठ्या हिंदुत्ववादी नेत्याविरोधात एक ठाम भूमिका घेत अमेरिकेच्या दूतावासाच्या प्रवक्त्यांनी

म्हटलं आहे की, त्यांना राजनैतिक व्हिसा देण्यात येणार नाही. २००२ मध्ये गुजरातमध्ये झालेल्या दंगलींमध्येही मोदींचा हात होता, असं या प्रवक्त्यांचं म्हणणं होतं. त्या दंगलींमध्ये दोन हजारजणांचा जीव गेला होता. इमिग्रेशन ॲन्ड नॅशनॅलिटी कायद्याचा आधार घेत, अमेरिकेने त्यांचा बिझनेस आणि टुरिस्ट व्हिसाही रद्द केला आहे.

'साला जॉर्ज बुश, एक नंबरचा ढोंगी माणूस आहे. एकीकडे जगभरातल्या मुस्लिमांचा जीव घेतोय आणि दुसऱ्या बाजूला गुजरातच्या मुख्यमंत्र्यांना व्हिसा नाकारून स्वतःला खूप महान असल्याचं दाखवतोय,' असं बडबडत आरिफ पहुडला. आपली बॅग उशाशी घेऊन तो झोपला होता. झोप लागेपर्यंत त्याच्या मनात सुमित्राचेच विचार होते.

दुसऱ्या दिवशी सुलभ शौचालयाबाहेरची रांग जरा कमी होती. त्याने पट्कन अंघोळ केली. त्यानंतर तो एका केशकर्तनालयाच्या शोधात बाहेर पडला. सुमित्राला भेटताना त्याला अस्ताव्यस्त भेटायचं नव्हतं.

स्टेशनबाहेरच त्याला 'इटालियन' सलून दिसलं. सलूनमधल्या माणसाने त्याला क्रीमने दाढी करायचे पाच आणि साबणाने दाढी करायचे तीन रुपये होतील, असं सांगितलं. आरिफने दुसरा पर्याय निवडला. त्या माणसाने आरिफकडे बघत त्याला सहा विटा एकमेकींवर रचून तयार केलेल्या एका चौथऱ्यावर बसायची खूण केली. 'इटालियन' या शब्दाचा संबंध इटलीशी नव्हता. रस्त्यावरच्या या अशा केशकर्तनालयासाठी हा बिहारमधला रूढ शब्द होता. इथे गिऱ्हाइकांना 'इटां'वर बसवायचे म्हणून हे इटालियन सलून होतं.

या अशा केशकर्तनालयात बसून दाढी करण्याची प्रक्रियाही खूपच वेदनादायी होती. आरिफच्या गालावर जेव्हा वस्तरा चालत होता, त्याला झोंबत होतं. एक-दोन वेळा त्याने न्हाव्याकडे तक्रारही केली. त्यावर त्या न्हाव्याचं म्हणणं होतं की, आरिफची दाढी राठ आहे आणि म्हणूनच एवढा त्रास होत आहे. तो न्हावी जेव्हा आरिफच्या गालावर पाणी शिंपडून गाल रगडायला लागला, तेव्हा तर आरिफला कोणीतरी आपल्या गालांना आग लावली आहे, असं वाटायला लागलं. सरतेशेवटी त्याने आपला चेहरा आरशात बघितला, तर त्याला तो जरा बरा वाटला. कंगवा घेऊन केस विंचरताना आरिफच्या ओठांवर शीळ होती.

जवळच्याच एका चांभाराकडून आरिफ आपले सॅन्डल शिवून घेत होता. त्या सॅन्डलला त्याने पॉलिशही करायला सांगितलं होतं. चांभाराचं हळूहळू चालणारं काम बघून आरिफ त्याला म्हणाला, "अरे, जरा लवकर कर. माझी गाडी सुटेल."

तो स्टेशनवर पोहोचला, तेव्हा तिकीट खिडकीसमोर लांबच लांब रांग होती.

खिडकीवर बसलेला एक म्हातारा क्लार्क त्या तिकीट देणाऱ्या यंत्राशी झगडत होता. त्याच्या काम करण्याच्या एकूण वेगावरून साफ दिसत होतं की, त्याला कसलीही घाई नाही. रांगेत उभे असलेले लोक आपली गाडी सुटेल, या चिंतेत होते. आरिफ मात्र सुमित्राबद्दलच विचार करत होता. आरिफ तिकीट खिडकीसमोर आला, तेव्हा गाडीची शिटी वाजली होती. कसंबसं तिकीट घेऊन आरिफ प्लॅटफॉर्मच्या दिशेने धावत सुटला.

गाडीत चढल्यावर आरिफ सेकंड एसीच्या ए-२ डब्यातल्या ३५ नंबरच्या सीटवर जाऊन पोहोचला; पण सुमित्रा तिथे नव्हती. त्या सीटवर कोणी बसल्याची खूणही नव्हती. गाडीने वेग घेतला, तसं आरिफ घाबरला. त्याच्याकडे जनरल डब्याचं तिकीट होतं. तिकीट निरीक्षक आला, तर आरिफला दंड भरावा लागणार होता. दंडाची रक्कम नसल्याने त्याला कदाचित तुरुंगातही जावं लागलं असतं. असा विचार करत असतानाच तिकीट निरीक्षक दत्त म्हणून आरिफसमोर उभा ठाकला. चष्म्याच्या कोपऱ्यातून आरिफकडे संशयाने बघत, तो तिकीट निरीक्षक आरिफला म्हणाला, "चला, तिकीट दाखवा."

"मी इथे माझ्या वहिनीला भेटायला आलोय," आरिफ अडखळत म्हणाला. सीट नंबर ३५ समोर उभा राहून आरिफ सुमित्राला शोधत होता. आपण सुमित्राचा उल्लेख वहिनी असा केला, याचं त्याला नवल वाटत होतं.

"तिकीट दाखवा," तिकीट निरीक्षक आता चिडला होता.

आरिफने आपल्या खिशातून तिकीट काढलं.

"ओ साहेब, हे जनरल डब्याचं तिकीट आहे. जनरल डबा आणि एसी डबा, यातला फरक कळतो की नाही," टीसी आवाज चढवून म्हणाला.

आरिफची तर बोबडी वळली होती.

"चल निघ इथून. गुपचूप बाहेर दरवाजाजवळ उभा राहा आणि पुढच्या स्टेशनला उतरून जनरल डब्यात जा. परत दिसलास, तर दंड वसूल करेन. काय माहीत कुठून येतात असे लोक," तिकीट निरीक्षक तुसडेपणे म्हणाला.

हताश होऊन आरिफ जायला निघणार तेवढ्यात सुमित्रा तिथे आली. तिच्या हातात बॅग होती. तिने काळ्या रंगाची साडी नेसली होती. त्या साडीवर पिवळ्या-लाल रंगाची नक्षी होती. त्या साडीवर तिने काळ्या रंगाचा, पूर्ण बाह्यांचा ब्लाउझ घातला होता. आरिफ सुमित्राकडे एकटक बघतच राहिला. ती नेहमीसारखीच नितांतसुंदर दिसत होती. तिच्या चेहऱ्यावर वयोमानानुसार सुरकुत्या पडल्या होत्या. एक-दोन वर्षांमध्ये ती पन्नाशीला पोहोचणार होती.

"काय झालं?" सुमित्राने त्या तिकीट निरीक्षकाला विचारलं.

"काही नाही मॅडम, हा माणूस जनरल तिकीट घेऊन एसी डब्यात घुसलाय."

“घुसला नाही. तो माझ्या बरोबर आहे. तुम्ही जो काही फरक आहे, तो घेऊन यांना या डब्यातलं तिकीट द्या. ३६ नंबरची सीट तर रिकामी आहे ना,” सुमित्रा जरा कडक आवाजातच त्या निरीक्षकाला म्हणाली.

तिकीट निरीक्षकाने लगेचच आपल्या खिशातून कॅलक्युलेटर आणि तिकीट दराचा तक्ता काढला. त्याने हिशेब करायला सुरुवात केली. त्यानंतर अगदी शांत आवाजात तो सुमित्राला म्हणाला, “मॅडम, इथून पटण्यापर्यंतचं एसी तिकीट खूप महाग पडेल. तुम्ही असं करा, मलाच थोडे पैसे द्या चहा-पाण्यासाठी. या साहेबांना बसू दे निवांत.”

“नाही. तुम्ही तिकीट द्या. तेच चांगलं; मला नंतर काही प्रॉब्लेम नको.” सुमित्रा म्हणाली.

“अरे मॅडम, या बोगीत मीच आहे. पटण्यापर्यंत माझी ड्यूटी आहे. काहीही प्रॉब्लेम होणार नाही. फक्त २०० रुपये द्या,” निरीक्षकाच्या चेहऱ्यावर अजिजी होती.

“नाही. तुम्ही तिकीट द्या,” सुमित्रा ठामपणे म्हणाली.

“बरं ठीक आहे, तुम्ही म्हणतच आहात, तर मी तिकीट देतो; पण यात ना तुमचा फायदा होईल ना माझा. सगळे पैसे सरकारी तिजोरीत जातील.”

“मला तिकीट द्या. तुम्हाला हवं तर चहा-पाण्यासाठी मी वेगळे पैसे देते.”

“अहो मॅडम, तुमच्याकडून तिकिटाचे पैसे घेऊन, वर लाच घेण्याइतकाही मी निर्लज्ज नाही,” तो तिकीट निरीक्षक हसत हसत म्हणाला.

“धन्यवाद!” सुमित्रा टोकदारपणे म्हणाली.

“तिकिटाचे पैसे मी देतो,” आरिफ खिशातून पाकीट काढत म्हणाला; पण त्याला आठवलं की, एवढे पैसेच आपल्या खिशात नाहीत.

“थांब,” सुमित्राने आरिफला अडवलं आणि आपल्या पर्समधून पाचशे रुपयांची नोट काढून, तिकीट निरीक्षकाच्या हाती ठेवली.

सुमित्राने आपल्याला पैसे देऊ दिले नाहीत, याबद्दल आरिफने मनातल्या मनात अल्लाचे आभार मानले. तिने पैसे दिले नसते, तर आरिफची लाज गेली असती.

तिकीट निरीक्षकाने सुमित्राकडून पैसे घेतले आणि तो कोच अटेंडन्टकडे वळून त्याला म्हणाला, “साहेबांना उशी आणि चादर दे. सीट नंबर ३६.”

डब्यातल्या अनेक सीट रिकाम्या होत्या. सुमित्राच्या सीटच्या आसपास इतर कोणीच प्रवासी नव्हते; त्यामुळे त्या दोघांना एकान्त मिळणार होता. आरिफ सुमित्राच्याच सीटवर बसला. पुढच्या दोन-अडीच तासांमध्ये आरिफने सुमित्राला गेल्या चार-पाच वर्षांमध्ये घडलेल्या सगळ्या घटना सांगितल्या. या काळात आपल्यावर दुःखाचे किती पहाड कोसळले, हे सांगताना आरिफला भरून आलं. सुमित्राला झाकीर दिल्लीला गेल्याचं आणि तो अचानक गायब झाल्याचं माहीत

होतं; पण दादीचं निधन झाल्याची माहिती तिला नव्हती.

"मी त्या वेळी पटण्यात नव्हते. रमेशची बदली बेगुसरायला झाली होती. नाही तर, तुझ्या दादीच्या अंत्यदर्शनासाठी मी येणार नाही, हे घडलंच नसतं. किती चांगल्या होत्या त्या," सुमित्राच्या डोळ्यांच्या कडाही पाणावल्या.

तोपर्यंत गाडी थाना बिहपूर जंक्शनच्या पुढे आली होती. अचानक गाडी थांबली. "इंजिनमध्ये काहीतरी बिघाड झालाय. कटिहार किंवा खगडिया जंक्शनवरून नवीन इंजिन येत नाही, तोपर्यंत गाडी सुटणार नाही," कोच अटेंडन्टने सुमित्रा आणि आरिफला सांगितलं.

"काही खायला मिळेल का?" सुमित्राने त्याला विचारलं.

"मॅडम, गाडीला पॅन्ट्री कार नाही. नारायणपूर किंवा थाना बिहपूर ही दोन्ही स्टेशनं इथून लांब आहेत; त्यामुळे आत्ता खानपान सेवा मिळू शकत नाही," कोच अटेंडन्टने सांगितलं.

खरंतर आरिफलाही भूक लागली होती. त्याचं डोकंही हलकंसं दुखत होतं. तो कपाळ चोळायला लागला.

"आरिफ, तू बरा आहेस ना?" आरिफला डोकं चोळताना बघून सुमित्राने विचारलं. मग तिने आपल्या बॅगेच्या बाजूच्या कप्प्यात ठेवलेली झंडू बामची बाटली बाहेर काढली. "तू एक काम कर, बर्थवर आडवा हो. मी तुझ्या कपाळाला बाम लावते. तुला जरा बरं वाटेल," सुमित्रा म्हणाली. आरिफ आरामात सीटवर झोपला. सुमित्रा त्याच्या बाजूला बसून हळूहळू त्याच्या कपाळावर बाम लावत होती. झाकीर नाहीसा झाल्यानंतर आणि दादीच्या निधनानंतर आरिफने आपल्या सगळ्या इच्छा-आकांक्षा दाबून ठेवल्या होत्या; पण आता सुमित्राचा स्पर्श झाल्यावर आरिफच्या भावना चेतवल्या. त्याच्या श्वासांची गती वाढली. सुमित्रालाही त्याचे उष्ण श्वास जाणवू लागले होते.

काही मिनिटांमध्ये दोघंही एकमेकांना चिकटून एकमेकांच्या मिठीत विसावले. त्यांनी आपल्या सीटचा पडदा लावून घेतला. एकमेकांचं स्पर्शसुख घेत, ते आता प्रेमाच्या गोष्टी करू लागले.

"आरिफ, तुला माहितीये, मला नेहमी वाटायचं की, आपलं नातं कायम राहील; पण तू अचानक सगळं तोडून टाकलंस, तेव्हा माझ्या हृदयाचे तुकडे तुकडे झाले. मी कसंबसं तुला विसरण्याचा प्रयत्न केला; पण तू परत आला आहेस आणि मला भीती वाटतेय की, मी पुन्हा तुला गमावणार तर नाही!" सुमित्रा आरिफच्या छातीवर डोकं ठेवून म्हणाली.

तिच्या केसांमधून हात फिरवत आरिफ म्हणाला, "सुमित्रा, काळजी करू नकोस. मी तुझाच होतो आणि तुझाच असेन. मी लग्न करणार नाही, असा निर्णय

घेतला आहे. मी फक्त तुझाच बनून राहीन,'' आरिफ कापऱ्या आवाजात म्हणाला.

''आरिफ, माझ्याकडे आपल्या दोघांसाठी एक चांगली योजना आहे. तू चित्रकारनगर मार्केटमध्ये स्टेशनरीचं एक दुकान का नाही उघडत? तिथे खूप शाळा आहेत. तुझं दुकान नक्कीच चालेल. त्या बहाण्याने आपण दोघं जवळजवळ असू. जेव्हा पाहिजे तेव्हा एकमेकांना भेटू शकू. तुझी हरकत नसेल, तर मी तुला दुकान सुरू करायला पैशांची मदतही करू शकते. हो, पण हे सगळं तुझं बिहार लोकसेवा आयोगाच्या परीक्षेत काही झालं नाही, तरच हं!''

''सुमित्रा, मी तुझ्याशिवाय इतर कोणत्याही बाईचा विचार करू शकत नाही,' सुमित्राला मागून मिठी मारून आरिफने तिचा एक हात हातात पकडला आणि आपले ओठ तिच्या मानेवर टेकवले. तिचा तनुगंध आरिफला बेभान करत होता. सुमित्राचे श्वासही जड झाले होते. तेवढ्यात गाडीच्या इंजिनाने शिटी वाजवली आणि गाडी सुरू झाली. त्यांना कोणाच्या तरी पावलांचाही आवाज यायला लागला. ते एकमेकांपासून विलग झाले.

रात्री एक वाजता गाडी बेगुसरायला पोहोचली. सुमित्रा उतरण्याआधी आरिफने तिच्या गालाचं चुंबन घेतलं आणि तिला अच्छा केलं. दरवाजाकडे जाताना सुमित्रा त्याला म्हणाली, ''लवकरच रमेशची बदली पटण्याला होईल. मग आपण रोज भेटत जाऊ; पण तू मला फोन करत राहा.''

आरिफने खिडकीतून बघितलं, तर सुमित्रा आपली बॅग घेऊन स्टेशनच्या प्रवेशद्वाराकडे जात होती. त्यानंतर त्याला रमेशकुमार दिसला. त्याने सुमित्राला हाक मारली. सुमित्रा अचानक मागे वळली. मग रमेशने तिची बॅग हातात घेतली आणि दोघंही स्टेशनबाहेर निघाले. आपल्या कम्पार्टमेंटमध्ये एकट्याच असलेल्या आरिफला आता तो एकटेपणा घेरायला लागला.

गाडी सुरू झाली, तशी आरिफने उशी पाठीशी घेतली आणि तो पाय पसरून बसला. त्याने डोळे बंद केले आणि तो सुमित्राचा विचार करू लागला. सुमित्राला भेटण्याचा आपला निर्णय योग्य होता का, या नात्याची नवीन सुरुवात करायला हवी होती का, ते दोघंही कुठल्या संकटात अडकतील का, रमेशला कळलं तर काय होईल, असे अनेक विचार त्याच्या मनात होते. काही वेळापूर्वी आपण भावनेच्या भरात सुमित्राला दिलेलं वचन आरिफला आठवलं. आयुष्यभर कोणाशी लग्न न करता राहणं आरिफला शक्य होतं का? तो आयुष्यभर सुमित्राची संगत करू शकणार होता का? अशा विचारांमध्ये असतानाच आरिफला झोप लागली.

सकाळी गाडी पटण्याला पोहोचली. आरिफ रिक्षा पकडून राजा बाजारला आला. मग चालत चालत तो समनपुऱ्यातल्या आपल्या घरी पोहोचला, तर घरी कोणीच नव्हतं. हुमा पलंगावर बसून रडत होती.

“हुमा, काय झालं?” आरिफने घाबरून विचारलं. नक्कीच काहीतरी विपरीत घडलं असावं, असा त्याचा अंदाज होता.

“भैया, अब्बांची तब्येत ठीक नाही,” हुमा हुंदके देत म्हणाली, “अम्मी आणि जमील चाचा त्यांना हॉस्पिटलमध्ये घेऊन गेले आहेत.”

“कुठल्या हॉस्पिटलमध्ये नेलंय? कसे घेऊन गेले?”

“बहुतेक गेट वेल क्लिनिकमध्ये घेऊन गेलेत,” हुमाचं वाक्य संपतं न संपतं तोच आरिफने आपली बॅग खाली टाकली आणि तो धावत राजा बाजारपर्यंत पोहोचला. क्लिनिकमध्ये अब्बा स्वागतकक्षात एका खुर्चीवर बसले होते. अम्मी त्यांच्या बाजूलाच होती. तिच्या चेहऱ्यावर काळजीच्या रेषा स्पष्ट दिसत होत्या. जमील खान एक ग्लास घेऊन उभे होते. त्यांच्या हातामध्ये एक गोळी होती. त्यांनी ती गोळी पाकिटातून बाहेर काढली आणि अब्बांना पाण्यातून दिली. आरिफने बघितलं, तर ती गोळी पित्तावरची होती. अब्बांनी आरिफला बघितलं आणि खुणेनं जवळ बोलावलं.

“बेटा, काळजीचं काही कारण नाही. गॅस झाले होते. अल्ला काळजी घेईल.”

पण ते फक्त गॅस नव्हते. तीन दिवसांनी अब्बांना पुन्हा एकदा रात्री त्रास व्हायला लागला. या वेळी त्यांच्या छातीत दुखत होतं, ते घाबरेघुबरे झाले होते आणि त्यांना घामही फुटला होता. तसंच त्यांना श्वास घ्यायलाही त्रास होत होता. त्यांना दोन वेळा उलट्या झाल्या. घरातले सगळेच लोक काळजीत पडले.

पटण्यामध्ये रात्रीच्या वेळी ॲम्ब्युलन्स येणं किती कठीण आहे, याची कल्पना आरिफला होती. म्हणून त्याने फिरोज टॅक्सी सर्व्हिसला फोन केला; पण त्यांचा फोन बंद होता. आरिफच्या एकाही नातेवाइकाकडे गाडी नव्हती. त्यांचे घरमालक साबीर अली यांच्याकडे स्कूटर होती आणि शेजारी राहणारे जमील खान तर सायकल वापरायचे.

एवढ्यात आरिफला विश्वंभरनाथ मिश्रा यांची आठवण झाली. ते मृत्युंजयचे मावसभाऊ होते. बी. एन. कॉलेजमध्ये पब्लिक ॲडमिनिस्ट्रेशन हा विषय शिकवायचे. अनेक वर्षांपूर्वी ते दोन-तीन वेळा मृत्युंजयबरोबर आरिफच्या घरीही आले होते. UPSCच्या परीक्षेसाठी आरिफ आणि मृत्युंजयला त्यांनी मदत केली होती. विश्वंभरनाथ अत्यंत मोकळ्या स्वभावाचे आहेत आणि त्यांना लोकांना मदत करायला खूप आवडतं, हे आरिफला पहिल्या भेटीत जाणवलं होतं. त्यानंतरही आरिफ जेव्हा जेव्हा त्यांच्याकडे गेला होता, तेव्हा त्यांनी आरिफचं प्रेमाने स्वागत केलं होतं. त्यांची शेवटची भेट झाली, तेव्हा त्यांनी मोबाइल नंबर देत आरिफला म्हटलं होतं, ‘काहीही मदत लागली, तर या नंबरवर फोन कर.’ त्याच सुमारास त्यांनी मारुती ८०० गाडी विकत घेतली होती, हेसुद्धा आरिफला आठवत होतं.

अब्बांना पुन्हा एकदा उलटी झाली होती. अवस्थी ॲन्ड अवस्थी यांच्या पब्लिक

ॲडमिनिस्ट्रेशनच्या पुस्तकाच्या शेवटच्या पानावर आपण विश्वंभरनाथ मिश्रा यांचा नंबर नोंदवून ठेवला आहे, याची आठवण आरिफला झाली. त्याने तातडीने ते पुस्तक शोधलं आणि नंबर मिळाल्यावर तो नंबर मोबाइलवर फिरवला.

"हॅलो," झोपेतून उठलेल्या एका बाईचा आवाज आला.

"विश्वंभर भैया आहेत का?" आरिफने विचारलं.

दुसऱ्या क्षणी विश्वंभरनाथ आरिफशी बोलत होते. आरिफने त्यांना अब्बांच्या तब्येतीबद्दल थोडक्यात सांगितलं आणि ते मदत करू शकतील का, असं विचारलं.

"सध्या कुठे राहतो आहेस तू?"

"साबीर अली यांचं घर आहे. समनपुऱ्याच्या जुन्या मशिदीजवळ. समोरच ७८६ किराणा शॉप नावाचं दुकान आहे," आरिफने एका दमात सांगितलं. आरिफ गल्लीत येण्याचा रस्ता सांगत होता, तेवढ्यात फोन कट झाला. त्याने परत फोन लावला; पण कोणीच उचलत नव्हतं. दोन-तीन वेळा प्रयत्न केल्यावर आरिफला वाटलं की, विश्वंभरनाथला मदत करायची नाही किंवा त्यांनी एवढ्या अपरात्री बाहेर पडू नये, अशी त्यांच्या पत्नीची इच्छा आहे. आता आरिफला अब्बांची काळजी वाटायला लागली. अब्बांना हॉस्पिटलमध्ये कसं न्यायचं, याचा विचार तो करत होता. शेवटी त्याने वही उघडली आणि तो वहीत पटणा मेडिकल कॉलेज हॉस्पिटलच्या ॲम्ब्युलन्सचा नंबर शोधायला लागला.

१०-१५ मिनिटं झाली असतील, तेवढ्यात आरिफला त्याच्या घराबाहेर एक गाडी थांबल्याचा आवाज आला. त्याने दरवाजा उघडून बघितलं, तर विश्वंभरनाथ गाडीतून उतरत होते. त्यांच्या अंगावर झोपताना घालायचे कपडेच होते.

~

त्या दोघांनी अब्बांना गाडीत बसायला मदत केली आणि ते तातडीने निघाले. बेली रोडवर काहीच वाहतूक नव्हती. १०-१२ मिनिटांमध्ये ते इन्कम टॅक्स चौकात पोहोचले. पुढे ते म्यूझिअम रोडच्या दिशेला वळले, तेव्हा त्यांना रस्त्यात दोन माणसांच्या सावल्या दिसल्या. ती माणसं हात दाखवून गाडी थांबवण्याचा प्रयत्न करत होती.

"बहुतेक हे चोर आहेत आणि लूटमार करायला थांबले आहेत," विश्वंभरनाथ आरिफला म्हणाले.

"आता काय करायचं?" आरिफ घाबरला होता. त्याने मागे वळून बघितलं, तर अब्बा बेशुद्धावस्थेत सीटवर रेलून बसले होते. अम्मी कुराणातल्या आयता म्हणत त्यांना ओढणीने वारा घालत होती.

"तुम्ही आरामात बसा," विश्वंभरने गाडीचा वेग कमी करत म्हटलं. त्यानंतर

ते मागे वळून अम्मीला म्हणाले, ''चाचीजी, तुम्ही चाचाजींना व्यवस्थित पकडा. पुढे रस्ता जरा खराब आहे. थोडे हादरे जाणवतील.''

गाडी पुढे गेली, तसं गाडीच्या दिव्यांच्या प्रकाशात दिसलं की, एकूण पाच लोक आहेत. त्यातले तिघे रस्त्याच्या कडेला उभे होते. सगळ्यांनी आपल्या चेहऱ्यावर फडकं बांधून, चेहरा झाकून घेतला होता. त्यांच्या हातात हॉकीस्टिक्स होत्या. आता तर आरिफची खात्रीच पटली की, ते दरोडेखोर आहेत. अजूनही गाडीचा वेग कमीच होता. रस्त्यावर दोन लोक मधोमध उभे होते. त्यांच्यापासून १०० मीटरवर गाडी आल्यावर विश्वंभरने गाडीचा वेग प्रचंड वाढवला आणि समोर उभ्या असलेल्या दोन्ही माणसांना उडवून गाडी पुढे गेली. मागे त्या दोघांच्या ओरडण्याचा आणि इतर तिघांच्या शिव्यांचा आवाज तेवढा राहिला.

''ते आपला पाठलाग करताहेत का?'' विश्वंभरने आरिफला विचारलं.

''नाही,'' खिडकीतून मागे डोकावत आरिफ म्हणाला.

मग ते गांधी मैदानाला समांतर असलेल्या रस्त्याकडे वळले.

अम्मीला इंग्रजी कळत नव्हतं आणि तिचं पूर्ण लक्ष अब्बांकडे होतं; त्यामुळे तिला नेमकं काय झालं, हे कळलंच नाही; पण तिला कोणाच्या तरी ओरडण्याचा आवाज आला.

''कोण ओरडत होतं?'' अम्मीने विचारलं.

''एक कुत्रा गाडीखाली आला, चाचीजी,'' विश्वंभर म्हणाला.

''हॉस्पिटलमध्ये पोहोचायला किती वेळ लागेल अजून?''

''जास्तीतजास्त दहा मिनिटं,'' विश्वंभरने गाडीचा वेग वाढवत उत्तर दिलं.

~

आठ मिनिटांमध्ये ते हॉस्पिटलमध्ये पोहोचले, तेव्हा आपत्कालीन विभागात कोणीच डॉक्टर उपलब्ध नव्हता. नर्सने सांगितलं की, तिने डॉक्टरांना कळवलं आहे आणि ते येतील; पण पुढची १०-१५ मिनिटं डॉक्टर आले नाहीत, तसा विश्वंभरचा पारा चढला. ते नर्सच्या अंगावर ओरडले.

नर्सने मात्र अगदी थंडपणे उत्तर दिलं, ''हे बघा, डॉक्टरांना निरोप देणं माझं काम होतं. आता डॉक्टर येतात की नाही, हे मी कसं सांगणार?''

विश्वंभरने हे उत्तर ऐकून आपला मोबाइल फोन बाहेर काढून एक नंबर फिरवला. समोरून फोन उचलला गेला आणि ते म्हणाले, ''आरोग्यमंत्री द्विवेदी साहेब आहेत का?'' एवढं बोलत बोलत विश्वंभर हॉस्पिटलबाहेर गेले.

चिंतातुर नजरेने आरिफने अब्बांकडे बघितलं. ते समोरच्या पलंगावर झोपले होते आणि एकसारखे खोकत होते. त्यांना अध्येमध्ये ढेकरही येत होते. ''या अल्ला,

दया दाखव,'' अम्मी पुटपुटत होती.

दहा मिनिटांमध्ये एक म्हातारा माणूस हॉस्पिटलमध्ये दाखल झाला. त्याला बघून ती नर्स उठून उभी राहिली. तिच्या चेहऱ्यावरचे भाव बघून वाटत होतं की, हॉस्पिटलमध्ये आलेला माणूस नक्कीच कोणीतरी बडी असामी आहे.

''ज्युनिअर डॉक्टर कुठे आहेत?'' त्या माणसाने मोठ्या कठोर शब्दांत तिला विचारलं.

''सर, त्यांचा तर संप सुरू आहे ना?'' आता नर्सचा आवाज भीतीने थरथरत होता.

''पण आपत्कालीन कक्षात कोणीतरी असेल ना ड्यूटीवर?''

''हो, डॉक्टर सिन्हा आहेत.''

''कुठे आहेत ते? लवकर बोलवा त्यांना.''

नर्सने त्या डॉक्टरांचा नंबर डायल करायला सुरुवात केली. आता तर तिचे हातही थरथरत होते.

''मिश्राजी कोण?'' त्या माणसाने नर्सला विचारलं. नर्स काही उत्तर देणार तोच विश्वंभरनाथ पुढे आले.

''मी विश्वंभर मिश्रा.''

''मिश्राजी, तुम्हाला झालेल्या त्रासाबद्दल तुमची माफी मागतो. बिहारच्या आरोग्यमंत्र्यांचा फोन आला माझ्या मोबाइलवर. इमर्जन्सी वॉर्डमध्ये कोणीच डॉक्टर नाहीत, हे ऐकून मला आश्चर्य वाटलं. माझं नाव डॉक्टर ठाकूर. मी तपासतो तुमच्या पेशंटला,'' तो माणूस म्हणाला.

सकाळी अब्बांना डिस्चार्ज देईपर्यंत विश्वंभर हॉस्पिटलमध्ये आरिफबरोबर थांबले होते. डॉक्टरांनी सांगितलं की, अन्नातून विषबाधा झाल्याने हा त्रास झाला होता. कदाचित दूषित पाण्यामुळे हे झालं होतं. डॉक्टर असंही म्हणाले की, अब्बांना गॅस्ट्रायटिसचा त्रास आहे. त्याचा इलाज व्यवस्थितच व्हायला हवा. हॉस्पिटलमधून गाडीतून परत येताना विश्वंभरनी सल्ला दिला की, अब्बांना शहरातल्या सगळ्यात चांगल्या पोटाच्या डॉक्टरांकडे, डॉक्टर ए. के. दत्तांकडे घेऊन जायला हवं.

~

दुसऱ्याच दिवशी आरिफने डॉ. दत्तांची अपॉइन्टमेन्ट घेतली. तो अब्बांना घेऊन डॉक्टर दत्तांकडे गेला. अम्मीही त्यांच्या बरोबरच होती.

सत्तरीला पोहोचलेले डॉक्टर दत्ता शीघ्रकोपी होते. आपल्याला खूप घाम येतो, हृदयाची धडधड वाढते, श्वास घ्यायला त्रास होतो, छातीत आणि पोटात कळा येतात आणि करपट ढेकरही येतात, असं अब्बांनी सांगितलं. ही सगळी लक्षणं ऐकून डॉक्टरांना काय समजायचं ते समजलं.

डॉक्टर जरा घुश्श्यातच अब्बांना म्हणाले, "हे बघा खानसाहेब, तुम्ही तुमच्या शरीरावर आतापर्यंत अनन्वित अत्याचार केले आहेत. आता तुम्हाला आराम करावा लागेल. आराम म्हणजे पूर्ण आराम! मी तुम्हाला काय खायचं आणि काय नाही, हेसुद्धा सांगणार आहे. तुम्ही ते व्यवस्थित ऐकलं पाहिजे आणि त्याचं पालन केलं पाहिजे. नाही तर तुमची आतडी कापून काढावी लागतील हं." मग अम्मीकडे बघून ते म्हणाले, "आता तुमचा नवरा पुढचे तीन-चार महिने पूर्ण आराम करेल, याची काळजी तुम्हाला घ्यायची आहे. मी सांगितलेले पदार्थ वगळता त्यांना इतर काहीही खायला देऊ नका."

"डॉक्टरसाहेब, तुम्ही सांगाल तसंच करू," अम्मीने चेहऱ्यावर पदर घेत म्हटलं. अब्बा मात्र हताश होऊन शून्यात बघत होते.

~

सततच्या आजारांमुळे आणि सतत घरी राहून अब्बा खूप अशक्त झाले होते; पण अब्बा घरी असल्याने आता आरिफला त्यांच्याबरोबर जास्तीतजास्त वेळ घालवायला मिळत होता. आता त्यांच्यात खूप साऱ्या गप्पा व्हायला लागल्या.

अब्बांच्या उपचारासाठी आता खर्च येणार होता; म्हणून आरिफने कोचिंग क्लासमध्ये जादा बॅचेस शिकवायला घेतल्या होत्या. सकाळी लवकर आरिफ कोचिंग क्लासमध्ये जायचा. दुपारी उशिरा तो घरी यायचा. मग संध्याकाळचा पूर्ण वेळ तो अब्बांबरोबर घालवायचा. ते दोघं एकत्र कॅरम किंवा बुद्धिबळ खेळत बसायचे. रविवारी तर पूर्ण दिवस दोघं एकत्रच घालवायचे. खूप गप्पा व्हायच्या. अब्बा आपल्या लहानपणीच्या दिवसांबद्दल, त्या दिवसांमध्ये उपसलेल्या कष्टांबद्दल बोलायचे. त्यांनी मॅट्रिकपर्यंतचं शिक्षणही खूप कष्टाने पूर्ण केलं होतं. मग दादीच्या आठवणीही निघायच्या. मग अब्बा खूप भावुक व्हायचे. एकदा अब्बा त्यांच्या वडिलांचीही एक आठवण सांगायला लागले. ही आठवण पूर्वी आरिफने थोडीशी दादीच्या तोंडून ऐकली होती.

"१९३० च्या दशकात माझ्या वडिलांचा लाकडाचा मोठा व्यवसाय होता. अनेक वखारी होत्या. त्यातून त्यांना खूप चांगलं उत्पन्नही मिळत होतं. जमालपुरा सोडून त्यांनी मोतिहारी आणि पटणा इथेही चांगली घरं बांधली होती. जमालपुऱ्यात तर जनाब अली खान यांची हवेली खूपच प्रसिद्ध होती. दरवाजावर दोन हत्ती झुलत असायचे. घरातल्या बायकांना बाहेर जाण्यासाठी डौलदार बग्गी होती. घरात खूप सारे नोकरचाकर होते. माझी आई, म्हणजे तुझी दादी माझ्या वडिलांची दुसरी बायको होती. त्यांची पहिली बायको म्हणजे तुझ्या अब्दुल्लाचाचांची आई खूप आधीच पैगंबरवासी झाली होती.

माझे वडील त्यांच्या भावांमध्ये थोरले होते. १९४३-४४ च्या सुमारास माझ्या एका काकांचं अकाली निधन झालं. त्या दुःखातून ते डोकं वर काढतात, तोच त्यांचा दुसरा भाऊ नदीत बुडून मेला. त्या काळात लाकडाच्या वाहतुकीसाठी नदीच्या प्रवाहाचा उपयोग केला जायचा. लाकडाचे ओंडके एका दोरखंडाने बांधून तराफा बनवला जायचा. त्यानंतर काही लोक त्यावर बसून होडीसारखा तो तराफा लांबलांबपर्यंत घेऊन जायचे. माझे काका त्या तराफ्यावरून प्रवास करत होते. तो तराफा उलटला आणि त्यातच त्यांचा मृत्यू झाला.

त्यानंतर तीन महिन्यांनी माझ्या वडिलांचा शेवटचा भाऊदेखील गेला. त्यांच्या एका हत्तीला वेड लागलं होतं. माझा काका त्या हत्तीला चुचकारायला गेला; पण त्या हत्तीने काकांना चिरडून मारलं. एकापाठोपाठ एक तीनही भाऊ गेल्यामुळे माझे वडील विरक्त झाले. त्यांना कशात काही रसच उरला नाही. मग अनेक वर्षं ते आजारीच होते.

१९४७ मध्ये भारताची फाळणी झाली आणि पाकिस्तानची निर्मिती झाली. आमचे अनेक नातेवाईक पाकिस्तानमध्ये गेले. माझी आत्याही पाकिस्तानातच स्थायिक झाली. त्यांनी माझ्या अब्बांना सांगितलं की, इथे राहिलात, तर हिंदूंच्या हातून मारले जाल; पण अब्बांचं म्हणणं होतं की, ते भारतातच मरणं आणि त्यांच्या बापजाद्यांच्या शेजारीच चिरनिद्रा घेणं पसंत करतील. खेदाची गोष्ट म्हणजे त्यांची ही इच्छा भारतामध्ये राहूनही पूर्ण झाली नाही. त्यांना उपचारासाठी समस्तीपूरच्या एका प्रसिद्ध हकिमाकडे घेऊन गेले होते. तिथेच त्यांचं निधन झालं आणि तिथेच त्यांना दफन केलं.

वडिलांच्या निधनानंतर घरी कोणीच कर्ता पुरुष उरला नाही. माझ्या आईने सगळं सांभाळायचा खूप प्रयत्न केला; पण काहीही झालं तरी, ती एक बाई होती. समाजातले छक्केपंजे तिला माहीत नव्हते. त्याचाच फायदा उठवून आमच्या अनेक नातेवाइकांनी आमची खूप जमीन हडप केली. मग माझ्या आईने काही जमीन विकून घरखर्च चालवला आणि मी माझं शिक्षण पूर्ण केलं. मी लहान असताना माझे वडील मला नेहमी म्हणायचे की, तू जिल्हाधिकारी हो; पण मी त्यांचं स्वप्न पूर्ण करू शकलो नाही. कसाबसा मॅट्रिक झालो आणि पोलीस सेवेत दाखल झालो. माझ्या आईने खूप हलाखीच्या परिस्थितीत आम्हा दोघा भावांना मोठं केलं.''

दादीचा विषय निघाला की, अब्बांचे डोळे नेहमीच पाणावायचे.

एकदा अब्बांनी आपल्या लग्नाची कहाणीही सांगितली. ''त्या वेळी मी फक्त १८ वर्षांचा होतो. एके दिवशी मी घरी आल्याआल्या तुझ्या दादीने सांगितलं की, इनायतनगरच्या एका बड्या हकीमसाहेबांच्या मुलीचं स्थळ आलंय. त्या वेळी तुझे मामा म्हणजे हकीमसाहेब अलिगढ मुस्लीम युनिव्हर्सिटीच्या तिबिया महाविद्यालयात

शिकत होते. आमचं लग्न मोठं धूमधडाक्यात झालं; पण जेव्हा हमिदा, म्हणजे तुझी आई आमच्या जमालपुऱ्याच्या घरी आली, तेव्हा तिचा हिरमोड झाला. ती एका सुप्रसिद्ध आणि यशस्वी हकिमाची मुलगी होती. तिचं सगळं आयुष्य ऐषआरामात गेलं होतं. आमची डळमळीत आर्थिक अवस्था आमच्या हवेलीकडे बघूनही कळत होती; त्यामुळे तिचा चेहरा उतरला होता; पण ते पहिल्यांदा आणि शेवटचंच मी तिच्या चेहऱ्यावर बघितलं. त्यानंतर तिने एकदाही आपल्या चेहऱ्यावर ते भाव उमटू दिले नाहीत. नव्या परिस्थितीनुसार तिने स्वतःमध्ये बदल केले.

आमचा पहिला मुलगा, म्हणजे तुझा मोठा भाऊ जन्माला आला, तेव्हा मेलेलाच होता. दुसरा मुलगाही सहा महिन्यांत दगावला. तिसरी मुलगी झाली. तीसुद्धा दोन महिन्यांमध्ये गेली. हमिदाला वेड लागायची पाळी आली होती. त्या मुलीला तिने छातीशी कवटाळून धरलं होतं. तिचं दफन करून देण्याचीही हमिदाची तयारी नव्हती. कसंबसं आम्ही तिच्या ताब्यातून त्या मुलीला घेतलं आणि तिचं दफन केलं. त्यानंतर जवळपास दररोज ती घरातून धावत कब्रस्तानाकडे जायची. आम्ही त्या काळात तिचा सांभाळ कसा केला, आम्हालाच माहीत.

''तुझा जन्म झाला आणि मग ती पूर्णपणे बरी झाली. तिच्या चेहऱ्यावर पुन्हा एकदा हसू दिसायला लागलं. माझ्यासाठी तुझा जन्म खूप चांगला ठरला. त्याच वर्षी माझी बढती झाली. आमच्या आयुष्यात आनंदाचं पर्व सुरू झालं होतं.'' असं म्हणताना अब्बांनी जवळच्या खोलीत वाकून बघितलं. अम्मी तिथे काम करत होती. ''हमिदाने आयुष्यभर खूप सोबत केली आहे माझी. प्रत्येक सुख-दुःखात ती माझ्या बरोबर ठाम उभी राहिली.'' अब्बांच्या बोलण्यातून अम्मीबद्दल त्यांना वाटणारं प्रेम आणि आदर व्यवस्थित दिसत होता.

''एकूणातच आयुष्याची माझ्यावर फार काही मर्जी राहिली नाही. लहानपणी खूप छोटा होतो, तेव्हा वडील वारले. स्वप्न होतं की, मुलाला IAS बनवेन. ते स्वप्नही स्वप्नच राहिलं. मी तुझ्या अभ्यासाकडे फार लक्ष देऊ शकलो नाही, ही माझीच चूक होती. शाळेपासूनच तू अभ्यासात हुशार होतास. मी एखाद्या चांगल्या कोचिंग क्लासमध्ये तुला प्रवेश मिळवून देऊ शकलो असतो, तर कदाचित आज तू कलेक्टर झाला असतास; पण मी तरी काय करणार! माझ्या पगारात आपलं घर कसंबसं चालत होतं.''

''अब्बा, अहो, काहीही काय बोलत आहात. खुदाची शप्पथ आहे, स्वतःला दोष देऊ नका. खरंतर चूक माझीच आहे. माझीच मेहनत कमी पडली,'' आरिफ अब्बांना थांबवत म्हणाला.

''तू नेहमीच एका गुणी मुलासारखा वागलास. आपल्या वडिलांबद्दल कधीच कोणती तक्रार केली नाहीस. तुझ्या मित्रांना बघतो ना मी. त्यांनी त्यांच्या मुलांसाठी

काय काय नाही केलं; पण तरीही ते आपल्या वडिलांची इज्जत काढत असतात.'' अब्बा खूपच भावुक झाले होते. त्यांचे डोळे पाणावले होते.

या अशा गोष्टी निघाल्या की, झाकीरचा उल्लेख आपसूकच व्हायचा आणि मग अब्बांच्या चेहऱ्यावरचे भाव बदलायचे. ते ओठ चावायचे आणि त्यांच्या डोळ्यांतून घळाघळा पाणी वाहायला लागायचं. आरिफ अब्बांचे अश्रू पुसून, त्यांना दिलासा द्यायचा प्रयत्न करायचा.

एक दिवस हुमा अब्बांसमोर आली. तिने तीन वर्षांपूर्वी डिस्टिंक्शनसह पदवी मिळवली होती. आता तिला एम.ए. करायचं होतं. अब्बांनी आरिफसमोरच तिला नकार दिला होता. आरिफला कल्पना होती की, तो हुमासाठी फार काही करू शकत नाही. त्याच्या पगारातून जे काही पैसे शिल्लक राहायचे, ते सगळे हुमाच्या लग्नासाठीच बाजूला पडत होते. ती २६ वर्षांची झाली होती आणि आता नातेवाइकांमध्ये तिच्या लग्नाबद्दल चर्चा सुरू झाली होती. अनेकदा त्यांचे नातेवाईक आडून आडून अब्बा-अम्मीला हुमाच्या लग्नाबद्दल विचारायचे.

अब्बांच्या आजाराची बातमीही नातेवाइकांपर्यंत पोहोचली होती. अनेकजण अब्बांना बघायला, त्यांची चौकशी करायला पटण्याला यायला लागले होते. अम्मीचा बहुतांश वेळ या नातेवाइकांसाठी जेवण बनवण्यातच जायला लागला. नशिबाने त्यांच्या घरी गॅस आला होता.

हकीमसाहेबही बायको-मुलीबरोबर पटण्याला आले होते. दोन दिवस आरिफकडे राहिल्यावर ते परत निघाले. ''फरझानाला इथे ठेवतो. इथे राहिली, तर हमिदाला मदत तरी होईल. जोपर्यंत रशिदसाहेब पूर्ण बरे होत नाहीत, तोपर्यंत ती इथेच राहील.'' हकीमसाहेब म्हणाले.

~

रविवारी संध्याकाळी आरिफ त्याच्या खोलीत बसून पेपर वाचत होता. तेवढ्यात त्याला व्हरांड्यात अब्बा आणि अम्मी एकमेकांशी बोलत असल्याचं ऐकू आलं. आरिफचे अब्बा अम्मीला सांगत होते, ''हकीमसाहेब आणि त्यांच्या बायकोचा फोन आला होता. म्हणत होते की, आरिफशी लग्नाबद्दल लवकर बोलणं करा. किती दिवस वाट बघणार? शेवटी मुलीचंही वय होत आहे. आजूबाजूचे लोक प्रश्न विचारायला लागले आहेत. हे लग्न लहानपणीच ठरलं आहे,'' ते बोलत असताना फरझाना पाण्याचा ग्लास आणि अब्बांची औषधं घेऊन व्हरांड्यात आली. अब्बा-अम्मी दोघंही अचानक गप्प झाले.

या वेळी आरिफने फरझानाला जवळून बघितलं. पटण्याला आल्यापासून फरझाना रात्रंदिवस कामात गढली होती. स्वयंपाक करणं, कपडे धुणं अशी कामं

करण्याबरोबरच ती अब्बांचीही काळजी घ्यायची. फरझानाने साफसफाई केली असली की, सांगावं लागायचं नाही. फरशी चमकायची. रबिया आणि नाझनीन सासरी गेल्यापासून पहिल्यांदाच घर एवढं नीटनेटकं दिसत होतं. अम्मीचं वय झालं होतं आणि आता तिला कामं झेपायची नाहीत. हुमाला घरातली कामं करायला आवडायचं नाही. कामं टाळण्यासाठी ती नेहमीच पुस्तकांच्या आड लपायची; पण आता फरझानाच्या सांगण्यावरून हुमा घरातली काही कामं करायला लागली होती. आरिफच्या एकट्याच्या पगारात मोलकरणीला ५०० रुपये देणं परवडणारं नव्हतं.

या सगळ्या गोष्टी बघून आरिफची फरझानाकडे बघण्याची दृष्टी बदलायला लागली होती. जमालपुऱ्यात दंगल उसळली, ती रात्र त्याला आठवली. त्या वेळी ते तिथून अक्षरशः जीव वाचवून पळाले होते. ते झुडपांमध्ये लपलेले असताना फरझानाने त्याला कसं पकडलं होतं, तेसुद्धा त्याला आठवत होतं. त्या आठवणींनी आरिफला मस्त वाटायला लागलं.

फरझाना अब्बांची खूप काळजी घ्यायची आणि मनापासून काळजी घ्यायची. ती जेवण बनवताना मसाले आणि तेल मुद्दामच कमी वापरायची. डॉक्टर दत्तांनी सांगितलेला आहारच ती अब्बांना बनवून द्यायची. अब्बांना कोणतं औषध कधी द्यायचं, हेसुद्धा तिला व्यवस्थित माहीत होतं. सकाळी आरिफ कोचिंग क्लासला जायला निघायचा, तेव्हा फरझानाचा नाश्ता तयार असायचा. आरिफच्या पानात दर दिवशी काही ना काही लज्जतदार पदार्थ पडायचे. जेवढा आरिफ तिचा विचार करायला लागला, तेवढं त्याला जाणवायला लागलं की, फरझाना उत्तम पत्नी बनू शकते. आता त्याच्यासाठी ती एक अडाणी आणि गावठी मुलगी राहिली नव्हती. ती एक सुंदर तरुणी बनली होती. तारुण्याचा एक वेगळाच वर्ख तिच्या चेहऱ्याला लागला होता. तिचे टपोरे डोळे, काळेभोर केस आणि कमनीय बांधा बघून आरिफला गुदगुल्या व्हायच्या.

अब्बांची तब्येत सुधारत होती. एका आठवड्यानंतर आता त्यांना डॉक्टर दत्तांकडे शेवटच्या काही तपासण्या करायला जायचं होतं. एका संध्याकाळी त्यांनी आरिफला आपल्या जवळ बोलावलं. त्याच्या पाठीवर हात ठेवून, ते प्रेमाने म्हणाले, ''बेटा, मला माहीत आहे की, तू तुझ्या वडिलांचा खूप मान ठेवतोस. आज मी तुझ्याकडे काहीतरी मागणार आहे. तू मला नाराज करणार नाहीस, अशी आशा आहे.''

''अब्बा, तुम्ही सांगा तर खरं. तुम्ही जे म्हणाल, ते मला मान्य आहे.'' आरिफ म्हणाला.

अब्बांनी आरिफचा उजवा हात हातात घेतला आणि म्हणाले, ''अनेक वर्षांपूर्वी, म्हणजे फरझानाचा जन्म झाला, तेव्हा मी हकीमसाहेबांना शब्द दिला होता की, मी तिला माझी सून करून घेईन. आता तो शब्द पाळायची वेळ आली आहे. तू माझ्या

शब्दाची किंमत ठेवशील का? फरझानाशी लग्न करायला तू तयार आहेस का?'' हे बोलताना अब्बांचा आवाज घोगरा झाला होता.

''अब्बा, तुम्ही फक्त आज्ञा करा. तुमची प्रत्येक आज्ञा नक्की पाळली जाईल.''

''तू फरझानाशी लग्न करायला खरंच तयार आहेस?'' अब्बांनी विचारलं.

''अब्बा, तुम्हाला ज्यातून आनंद मिळेल, असं मी काहीही करेन.''

''मनापासून बोलतो आहेस की फक्त माझी मर्जी राखायला? हे बघ, मला तुझ्यावर कोणतीही सक्ती करायची नाही.''

''अब्बा, अगदी मनापासून सांगतोय; पण मला एकच चिंता सतावते आहे.''

''कसली?''

''मला नोकरीही नाही. मी लग्नाची आणि नंतर संसाराची जबाबदारी कशी काय स्वीकारू शकेन?''

''अरे, त्याची काहीएक काळजी करू नकोस. माझं लग्न झालं, तेव्हा मीसुद्धा बेरोजगार होतो. जो चोच देतो, तोच चाऱ्याचीही सोय करतो,'' अब्बांनी तत्त्वज्ञान सांगितलं. आरिफचा होकार ऐकून अब्बांच्या मनावरचं मोठं ओझं उतरलं होतं. ते पलंगावरून उठले आणि अम्मीकडे जात तिला ही आनंदाची बातमी सांगितली. त्यानंतर त्यांनी थेट हकीमसाहेबांना फोन करून ही आनंदाची बातमी सांगितली. त्यांच्या पत्नीशीही अब्बा बोलले.

दुसऱ्याच दिवशी हकीमसाहेब त्यांच्या बायकोसह पटण्याला पोहोचले. आरिफने त्यांना ''अस्सलाम आलेकुम!'' म्हटलं तसं हकीमसाहेबांनी आपल्या खिशातून ५०० रुपयांची नोट काढून आरिफच्या उजव्या हातात ठेवली. आरिफने थोडंसं बावचळूनच ते पैसे स्वीकारले.

''चला, आरिफला पहिली सलामी मिळाली आहे,'' अम्मा हसत हसत म्हणाली.

''आणि माझी सलामी कुठे आहे?'' हुमानेही हात पुढे करत, हसत हसत म्हटलं.

अब्बांनी हकीमसाहेबांना मिठी मारली. ''अभिनंदन व्याहीसाहेब!'' अब्बा मोठ्याने म्हणाले आणि हसायला लागले.

अब्बांच्या चेहऱ्यावरचं ते हसणं बघून आरिफलाही आनंद झाला.

दुसऱ्या दिवशी आरिफ घरी पोहोचला, तेव्हा त्याला एक ओळखीचा सुगंध आला. त्या सुगंधाने सुमित्रा घरी आल्याची खबर दिली. खोलीत एका खुर्चीवर बसून, ती अम्मीशी गप्पा मारत होती. तिच्या हातात चहाचा कप होता. आपण तिला बघितलंच नाही, असं दाखवत आरिफने *'टाइम्स ऑफ इंडिया'*चा अंक उचलला आणि तो व्हरांड्यात एका खुर्चीत जाऊन बसला. त्याचे डोळे वर्तमानपत्रावर होते; पण तो

सुमित्राचाच विचार करत होता. *आजही सुमित्राचा विचार करून आपल्या मनाला किती शांत वाटतं,* त्याच्या मनात चमकून गेलं. काही मिनिटांतच अम्मी सुमित्राला बाहेर सोडायला आली. आरिफ अजूनही वर्तमानपत्राआड बसला होता. सुमित्राने त्याच्याकडे बघितलं, तसा तो डोकं वर करून हसला. तेवढ्यात सुमित्रा अम्मीकडे वळली आणि म्हणाली, ''मला वाटतं, मी माझा मोबाइल आतच विसरले.''

अम्मी मोबाइल आणायला आत गेली, तसा सुमित्राने कागदाचा एक तुकडा आरिफच्या दिशेने फेकला. त्याने पट्कन तो कागद उचलून आपल्या खिशात ठेवला. थोड्याच वेळात अम्मी सुमित्राचा मोबाइल घेऊन बाहेर आली.

अम्मी आत गेल्या गेल्या आरिफने तो कागदाचा तुकडा बाहेर काढला. ती चिठ्ठी होती.

प्रिय आरिफ,

पटण्याला पोहोचल्यावर तू मला फोन केला नाहीस, म्हणून खरंतर मी तुझ्यावर खूप रागावले होते; पण तुझ्या वडिलांच्या आजारपणाबद्दल मला समजलं, तेव्हा माझा राग कुठल्या कुठे पळून गेला. तुझ्या अब्बांची तब्येत चांगली आहे, हे बघून मलाही अगदी खूप बरं वाटलं. मी आता पटण्याला परत आले आहे. चित्रकारनगरमध्ये आमचं घरही आता व्यवस्थित लागलं आहे.

आपण एकमेकांबरोबर जो वेळ घालवला, त्याच्या गोड आठवणी अजूनही माझ्या मनात रुंजी घालत आहेत. ट्रेनमध्ये त्या रात्री तुझ्याबरोबर खूप मजा आली. एका गोष्टीची कबुली मला द्यायची आहे. ट्रेनमध्ये तू माझ्या हाताचं चुंबन घेतलंस, माझ्या शरीराला स्पर्श केलास. या वेळी माझ्या मनात कोणतीही पश्चात्तापाची भावना नव्हती. उलट मलाही तो स्पर्श हवाहवासा वाटत होता. मला ते क्षण पुन्हा हवे आहेत. आपलं नातं अशा टप्प्यावर पोहोचलं आहे की, आपण आता पुढे जायला हवं. आपल्या दोघांमध्ये जेवढ्या काही भिंती आहेत, त्या सगळ्या मला तोडायच्या आहेत. असं समज की, मला तुझ्यात सामावून जायचं आहे.

या महिन्याच्या २४ तारखेला रमेश हैदराबादला जातोय. मी घरी एकटीच आहे. ती रात्र आपल्या दोघांच्या आयुष्यातली एक यादगार रात्र असेल, असं वचन मी तुला देते. एखाद्या पुरुषाला त्याच्या बायकोकडून ज्या ज्या गोष्टींची अपेक्षा असते, त्या सगळ्या मी तुला देईन आणि एका बाईला नवऱ्याकडून ज्या गोष्टी हव्या असतात, त्या तू मला देशील. त्या रात्री आपण आपल्या दोघांच्या दरम्यान असलेले सगळे अडथळे पार करू.

त्या रात्री कोणत्याही पापाची भीती नसेल. ती रात्र आपल्या दोघांच्या आयुष्याची दिशा ठरवेल. मी तुझी वाट बघेन,

आजन्म तुझीच,

सुमित्रा

ते पत्र वाचून आरिफ चकित झाला. त्याला सुमित्रा असं पत्र लिहील, अशी अपेक्षाच नव्हती. काही वर्षांपूर्वी जेव्हा आरिफचा स्वतःवरचा ताबा सुटला होता, तेव्हा सुमित्रा किती नाराज झाली होती, हे त्याला आठवत होतं.

सुमित्राने दिलेला प्रस्ताव आरिफला मोहात टाकत होता. त्या २४ तारखेच्या भेटीचा विचार करून त्याच्या अंगावर रोमांच फुलत होते; पण मग आरिफच्या सद्सद्विवेकबुद्धीने आरिफला जागं करण्याचा प्रयत्न केला. *'हे असं नातं तू जगापासून किती वेळ लपवून ठेवणार आहेस? आरिफ, या मोहातून बाहेर पड आणि फरझानाशी लग्न कर. तुझं आयुष्य तर तू बरबाद करशीलच; पण सुमित्राचं वैवाहिक जीवनही त्यामुळे उद्ध्वस्त होईल,'* आरिफ स्वतःला समजावत होता. आयुष्यभर या अशा नात्यात राहण्याची कल्पना तो सहन करू शकत नव्हता.

'कयामतच्या दिवशी प्रत्येकाला त्याच्या चांगल्या आणि वाईट कर्मांचा हिशोब द्यावा लागतो. त्यानुसारच माणसाला स्वर्ग किंवा नरक मिळतो,' हे दादीचे शब्द त्याला आठवले.

मला एक पापी माणूस म्हणून मरायचं नाही, आरिफ म्हणाला. त्याचे संस्कार त्याला एका विवाहित बाईबरोबर शारीरिक संबंध ठेवण्यापासून परावृत्त करत होते.

आरिफला समनपुराच्या जुन्या मशिदीतून आणि हाई मेडिकेअर रिसर्च इन्स्टिट्यूटच्या आवारातल्या मशिदीतून दिलेली नमाजाची अजान ऐकू आली. तो हाई इन्स्टिट्यूटच्या आवारातल्या मशिदीत प्रार्थनेसाठी गेला.

त्या रात्री आरिफ खूप बेचैन होता. त्याने सुमित्राच्या पत्राचे तुकडे करून ते पत्र गटारात टाकलं होतं; पण त्या चिठ्ठीतला प्रत्येक शब्द त्याच्या मनावर कोरला होता.

भल्या पहाटे आरिफ उठला आणि समनपुऱ्यातल्या जुन्या मशिदीत नमाज अदा करायला गेला. परत येताना त्याने आपल्या आयुष्याच्या भविष्याची दिशा ठरवली. आपल्या आयुष्यातून त्याने सुमित्राला काढून टाकायचं ठरवलं. आता फरझाना हेच त्याचं भविष्य असेल, असं त्याने ठरवलं. आता तो अब्बांच्या सल्ल्यानुसार बिहार लोकसेवा आयोगाच्या परीक्षेच्या निकालाची वाट बघत होता. त्यात यश आलं नाही, तर तो इनायतनगरला स्वतःचा कोचिंग क्लास सुरू करणार होता.

सुमित्रापासून विलग होणं त्याच्यासाठी खूप त्रासदायक होतं; पण तो त्रास घ्यायची त्याची तयारी होती.

एकवीस

आरिफ बिहार लोकसेवा आयोगाच्या परीक्षेतही अपयशी ठरला. आपलं नेमकं काय चुकलं, हेच त्याला कळत नव्हतं. व्हरांड्यात बसून तो पुन्हा एकदा निकाल तपासत वर्तमानपत्राची पानं चाळत होता; पण त्याचा अनुक्रमांक कुठेच नव्हता. त्याने जवळच्या स्टुलावर पेपर ठेवला. पाय ताणले आणि डोळे बंद करून घेतले. गेले सहा महिने त्याच्या मनात फुललेला आशावाद दवबिंदूप्रमाणे मातीमोल झाला होता. त्याला पुन्हा एकटं आणि उदासवाणं वाटू लागलं. त्याच्या हृदयात एक पोकळी निर्माण झाल्यासारखं झालं.

"भैया," हुमा हाक मारत होती.

आरिफने डोळे उघडले आणि तो हसला. त्याच्या हसण्याला दुःखाची किनार होती. हुमाने त्याच्या हातात चहाचा कप दिला. तो तिच्याकडे बघून हसला. ती गेल्यानंतर त्याने चहाचा एक घोट घेतला आणि कप बाजूच्या स्टुलावर ठेवून दिला. आरिफने पुन्हा एकदा पेपर हातात घेतला आणि तो निरर्थकपणे तो चाळायला लागला. शेवटच्या पानावर आणखी एक निकाल छापून आला होता.

बिहार राज्य अपर सेवा निवड मंडळ
कनिष्ठ उर्दू भाषांतरकार परीक्षेचे अंतिम निकाल
(माननीय सर्वोच्च न्यायालयाच्या आदेशानुसार)

त्या शीर्षकाखाली यशस्वी उमेदवारांचे अनुक्रमांक आणि नावं होती. धडधडत्या हृदयाने आरिफने एक एक नाव वाचायला सुरुवात केली. 'आयेशा परवीन, अब्दुल हमीद, अब्दुल हक अन्सारी, आदिल सिद्धिकी, आरिफ खान...' आरिफचं नाव होतं. पाचव्या क्रमांकावर आरिफचं नाव होतं. त्याला हसायला आलं. त्याला काहीतरी

बोलायचं होतं; पण त्याचा आवाज घशातच अडकला. अचानक त्याला ठसका लागला. तो जोरजोरात खोकायला लागला. हुमा खुंटीवर टांगलेले कपडे काढत होती. हातातलं काम टाकून तिने मागे वळून बघितलं आणि ती पाणी आणायला आत धावली.

पाच वर्षांपूर्वी निवडणुका होण्याआधी मुख्यमंत्र्यांनी उर्दूतल्या भाषांतरकारांच्या जागा काढण्याचा निर्णय घेतला होता. बिहारच्या राजकारणातल्या 'मुस्लीम-यादव' या समीकरणाचा आणि सोशल इंजिनिअरिंगचा भाग म्हणून मुस्लिमांना खूश करण्यासाठी हा निर्णय घेण्यात आला होता. स्वातंत्र्यानंतर आणि खासकरून फाळणीनंतर उर्दू उत्तर भारतातल्या मुस्लिमांची भाषा बनली होती. बिहारमधल्या सगळ्या पदवीधर बेरोजगार मुसलमान तरुणांनी या जागेसाठी परीक्षा दिली होती. खरंतर आरिफ ही परीक्षा देणार नव्हता; पण अब्बांनी त्याला परीक्षेचा अर्ज भरायला लावला होता. या भरती प्रक्रियेमध्ये काहीतरी भ्रष्टाचार झाल्याची रिट पिटिशन हायकोर्टात सादर झाली होती; त्यामुळे परीक्षेचा निकाल जाहीर करण्यात आला नव्हता आणि आता इतक्या वर्षांनी सर्वोच्च न्यायालयाने निर्णय देत, ते निकाल जाहीर केले होते.

एक वेळ होती, जेव्हा आरिफला IAS च्या खाली काहीच दिसत नव्हतं. आता काळ एवढा बदलला होता की, आरिफला या छोट्या पदावरची नोकरीही अल्लाने पाठवलेल्या भेटीसारखी वाटत होती. आता ना आरिफ आधीसारखा राहिला होता ना त्याची स्वप्नं!

त्याला काही वर्षांपूर्वी त्यानेच लिहिलेली एक कविता आठवली.

कामचलाऊ स्वप्न
आठवणींची नाव कल्पनेच्या दर्यात हाकारत,
निघालोय मी एका स्वप्नाच्या शोधात,
जे बुडालं होतं खूप वर्षांपूर्वी...

संशयाचे काळे ढग,
निराशेचं घोंघावणारं वादळ
आणि उधाणलेली भीती
खेचत होती माझे पाय...

माझ्या धैर्याचं वल्हं
निसटणार होतं माझ्या हातून

आणि दिसलं मला
आशेचं प्रकाशगृह
हा किनारा आहे एका बेटाचा,
इच्छा आणि आकांक्षांच्या बेटाचा
जिथे आहे कल्पनेच्या झाडांनी
भरलेलं घनदाट वन...

या अनोळखी बेटावर कदाचित
मिळणार नाही मला माझं हरवलेलं स्वप्न
पण एक स्वप्न नक्कीच मिळू शकतं,
छोटं; पण कामचलाऊ स्वप्न...

आरिफलाही असंच एक छोटं; पण कामचलाऊ स्वप्न मिळालं होतं. त्याने ती आनंदाची बातमी आपल्या कुटुंबीयांनाही सांगितली.

अब्बांनी त्याला कडकडून मिठी मारली. अम्मीने तर नफिल नमाज अदा करून, अल्लाचे आभार मानले. आपल्या भावाचं अभिनंदन करताना हुमा अनेक वर्षांनी खूप मोकळेपणाने हसली. ही बातमी इनायतनगरपर्यंत पोहोचली. हकीमसाहेबांनी आणि त्यांच्या बायकोनेही आरिफला फोनवरून शुभेच्छा दिल्या. फरझानाने त्या दिवशी अत्यंत स्वादिष्ट चिकन बिर्याणी बनवली होती. तिनेही आरिफचं अभिनंदन केलं; पण तिच्या शुभेच्छा कोरड्या असल्याचं त्याला जाणवलं.

"फरझानाच्या हातात जादू आहे." अम्मीने पातेल्यातून बिर्याणी काढत म्हटलं, "आरिफसाठी तर तिचा पायगुण अगदीच चांगला ठरला. त्यांच्या साखरपुड्यानंतर आठवडाभरात आरिफला नोकरी मिळाली."

अब्बा हसले, "अल्लाची मेहेरबानी आहे."

ही बातमी सुमित्राला द्यायला हवी, असा विचार आरिफच्या मनात चमकून गेला; पण त्याने स्वतःला समजावलं आणि तो फरझानाचा विचार करू लागला.

दुसऱ्या दिवशी सकाळी उठल्या उठल्या त्याने सर्वांत आधी सुमित्राला चिठ्ठी लिहिण्याचा निर्णय घेतला. ही चिठ्ठी तो तिला स्वतःच्या हातांनी पोहोचवणार होता. ती पुढीलप्रमाणे होती :

प्रिय सुमित्रा,

हे पत्र वाचून तुला खूप मोठा धक्का बसेल. खरं सांगायचं, तर पत्र लिहिताना मलादेखील बसला होता.

आपल्या या नात्याने आपल्या दोघांना फक्त मनस्ताप दिला आहे. माझी तर अवस्था खूपच वाईट आहे. आपण हे नातं पुढे नेलं, तर आपल्या आयुष्यामध्ये दुःखाशिवाय दुसरं काहीच येणार नाही. तुझा संसारही उद्ध्वस्त होईल. तुझ्या मुलांना आपल्याबद्दल कळलं, तर काय होईल, त्यांची प्रतिक्रिया काय असेल, याचा विचार कर! आणि देव न करो; पण हे तुझ्या नवऱ्याला कळलं, तर तो या धक्क्यानेच मरेल. तो तुझ्यावर खूप प्रेम करतो, हे मला माहीत आहे.

या २४ तारखेला तुझ्या घरी यायचं नाही, असा निर्णय मी घेतला आहे. माझं लग्न माझ्या मामेबहिणीशी ठरलंय. कदाचित तुला हे ऐकायला चांगलं वाटणार नाही. लग्नाची तारीख ठरलेली नाही; पण माझ्या आई-वडिलांना खूश करण्यासाठी मी एवढं तरी नक्कीच करू शकतो.

बिहार सरकारमध्ये मला उर्दू भाषांतरकार म्हणून कायमस्वरूपी नोकरी मिळाली आहे, हे वाचून तुला नक्कीच आनंद होईल. काही दिवसांमध्ये मी भागलपूरला जायला निघेन. त्यानंतर आपण कदाचित एकमेकांना कधीच भेटणार नाही. खरंतर आपलं वेगळं होणं आपल्या दोघांसाठीही चांगलंच आहे. माझं कुटुंब जमालपुऱ्याला जाणार आहे.

मी तुझ्यासाठी काही छोट्या छोट्या भेटवस्तू घेतल्या आहेत. त्या तुला खूप आवडतील, अशी आशा आहे. एक छोटंसं पैंजण आहे. त्या पैंजणाची रुणझुण ऐकायला मी नसेन; पण माझे कान नक्कीच तरसतील आणि एक नथ आहे. ती नथ तू घातलीस, तर तुझं सौंदर्य आणखी खुलून दिसेल.

हे पत्र वाचून तुला वाईट वाटलं, तर प्लीज, मला माफ कर. तू मला खूप काही दिलं आहेस, त्याची परतफेड मी या जन्मात करू शकणार नाही.

तुझी आठवण सतत येत राहील.
सदैव तुझाच,
आरिफ

~

आरिफ आपली सगळी प्रमाणपत्रं घेऊन बिहार मिलिटरी पोलिसांच्या कॉलनीत पोहोचला. त्याला त्या सगळ्या प्रमाणपत्रांच्या झेरॉक्स कॉपी काढायच्या होत्या; तसेच त्या सगळ्या प्रतींवर राजपत्रित अधिकाऱ्याच्या सह्या घ्यायच्या होत्या. भागलपूरला तो कामावर हजर झाल्यावर ही सगळी प्रमाणपत्रं आणि कामावर रुजू

झाल्याचं पत्र त्याला दाखल करायचं होतं.

आरिफ घरी परतला, तेव्हा फरझाना घरी एकटीच होती. तिने सांगितलं की, अब्बा डॉक्टर दत्तांकडे गेले आहेत. अम्मी आणि हुमाही त्यांच्या बरोबरच गेल्या होत्या. आरिफचं सगळं कुटुंब लवकरच जमालपुऱ्याला कायमचं जाणार होतं. त्याआधी डॉक्टरांनी एकदा शेवटचं तपासण्या करायला बोलावलं होतं.

आरिफच्या अब्बांनी ठरवलं होतं की, आता पटण्यात या खुराड्यात राहण्यात काहीच अर्थ नाही. जमालपुऱ्याला एवढं दुमजली हवेशीर प्रशस्त घर असताना त्यांना इथे राहण्याची काहीच गरज नव्हती. ते जमालपुऱ्याला गेले, तर भाड्यापोटी द्यावे लागणारे दरमहा दोन हजार रुपये वाचणार होते. हुमाचं लग्न ठरवण्याचा घाट सुरू होता. तिच्या हुंड्यासाठी अब्बा त्यांच्या हिश्श्याचा शेताचा तुकडा विकणार होते. जमालपुऱ्याला गेल्यानंतर अब्बा तिच्यासाठी वरसंशोधन सुरू करणार होते. वर्षभरात हुमाच्या लग्नासाठी आरिफही पैसे जमवू शकणार होता.

लवकरच पटण्यातला त्यांचा मुक्काम आटोपणार होता. आयुष्यातली १८ वर्षं त्या सगळ्यांनी या शहरात काढली होती. हे शहर सोडणं आरिफसाठी तर खूप वेदना देणारं होतं. सुमित्रापासून लांब जाणंसुद्धा त्याच्यासाठी वेदनादायीच होतं.

त्याच्या डोक्यात दादी आणि झाकीरचेही विचार आले. तो अधिकच खिन्न झाला; पण त्या सगळ्या वाईट आठवणी बाजूला सारून तो फक्त त्याच्या आणि फरझानाच्या लग्नाचा विचार करण्याचा प्रयत्न करत होता.

फरझाना आतल्या खोलीत गृहशोभा मासिकाचा एक जुना अंक चाळत बसली होती. तिची ओढणी खाली आली होती आणि त्याला तिच्या स्तनांमधली घळ दिसत होती. त्याच्या आयुष्यात पहिल्यांदाच त्याला फरझानासाठी लालसा वाटली. फरझानाने मासिकातली आपली नजर वर उचलून आरिफकडे बघितलं, तेव्हा तर आरिफ चक्क लाजला आणि त्याने आपली नजर दुसरीकडे वळवली.

अचानक त्याला आठवलं की, त्याला दोन पॅन्ट आणि एक नवा शर्ट घ्यायचा आहे. तो मार्केटमध्ये जायला उठला.

"मी राजा बाजारला जातोय. तुला काही हवंय का? स्वयंपाकघरात काही संपलंय का?" आरिफने विचारलं.

"काही नकोय भाईजान," फरझानाने उत्तर दिलं.

"किती मूर्ख मुलगी आहे. अजूनही मला भाऊ म्हणतेय," आरिफने विचार केला.

तो मागच्या गल्लीतून मदरसा रस्त्यावर आला. तो मगध विक्रमशीला अपार्टमेंटपर्यंत पोहोचला आणि त्याला आठवलं की, त्याच्याकडे पैशाचं पाकीट नाही. त्याच्या लक्षात आलं की, तो पाकीट घरीच विसरला असणार. तो मागे वळला. दरवाजा

उघडाच होता. व्हरांड्यात आणि त्याच्या बाजूच्या खोलीत कोणीच नव्हतं. तो खोलीत शिरला आणि त्याला त्याचं पाकीट पलंगावर ठेवलेलं दिसलं. दुसऱ्या खोलीतून त्याला कोणाच्या तरी हुंदक्यांचा आवाज ऐकू आला. हुंदक्यांपाठोपाठ अगदी दबक्या आवाजातलं बोलणंही त्याच्या कानावर आलं. फरझाना कोणाशी तरी मोबाइलवर बोलत होती.

"तुला कळत कसं नाही, सगळेजण खूप आनंदी आहेत. मला आरिफ भाईजानशी लग्न करायचं नाही, असं मी नाही सांगू शकत. मी कसं सांगू?"

पलीकडची व्यक्ती बोलत होती; त्यामुळे फरझाना ऐकत होती.

'त्याचं म्हणणं आहे की, तो आरिफचा खूप आदर करतो. आरिफ भाईजानच्या आनंदावर त्याला विरजण टाकायचं नाही,' फरझाना परत रडायला लागली. 'माझ्यासमोर आरिफ भाईजानशी लग्न करून, माझं आयुष्य दुःखात घालवण्याशिवाय काहीच पर्याय नाही.'

अचानक कुठून तरी एक मोठा लोखंडी गोळा आला आहे आणि त्याने आपल्या डोक्यावर आघात केला आहे, तसं आरिफला झालं. तो व्हरांड्यातून मागे वळला आणि खोलीत येऊन पलंगावर बसला. त्याने आपलं डोकं दाबून ठेवलं होतं.

'हे सगळं माझ्याच बरोबर का होत आहे? जेव्हा जेव्हा मी आयुष्याशी समझोता करतो, तेव्हा काहीतरी नवीन अडथळा समोर येऊन उभा राहतो. मी असं कोणाचं काय वाकडं केलं आहे?' आरिफ स्वतःलाच विचारत होता.

इतके दिवस त्याला वाटायचं की, फरझानाही लपूनछपून त्याच्यावर प्रेम करत आहे आणि तिच्याशी लग्न करून तो एकप्रकारे तिच्यावर उपकारच करत आहे; पण इथे परिस्थिती एकदम उलटी होती.

आता एक नवीन प्रश्न त्याला सतावू लागला. *फरझानाच्या आयुष्यातला तो प्रेमी नेमका कोण आहे?*

आरिफ पुन्हा घराबाहेर पडला, तेव्हा संधिप्रकाश रेंगाळत होता. आता डासही भुणभुणायला लागले होते. तो रस्त्यावर निरर्थक चालत होता. किती वेळ चालत होता, कुठे जात होता, त्याचं त्यालाही भान नव्हतं. काही वेळाने त्याच्या लक्षात आलं की, तो एका पिंपळाच्या झाडाखाली उभा आहे. हे तेच पिंपळाचं झाड होतं, ज्या झाडाच्या साक्षीने त्याने अनेक स्वप्नं बघितली होती. तो सुमित्राच्या प्रेमात पडला, तेव्हादेखील हे झाड साक्षीला होतं. दोन हजार वर्षांपूर्वी अशाच एका पिंपळाच्या झाडाखाली सिद्धार्थ गौतमाला ज्ञानप्राप्ती झाली होती. या पिंपळाच्या झाडाच्या सावलीत आरिफला आपल्या आयुष्याच्या तुकड्यांमधून योग्य उत्तर मिळणार होतं का? आरिफच्या ओठांवर गूढ हास्य होतं.

आरिफ घरी परतला, तेव्हा अब्बाही डॉक्टरांकडून आले होते. आता त्यांची

तब्येत ठणठणीत आहे, असं डॉक्टरांनी सांगितल्याचं आरिफला कळलं, तेव्हा त्याने सुटकेचा निःश्वास सोडला.

~

पटण्यावरून इनायतनगरला जायला थेट ट्रेन नव्हती. बसने जायचं, तर खूप त्रास झाला असता; त्यामुळे असं ठरलं की, आरिफचे कुटुंबीय दुसऱ्या दिवशी सकाळी ऑटोरिक्षाने जवळच्या हाजिपूरपर्यंत जातील. तिथून इनायतनगरला जाणारी ट्रेन पकडतील. सामान आणि इतर सगळ्या गोष्टी एका छोट्या ट्रकने पुढे पाठवल्या होत्या.

दुसऱ्या दिवशी सकाळी ऑटोरिक्षा आली. अब्बा पुढे ड्रायव्हरच्या बाजूला बसले. मागच्या सीटवर अम्मी, हुमा आणि फरझाना बसल्या. आरिफने फरझानाकडे बघितलं. ती रात्रभर रडत होती, हे ओळखायला त्याला क्षणाचाही विलंब लागला नाही. तिचे डोळे सुजले होते.

अब्बांच्या चेहऱ्यावर मात्र समाधान होतं.

आरिफ रिक्षाजवळ गेला, तेव्हा अब्बांनी खिशातून त्यांचा मोबाइल फोन काढला आणि आरिफच्या हातात दिला.

"अब्बा, आपल्या घरी एक फोन असावा, असं मला वाटतं. मला मोबाइलची गरज नाही. तुम्ही मला ऑफिसमध्येही फोन करू शकता," आरिफ म्हणाला.

"अरे, जमालपुऱ्याला तसंही मोबाइलला रेंज नसते. तिथे या डबड्याचा काहीच उपयोग नाही," अब्बा हसून म्हणाले. ते पुढे म्हणाले, "तू पहिल्यांदा घरापासून एवढ्या लांब राहायला जाणार आहेस. काळजी घे आणि भागलपूरला पोहोचलास की, नक्की फोन करून कळव. हकीमसाहेबांच्या नंबरवर फोन केलास, तरी चालेल. पुढचे तीन-चार दिवस आम्ही इनायतनगरमध्येच असू."

"ठीक आहे, अब्बा!"

"बाबूजी, मी तुझ्यासाठी काही मिठाई आणि नमकीन बनवून ठेवलं आहे. ते घेऊन जायला विसरू नकोस," अम्मी म्हणाली.

त्यांचे घरमालक शब्बीर अली आणि अब्बांचे जुने मित्र जमील खान हेदेखील त्यांना निरोप द्यायला आले होते. शब्बीर अली हे बिहार सरकारच्या सिंचन खात्यात अभियंता होते. ते निवृत्त होऊन काही वर्षं उलटली होती.

"रशिद भाई, तुम्हाला माझ्या या छोट्या घरामध्ये राहताना काही तकलिफ झाली असेल, तर त्याबद्दल मला क्षमा करा हं," शब्बीर अली अब्बांचा हात पकडून म्हणाले.

"अरे इंजिनिअर साहेब, तुम्ही एकदम नेक इन्सान आहात. तुमच्या घरातला

क्षण अन् क्षण आम्हा सगळ्यांना कायम लक्षात राहील.''

''शुक्रिया!'' शब्बीर अली म्हणाले.

''अच्छा, आरिफ उद्या भागलपूरला जायला निघणार आहे. तोच तुम्हाला किल्ल्या देईल.''

''अरे रशिद भाई, एवढं काय त्याचं. माझ्या मुलासारखाच आहे तो,'' शब्बीर अली म्हणाले.

अब्बांनी घड्याळात बघितलं आणि म्हणाले, ''इनायतनगरला जाणारी ट्रेन हाजिपूरहून अकरा वाजता निघते. त्या गांधी सेतू पुलावर वाहतूककोंडीत अडकलो, तर काही खैर नाही. निघायला हवं.'' पुन्हा एकदा अब्बांनी शब्बीर अली आणि जमील खान यांच्याशी हस्तांदोलन केलं.

''फी अमानुल्लाह'' शब्बीर अली म्हणाले.

''खुदा हाफिज,'' जमील खान म्हणाले.

अब्बांनीही उत्तर दिलं, ''खुदा हाफिज.''

रिक्षा सुरू झाली आणि एक धुरळा उडवत पुढच्या रस्त्यावरून वळून दिसेनाशी झाली. आरिफ काहीतरी हरवलेल्या गोष्टीचा शोध घेत असल्यासारखा, बराच वेळ तिथेच रिक्षा गेली त्या दिशेने बघत उभा राहिला. त्याचा हरवलेला आनंद शोधण्याचा प्रयत्न तर तो करत नव्हता ना? त्याला खूप उदास वाटू लागलं.

खोलीत आल्यानंतर एकटेपणाने त्याला घेरलं; पण त्याला बसायलाही वेळ नव्हता. हळूहळू तो एक एक गोष्ट आपल्या बॅगेत भरायला लागला. त्याने त्याची जुनी डायरी उचलली, तसा एक ब्लॅक ॲन्ड व्हाइट फोटो खाली पडला. आरिफ आणि झाकीर लहान असतानाचा तो फोटो होता. आरिफ दहा वर्षांचा होता आणि झाकीर नऊ वर्षांचा. मोहरमनंतरच्या दहाव्या दिवशी नाझोकाकांनी तो फोटो घेतला होता. फोटोत रंग दिसत नसले, तरी त्याला स्पष्ट आठवत होतं. त्याने लाल रंगाचा कुडता पायजमा घातला होता आणि झाकीरने हिरव्या रंगाचा!

आपल्या लहान भावाचा हात धरून, आरिफ गावाबाहेरच्या करबलाच्या मैदानात गेला होता. तिथे आसपासच्या गावांतून हजरत हुसैन साहेबांच्या शौर्याची आठवण जागवण्यासाठी ताजिये आले होते. आपण अब्दुल्लाचाचांबरोबर जात आहोत, असं त्याने अम्मीला खोटंच सांगितलं होतं, कारण त्याला पक्कं माहीत होतं की, करबलाच्या मैदानावर त्या दोघांना एकटं जाण्याची परवानगी मिळणारच नाही. म्हणूनच आरिफने आपल्या भावाचा एक हात घट्ट पकडला होता आणि ते थोड्या लांब अंतरावर उभे होते. मैदानात प्रचंड गर्दी होती आणि लोक हातात तलवारी, कुऱ्हाडी, भाले घेऊन 'या हुसैन, या हुसैन' असं ओरडत आपली छाती पिटत होते. काहीजण हजरत हुसैनच्या आठवणीत मर्सिया गात होते. झाकीरचा हात पकडून

आरिफ सावकाश चालत होता.

तेवढ्यात मैदानात एकच गोंधळ उडाला. जमालपुरा आणि शेजारच्या शमशादनगर या दोन गावांच्या लोकांमध्ये काही कारणावरून भडका उडाला होता. दोन्ही बाजूंनी विटा आणि दगडांचा वर्षाव सुरू झाला. सगळेजण जिवाच्या आकांताने पळायला लागले. आरिफही आमराईच्या दिशेने धावत सुटला. थोड्या वेळाने त्याच्या लक्षात आलं की, झाकीर त्याच्याबरोबर नाही. आता आरिफ वेड्यासारखा झाकीरच्या नावाने ओरडायला लागला; पण त्याला झाकीरकडून काहीच प्रतिसाद मिळत नव्हता. त्याने सगळीकडे शोधलं; पण झाकीरचा पत्ताच नव्हता.

जवळपास तासाभराने पोलीस तिथे पोहोचले आणि त्यांनी दंगलखोरांना पळवून लावलं. आरिफ करबलाच्या मैदानाच्या एका कोपऱ्यात उभा राहून रडत होता. तो अजूनही झाकीरला शोधत होता. त्याच्या जवळ उभ्या असलेल्या एका पोलिसाने त्याला दम भरला आणि तिथून घरी जायला सांगितलं. तो घरी जाण्यासाठी वळला. आरिफ रडत रडत कुराणातल्या आयता पुटपुटत होता. झाकीर परत मिळाला, तर आरिफ त्याच्यासाठी एक खास नमाज अदा करेल, अशीही प्रार्थना त्याने केली. ही प्रार्थना करून जेमतेम काही सेकंदं झाली असतील, झाकीर अचानक आमराईतल्या बांबूच्या वनातून बाहेर आला. झाकीरला बघून आरिफ त्याच्याकडे धावत गेला होता. त्याने झाकीरला घट्ट मिठी मारली. तिथे बसूनच तो अल्लाची करुणा भाकायला लागला होता.

आरिफला अजूनही तोच क्षण आठवत होता. त्याने झाकीरला मारलेली मिठी आणि काहीही न बोलता त्याच्या डोळ्यांतून घळाळणारी आसवे.

झाकीरने गोंधळून आरिफला विचारलं होतं, "भैया, काय झालं? तू का रडतोस?"

आरिफला जणू झाकीरचे त्या दिवशीचे शब्द कानांवर पडत होते. त्याने पुन्हा प्रार्थना केली की, त्या दिवसाप्रमाणे आताही झाकीर अचानक कुठून तरी समोर येऊ दे. त्याला मिठी मारून मी पुन्हा रडेन, तो आकाशाकडे बघून म्हणाला.

~

दुसऱ्या दिवशी आरिफ पटण्याहून भागलपूरला जायला निघणार होता. त्याच संध्याकाळी पटण्यात प्रचंड वादळ आलं. शहरातल्या रस्त्यांवरची धूळ फेर धरून नाचू लागली आणि आकाशाला जाऊन भिडली. त्यानंतर मुसळधार पाऊस आला आणि त्याने आकाशातल्या काळ्या ढगांच्या पाटीवर सांडलेली ती धूळ लख्ख पुसून काढली. तो रस्त्यावर आला, तेव्हा हवा एकदम छान होती. थंड वारा वाहत होता; पण आरिफच्या चित्तवृत्ती त्यामुळे प्रफुल्लित झाल्या नाहीत. त्याचा चेहरा

अजूनही उदास होता.

आरिफला पुन्हा झाकीरची आठवण आली. त्याचा गोलगोल; पण देखणा चेहरा, खांद्यांपर्यंत रुळणारे त्याचे कुरळे केस, मजबूत खांदे, अशी त्याची मूर्ती आरिफच्या डोळ्यांसमोर आली. आरिफने एक निःश्वास सोडला. त्याच्या गालांवरून ओघळणारे अश्रू त्याच्या दाढीत झिरपले. हातरुमालाने त्याने आपला चेहरा पुसला आणि तो घरमालकाला चावी देण्यासाठी त्यांच्या घरी गेला.

शब्बीर अली नमाज पढण्यासाठी मशिदीत गेले होते. त्यांचा मुलगा रस्त्यावर उभा राहून त्याच्या दोन-तीन मित्रांबरोबर गप्पा मारत होता. आरिफने त्याच्या हातात किल्ली दिली. आरिफकडे न बघता आणि काहीही न बोलता त्याने ती किल्ली घेतली आणि तो पुन्हा गप्पा मारण्यात मग्न झाला. रिक्षा पकडण्यासाठी राजा बाजाराच्या दिशेने येताना त्याला मगध विक्रमशीला अपार्टमेंटसमोर एक मंडप घातलेला दिसला. त्या मांडवामध्ये दोन-तीन हॅलोजन लावले होते. त्याशिवाय अनेक खुर्च्या मांडलेल्या होत्या. त्या खुर्च्यांवर काही स्त्री-पुरुष बसले होते. समोर स्टेजवर शहरातील सुप्रसिद्ध डॉक्टर अब्दुल हई मायक्रोफोनमध्ये तोंड घालून भाषण देत होते.

'आज आपण आपल्या समाजातल्या शाहला खान यांनी मिळवलेल्या देदीप्यमान यशाबद्दल त्यांचं कौतुक करायला जमलो आहोत...'

आरिफला या सभेचं प्रयोजन माहीत होतं. राजा बाजार आणि समनपुरा इथल्या मुस्लिमांनी या सभेचं आयोजन केलं होतं. शाहला खान ही तिथेच राहणारी मुलगी होती. तिने त्या वर्षीच्या केंद्रीय लोकसेवा आयोगाच्या परीक्षेमध्ये देशभरातून अव्वल स्थान पटकावलं होतं. स्टेजच्या मध्यभागी ठेवलेल्या एका खुर्चीत शाहला खान बसली होती. तिने सलवार सूट घातला होता. तिच्या चेहऱ्यावर आत्मविश्वासाबरोबरच समाधान झळकत होतं. आरिफला अनेक वर्षांपूर्वीचं आपलं स्वप्न आठवलं आणि त्याच्या हृदयात एक बारीकशी कळ गेली. मी तिच्या जागी असतो तर... आरिफच्या मनात विचार तरळून गेला. तिथे आणखी एक क्षणही उभं राहणं आरिफला शक्य नव्हतं. लाउडस्पीकरवरून कानांवर आदळणारा प्रत्येक शब्द त्याच्या हृदयाला घरं पाडत होता. त्याने त्या मांडवाकडे पाठ फिरवली आणि तो ताडताड चालायला लागला.

बावीस

पटणा जंक्शनच्या शौचालयातल्या आरशासमोर आरिफ उभा राहिला, तेव्हा आरशात त्याच्यासमोर असलेला चेहरा त्याच्यासाठी पूर्णपणे अनोळखी होता. त्याचे खोल गेलेले डोळे आणि कपाळावरून झालेली केसांची पीछेहाट यामुळे तो त्याच्या वयापेक्षा म्हातारा दिसत होता. निळ्या जीन्समध्ये आणि निळ्या शर्टात आपण ध्यान दिसतोय, असं त्याच्या लक्षात आलं; पण आताच्या क्षणी त्याच्या मनात कोणत्याही भावना नव्हत्या. एका त्रयस्थासारखा बराच वेळ तो स्वतःच्याच प्रतिबिंबाकडे बघत उभा राहिला.

प्लॅटफॉर्म नंबर एकला आल्यावर त्याने एक निःश्वास सोडला आणि तो जवळच्याच एका लोखंडी बाकावर टेकला. बाकावर धूळ होती. मागे टेकून बसत त्याने डोळे बंद केले आणि तो विचारांमध्ये दंग झाला. त्याला तो १३ वर्षांचा असतानाची एक गोष्ट आठवली. जमालपुऱ्यातल्या त्यांच्या घराच्या व्हरांड्यात तो बसला होता. त्याची दादी एका लाकडी खुर्चीवर बसली होती. तिच्या जवळच झाकीर उभा होता. त्याचे डोळे विस्फारले होते. दादी एक चमत्कारिक कहाणी सांगायला सुरुवात करणार होती.

तेवढ्यात ढगांचा जोरदार गडगडाट झाला आणि आरिफचे डोळे उघडले.

त्या गडगडाटाबरोबर स्टेशनमधले लाइट गेले आणि सगळीकडे अंधार झाला. आरिफने तातडीने आपली बॅग आपल्या जवळ घेतली. शहरात पाकीटमार आणि भुरटे चोर कधी संधी साधतील, काहीच सांगता येत नाही.

गेल्या दोन दिवसांपासून घडलेल्या घटनांनी त्याला चक्रावून सोडलं होतं.

त्या फोनवरचं फरझानाचं संभाषण ऐकून, आरिफ प्रचंड गोंधळला होता. सुमित्राच्या पत्रातलं आमंत्रण अजूनही त्याला आकर्षित करत होतं. अब्बांच्या तब्येतीत झालेल्या सुधारणेमुळे त्याला त्यांना यातलं काहीच सांगावंसं वाटत नव्हतं.

आयुष्य ज्या पद्धतीने वळणं घेत आहे, तसंच चालत राहावं, असं ठरवण्याची वेळ त्याच्यावर आली होती.

आरिफला जाणवलं की, त्याचा मेंदू आता पिसासारखा हलका झाला आहे.

तेवढ्यात त्याच्या बॅगेवर एक काजवा बसला. त्या काजव्याने त्याचं लक्ष स्वतःकडे वेधून घेतलं. तो काजवा उडाला आणि त्याच्या खांद्यावर येऊन बसला. जणूकाही तो आरिफचं सांत्वन करायला आला होता. त्याला काही क्षणांसाठी खूप मस्त वाटलं. तेवढ्यात स्टेशनमधील दिवे परत आले आणि त्या काजव्याचा प्रकाश नाहीसा झाला. आता तो फक्त एक किडा होता. मग आरिफला पुन्हा कसंतरी वाटायला लागलं.

तो आता बाकावर आडवा झाला. त्याने पाय पसरले आणि बॅग डोक्याशी घेऊन तो थोडा वेळ पडला. हवेच्या थंडगार झुळकीमुळे त्याचा डोळा लागला.

गळ्यातल्या मंगळसूत्राशिवाय सुमित्राच्या अंगावर काहीच नव्हतं. ती पूर्णपणे नग्नावस्थेत उभी होती. डोळ्यांत काजळ होतं, ओठांना लालभडक लिपस्टिक लावली होती आणि कंबरेला काळ्या रंगाचा करगोटा होता. ती हिरव्यागार भाताच्या शेतात चालत होती. शेतातली भाताची ती इवलीशी रोपं वाऱ्याच्या तालावर डोलत होती. खाली चिखलात सुमित्राच्या रेखीव पावलांचे ठसे उमटत होते.

तेवढ्यात तोंडावर फडकं बांधलेला एक माणूस अचानक तिथे आला आहे. त्याच्या छातीवर दाट केस आहेत आणि त्याने लाल रंगाचा लंगोट बांधला आहे. त्याने सुमित्राचा हात पकडून तिला स्वतःकडे खेचायला सुरुवात केली आहे. सुमित्राने आपला दुसरा हात पसरून आरिफकडे मदतीची याचना केली आहे. आरिफ धावत गेला आणि त्याने त्या बुरखाधारी माणसाच्या हातून सुमित्राची सुटका करण्याचा प्रयत्न सुरू केला; पण त्या माणसाने आरिफला धक्का दिला आणि आरिफ डोक्यावर आदळला.

आरिफ उठला आणि त्याने बघितलं की, खरंच तो प्लॅटफॉर्मवर पडला आहे. त्याचं डोकं दुखत होतं. आपलं डोकं दोन्ही हातांनी गच्च पकडून, तो पुन्हा बाकावर बसला. आता तो त्या स्वप्नाबद्दल विचार करत होता. हे असं काय स्वप्न पडलं आपल्याला? हे दैवी स्वप्न होतं की सैतानी? की आपल्या मनातल्याच भावना या स्वप्नावाटे दिसल्या?

ते कोणतं स्वप्न होतं माहीत नाही; पण त्या स्वप्नाचा परिणाम असा झाला की, आरिफला सुमित्राला भेटायची तीव्र ओढ जाणवू लागली. तिला घट्ट मिठीत घ्यावं, तिचे कपडे फाडावेत, तिला पलंगावर ढकलून तिच्यावर आरूढ व्हावं, तिची हजारो चुंबनं घ्यावीत आणि दोघंही दमेपर्यंत एकमेकांच्या बाहुपाशात विसावून जावं, अशी तीव्र इच्छा त्याला होत होती.

मी सुमित्राकडे जावं का? त्याचा स्वतःशीच वाद सुरू झाला आणि त्याला गालिबच्या काही ओळी आठवल्या :

इमान मुझे रोके है, तो खिंचे है मुझे कुफ्र ।
काबा मेरे पीछे है, कलिशा मेरे आगे ।।

अब्बांना सांगायचं का की, मला लग्न करायचं नाही? की मी अब्बांना असं सांगू, फरझानाला माझ्याशी लग्न करायचं नाही आणि म्हणूनच मला तिच्याशी लग्न करायचं नाही? किंवा मी काहीच झालं नाही, असं दाखवून फरझानाशी लग्न करायला हवं?

तीनही पर्याय खूप कठीण होते; पण त्याला त्यातला एक निवडावाच लागणार होता. स्पर्धा परीक्षेप्रमाणे इथे त्याला 'यांपैकी एकही नाही' हा पर्याय निवडण्याची मुभा नव्हती.

कोणताही ठोस निर्णय न घेता आल्याने आरिफने नुसतीच बोटं मोडली. मग अचानक त्याने आपली बॅग उचलली आणि तो स्टेशनबाहेर चालू लागला. बाहेरची हवा थंड होती. रस्त्यावरचे काही चुकार दिवे वगळता संपूर्ण शहर काळोखामध्ये बुडालं होतं.

त्याने मोबाइलमध्ये वेळ बघितली. रात्रीचा पाऊण वाजला होता. एकदा सुमित्राला फोन करावा, असं त्याला वाटलं; पण त्याने नाही केला. हनुमानाचं मंदिर पार करून, तो रस्त्यावर आला. समोरच बिहारचे नवे मुख्यमंत्री नितीश कुमार यांचं पोस्टर लावलं होतं. त्याच्या खालीच तीन रिक्षा उभ्या होत्या. तो पहिल्या ऑटोरिक्षामध्ये बसला.

'नव्वद रुपये होतील,' ड्रायव्हरने पत्ता ऐकून, भाडं सांगितलं. आरिफने होकार दिला. त्याला माहीत होतं की, नव्वद रुपये जरा जास्तच होत आहेत; पण त्याला वाद घालण्यात वेळ वाया घालवायचा नव्हता.

अचानक त्याला फरझानाची आठवण आली आणि त्याच्या अंगाचा भडका उडाला. ते विचार बाजूला सारायला तो सुमित्राची आठवण काढायला लागला. त्याने तिला पहिल्यांदा बघितलं, तो दिवस त्याला आठवला. ट्रेनमध्ये तिच्याबरोबर घालवलेली रात्र त्याला आठवली. त्याच्या शरीरात आणि मनात भावनांचा आगडोंब उसळला होता. त्याने डोळे बंद केले आणि तिचा विचार करायला लागला. ती पूर्ण काळ्या रंगाच्या साडीत होती. तिने अंगावर दागिने घातले होते आणि ती गालिबच्या काही गजला वाचत होती.

'सुमित्रा,' तो पुटपुटला आणि त्याने त्या रिक्षावाल्याला रिक्षा जोरात चालवायला सांगितली.

चित्रकारनगरमध्ये पोहोचल्यानंतर रिक्षावाल्याने रस्त्याच्या एका बाजूला रिक्षा थांबवली. रिक्षाच्या दिव्याच्या प्रकाशात आरिफने सुमित्राच्या घराकडे जाणारा रस्ता न्याहाळला. त्याने रिक्षावाल्याचं भाडं दिलं आणि खिशातून एक छोटा टॉर्च काढून तो चालायला लागला.

सुमित्राच्या घरासमोर आल्यावर त्याने हळूच लोखंडी गेट ढकललं. तो आत शिरला आणि काही काळ तसाच स्तब्ध उभा राहिला. त्यानंतर तो सुमित्राच्या घराच्या दिशेने चालायला लागला.

ते घर नव्याने बांधलेलं होतं. घरातल्या एका खोलीची खिडकी अर्धवट उघडी होती; त्यातून दुधी प्रकाशाची तिरीप बाहेर झिरपत होती. तो खिडकीजवळ गेला आणि त्याने आत डोकावून बघितलं. खोलीत रमेश पलंगावर पहुडला होता. त्याचा एक पाय प्लॅस्टरमध्ये होता. त्याच्या डोक्यावर पांढरी पट्टी बांधली होती. त्या पट्टीवर एक लाल डाग दिसत होता; पण तो नक्कीच रक्ताचा नसणार. जखम झाल्यावर जे औषध लावतात, त्या औषधाचा तो डाग होता. सुमित्रा त्याच्या बाजूला बसली होती. रमेशचा एक हात तिच्या हातात होता आणि ती हमसून हमसून रडत होती.

“रमेश, तूच माझं सर्वस्व आहेस,” ती रडत रडत म्हणाली.

“सुमित्रा, रडू नकोस,” त्याने तिचा हात थोपटला आणि सुमित्रा रमेशच्या छातीवर डोकं ठेवून रडायला लागली.

चला, आता सुमित्राही माझ्या आयुष्यातून गेली आहे. आता गमावण्यासारखं काहीच उरलेलं नाही. ती रमेशची होती आणि रमेशलाच मिळाली, आरिफने विचार केला. आता त्याला नैराश्याने चारही बाजूंनी ग्रासलं. तो परत निघाला.

गेटबाहेर पडल्यावर पुन्हा हळूहळू पाऊस पडायला सुरुवात झाली होती. आता त्याला खांद्यावरच्या बॅगेचं वजन जाणवत होतं; पण त्याने त्याकडे लक्ष दिलं नाही. मुख्य रस्त्यावर आता एकही वाहन नव्हतं. त्याला या वेळी स्टेशनकडे जाणारी रिक्षा किंवा सायकलरिक्षा मिळण्याची काहीच शक्यता नव्हती. बँक कॉलनीतून नया मोडकडे जाणारा जवळचा रस्ता पकडून त्याने नया मोडला जायचं ठरवलं. तिथे कदाचित त्याला रिक्षा मिळण्याची शक्यता होती. रस्त्यातल्या गटारांची झाकणं, खड्डे आणि चिखल यातून वाट काढत आरिफ अगदी सावकाश चालला होता. त्याच्या आधारासाठी त्याच्या हातातल्या बॅटरीच्या प्रकाशाशिवाय काहीच नव्हतं. तो कॉलनीतून पुढे आला आणि फुलवारी शरीफ - नया मोड रस्त्याला वळला.

समोरच त्याला पिंपळाचं झाड उन्मळून पडलेलं दिसलं. संध्याकाळी आलेल्या वादळाने त्याचा बळी घेतला होता. आरिफ काही क्षण तिथेच उभा राहिला. त्याला आपला कोणीतरी जिवलग गेल्यासारखं दुःख होत होतं. सुमित्राबद्दल त्याला वाटणाऱ्या प्रेमाचा साक्षीदार म्हणजे ते पिंपळाचं झाड होतं. आता सगळं संपलं होतं

आणि ते झाडही मेलं होतं.

तेवढ्यात त्याचा मोबाइल वाजला. पाऊस थांबला होता. त्याने मोबाइल बाहेर काढला. अब्बांचा फोन होता.

''हॅलो अब्बा...''

''अरे, झाकीर जिवंत आहे,'' आरिफचं वाक्य पूर्ण होण्याआधीच पलीकडून अब्बा ओरडले.

आरिफच्या लहानपणीच्या एका मित्राने झाकीरला मुंबईच्या लोकमान्य टिळक टर्मिनसवर बघितलं होतं. झाकीर कुर्ल्यावरून पटण्याला येणाऱ्या गाडीत चढत होता. त्याच्या अंगावर पांढरा कुडता आणि जीन्स होती.

''म्हणजे सहा-सात वर्षांपूर्वी आलेलं ते निनावी पत्र खरं होतं तर...''

''हो रे, तू कुठे आहेस?''

''मी पटणा जंक्शनच्या बाहेरच आहे,'' आरिफ खोटं बोलला.

''पट्कन आत जा आणि बघ ती गाडी आली आहे का? मला कळव हं!'' अब्बांच्या स्वरात घाई आणि उत्साह होता.

''नक्की अब्बा...'' आरिफने मोबाइल बंद केला आणि तो खिशात ठेवला. खांद्यावरची बॅग वर उचलून त्याने धावायला सुरुवात केली.

आपल्याला पंख फुटले, तर किती बरं, असा विचार त्याच्या मनात येत होता; पण झाकीरच्या बातमीने त्याला पिसासारखं हलकं वाटत होतं.

~

पटणा जंक्शनमधल्या एका थंडगार बाकावर बसून आरिफ गारठला होता. त्याने छताला लटकलेल्या घड्याळाकडे पाहिलं. पहाटेचे पावणेतीन वाजत आले होते. तो उठला आणि त्याने चौकशीच्या खिडकीकडे आपली पावलं वळवली. खिडकी उघडी होती; पण आतला माणूस झोपला होता. आरिफने काचेवर टकटक केली. पहिल्यांदा तो माणूस जराही हलला नाही. मग आरिफने काचेवर जरा जोरातच हात आपटला. तो माणूस कसाबसा उठला. आपले डोळे चोळत त्याने जवळच ठेवलेली बाटली उचलली. पाण्याचे दोन घोट प्यायल्यानंतर त्याने त्रासिकपणे आरिफकडे बघितलं,

''हे बघा, मी तुम्हाला आधीच सांगितलं आहे. कुर्ला-पटणा एक्सप्रेसच्या आगमनाची काहीही माहिती मिळाली, तर आम्ही ती लगेच उद्घोषणेद्वारे जाहीर करू.'' आरिफ काहीही न बोलता मागे फिरला आणि पुन्हा त्याच बाकावर येऊन बसला. त्याची पावलं आता जडावली होती. जवळच दोन हमाल एका हातगाडीवर बोजा टाकून ती खेचत घेऊन जात होते.

आता आरिफला कसंतरी व्हायला लागलं होतं. ''या अल्ला, मला माझा भाऊ

परत मिळवून दे. मी तुझ्याकडे परत काहीच मागणार नाही,'' आरिफ मुक्यानेच प्रार्थना करत होता.

तो पुन्हा त्या बाकावर आडवा झाला. त्याची बॅग त्याने उशाला घेतली होती. त्याला अत्यंत भयानक स्वप्न पडलं. स्वप्नात त्याला बंदुकीच्या गोळ्यांनी छिन्नविछिन्न झालेला झाकीरचा मृतदेह गाडीच्या डब्यात पडलेला दिसला. आरिफ झोपेतून ओरडतच उठला, 'झाकीर... झाकीर.'

आरिफ भानावर आल्यावर त्याला लक्षात आलं की, तो प्लॅटफॉर्मवर आहे. तो बाकावर बसला. त्याचं सर्वांग थरथरत होतं.

पहाटे पावणेचारच्या सुमारास उद्घोषणा झाली. मुगलसरायवरून पटण्याला येणारा मार्ग अखेर सुरू झाला होता. त्यानंतर काही क्षणांत उद्घोषकाचा आवाज पुन्हा यायला लागला. कुर्ल्याहून पटण्याला येणारी एक्सप्रेस दानापूरपर्यंत पोहोचली होती. पटणा स्टेशनमध्ये शिरणारी ती पहिली ट्रेन असणार होती. आरिफला रडायला येत होतं. तो बाकावरून उठला आणि प्लॅटफॉर्मच्या कडेला जाऊन गाडी येण्याच्या दिशेने पाहायला लागला. लांबवर सिग्नलच्या दिव्याने रंग बदलला आणि तो हिरवा झाला. आरिफने आकाशात बघितलं. आकाश पूर्ण निरभ्र होतं. तारेदेखील सुटीवर गेल्यासारखं वाटत होतं. त्याने कुराणातल्या सुराह-अल्-इखलास म्हणायला सुरुवात केली.

आरिफच्या मनाची होडी आशा-निराशेच्या लाटेवर हिंदकळत होती. झाकीर नक्की जिवंत आहे ना आणि तो याच ट्रेनमध्ये आहे ना? आनंदाच्या भरात आरिफच्या अंगावर रोमांच उभे राहत होते; पण मग थोड्याच वेळात तो उदास होत होता. ही बातमी खोटी निघाली तर? या परस्परविरोधी भावनांच्या हिंदोळ्यावर आरिफ बराच वेळ झुलत राहिला. आता त्याला इंजिनाचा दिवा लांबवर दिसत होता. इंजिनाची शिटीही त्याला ऐकू आली. आता मात्र आरिफच्या हृदयाची धडधड वाढली.

गाडी हळूहळू स्टेशनात शिरली, इंजिनाने एक सुस्कारा सोडला आणि गाडी थांबली. गाडीतून लोकांची गर्दी उतरून स्टेशनबाहेर जाणाऱ्या दरवाजाकडे चालायला लागली होती. आरिफ दरवाजाच्या अगदी जवळच उभा होता. तिथून जाणाऱ्या प्रत्येक चेहऱ्याकडे तो मोठ्या आशेने बघत होता. प्रत्येक चेहरा बारकाईने निरखत होता; पण त्या गर्दीत झाकीर कुठेच दिसला नाही. आता प्लॅटफॉर्मवरची माणसं पांगली. प्लॅटफॉर्म गाडी येण्यापूर्वी होता, तसाच सुनसान झाला.

कदाचित झाकीर एखाद्या वेगळ्या प्रवेशद्वारातून बाहेर पडला असेल आणि समनपुऱ्याला जाणारी रिक्षा शोधत असेल. हा विचार मनात आल्यावर आरिफ धावत धावत रिक्षा स्टॅन्डपाशी पोहोचला.

जवळपास तासाभराने तो पुन्हा प्लॅटफॉर्मवर आला. आता तो पूर्ण निराश झाला होता. आपला भाऊ इथेच कुठेतरी आसपास आहे, ही आशा त्याच्या मनातून काही केल्या जात नव्हती. कुठेतरी झाकीर दिसेल, या आशेने तो प्लॅटफॉर्मवर वेड्यासारखा फिरत होता.

सदाकत एखाद्या भलत्याच माणसाला झाकीर समजला नसेल ना, या विचाराने आरिफच्या पायातलं बळ खचत चाललं. त्याने आपली बॅग प्लॅटफॉर्मवर ठेवली आणि त्या बॅगेवरच त्याने बसकण मारली. हळूहळू झुंजूमुंजू होत होतं.

त्याची नजर अजूनही प्लॅटफॉर्मचा कानाकोपरा धुंडाळत होती. हताश होऊन त्याने अब्बांना फोन करायचं ठरवलं. मोबाइलवर तो नंबर लावणार, तेवढ्यात त्याला एक दाढीवाला माणूस जवळच्याच नळावर चेहरा धुताना दिसला. तो झाकीरसारखाच दिसत होता.

'हा झाकीर आहे का? छे! झाकीर असा कुठे दिसतो? माझी नजर मला धोका देतेय,' आरिफच्या मनात विचारांची आवर्तनं सुरू होती. तो दाढीवाला माणूसही आरिफकडे एकटक बघत होता. आता आरिफला राहावलं नाही. तो जागेवरून उठला आणि अडखळत्या पावलांनी त्या तरुणाच्या दिशेने चालायला लागला. तो इतका उतावीळ झाला होता की, प्लॅटफॉर्मवर झोपलेल्या भिकाऱ्यांना त्याची लाथ लागता लागता राहिली.

आता तो त्या दाढीवाल्या तरुणाच्या समोर उभा होता; पण आरिफला त्याचा चेहरा अस्पष्ट दिसत होता. आरिफचे डोळे पाणावले होते आणि म्हणूनच त्याला समोरचं सगळं धुरकट दिसत होतं. त्याला फक्त एवढं कळलं की, त्याने पांढरा कुडता आणि निळी जीन्स घातली होती. त्याच्या कपाळावर जखमेचा व्रण होता. त्याच्या विस्कटलेल्या केसांमध्ये काही पांढरे केस होते. हा नक्कीच झाकीर होता. तो माणूस काहीही न बोलता फक्त आरिफकडे एकटक बघत होता. मग त्याच्या चेहऱ्यावर हास्य उमटलं. आरिफला हे हास्य सुपरिचित होतं. आता तो माणूसही आरिफच्या दिशेने चालायला लागला.

आरिफने आपलं नाक पुसलं, पालथ्या मुठीने आपले अश्रूही पुसले; पण त्याला त्याच्या भावनांना आवर घालणं शक्य झालं नाही. तो खोकत खोकत तसाच जमिनीवर बसला. त्याचा त्याच्या डोळ्यांवर विश्वासच बसत नव्हता. हे स्वप्न तर नाही ना? आपल्याला भास तर होत नाही ना? त्याने उठायचा प्रयत्न केला; पण त्याचे पाय थरथरत होते. सगळं जग त्याच्या भोवती गरगर फिरायला लागलं होतं. अविश्वासाने त्याने आपले डोळे पुन्हा चोळले.

तो माणूस आता आरिफच्या जवळ येत होता; पण त्याच्या चेहऱ्यावरचं हासू आणखी फाकलं होतं.

हो, तो झाकीरच होता. आपल्या लाडक्या भावाचा चेहरा आरिफ कसा विसरू शकत होता? आपण जागेच आहोत, याची खात्री करून घेण्यासाठी आरिफने आपल्या गालांवर थपडा मारून बघितल्या. आपण जागे आहोत, हे कळल्यावर तो आणखी थपडा मारू लागला.

झाकीरने आपली बॅग फेकली आणि तो आरिफच्या दिशेने धावत आला. त्याने आरिफचे हात हातात घेतले आणि तो ओरडला, ''भैया, अरे मी झाकीर आहे. तुझा भाऊ...''

''झाकीर... माझा झाकीर...'' आरिफ पुटपुटत होता. ते दोघं एकमेकांना मिठी मारून हमसून हमसून रडत होते. पूर्वेकडे सूर्य हलकेच वर येत होता.

ऋणनिर्देश

ही कादंबरी माझी असली, तरी ती लिहिताना अनेकांचा हातभार लागला आहे. मला त्या सर्वांचा उल्लेख करायलाच हवा.

माझ्या लेखन कारकिर्दीची सुरुवात करण्याची संधी दिल्याबद्दल डॅनियल थॉमस यांचे आभार!

जगरनॉट बुक्सच्या रेणू अगाल यांनी पहिल्या दिवसापासून 'पटणा ब्लूज'चं दत्तक पालकत्व स्वीकारून मला मार्गदर्शन केलं.

पटणा ब्लूज प्रकाशित करण्याचं मान्य करणाऱ्या आणि त्यानंतर ही कादंबरी अधिक चांगली होण्यासाठी झटणाऱ्या सिवप्रिया यांचा उल्लेख करायलाच हवा.

जगरनॉट बुक्स सुरू केल्याबद्दल चिकी सरकार यांचे आभार!

माझ्या हस्तलिखितातल्या अनेक छोट्यामोठ्या चुका दाखवून, त्या ताबडतोब दुरुस्त केल्याबद्दल जगरनॉट बुक्सच्या जननी गणेशन, सिन्सी जोस यांचे आभार!

माझ्या लेखन कारकिर्दीच्या सुरुवातीलाच मला उत्तम मार्गदर्शन करणाऱ्या अमिताव कुमार यांचाही मी ऋणी आहे.

युनिव्हर्सिटी ऑफ इस्ट अंगलियामधल्या लेखन कार्यशाळेदरम्यान मला मौलिक सूचना देणाऱ्या अमित चौधरी आणि रोमेश गुणसेकरा यांचेही आभार!

न्यू यॉर्कवरून फिक्शन रायटिंगबद्दलचं स्वतःचं पुस्तक पाठवण्याचं सौजन्य दाखवल्याबद्दल नोहा लुकेमान यांचेही आभार!

अनीस सलिम, अल्बर्ट अल्ला, अर्निबन बोस, हिर्श सहानी, कनिष्का गुप्ता, लेक्सी रेव्हिलियन, मर्सी डर्मन्स्की, मरिअम करिम अहलावत, मायकेल कोहेन कोरासन्ती, राहुल सोनी, समित बसू, सिद्धार्थ चौधरी, श्रीराम करी, सुमना रॉय, उषा सन्याल आणि जफर अंजुमन यांनी मला वेळोवेळी नैतिक धैर्य दिलं. तसेच माझं लिखाण वाचून मला सुधारणाही सुचवल्या.

अतुल के. ठाकूर, आस्मा अंजूम खान, किशोर राम, मनू दास, मोहम्मद फरहान, रुची एन. पी. सिंह, सिद्धार्थ बॅनर्जी, सुनीथा बालकृष्णन यांनी माझ्या पुस्तकाचे सुरुवातीचे काही कच्चे आराखडे वाचले. त्यांनी केलेल्या सूचनांमुळे हे पुस्तक जास्त चांगलं झालं आहे.

मला जेव्हा जेव्हा निराश झाल्यासारखं वाटलं, तेव्हा माझे मित्र विश्वंभर नाथ मिश्रा, बिशेश्वर दिग्विजय, मूर्ती, मनीष, नागिंदरप्रीत, रेयाझ, सतीश, सुभाष आणि उनैब नेहमीच माझ्या बरोबर होते.

मी लहान असताना मला गोष्टींची पुस्तकं विकत घेऊन देणारे माझे वडील मोहम्मद कादिर खान यांच्यामुळेच मला वाचनाची गोडी लागली.

माझ्या पुस्तकाच्या सुरुवातीच्या वाचकांपैकी एक असलेल्या माझ्या बहिणी निखत आणि इशरत, माझे भाऊ झियाउल्ला आणि रेझाउल्ला आणि माझी वहिनी मुसर्रत यांचेही आभार!

माझी कादंबरी किती पूर्ण झाली, असं सतत विचारून मला भंडावून सोडणाऱ्या आणि त्याच वेळी ती लवकर पूर्ण करण्यासाठी मला प्रोत्साहन देणाऱ्या माझ्या मुली सना आणि आर्या यांचेही आभार!

शेवटी, माझी बायको, तरन्नूम. तिच्या निर्व्याज प्रेमाशिवाय आणि भक्कम पाठिंब्याशिवाय ही कादंबरी पूर्ण झालीच नसती. ही कादंबरी पूर्ण होण्यासाठी तिनेही माझ्याबरोबर अनेक गोष्टींचा त्याग केला, ही गोष्ट मी कधीच विसरू शकणार नाही.

◆